आपल्या स्नेहीजनांना पुस्तके भेट द्या

आघात

AF795799

सूर्यकांत जाधव

मेहता पब्लिशिंग हाऊस

All rights reserved along with e-books & layout. No part of this publication may be reproduced, stored in a retrieval system or transmitted, in any form or by any means, without the prior written consent of the publisher and the licence holder. please contact us at **Mehta Publishing House,** Pune 411030.
✆ +91 020-24476924 / 24460313 / Mob. No. 9545000513
Email : production@mehtapublishinghouse.com
Website : www.mehtapublishinghouse.com
◆ *या पुस्तकातील लेखकाची मते, घटना, वर्णने ही त्या लेखकाची असून त्याच्याशी प्रकाशक सहमत असतीलच असे नाही.*

AAGHAT by SURYAKANT JADHAV

आघात : सूर्यकांत जाधव / कादंबरी

© सूर्यकांत जाधव

Email : author@mehtapublishinghouse.com

प्रकाशक : सुनील अनिल मेहता, मेहता पब्लिशिंग हाऊस,
१९४१ सदाशिव पेठ, माडीवाले कॉलनी, पुणे ४११०३०

मुद्रक : ट्रिनिटी ॲकॅडमी फॉर कॉर्पोरेट ट्रेनिंग लिमिटेड

मुखपृष्ठ : सतीश भावसार

प्रथमावृत्ती : नोव्हेंबर, २०१७

किंमत : ₹ ३६०

P Book ISBN 9789386888495

E Book ISBN 9789386888501

E Books available on : amazonkindle Apple Books Google Play Books

---

* पायरेटेड पुस्तकांची खरेदी-विक्री हा कायद्याने गुन्हा आहे आणि अशा गुन्ह्याविरोधात कायदेशीर कारवाई होऊ शकते.

भोपाळ विषारी वायुगळतीमध्ये मृत पावलेल्या अणि
ज्यांच्या यातनांना अजूनही न्याय मिळालेला नाही,
त्यांच्या स्मृतीस अर्पण!!!

१

त्या मैदानावर ती मुले उभी होती. सर्वच लहान; पाच ते दहा वयोगटातील. आंतरराष्ट्रीय फुटबॉलपटूंप्रमाणे खास खेळाडूंचे गणवेश घालून ती सर्व फुटबॉल शिकण्यासाठी उभी होती. त्यांचा कोचही त्यांच्यासमोर होता. त्यांच्या आया, वडीलधारीमंडळी बाजूला उभे राहून त्यांच्याकडे लक्ष देत होते. त्यात स्त्रिया किंवा मुलीच होत्या; कोणीही पुरुष नव्हते.

मैदानावर ठळक भगव्या रंगातील शंकू काही ठराविक अंतरावर ठेवण्यात आले होते. शंकूमधून फुटबॉल पायाने कसा खेळत न्यायचा याबाबत त्या मुलांचा कोच त्यांना समजावून सांगत होता. काही मुलांचे लक्ष होते, काहींचे नव्हते. सर्व मुले उच्चभ्रू श्रीमंत वर्गातील होती.

क्लबच्या बाल्कनीमध्ये ते दोघे बसले होते. दोघांच्याही गळ्यात नेकटाय होता. दोघांनी कोट-ब्लेझर खुर्चीच्या मागे अडकवून ठेवले होते. दोघांच्या टेबलावर फळांच्या ताज्या रसाचा ग्लास होता. दोन्ही ग्लासमधले रंग वेगवेगळे होते. दोघेही वेगवेगळ्या फळांच्या रसाचा स्वाद घेत होते.

वेळ संध्याकाळची होती....

ती लहान मुले सोडली, तर संपूर्ण मैदान रिकामे होते. परंतु मैदानात इतर कामे सुरू होती. माळी साफ-सफाई करत होते. मैदानभर पाण्याचे तुषाररूपी फवारे मारण्याकडे लक्ष देत होते. काही खेळाचे साहित्य हलवत होते. दूरवर मुंबईचे चाकरमानी दिवसभराचे काम आटोपून आपल्या बॅगा सांभाळत स्टेशनकडे जात होते. मुलांच्या खेळाकडे, कोचकडे पाहायला त्यांना वेळ नव्हता.

दोघांपैकी कोणाचाही मुलगा त्या खेळात सहभागी नव्हता तरीही... ते दोघे मात्र बाल्कनीतून त्या मुलांच्या प्रशिक्षणाकडे उत्सुकतेने, कौतुकाने पाहत होते.

मुलांचे प्रशिक्षण सुरू होते....

''मला माझ्या मुलाची आठवण येते. तो असाच खेळायचा. मी खूप वेळा पाहायला येत होतो. अगदी हायस्कूलपर्यंत....''

''हो, मीही येत होतो. माझी मुलगीही कॉलेजपर्यंत चांगली खेळत होती.''

''परंतु माझा मुलगा खेळाडू झाला नाही. वाईट वाटतं.''

''त्यात वाईट वाटण्यासारखं काय आहे? सर्वांनाच स्पोर्ट्समध्ये करिअर करता येतं, असं काही नाही.''

''परंतु कमीत कमी राष्ट्रीय दर्जाचा खेळाडू होण्याइतपत कौशल्य तरी त्याने मिळवायला हवं होतं.''

''जाऊ दे! त्याची जिद्द आपल्यासारखी धंद्यामध्ये असेल.''

''अहं!''

''का! माझी मुलगी अजूनही ना खेळ ना करिअर!''

''ती पत्रकारितेमध्ये आहे ना! वाढवेल अभ्यास, कोणी सांगावं. उद्या माध्यम जगामध्ये – Press World – ती मोठं वृत्तपत्र सुरू करेल. नाव कमवेल. आशावादी राहा – Be Optimistic – करिअर करेल.''

''अहो, पण मी एवढा उद्योग उभा केला आहे, तो कोणी पाहायचा?''

''कोणीतरी येईल पुढे!''

''तुमचा मुलगा कुठे आहे? अजून सिनसिनाटीमध्येच?''

''हो. पुढच्या वर्षी बिझनेस मॅनेजमेंटचा कोर्स पूर्ण करेल. परंतु इकडे येण्याचा त्याचा विचार दिसत नाही. पाहू या काय होतं ते.''

''मुलंही अशी कशी! घरच्या लोकांनी उभारलेला उद्योग पुढे चालवावा, असं का वाटत नाही?''

''आपली मेहनत, आपली धावपळ! आपण त्यांना क्वालिटी टाइम देऊ शकलो नाही. त्याचा राग काढत असतील किंवा ते नकोसं झालं असेल.''

''शक्य आहे.''

ते दोघेही उद्योगपती होते. एकाचे नाव कांतीभाई अंगडिया होते. दुसरे होते, ते रसिकभाई पटेल. पटेल आपल्या मुलीबाबत नाराजी व्यक्त करत होते, तर अंगडिया आपल्या मुलाबाबत. दोघांनाही आपल्या मुलांची आठवण येत होती. पूर्वीचे दिवस आठवत होते. त्या बाल्कनीत ते दोघेच होते. बाकी इतर खुर्च्या-टेबल रिकामी होती.

थंड हवा येत होती. दिवसभराचा मुंबईचा उकाडा थंड करण्यासाठी व्यापारी वारे होते. परंतु समुद्रावरील पाऊस घेऊन येणारे नव्हते.

कोपऱ्यातील जिन्यावरून तो वर आला. अगदी वेगाने धावत निघाल्याप्रमाणे त्याची चाल झपझप होती. त्याने सिल्कचा झब्बा आणि पांढरी शुभ्र विजार परिधान

केली होती, डोक्यावरील केस सफेद, परंतु व्यवस्थित बसवलेले होते. वेगाने चालत असूनही डोक्यावरील केसांची ठेवण विस्कटलेली नव्हती. तो दिसायला गोरापान असला, तरी सुंदर नव्हता. ती व्यक्ती होती, लालजीभाई रांका. मुंबई शेअरबाजारातील एक महत्त्वाचे प्रस्थ.

"नमस्कार! नमस्कार!!"

"या, या, भाई बसून घ्या! बसून घ्या!"

लालजीभाईंनी शेजारची खुर्ची ओढली आणि त्यांच्याशेजारी ठाण मांडले. त्याने हाताची टिचकी वाजवली आणि वेटरला एक कप चहा आणण्यास सांगितले.

"काय शांतपणे हवा खात बसला आहात."

"होय, समोर लहान मुलं खेळतायंत. पाहत बसलो आहे."

"तुम्हाला बरा वेळ मिळाला आज इकडे यायला." रसिकभाई.

"आम्हाला वेळ कुठे मिळतो. वेळ काढावा लागतो. म्हणून तर तुम्हाला फोन केला. मला तुम्हाला भेटायचं होतं."

"का काही गडबड?"

"ना! ना! नेहमीचंच."

"तुम्ही घाईघाईने आलात, नेहमीचंच कसं असेल?"

चहा आला. चहाचा घुटका घेतला आणि लालजीभाई आपल्या खुर्चीत रिलॅक्स झाले.

"काय शेअरबाजार? काय परिस्थिती?"

"कांतीभाई आणखीन काही दिवस मार्केट 'बिअरिश' राहील. लगेच वर येण्याची परिस्थिती नाही."

"एकदम स्ट्रोक येणार नाही ना?" कांतीभाई.

"असं काही नाही. हा शेअरबाजार आहे."

"हो. पण तुम्ही बाजार चालवणारे आहात."

"मी एकटा नाही. काहीही होऊ शकतं."

रसिकभाई मनातल्या मनात म्हणत होते, 'तुम्ही एकटे असला, तरी काहीही करू शकता.'

लालजीभाई शेअरबाजाराचे 'दादा' होते. 'बॉस' होते.

"तुमचं कसं काय चाललं आहे?"

"ठीक आहे."

लालजीभाई एका हातात चहाचा कप धरून दुसऱ्या हाताच्या बोटांनी टेबलावरील काचेवर टकटक करत होते. मधून-मधून खाली पाहत होते. मनाची चलबिचल चेहऱ्यावर दिसत होती. कांतीभाई तिरक्या नजरेने लालजीभाईकडे पाहत होते.

शेवटी न राहवून त्यांनी विचारले, "लालजीभाई, काही बोलायचं का? हवंतर मी थोडा वेळ खाली जाऊन बसतो."

"नो! नो! असं काही नाही."

"काहीतरी आहे."

लालजीभाईंनी एकवार दोघांकडे पाहिले. त्यांनी दीर्घ सुस्कारा सोडला. चहाचा कप रिकामा करून टेबलावर ठेवला. झब्ब्यातील पांढरा शुभ्र हातरुमाल बाहेर काढून हळुवार तोंड पुसलं.

"रसिकभाई, त्यांचा विस्तारीकरणाला विरोध आहे."

"कोणाचा?"

"माहीत नाही."

"मग विरोध कसा समजणार?"

"त्यांनी निरोप पाठवला आहे."

"भेंडीबाजार, दादर?"

"अहं!"

"मग?"

"रामचंद! रामचंदनी बापा केमिकलच्या शेअरची मागणी केली आहे."

"नेहमीसारखी?"

"नाही."

"मग?"

"कसं आहे. नेहमीचं हस्तांतरण, नेहमीची मागणी, नॉर्मल डिमांड यामध्ये आम्ही लक्ष घालत नाही. परंतु मागणी २०टक्क्यांच्या पुढे जाते, त्या वेळी मग आम्ही सावध होतो. रामचंदची मागणी त्या दिशेने जाऊ लागली आहे, असं आम्हाला वाटतं."

रसिकभाई लालजीभाईंच्या चेहऱ्याकडे पाहत होते. त्यांनी आपली नजर कांतीभाईंच्या चेहऱ्याकडे वळवली आणि दूरवर मैदानाकडे पाहू लागले. रसिकभाई विचार करत होते.

त्यांनी एकदम मान वळवून लालजीभाईंकडे पाहत म्हटले, "रामचंदच्या मागणीवरून त्यांचा विस्तारीकरणाला विरोध आहे, असं समजायचं का?"

"भाई, त्याबद्दल तुम्हीच जास्त विचार करावा."

"रसिकभाई, तुम्ही तुमच्या पायाखालची जमीन तपासून पाहा बरं! भाईंना वास आल्याशिवाय असं काही बोलणार नाहीत."

"माझ्या पायाखालची जमीन तपासायची, म्हणजे माझ्याच घरी डिटेक्टिव पाठवायचे का?"

"त्यावर तुम्हीच विचार करायचा आहे."

रसिकभाई विचारात पडले. त्यांची संध्याकाळ खराब झाली होती. कांतीभाई रसिकभाईंकडे काळजीयुक्त नजरेने पाहत होते.

समोरचे मैदान रिकामे झाले होते.

क्लबच्या इमारतीच्या सावल्या संपूर्ण मैदानभर जात होत्या. अंधार पडायला सुरुवात झाली होती. डोक्यावरचे निळसर पांढुरकं आकाश आता काळसर होत होते. ढगांचा पत्ता नव्हता. हवेचा जोर वाढला होता.

मैदानातील फुटबॉल शिकण्यासाठी आलेले छोटे-छोटे खेळाडू आईच्या कुशीत शिरण्यासाठी केव्हाच निघून गेले होते. मैदान रिकामे झाले होते. मैदानाभोवतालीचा रस्ता आता लाइटच्या प्रकाशात हळूहळू झगमगायला लागला होता. रात्रीची मुंबई झगमगत जागी होत होती.

रसिकभाईंच्या मनात विचारांचे काहूर माजले होते.

२

संपत मालवणकर कारखान्यातील पहिली पाळी संपवून बाहेर पडण्याच्या तयारीत होता. 'मॅक्स इंजिनिअरिंग कंपनी'त तो फोरमन पदावर काम करत होता. पन्नाशीकडे झुकलेला असूनही संपत प्रकृतीने एकदम तंदुरुस्त होता, डोक्यावरील केस राठ आणि काळेकुळकुळीत होते. संपत कामगारांमध्ये आवडता होता. सर्वांना मदत करणारा. व्यवस्थापनाच्या दादागिरीविरुद्ध कामगारांच्या बाजूने धैर्याने लढणारा होता. कामगारांचे चुका-दोष सांभाळून घेणारा मेहनती होता. संपतला बाहेरच्या अनेक कामगार संघटना कामगारांचे नेतृत्व करण्याबाबत साकडे घालत होत्या, परंतु संपत ते नाकारत होता. संपत मनाने भावुक होता. युनियनची लफडी जमणार नाहीत, त्या वाटेला जायचंच कशाला?

याच संपतला कुस्तीचे वेड होते. कुस्तीच्या फडाचे आकर्षण होते. ठाण्यासारख्या ठिकाणी कारखान्यात काम करणारा असूनही, कुस्ती म्हटली की पनवेलपासून वरळीपर्यंत आणि कल्याणपर्यंत संपत जात होता. कुस्ती, नुरा कुस्ती असली, तरी आवडीने पाहत होता. कुस्तीगिराने मानाची कुस्ती जिंकल्यानंतर त्याच्या सत्काराच्या वेळी पहिलवानाकडे धाव घेणारा संपत स्वतःला पहिलवानाच्या भूमिकेत पाहण्याचा प्रयत्न करायचा. जिंकणाऱ्या पहिलवानाचा त्याला हेवा वाटायचा. आपल्या मुलाने पहिलवान व्हावे, असे त्याला वाटायचे. परंतु संपतला त्यात यश आले नाही.

मॅक्स इंजिनिअरिंग कंपनी!

ही कंपनी महामार्गावर कळवा आणि ठाणे यांच्यामधल्या ब्रीजला लागून होती. कारखाना मोठ्या विस्तीर्ण परिसरात पसरला होता. लोखंडी भंगारापासून स्टीलचे बीम-रॉड येथे तयार केले जायचे. मालक-कामगार संबंध चांगले असलेल्या या कारखान्यात १५०० कामगार होते.

संपत कारखान्याच्या बाहेर पडत होता. संपतने टाइम ऑफिसला बाहेर जाण्याची नोंद केली. पिशवी सांभाळत संपत बाहेर निघाला. संपत ठाण्याला राहत होता. कंपनी-बसने जात-येत होता. आज बाहेर पडताना तो सर्वांत शेवटी बाहेर पडला होता.

संपत गेटच्या बाहेर आला. संपत रस्त्यावर दोन-तीन पावले चालत आला असेल, तो धाडकन खाली कोसळला आणि रस्त्यातच खाली पडला.

कारखान्यातील सर्व कामगार गेटच्या बाहेरच होते. त्यामुळे सर्व जण सावध झाले. सर्वांनी गर्दी केली. संपतला उठवून बसवण्याचा प्रयत्न करण्यात आला. संपत बेशुद्ध पडला. तात्काळ कंपनीची गाडी बाहेर काढण्यात आली. संपतला हॉस्पिटलमध्ये नेण्यात आले. परंतु हॉस्पिटलमध्ये पोहोचण्यापूर्वीच संपतची प्राणज्योत मालवली होती. आपला संसार उद्‌ध्वस्त करून, पोरका करून संपत या जगातून निघून गेला होता.

संपतच्या शरीराचे शवविच्छेदन होऊन बॉडी ताब्यात घेण्यासाठी कंपनीचे सर्व कामगार कळवा हॉस्पिटलच्या बाहेर जमले होते. संपतच्या घरी निरोप गेला. त्याचा मोठा मुलगा आणि भाऊ हॉस्पिटलमध्ये आले. संपूर्ण कारखान्याचे कामगार संपतच्या अंत्ययात्रेला हजर होते. संपत सर्वांचा आवडता फोरमन होता. कारखान्याचे व्यवस्थापनही त्याच्यावर खूश होते. व्यवस्थापन आणि कामगार यांमधला एक चांगला दुवा म्हणून संपतकडे पाहिले जात होते. संपतचा अचानक मृत्यू हा सर्वांना जबर धक्का होता.

दोन दिवसांनंतर बातमी आली. कारखान्यातील कामगारांना आणि व्यवस्थापनाला थोडे विचित्र वाटले. संपतचा मृत्यू हृदयविकार किंवा इतर नैसर्गिक कारणाने झाला नव्हता. त्याचा मृत्यू कार्बन मोनोक्सॉइडमुळे गुदमरून झाला होता. कामगारांच्या संघटनेने अधिक चौकशी करण्याचे ठरविले. परंतु चौकशी पुढे जाऊ शकली नाही. संघटनेला मात्र अनैसर्गिक मृत्यूचे कारण मिळाले. संघटनेने व्यवस्थापनाकडे तगादा लावला – संपतच्या मृत्यूबाबत कारखान्याला जबाबदार धरण्यात यावे. संपतच्या मृत्यूबाबत कंपनीने नुकसानभरपाई द्यावी. व्यवस्थापनाला ही बाब चिंताजनक वाटली. एकतर कारखान्यात कोणत्याही प्रकारची रासायनिक प्रक्रिया केली जात नव्हती. कारखान्यात कोठेही कार्बन मोनोक्सॉइड तयार केले जात नव्हते किंवा वापरले जात नव्हते. त्याचा साठाही कारखान्यात नव्हता. व्यवस्थापनाने हात झटकले. विनाकारण आरोप अंगावर घेण्याचा प्रश्नच नव्हता. परंतु संघटनेने वाद पुढे रेटण्याचे ठरविले. कारखाने निरीक्षकांच्या ऑफिसकडे तक्रार नेण्यात आली. साहाय्यक संचालकाने भेट दिली. कामगार आणि कामगार संघटना यांचे म्हणणे ऐकून घेतले. व्यवस्थापनाशी चर्चा केली.

साहाय्यक संचालकाने अहवाल तयार केला. आपल्या वरिष्ठांना सादर केला – कारखान्यात कोणत्याही प्रकारे कार्बन मोनोक्सॉइड वापरला जात नव्हता, उपयोगात आणला जात नव्हता, तयार केला जात नव्हता. त्यामुळे संपतच्या मृत्यूला व्यवस्थापनाला जबाबदार धरता येत नाही. कारखान्याचा संबंध नाही. नुकसानभरपाईची मागणी योग्य नाही.

परंतु संघटना हट्टाला पेटली होती. त्यांनी या प्रकरणी संघर्ष करायचे ठरवले. संघटनेने न्यायालयात धाव घेण्याचे ठरविले, संघटनेचे म्हणणे व्यवस्थापनाला मान्य करायला लावायचेच असा निर्धार केला. संघटनेने त्यांच्या वकिलाशी चर्चा केली. व्यवस्थापनाविरुद्ध कोणत्या प्रकारचा खटला दाखल करावयाचा, याची आखणी करण्यात आली. फौजदारी स्वरूपाचा खटला दाखल केला आणि सिद्ध झाला तर व्यवस्थापनाला शिक्षा होईल, परंतु त्यामुळे आर्थिक फायदा संपतच्या कुटुंबाला होईल, असे काही सांगता येणार नाही, म्हणून याबाबत पुनर्विचार करण्यात आला. विचाराअंती खटला नुकसानभरपाई कायद्याखाली दाखल करायचे ठरविण्यात आले.

खटला दिवाणी न्यायालयात दाखल झाला.

परंतु व्यवस्थापनानेही तयारी केली. विनाकारण नुकसानभरपाई देण्यास ते तयार झाले नाही. संपतला त्याची नोकरीतील कायदेशीर देणी देण्यास व्यवस्थापनाने तयारी दर्शविली. संपतच्या घराची परिस्थिती विचारात घेऊन त्याच्या मुलाला नोकरी देण्याबाबतही विचार बोलून दाखवला. परंतु नुकसानभरपाई! व्यवस्थापनाने याला स्पष्ट नकार दिला.

खटला न्यायालयात उभा राहिला. परंतु तो जास्त काळ चालला नाही. कारण स्पष्ट होते. संपतचा मृत्यू कारखान्यात झालाच नाही. त्याचा मृत्यू कारखान्याबाहेर झाला होता. हा तांत्रिक मुद्दा व्यवस्थापनाने शेवटपर्यंत ताणून धरला, नव्हे त्याला ते चिकटून राहिले. कारखान्यातून बाहेर पडून घरी जाईपर्यंत संपत व्यवस्थापनाच्या अख्त्यारीत – म्हणजे कारखान्याचा कामगार होता, म्हणून त्याला नुकसानभरपाई मिळाली पाहिजे, अशी संघटनेने भूमिका घेतली. न्यायालयाने ती अमान्य केली. कारखान्यात कार्बन मोनोक्सॉइड तयार होत नाही, वापरले जात नाही, या वायूचा साठाही नाही, हे व्यवस्थापनाचे म्हणणे मान्य केले. औद्योगिक सुरक्षा व आरोग्य संचालनालयाच्या साहाय्यक संचालकांचा अहवाल न्यायालयाने विचारात घेतला. साहाय्यक संचालकांची साक्षही विचारात घेतली. न्यायालयाचा निर्णय व्यवस्थापनाच्या बाजूने लागला. संघटनेला संपतला नुकसानभरपाई मिळवून देता आली नाही.

संपत मालवणकर प्रकरणाला काही दिवस होतात न होतात, तोपर्यंत पुन्हा खळबळ माजली.

तो दिवस बुधवारचा होता. ठाण्याच्या औद्योगिक सुरक्षा आणि आरोग्य संचालनायाच्या कार्यालयात (डिश) दुपारच्या वेळी फोन आला. तो मॅक्स इंजिनिअरिंगमधून आला होता. कारखान्यातले ७० कामगार बेशुद्ध पडल्याबाबतची बातमी होती. डिश कार्यालयात गडबड उडाली. ठाण्याच्या सहसंचालकांनी कारखान्यातल्या परिस्थितीबाबत सुरक्षा अधिकाऱ्यांकडून फोनवरून माहिती घेतली.

मुंबईतील वरळीच्या डिश ऑफिसमध्ये संचालक कामगार सुरक्षिततेबाबत आंतरराष्ट्रीय कामगार संघटने (आएलओ)चा अहवाल वाचत बसले होते. प्रतापसिंह मलकापूरकर अहवालाच्या महत्त्वाच्या ठिकाणी लाल हायलायटरने खूण करत शांतपणे वाचन करत होते. हळूहळू डोळ्यांवर झोप येत होती. ठण्याहून फोन आला. कामगार बेशुद्ध पडल्याबाबतची बातमी ऐकताच संचालक खुर्चीत ताठ बसले. संचालकांना नुकतेच झालेले संपत मालवणकर प्रकरण माहोत होते. कारखान्यातले ७० कामगार बेशुद्ध पडल्याचे ऐकल्यावर संचालक चक्रावून गेले. 'काहीतरी घोटाळा दिसतोय.' ठाण्याच्या सहसंचालकांना फोन लावला.

''पाटील बातमी गंभीर आहे. तुम्ही मालवणकर प्रकरणाच्या वेळी साहाय्यक संचालकांना चौकशीला पाठवलं होतं. याबाबतची कोर्ट केसही निकार्ल झालेली आहे. पुन्हा हा प्रकार! तुम्ही स्वत: चौकशी करा.''

''येस सर!''

ठाणे डिश कार्यालय कामाला लागले.

३

ती संध्याकाळ होती....

पुण्याचा डेक्कन परिसर झगमगीत रोषणाई घेऊन नव्या नवरीप्रमाणे नटून-थटून उभा राहिला होता. लकडी पुलावरून संभाजी उद्यानाकडे जाणारा रस्ता. फर्ग्युसन कॉलेजकडे जाणारा रस्ता. कोथरूडकडे जाणारा रस्ता. सर्वच रस्ते झगमगत होते. मोठमोठाले मर्क्युरी दिवे, निऑन दिवे यांच्या उजेडात कपड्याची दुकाने, हॉटेल, बार, सौंदर्यप्रसाधने, मॉल, चप्पल-शुजची दुकाने लखलखीत तेज टाकीत होते. तळपत होते. दुकाने, हॉटेल, रस्ते, फुटपाथ लोकांच्या गर्दीने, आबालवृद्धांनी फुलले होते. रस्त्यातून गाड्यांची, अनेक वाहनांची गर्दी कर्कशपणे अस्तित्व जाणवून देत होती.

डेक्कन परिसरातले ते रस्ते तरुणांचे होते. वयोवृद्धांचे होते. आबालवृद्धांचे होते. सर्वांचे होते. कॉलेजमधल्या तरुणांचे फुटपाथवर फिरणे, तरुणींच्या, सुंदरींच्या नजरेचा वेध घेणे हा आवडता छंद होता. दिवसभरातल्या धकाधकीनंतर मनावरचे ताण-तणाव कमी करण्याचा एक खास उपाय. वयोवृद्धांना, पेन्शनरांना जुन्या आठवणींना उजाळा देणारा विरंगुळा!

फर्ग्युसन रोड याला अपवाद नव्हता.

इथे तर तरुण मुला-मुलींचे घोळके फिरत होते. काहींची मने जुळत होती. काहींची जुळण्याच्या मार्गावर होती. वातावरण विलासी होते. स्वच्छंदी होते. उत्साहाने ओतप्रोत भरलेले होते.

त्या रस्त्यावरील अनेक हॉटेल्सच्या आतमध्ये आणि हॉटेलच्या समोरील उघड्या जागेत बसण्याकरता जागा होती. तरीही सर्वच हॉटेल तुडुंब भरलेली होती. कॉफीचे-चहाचे गरम-गरम घुटके घेत मनसोक्त गप्पांचा आनंद सर्व जण घेत होते.

रस्त्याच्या उत्तरेकडील टोकावरच्या त्या हॉटेलमध्ये आतल्याबाजूला एका

कोपऱ्यातले टेबल त्यांनी पकडले होते. ते दोघेच होते. दोघे साध्या कपड्यात होते. त्यांच्या साधेपणामुळे तरुण-तरुणींच्या गोंधळात ते बऱ्यापैकी उठून दिसत होते. त्यातला एक जण ठेंगणा, काळसर अंगकांती, गोल चेहरा, पाणीदार डोळे, ओठ मोठ न् कोरडे, नाक आखूड, केस आखूड-काळे, हात-पाय व डोके एकमेकांशी संबंध नसल्याप्रमाणे एकत्र सांधले होते. करड्या रंगाच्या पॅन्टवर पांढरा शर्ट घातला होता. शर्ट आतमध्ये खोचलेला नव्हता. त्यामुळे त्याचा चेहरा थोडासा बावळट दिसत होता. पण तो बावळट नव्हता.

तो बगळा होता. हुशार बगळा!!!

नागराज डोईजड –

तो तिथे पुण्याच्या दिवाणी न्यायाधीशाला भेटण्यास आला होता. न्यायाधीश त्याच्या समोरच बसला होता. न्यायाधीश गोरापान होता. काळ्या फ्रेमचा चष्मा त्याने लावला होता. त्याची नजर भोवताली अधून-मधून फिरत होती. ओळखीचा चेहरा पाहण्यासाठी चोरटी नजर.

त्यांनी कॉफी ऑर्डर केली.

दोघेही ड्रिंक, सामिष आहार घेणार नव्हते. त्यांनी त्या हॉटेलमध्ये भेटणे पसंत केले होते. हॉटेल बगळ्याने निवडले होते.

''मला इथली कॉफी खूप आवडते.''

''मलाही गरम कॉफी आणि त्यावरचा फेस अगदी मद्रासची आठवण करून देतो. परंतु मला कॉफी आणि इथल्या फूटपाथवरचा फेरफटका या दोन्ही गोष्टी आवडतात.''

''तुमचा खास विरंगुळा आहे वाटतं?''

''कॉलेजमध्ये असताना संध्याकाळी इथे फेरफटका मारल्याशिवाय मी घरी जात नव्हतो.''

''ओ! फारच ॲडिक्ट!!''

कॉफीचे घुटके घेत त्यांनी धंद्याच्या गोष्टींना प्रारंभ केला. बगळ्याने प्रस्ताव आणला होता.

बगळा पुणे शहर विभागाचा फॅक्टरी इन्स्पेक्टर होता.

पुण्यातील सर्वांत मोठा कारखाना – पुणे मेटल वर्क्स. कामगार संख्या १६००. व्यावसायिक व्यवस्थापन असूनही कारखाने अधिनियमाच्या अनेक नियमांची योग्य प्रकारे अंमलबजावणी होत नव्हती, ते पाळले जात नव्हते. बेफिकीरपणे, थोडे निष्काळजीपणेही! सर्वकाही मिटवण्याच्या अतिआत्मविश्वासापायी! बगळ्याने कारखान्याला कॅज्युअल भेट दिली होती. कारखान्यात कॅन्टीनची पुरेशी सुविधा योग्य प्रकारे दिली जात नव्हती. कामगारांच्या कल्याणार्थ कोणतीही योजना

नव्हती. कामगारांना सुरक्षितता साधनं पुरेशी दिली जात नव्हती. टाइम डिपार्टमेंटमधल्या कामगारांच्या हजेरीपटात गोंधळ होता. कामगारांकडूनही अनेक कथा ऐकल्या होत्या. कारखाना व्यवस्थापनाने कारखाना संघटना आपल्या कह्यात ठेवली होती, मुठीत ठेवली होती. त्यामुळे कामगारांच्या गैरसोयीबाबत आवाज उठवला जात नव्हता. कामगारांमधला असंतुष्ट गट बाहेरच्या युनियनला आणण्याच्या प्रयत्नात होते. बगळ्याने या असंतुष्ट गटाशी संधान साधले.

कारखान्यातील भंगार उचलण्याचे काम कारखान्याबाहेरच्या ठेकेदाराला दिले होते. ठेकेदाराने भंगार उचलण्याचे काम मुकादमाकडून करवून घेतले होते. भंगार उचलताना काळ-वेळ पाहिली नाही. कंत्राटी कामगारांची नोंद नव्हती. कारखान्यातले काही कामगारही या कामाकरता जबरदस्तीने लावण्यात आले होते. ओव्हरटाइम देण्याचे आमिष दाखवून कंपनीने चूक केली होती. हजेरीपटावर कामगारांची नावे नव्हती. कामगार कामाच्या वेळेपेक्षा जास्त वेळ कामावर लावले गेले होते. कामगारांना जबरदस्तीने कामावर लावल्याचा आरोप करण्यात आला होता.

कंपनी बेफिकीर होती.

परंतु बगळ्याची नजर गेली. बगळ्याने कंपनीविरुद्ध फौजदारी केस दाखल करण्याचे ठरवले. कारखाने अधिनियमाखाली बगळ्याला तो अधिकार होता. परंतु बगळ्याला न्यायालयाची मदत हवी होती. आतापर्यंत कोणी न केलेला कार्यक्रम बगळ्याला करायचा होता.

कारखाने अधिनियमातल्या कायद्याची कलमे आणि तरतुदी यांसह बगळा तो कार्यक्रम न्यायाधीशाला समजावून सांगत होता.

बगळ्याने शेवटी एक खाकी लखोटा बाहेर काढला. न्यायाधीशाला पहिली ऑफर होती. न्यायाधीश खूश... कामाला लागण्यापूर्वीच टॉनिक मिळाले होते.

जय महाराष्ट्र!

कंपनीला शिक्षा व्हायलाच हवी... कामगारांना न्याय मिळायलाच हवा.

बगळा आणि न्यायाधीश दिलखुलास हसले. पुण्यातली ती संध्याकाळ त्यांना रंगीन वाटत होती.

अगदी दोन महिन्यांनंतर....

बगळ्याने दाखल केलेल्या फौजदारी केसचा निकाल लागला. पुणे मेटल वर्क्सच्या व्यवस्थापनाला बेकायदेशीर कामाला लावलेल्या प्रत्येक कामगाराबाबत जबर शिक्षा ठोठावण्यात आली होती. ५० हजार रुपये दंड आणि सहा महिन्यांचा कारावास. शिक्षेतला 'आणि' महत्त्वाचा होता. आर्थिक दंड आणि कारावास या दोन्ही शिक्षा एकत्रित दिल्या होत्या. दोन्ही एकाच वेळी भोगावयाच्या होत्या. अपील नाही.

आतापर्यंत कोणत्याही न्यायालयाने कारावासाची शिक्षा दिली नव्हती. बहुतेक

केसमध्ये आर्थिक दंड देण्यावर भर होता. कंपनी-कारखाने-व्यवस्थापनही दंड भरत होते. केस विसरून जात होते. परंतु हा प्रकार वेगळा होता. दंड आणि कारावास या दोन्ही शिक्षा एकाच वेळी भोगायच्या होत्या. अपील नाही.

पुण्याच्या औद्योगिक परिसरात प्रचंड खळबळ उडाली. न्यायालयाचा निकाल खळबळजनक होता. वृत्तपत्रातून टीकेची झोड उठली. वृत्तपत्रात उलट-सुलट अभिप्राय येऊ लागले. मात्र अनेक वृत्तपत्रांना कामगारांची बाजू नाइलाजाने घ्यावी लागली. कामगारांना न्याय देणारा क्रांतिकारी निकाल म्हणून काही कामगार धार्जिण वृत्तपत्रांनी भडक बातमी दिली. कामगारांच्यात नवीन उत्साहाची लाट उसळली. सगळे कॉम्रेड जागे झाले. 'लाल निशाण झिंदाबाद! कामगार एकजुटीचा विजय असो!'

बगळा खूश झाला.

पुणे मेटल वर्क्सला जाग आली. व्यवस्थापन-वकील, व्यवस्थापन संचालक – धावपळ उडाली. बैठकांची साखळी सुरू झाली. चौकशी – मागोवा – खलबते. सर्वांची खात्री झाली – कंपनीला अकारण शिक्षा झाली. ठेकेदार नियमानुसार कामावर लावला होता. कंत्राटी कामगार ठेकेदाराचे होते. काम नियमानुसार झाले होते. कंपनीच्या काही कामगारांनी हातभार लावला होता. परंतु ती अनियमितता होती. कायद्याचा भंग नव्हता. चुका होत्या. किरकोळ चुकांमुळे, अनियमिततेमुळे कंपनी फसली होती. कंपनीची नाचक्की झाली होती... कंपनीची बरबार्द झाली होती.

खून न झालेल्या प्रकरणातली; ती फाशीची शिक्षा होती.

कंपनीने बगळ्याशी भेट निश्चित केली.

चोच कडक करून... बगळा तयारीत होता. त्याने पहिल्या भेटीत कंपनीवर आणखीन फौजदारी खटले दाखल करण्याबाबत कंपनीला दम दिला. कारखान्यावर, औद्योगिक क्षेत्रातल्या व्यवस्थापनावर फौजदारी खटला दाखल करायला कारखाने कायदा सोपा होता. कंपनीला याची कल्पना होती. त्यांचे हात बगळ्याच्या पायाखाली अडकले होते; चिखलातल्या पायाखाली. बगळ्याचे मन वळवण्याचा प्रयत्न करण्यात आला. बगळ्याने बोली लावली – दोन लाखांची. कंपनी व्यावसायिक दृष्टिकोनाची होती. टेबलाखालून व्यवहार करणारी नव्हती. तरीही कंपनी अगतिक होती. पळवाटा शोधण्यात आल्या. शेवटी तडजोड एक लाखावर आली. बगळ्याने त्याच्या खास पद्धतीने; अत्यंत सावधपणे नजराण्याचा स्वीकार केला.

परंतु बगळ्याने खटला मागे घेतला नाही.

बगळ्याने औद्योगिक क्षेत्राला पुन्हा धक्का दिला. त्याने 'पायोनियर इंडस्ट्रीज' या दुसऱ्या कारखान्यावर खटला दाखल केला. फौजदारी खटला. याही कंपनीच्या व्यवस्थापनाला शिक्षा झाली. पुणे मेटल वर्क्समधल्या व्यवस्थापनाप्रमाणे आर्थिक दंड आणि कारावासाची शिक्षा. दोन्ही एकाच वेळी भोगायची, अपील नाही.

औद्योगिक जगत ढवळून निघाले. मालकवर्गात, व्यवस्थापनामध्ये संतापाची लाट उसळली. कामगारवर्ग जोशात आला. युनियनवाले जागे झाले. सगळ्या पुण्यनगरीत बगळ्याचे नांव दुमदुमू लागले.

नागराज डोईजड!! सर्व कारखानदारांना चांगलाच जड झाला होता; हा डोईजड!

पायोनियर इंडस्ट्रीजचे लोक बगळ्याला भेटले. बगळ्याचा दर तीन लाखांवर गेला. बगळ्याचा भाव वाढला अन् कडाडला. बगळ्याच्या मागणीने कारखानदार हैराण झाले. बगळ्याला कुठे अडवायचे, या चिंतेने ग्रासले.

बगळा फौजदारी खटला मागे घेण्याबाबत फारच आडमुठा होता. सर्वांनी बगळ्याला साकडे घातले. बगळ्याने वल्गना केली. केस सत्र न्यायालयात गेल्यावर – अपिलात गेल्यावर मागे घेण्यात येईल. ती फौजदारी केस होती. सर्वांना यावर विश्वास ठेवायचा का नाही, याबाबत संभ्रम निर्माण झाला.

बगळ्याचे नाव सर्वतोमुखी झाले. बगळा सर्वसामान्य कामगारांचा हिरो झाला. आणि डोईजडही! पेपरमधलं कात्रण घेऊन तो फिरू लागला. कामगारांचा कैवारी! कामगारांचा देवदूत!!

'पुणे इंडस्ट्रीज मॅन्युफॅक्चरर्स असोसिएशन (पिमा).' बगळ्याचा प्रश्न पिमासमोर आला. सर्वांनी चिंता व्यक्त केली. कारखाना कसा चालवायचा. हा फॅक्टरी इन्स्पेक्टर उद्या कारखान्याला टाळे लावेल. शेवटी धंदा करायचा तरी कसा? सर्वांनीच प्रश्न उपस्थित केला. चर्चेच्या फेऱ्या झाल्या. कायदेशीर मत, वकिलांचे मत, सर्वांचे विचार व मत घेण्यात आले. खलबते झाली. राजकीय मदत घेण्यावर एकमत झाले.

पुण्याचे खासदार रावसाहेब दांगट – जबर व्यक्तिमत्त्व. दांगट हेही काही कारखान्यांचे मालक होते. पण छुपे मालक!

दांगटांनी आपल्या पद्धतीने कामाला सुरुवात केली. सर्व कारखानदारांना, कारखाना मालकांना, कारखाना संचालकांना, कारखाना व्यवस्थापनाला निरोप देण्यात आला. पिमाचा निरोप. दांगटांचा निरोप. डोईजडला कोणीही हप्ता द्यायचा नाही. टेबलावरून नाही. टेबलाखालून नाही. कोणतीही तडजोड करायची नाही.

दांगटांनी डोईजडला दूरध्वनीवरून दम दिला. कोणाही कारखानदाराच्या वाटेला जाशील, तर याद राख!

सर्व जण खूश झाले.

डोईजड... तो बगळा होता. त्याची मान आणखीन लांब झाली. चोच तर आणखीन कडक.

डी. ॲग्रो इंडस्ट्रीज!

पुण्यातला शेतमालाशी संबंधित कृषिप्रक्रियेवर आधारित महत्त्वाचा कारखाना. कारखान्याची उभारणी व्यवस्थापनाने अशा पद्धतीने केली होती की, कंपनी कायदा,

कामगार कायदा आणि कारखान्याला लागू असलेले सध्याचे कायदे-नियम – यातल्या पळवाटांचा जास्तीत जास्त फायदा कारखान्याला मिळावा. कारखाना प्रायोगिक उपक्रम या नावाखाली उभारण्यात आला होता. परंतु सर्व आर्थिक फायदे मिळतील, याकडेही व्यवस्थापनाने हुशारी दाखवली होती. कारखान्यातल्या कामगारांना मिळणाऱ्या सोयी-सुविधा-हमी-संरक्षण यांबाबत दुर्लक्ष केले होते.

कारखाना खासदाराच्या मालकीचा – छुप्या मालकीचा – होता.

खासदार दांगटाचा तो महत्त्वाकांक्षी प्रकल्प होता.

डोईजडची ती पहिली भेट होती, परंतु कारखान्याबाबत डोईजडला पूर्ण माहिती मिळाली होती. एका खास पत्रकाराकडून. डोईजडचे अनेक लोक होते. खास खबऱ्याचे काम करणारे. तो पत्रकारही त्यांपैकीच एक होता.

सकाळी ११ वाजता डोईजड डी. ॲग्रो इंडस्ट्रीजच्या गेटवर उभा होता. कारखाना येरवड्यापासून दहा कि.मी. अंतरावर होता. अहमदनगर रोडवर. राज्य महामार्गापासून आत. पुणे कॅम्प आणि नगर रोड यांच्या ट्रॅफिकमधून डोईजड आला होता. एकटाच –

डोईजडने ओळखपत्र दाखवले आणि गेटवरच्या वॉचमनच्या केबिनमधून कारखाना व्यवस्थापनाला फॅक्टरी इन्स्पेक्टर भेट देण्याकरिता आल्याबाबत निरोप पाठवला.

आतापर्यंत त्या कारखान्यात कोणीही आलेले नव्हते. खासदाराच्या एका फोनवर सर्व जण गेटवरूनच परत जात होते. वॉचमनने डोईजडला ताटकळत ठेवले. बऱ्याच वेळाने उत्तर आले. कारखान्याच्या व्यवस्थापनातील कोणीही आले नाही. "भेटीला नंतर या!" डोईजडने निरोप पाठवला, "कारखान्याची तपासणी करण्यासाठी डोईजड आले आहेत." पुन्हा निरोपाला उत्तर देण्यात आले. "कारखान्याचे सेफ्टी ऑफिसर जागेवर नाहीत. भेटीला नंतर या!" डोईजडने निरोप पाठवला "कारखान्याची तपासणी केल्याशिवाय जाणार नाही."

खासदारांशी संपर्क साधण्यात आला.

डोईजडना आत घेण्यात आले. प्रशासकीय इमारतीत डोईजड आला. खासदाराचा तोपर्यंत फोन आला. डोईजडने पाणी पिण्याचा ग्लास खाली ठेवला. खासदार मोठमोठ्या आवाजात आरडाओरडा करत होता. डोईजड शांतपणे ऐकत होता. फोनचा रिसिव्हर थोडा दूर धरून. आवाजाचे प्रदूषण टाळण्यासाठी. डोईजडने शांतपणे रिसिव्हर खाली ठेवला.

डोईजडने मान वर करून सेफ्टी ऑफिसरकडे पाहत म्हटले, "कारखान्याची तपासणी करण्यात येईल. कोणी अडथळा आणण्याचा प्रयत्न केल्यास पोलिसांची मदत घेण्यात येईल."

सर्व जण डोईजडकडे पाहत होते. एकटक. कोणीही बोलत नव्हते.

“कारखान्याची तपासणी आताच सुरू होईल प्रशासकीय इमारतीपासूनच.” डोईजडने बोलणे संपविले आणि शांतपणे सर्वांकडे पाहिले.

डोईजडने तिथूनच सुरुवात केली. कामगारांचा-कर्मचाऱ्यांचा हजेरीपट, पगाराची कागदपत्रे, रजा, सुट्ट्या, कारखाना नोंदणीबाबतची कागदपत्रे, कारखाना इमारत, प्लॅन्ट-नकाशा मंजुरी, कारखान्यातल्या सेफ्टीबाबत सुविधा, खबरदारी, तरतुदी. डोईजड दुपारपर्यंत सर्व बाबींची पूर्तता-तपासणी पाहत होता. वरवर दिसणाऱ्या सरळ गोष्टी, प्रत्यक्षात बरेच घोटाळे होते. गडबड होती.

डोईजडने व्यवस्थापनासमोरच दांगटांना फोन लावण्यास सांगितले. आता डोईजडचा आवाज करडा झाला होता, तो खासदारांशी बोलत होता. तो लोकप्रतिनिधीशी बोलत होता. डोईजडला लोकप्रतिनिधीशी कसे बोलावे, याची पूर्ण कल्पना होती. डोईजड आदरपूर्वक शब्द जपून वापरत बोलत होता.

“खासदारसाहेब, कारखाना प्रायोगिक स्वरूपाचा आहे. राज्याच्या विकासाच्या दृष्टीने महत्त्वाचा प्रकल्प आहे. यात पुणे विभागाच्या विकासाचे हित आहे. शेतकऱ्यांच्या शेतमालाकरिता एक आदर्श प्रकल्प. परंतु याकरता, आपणच तयार केलेले सर्व कायदे-नियम बाजूला ठेवून प्रकल्प राबवणे योग्य नाही.”

“कोणते नियम बाजूला ठेवले, कोणता कायदा बाजूला ठेवला?”

“खासदारसाहेब, कारखान्याला सर्व फायदे हवे असतील, सर्व करांमधल्या सवलतींचा लाभ घ्यायचा असेल, केंद्रशासनाची मदत हवी असेल, जागतिक संघटनांची मदत हवी असेल; तर कारखाना कायदेशीर हवा.”

“मला समजलं नाही.”

“खासदारसाहेब, गेले सहा वर्षं हा कारखाना उभा आहे. सुरू आहे. उत्पादन सुरू आहे. परंतु कारखान्याची कायदेशीर नोंद झालेली नाही. इमारत प्लॅन्टला आमच्या विभागाची कायदेशीर मंजुरी नाही. सर्व कामगारांची नावं हजेरीपटावर दिसून येत नाहीत. कारखाना कंत्राटी कामगारांच्या साहाय्याने चालवण्याचा प्रयत्न केला जात आहे. कामगारांच्या सुरक्षिततेबाबत पुरेशी काळजी घेतल्याचं दिसून येत नाही. सुरक्षिततेची आवश्यक उपकरणं दिसून येत नाहीत. कारखान्याचं उत्पादन एकच आहे. परंतु वेगवेगळ्या ठिकाणी अनेक युनिट दाखवून कायद्यातून पळवाटा काढता येणार नाहीत.”

डोईजडसमोरील कारखान्यातला सर्व अधिकारिवर्ग चक्रावून गेला. डोईजडने कारखान्याच्या हजेरीपटावर, लेखा विभागातल्या काही कागदपत्रांवर नोंदी केल्या.

डोईजड न बोलता निघून गेला.

काही दिवसांनी खासदारांच्या खास व्यक्तीकडून डोईजडला निमंत्रण आले. डोईजड सावध होता. कार्यक्रम मोठा होता, धोकादायक होता.

गाठ खासदाराशी होती.

डोईजडने बैठकीत कारखान्यातल्या नियमबाह्य बाबींचा पाढा वाचला. डोईजडला त्याची किंमत विचारण्यात आली. व्यवहार सरळ होता. डोईजडने आपली बोली लावली.

खासदाराने पुण्याच्या लाचलुचपत प्रतिबंधक विभागाच्या उपायुक्ताशी बोलणी केली. उपायुक्ताला खासदारानेच पुण्यात आणले होते. उपायुक्त सापळा लावण्यास तयार झाला. खासदाराने ठरविले, डोईजडला आत घालायचे. पुन्हा कोर्ण डी. ॲग्रो इंडस्ट्रीजच्या वाटेला जाता कामा नये.

खासदार पुण्याचा राजा होता.

तो दिवस शुक्रवारचा होता. नंतर दोन दिवस सरकारी कार्यालयाला सुट्टी होती. डोईजडची रक्कम दुपारी दोन वाजता द्यायचे ठरले. भेटीचे ठिकाण खासदाराच्या लोकांनी ठरविले होते. सातारा रोडवरील, मार्केटयार्ड परिसरातल्या त्या हॉटेलमध्ये पोलीस तयारीत होते. लाचलुचपत प्रतिबंधक विभाग सावध होता.

डोईजड ठरलेल्या वेळी त्या ठिकाणी आला नाही.

लाचलुचपत प्रतिबंधक विभागाला सापळा यशस्वी करता आला नाही. संपूर्ण दिवसभर डोईजडचा पत्ता लागला नाही. पोलिसांनी जंग-जंग पछाडले, डोईजड सापडला नाही.

पोलिसांचा सापळा अयशस्वी झाला.

दोन दिवसांनी डोईजडचा फोन आला. बाहेरगावी गेल्यामुळे ठरलेल्या वेळी येता आले नाही.

पोलीस उपायुक्तांनी पुन्हा सापळा लावण्याबाबत खासदारांशी बोलणी केली. आता खासदाराला संशय आला. डोईजडला सापळ्याबाबत पूर्वकल्पना तर मिळाली नाही ना? पुन्हा सापळ्याबाबत पोलिसांनी आखणी केली. आता खासदाराच्या लोकांनी पैसे देण्याबाबत पुणे विद्यापीठाच्या चतु:श्रृंगी मंदिराजवळचे हॉटेल निवडले. पुन्हा शुक्रवार. पुन्हा दुपारची वेळ...

डोईजड ठरलेल्या वेळी आला नाही.

पोलिसांचा सापळा अयशस्वी झाला. पोलीस हैराण झाले. उपायुक्त हैराण झाले. त्याहीपेक्षा खासदार जास्त हैराण झाला. या डोईजडच्या नादात आपली राजकीय वाटचाल कोलमडायची. खासदाराने पोलिसांना डोईजडपासून लांब राहण्यास सांगितले.

डोईजड शांत होता.

खासदाराने नवीन शक्कल चालवली. लढवली. आपले राजकीय वजन खर्च करून तात्काळ कार्यवाही केली.

डोईजडची पुणे येथून बदली. राजकीय ठेवणीतले खास हत्यार म्हणजे बदलीचे हत्यार वापरण्यात आले. डोईजडने बदली तितक्याच शांतपणे स्वीकारली. मात्र त्याने याची भरपाई खासदाराकडून त्याच पद्धतीने करून घेतली.

४

रसिकभाई सांताक्रूझ विमानतळावर इंडियन एअरलाइन्सच्या आयसी विमानाने उतरले आणि त्यांच्या ब्लॅकबेरीवर मेसेज आला. दुसरे दिवशी बापा केमिकलची बोर्ड मिटींग होती. रसिकभाईंना आठवण करून देण्यासाठी मेसेज होता. कंपनी सेक्रेटरीने नेहमीच्या प्रघातानुसार मेसेज पाठवला होता. रसिकभाई अलीकडे सावध राहत होते. कंपनीवर पूर्ण नियंत्रण रसिकभाईंचेच होते. बापा केमिकलची प्रत्येक बैठक संवेदनशील झाली होती. शेअर हस्तांतरणाबाबतचा कोणताही निर्णय, कोणतीही बाब चेअरमनसमोर ठेवल्याशिवाय अंतिम निर्णय करायचा नाही, याबाबत रसिकभाईंनी कंपनी सेक्रेटरी आणि फायनान्स विभाग यांना ताकीदवजा सूचना दिली होती. त्यामुळे कंपनी सेक्रेटरीने बोर्ड मिटींगबाबत आदल्या दिवशी मेसेज दिला होता, तरीही पुन्हा मेसेज दिला होता. पुन्हा-पुन्हा मेसेज दिल्याबाबत रसिकभाई नाराज नव्हते.

शेअरबाबतची कोणतीही बाब रसिकभाई संशयाने पाहत होते. त्यांना बापा केमिकल कंपनीचे अस्तित्व धोक्यात आणायचे नव्हते. दुसरे दिवशीच्या बोर्ड मीटिंगमध्ये इतरही महत्त्वाचे विषय होते. पुढच्या वर्षाचा ऑपरेशनल प्लॅन, ऑडिटरची मुदतवाढ, आखाती देशांतून आयात केल्या जाणाऱ्या गॅसच्या किमतीबाबतचे धोरण, इतर खर्चाच्या बाबी; परंतु त्यांना या सर्वांत शेअर ट्रान्सफरची बाब महत्त्वाची वाटत होती. रसिकभाई गाडीत एकटेच होते. ड्रायव्हर न बोलता समोर पाहून गाडी चालवत होता. बांद्रा, माहीम, वरळी सीफेसवरून गाडी चालली होती. परंतु रसिकभाईंचे लक्ष गाडीबाहेर जात नव्हते. ते आपल्याच विचारात होते. गाडी कंपनीच्या हेडक्वार्टरकडे न जाता सरळ घरी निघाली होती. त्यांची दिल्लीची भेट समाधानकारक झाली नव्हती.

वेळ संध्याकाळची होती. मुंबई अंधाराच्या काळोखाकडे वेगाने जात होती. आकाश निरभ्र होते. पश्चिमेच्या बाजूने लालसर पुटण हळूहळू काळसर निळसर होत होते.

वेळ संध्याकाळची होती. दक्षिण मुंबईतल्या क्लबला जाण्याची वेळ झाली होती. थंडगार ज्युसचा ग्लास ओठाला लावण्यासाठी. परंतु आज क्लबला जाण्याची इच्छा नव्हती. रसिकभाई स्वत:वरच नाराज होते.

चरफडत ते घरी आले. त्यांचा मूड नव्हता.

पुन्हा बातमी आली. हा मेसेज मात्र चेंबूरच्या कारखान्यातून आला होता. दुसऱ्या दिवशी बँकेची टीम येणार होती. बापा केमिकलच्या विस्तारीकरण प्रकल्पासंदर्भातल्या कर्जाच्या मंजुरीबाबत भेट देण्यासाठी. रसिकभाई अडचणीत आले. दोन्ही बाबी महत्त्वाच्या होत्या. बोर्ड मिटींग आणि बँकेच्या टीमची भेट. दोन्ही वेगवेगळ्या ठिकाणी होत्या. परंतु वेळ एकच होती. दोन्हीकडे एकाच वेळी रसिकभाई हजर राहू शकत नव्हते.

''धर्मानंद, उद्याची तुमची भेट एक-दोन दिवस पुढे ढकलता येणार नाही?''

''का? काय झालं?''

''उद्या कंपनीची बोर्ड मिटींग आहे.''

''ओ. स्टॅट्युटरी मिटींग. परंतु आम्हीही अडचणीत आहोत. आमचं शेड्युल अगोदरच निश्चित झालं आहे. पुन्हा आमच्या टीममध्ये तो जोग आहे. त्याला आपल्या दोघांची मैत्री माहीत आहे. तो तयार होणार नाही.''

''मला वाटतं तुम्हाला शक्य होईल, परंतु विनाकारण पॅनिक नको. ठीक आहे. मी काहीतरी मार्ग काढेन.''

रसिकभाई दिवाणखान्यात फ्रेश होऊन आले. अमिता पायावर पाय टाकून मॅगेझीन वाचत बसली होती. बहुधा एखादे फॅशन मॅगेझीन असावे. रसिकभाई अमिताकडे पाहत विचार करत होते. 'खरंच एखादी अजून एक मुलगी किंवा मुलगा असता तर? या पोरीच्या हट्टीपणावर तेवढाच एक उतारा मिळाला असता. पोरगी कारखान्यात जाते, परंतु पोरीची जात. हवं तसं काम पाहत नाही. नको इतकी भावनाविवशता. कामगारांबाबत अतिप्रेम, त्यांच्याबाबत जास्त लक्ष. धंद्याला मारक बाबी जास्त पाहते, असं वाटतं. परंतु बापाचं ऐकायचं नाही. संघटनेबरोबर करार करताना युनियन लिडरपेक्षा हिलाच जास्त सांभाळावं लागतं.' रसिकभाई तिच्याकडे पाहून त्रासिक झाले.

''अमिता!''

''हं!''

''उद्या बोर्ड मिटींग आहे.''

अमिता रसिकभाईंकडे प्रश्नार्थक नजरेने पाहत होती, तर रसिकभाई तिच्याकडे संशयाने पाहत होते. तिच्या मनाचा ठाव घेण्याचा प्रयत्न करत होते. एखाद्याच्या मनातल्या विचारांचा वेध घेता येत असते, तर किती बरे झाले असते.

''मग?''

''उद्या बँकेची टीमही येणार आहे, आपल्या कारखान्याच्या विस्तारीकरण प्रस्तावावर तांत्रिक तपासणी करण्यासाठी. दोन्ही एकाच वेळी आहेत. मला दोन्हीकडे हजर होता येणार नाही.''

''—''

''तू बँकेची टीम सांभाळू शकशील?''

''ठीक आहे. पप्पा मी जाईन, उद्या ते किती वाजता येतील?''

''सकाळीच येतील. तसं फायनान्स विभाग त्यांची संपूर्ण व्यवस्था पाहील, परंतु मी हजर राहणं आवश्यक होतं. मी धर्मानंदशीही बोललो, परंतु शेड्युल ठरल्यामुळे त्यालाही मिटींग पुढे ढकलता येत नाही. आपल्या घरचं कोणीतरी तिथे हवं.''

''पप्पा, मी पाहीन सर्वकाही, डोन्ट वरी!!''

त्यांचा तिच्यावर विश्वास नव्हता. परंतु त्यांना तिची मदत घ्यावी लागत होती.

''रात्रीचं जेवण झाल्यावर थोडा वेळ आपण बसू आणि बँकेच्या भेटीसंदर्भात चर्चा करू.''

''ठीक आहे.'' तिने पुन्हा मॅगेझीनमध्ये डोके खुपसले.

रात्रीचे जेवण झाल्यावर ते दोघे बराच वेळ बँकेच्या भेटीबाबत बोलत बसले. शेवटी कंपनीच्या विस्तारीकरणासाठी कर्ज मंजूर होणे आवश्यक होते. कंपनीचा टर्नओव्हर वाढल्याशिवाय नफ्याचे मार्जीनही वाढणार नव्हते. सगळं गणित नफ्यावर अवलंबून होतं. नेमकं तेच तिला आवडत नव्हतं. जणू काय तिच्यातला कॉम्रेड जागा होत होता. आदर्शवाद, सामाजिक तत्त्वे, समाजवाद असे काहीतरी तिच्या डोक्यातून बाहेर येत होते. परंतु ती बोलून दाखवत नव्हती. रसिकभाईंचा गैरसमज होत होता. दोघांमधली दरी वाढत होती. रसिकभाईंची पत्नीही ती दरी कमी करण्यात यशस्वी होत नव्हती. घरचे वातावरण तणावपूर्वक होत होते. तिला रसिकभाईंचा व्यवहार पसंत पडत नव्हता. कारभार चालवण्याची पद्धत मंजूर नव्हती. जुनी पिढी आणि नवी पिढी यातलं अंतर, वैचारिक तफावत स्पष्ट होत होती.

अमिता त्यांच्या कह्यात येत नव्हती, आज्ञेत राहत नव्हती, असे रसिकभाईंना वाटत होते. तिचा हेकेखोरपणा रसिकभाईंना पचवणे जड जात होते. तिच्याबाबत संशयाचे जाळं दृढ होत होते.

दुसऱ्या दिवशी सकाळी बापा केमिकल कारखान्यावर अमिता लवकर पोहोचली. तिने बँकेच्या भेटीची सर्व सूत्रे हाती घेतली. बँकेची टीम येण्यापूर्वी तिने सर्व तयारी करून ठेवली.

बैठक सुरू झाली.

"आम्ही कंपनीची मुख्यत: तांत्रिक तपासणी करणार आहोत, परंतु आर्थिक बाबींबाबतही आम्हाला काही माहिती हवी आहे. तसं पाहिलं, तर तुमच्या विस्तारीकरणाच्या प्रस्तावाबाबत कंपनीने नियमानुसार आवश्यक माहिती सादर केलेली आहे. आमच्या समोरही आहे. तरीही आमच्या टीममधल्या वित्तीय सल्लागारांना काही माहिती लागली, तर मिळावी, अशी आमची इच्छा आहे."

धर्मानंद बोलत होते. बँकेचे 'टीम लिडर' म्हणून त्यांनी बोलताना कोणतीही फॉरमॅलिटी ठेवली नव्हती. अमिताचे त्यांच्या बोलण्याकडे लक्ष होते, परंतु ती त्यांचे बारकाईने निरीक्षण करत होती. बँकेची पूर्ण टीम ऑफिस सूटमध्ये होती. परंतु धर्मानंद बँकेचा टीम लिडर असूनही न खोचलेला साधा हाफ बुश शर्ट आणि पॅन्ट या वेषात होते. डोक्यावरील केसही नीटसे विंचरलेले नव्हते. फॅशन रॅम्पवर धर्मानंद कसे दिसले असते, याचे चित्र डोळ्यांसमोर आणण्याचा अमिता प्रयत्न करीत होती. धर्मानंद त्या टीममध्ये विजोड वाटत होते.

"मिस पटेल!"

अमिता सावध होऊन त्यांच्याकडे पाहू लागली.

"येस सर!"

"तुमच्या कंपनीच्या आर्थिक कागदपत्रांमध्ये गेल्या पाच वर्षांचा आर्थिक ताळेबंद आहे. कामगार आणि कर्मचारी यांना कंपनी दरवर्षी बोनस देत आहे, परंतु कंपनीमार्फत भागधारकांना देण्यात येणाऱ्या डिव्हिडंडमध्ये किंवा कंपनीच्या शेअरच्या किमतीमध्ये नियमितता किंवा सातत्य दिसून येत नाही. भागधारकांपेक्षा कंपनी कानगारांनाच जास्त महत्त्व देते का?"

अमिता सावरून बसली. सर्वांचे लक्ष तिच्याकडे होते. वित्त विभागाच्या कॉस्ट अकौंटंटला वाटले, अमिता त्यांच्याकडे मदतीसाठी पाहील, परंतु ती धर्मानंदांकडे पाहत होती.

न राहवून त्याने अमिताजवळ जात म्हटले, "मॅडम, मी याबाबत खुलासा करू का?"

अमिताने त्याच्याकडे पाहत हातानेच खूण करून नकार दिला. तिने एकवार सर्वांकडे पाहिले,

"महोदय, बापा केमिकलचे चेअरमन म्हणजे माझे वडील बोर्ड मिटींग असल्यामुळे तुमच्या स्वागताला हजर राहू शकले नाहीत, याबाबत गैरसमज करून घेऊ नका, अशी आमची विनंती आहे. आपल्या भेटीच्या अनुषंगाने आपल्या सर्व प्रश्नांना समाधानकारक उत्तरं, आपल्याला आवश्यक माहिती किंवा कागदपत्रं दिली जातील. मी आणि बापा केमिकलची आमची टीम सर्वतोपरी मदत करेल. शेवटी आमचा उद्देश विस्तारकरणाच्या प्रकल्पाला कर्जमंजुरी मिळावी, हाच आहे."

अमिताने टेबलवरील ग्लासमधील पाण्याचा घोट घेऊन पुढे बोलण्यास सुरुवात केली.

‘‘कामगार आणि कर्मचारी यांना दरवर्षी बापा केमिकल कंपनी नियमित बोनस देत आहे. हा बोनस उभयपक्षांतल्या सन्मान्य करारानुसार दिला जातो. कामगाराच्या सेवाशर्तीबाबतही सलोख्याची चर्चा होऊन करार केले गेले आहेत. कामगार-व्यवस्थापन संबंध सलोख्याचे, सौहादपूर्ण आहेत. कंपनी आणि कामगार संबंध चांगले असल्याने एक आत्मविश्वास व्यवस्थापनाकडे आहे. म्हणूनच आम्ही विस्तारीकरणाचा प्रकल्प हाती घेतला आहे. आम्ही मनुष्यबळ आणि मनुष्य व्यवस्थापन यांना महत्त्व देतो. कारण कारखान्याचं सुलभ उत्पादन आणि स्थैर्य या व्यवस्थापनावरच अवलंबून आहे. आम्ही भागधारकांचीही काळजी घेतो. कामगार व्यवस्थापन, भागधारक, कंपनीची आर्थिक बाजू, कंपनीचा नफा एकमेकांवर अवलंबून आहेत; म्हणून या सर्व बाबी आम्ही एकत्रितपणे पाहतो. या बाबी आम्ही दीर्घ मुदतीच्या तत्त्वावर पाहतो. यामध्ये आम्हाला कंपनीचं आर्थिक स्थैर्य महत्त्वाचं वाटतं. कंपनी भागधारकांना लाभांश सातत्याने देऊ शकत नाही, याला कारण आखाती देशातली आर्थिक परिस्थिती, आंतरराष्ट्रीय स्तरावरची आर्थिक स्थिती, कंपनीच्या खर्चाच्या बाबी यांमुळे भागधारकांच्या लाभांशावर परिणाम होतो; परंतु शेवटी कंपनीची आर्थिक स्थिती निरोगी राहावी, ही आमची इच्छा आहे.

‘‘विस्तारीकरणाचा आमचा प्रकल्प आर्थिक व्याप्ती वाढवणारा आहे त्यामुळे नफ्याचा आवाका वाढेल. भागधारकांची काळजी घेणं आम्हाला सोपं जाईल.’’

‘‘तुम्ही विस्तारीकरणासाठी कंपनीच्या ताळेबंदावर भार टाकणार आहात. त्यासाठी डिबेंचर किंवा समतुल्य भाग किंवा कनव्हर्टिबलकरता भविष्यात जाणार नाही का?’’

‘‘कर्जाबाबतची जोखीम कंपनीची आर्थिक बाजू चांगल्या प्रकारे सांभाळू शकेल, अशी आम्हाला खात्री वाटते.’’

त्यांनी त्यांच्याबरोबर कंपनीच्या काही बाबींबाबत चर्चा केली आणि त्यानंतर माहिती घ्यायला सुरुवात केली. बहुतेक माहिती आता कंपनीचे अधिकारी कागदपत्रांसह सादर करत होते.

अमिता पाहत होती.

मधूनमधून ड्रायफ्रूटस्च्या प्लेट्स, खाण्याचे वेगवेगळे पदार्थ टेबलवर येत होते. टेबलवर कोणत्या पदार्थानंतर कोणता पदार्थ, डिश यायला हवी, याची सूचना तिने अगोदरच दिली होती. बँकेच्या टीमला खाण्यामध्ये जास्तीत जास्त गुंतवण्याचे तिचे धोरण होते. काही वेळाने तिने जेवणाबाबत विचारले. परंतु बँकेचे लोक माहिती घेण्याकडे आग्रही होते. त्यांना जेवणाकरिता तयार होण्यास दोन वाजून गेले होते.

सर्वांना स्टार हॉटेलमधलं जेवण मागवले होते. शाकाहारी आणि मांसाहारी दोन्ही प्रकारचे जेवण ठेवले होते. जेवण बुफे होते, खाण्याचे पदार्थ मसालेदार होते.

जेवणानंतर काही काळ ते रिलॅक्स झाले.

धर्मानंद आणि अमिताचे वडील मित्र होते. अमिताला याची पूर्ण कल्पना होती. परंतु ती आता त्यांच्यासमोर कंपनीची जबाबदार संचालक म्हणून उभी होती. अशा प्रकारची जबाबदारी ती प्रथमच सांभाळत होती.

जेवणानंतर आइस्क्रीमचा कार्यक्रम झाला आणि पुन्हा चर्चेला सुरुवात झाली. बँकेच्या लोकांनी आता विस्तारीकरणाबाबत तांत्रिक माहिती घ्यायला सुरुवात केली.

परंतु कागदोपत्री माहितीमध्ये जास्त खोलवर न जाता कंपनीच्या वेगवेगळ्या विभागाच्या लोकांकडून माहिती घ्यावयास सुरुवात केली. आर्थिक कागदपत्रे आणि विस्तारीकरणाच्या प्रस्तावाबाबत आवश्यक सर्व माहिती दिलीच होती. परंतु विनाकारण खाचाखोचा विचारणेही अतीच होते. परंतु ती बँकेच्या टीमसमोर होती. पुन्हा सर्वांच्या दृष्टीने वयाने लहान होती. ती त्यांना विरोध करू शकत नव्हती. हे सर्व बँकेच्या टीमला दिसत होते. परंतु तेही आता अमिताला झुलवण्याचा प्रयत्न करत होते.

आता सर्व बाहेर जाण्याच्या तयारीत होते, परंतु त्यांची तपासगी संपली नव्हती. त्यांना कारखान्याची प्रत्यक्ष तपासणी करायची होती.

संपूर्ण बँकेची वरात बाहेर निघाली. कंपनीचे अधिकारी आणि अमिता त्यांच्यासोबत होती. प्रशासकीय इमारत किंवा कॅन्टीनच्या बाजूला न जाता त्यांनी प्रक्रिया विभागाकडे जायला सुरुवात केली. मधून-मधून कंपनीच्या अधिकाऱ्यांबरोबर चर्चा सुरू होती.

दुपार झाली होती. सकाळपासूनची पहिली शिफ्ट संपण्यास काही कालावधी होता. कारखान्यातले कामकाज नेहमीच्या नियमानुसार सुरू होते. कामगार आणि कर्मचारी आपआपल्या कामात व्यग्र होते. कामगारांचे लक्ष आता हळूहळू शिफ्ट संपण्याच्या वेळेकडे होते. शिफ्ट संपण्याचा भोंगा ऐकण्यासाठी कान आतुर झालेले होते. विस्तारीकरणाच्या प्रकल्पाबाबत बँकेचे लोक आले होते, परंतु कामगारांना त्याबाबत काही देणे-घेणे नव्हते. सर्व जबाबदारी वित्त विभागाची होती. काळजी करत होते, ते वित्त विभागाचे लोक. ते लोक तणावाखाली होते. कागदपत्रे सांभाळत बँकेच्या टीमच्या आणि अमिताच्या नजरेखाली धावपळ करत होते.

भोंगा झाला.

अमिताने त्यांना हातानेच थांबण्याची सूचना केली. प्रक्रिया विभागाकडे जाण्यापूर्वीच सर्व जण प्रश्नार्थक नजरेने तिच्याकडे पाहत होते.

तो आपत्कालीन आणीबाणीचा भोंगा होता. भोंग्याचा सायरन थांबून-थांबून वाजत होता. संपूर्ण कारखान्यात आणीबाणी होती. आपत्कालीन आणीबाणी होती.

अमिताने सर्वांना कॅन्टीनसमोरील मोकळ्या जागेत थांबण्याची विनंती केली.

बँकेचे लोक एकदम तणावाखाली आले. त्यांच्यात चलबिचल सुरू झाली. कारखान्यात आग लागली? स्फोट झाला? वायुगळती? का मोठा स्फोट झाला?

गॅसगळती?

सर्व जण घाबरले. परंतु अमिताने सर्वांना धीर दिला. तिने सर्वांना शांतपणे उभं राहण्याची विनंती केली.

संपूर्ण कारखान्यात धावपळ सुरू झाली. सर्व लोक कारखान्याबाहेर येत होते. प्रशासकीय इमारत, प्रक्रिया विभाग, निरीक्षण विभाग, गोडाउन, स्टोअरेज विभाग, डिलिव्हरी विभाग, कॅन्टीन – सर्व विभागांतून कामगार-कर्मचारी बाहेर पडत होते.

ती सर्वांना सूचना होती. धोक्याची सूचना – बाहेर पडण्याची.

एका क्षणात सर्व चित्र बदलले होते. कारखान्यात आपत्कालीन आणीबाणी होती. बापा केमिकल कारखान्यातले सर्व कामगार मोकळ्या जागेत कॅन्टीनसमोर आले. ते शिस्तबद्ध आणि कोणताही गोंधळ किंवा गडबड न करता उभे होते. कॅन्टीनजवळ कमांड सेंटर तयार करण्यात आले होते. कारखान्याचा मॅनेजर सूचना देत होता. आपत्कालीन टीममधल्या कोणत्या व्यक्तीने कोणत्या विभागात जायचे, याबाबत सूचना देण्यात आल्या. फायरब्रिगेड, मेडिकल व्हॅन सर्व तयार झाले.

ते शिस्तबद्ध संचलन होते.

ते मॉक ड्रिल होते.

कारखान्याचे फाटक उघडले होते. फायरब्रिगेडची गाडी तयार होती. आपत्कालीन आणीबाणीमधल्या कारवाईत इन्सिडंट कमांडरच्या भूमिकेत बापा केमिकलचा ज्येष्ठ फोरमन उभा होता, तर आपत्कालीन केंद्रामधला प्लॅन्ट मॅनेजर कमांड सेंटरमधल्या मुख्य भूमिकेत होता.

कमांड सेंटरजवळच्या एका टेबलवर अमिता उभी राहिली. तिच्या हातात कॉर्डलेस माइक होता.

''कृपया सर्वांनी इकडे लक्ष द्या!'' तिने सर्वांचे लक्ष वेधण्यासाठी आवाज मोठा केला. ''हे बापा केमिकल कंपनीचं मॉक ड्रिल आहे. बँकेच्या टीममधल्या सर्वांनी या कार्यक्रमाचा अनुभव घ्यावा.''

अमिताने खुलासा करताच सर्व जण शांत झाले. मॉक ड्रिलचे काम सुरू झाले. आपत्कालीन केंद्रामधल्या सूचना जाऊ लागल्या. तसतसे निरनिराळे कामगारांचे गट आणि कर्मचारी-अधिकाऱ्यांचे गट काम करू लागले. त्या मॉक ड्रिलमध्ये कंपनीतले जवळपास सर्व कामगार-कर्मचारिवर्ग सहभागी होता. बापा केमिकलचा तो एक सामुदायिक कार्यक्रम होता.

काही वेळाने पुन्हा भोंगा झाला. सायरनचा आवाज सर्वांनी ऐकला. तो सायरन 'ऑल इज वेल'चा होता. आपत्कालीन आणीबाणीची परिस्थिती मूळपदावर आल्याबाबत,

'नॉर्मल' झाल्याबाबत होता. हा आवाज ऐकताच सर्व कामगार-कर्मचारी पुन्हा शिस्तबद्ध रीतीने कारखान्यात वेगवेगळ्या विभागांत जाऊ लागले. कोणताही गोंधळ नाही. गडबड नाही.

व्यवस्थापनेचे काही लोक अमिता आणि बँकेच्या टीम यांबरोबर होते. प्लॅन्ट मॅनेजर, अग्निशमन दलाचा मुख्य, मेडिकल विभागाचा मुख्य, सेफ्टी ऑफिसर – सर्व जण अमिताजवळ आले. अमिताने सर्वांचे आभार मानले आणि बँकेच्या टीमकडे वळून बोलू लागली,

''आता जो कार्यक्रम झाला, ते एक मॉक ड्रिल होतं. असे कार्यक्रम ठरवून केले जात नाहीत. हे अचानक करण्यात येतात. कामगार आणि कर्मचारी यांच्यात अपघात किंवा आपत्कालीन परिस्थितीबाबत जाणीव, सतर्कता आणि जागरुकता ठेवण्यासाठी काही वेळा सर्वांना याचं प्रशिक्षण देण्याकरिता हे कार्यक्रम घेण्यात येतात.''

''इज इट अ प्रॅक्टिकल जोक?'' बँकेच्या टीममधल मि. जोग यांनी थोडं त्रासिकपणे विचारले.

''छे, अजिबात नाही. हा कार्यक्रम बापा केमिकलच्या औद्योगिक सुरक्षिततेचा एक कार्यक्रम आहे. प्रॅक्टिकल जोक नाही.''

''परंतु बँकेची टीम तांत्रिक पाहणीकरता आली असताना असा प्रकार आमच्या कामात अडथळा आणणारा नाही का?''

''अर्थात नाही. वस्तुत: आपण जी तांत्रिक भेट देत आहात, त्याला एक सर्वंकष उत्तर आम्ही देत आहोत.''

''आम्हाला समजलं नाही!''

''कारखान्याला आपली भेट ही तांत्रिक भेट आहे. कारखान्यातल्या कामगार परिस्थिती, कामगारांचं काम, कारखान्यातली तांत्रिक कामं यांबाबतची परिस्थिती याची पाहणी करण्यासाठी आपण आला आहात. याबाबत तपासणीसाठी आम्हीच एक टेस्ट आपल्यासमोर सादर केली आहे.''

''कोणती?''

''इव्हॅक्युशन!''

''इव्हॅक्युशन?''

''होय. कारखान्यात काम करणारा कामगार-कर्मचारिवर्ग यांचं जीवित हे आम्हाला महत्त्वाचं वाटतं. कारखान्यातली सुरक्षितता कार्यक्रमातला 'स्थलांतर' – इव्हॅक्युशन – हा भाग कामगार-कर्मचारी यांचं जीवित वाचविण्यासाठी, त्यांचं संरक्षण करण्यासाठी आहे. आम्ही याचं प्रशिक्षण कंपनीतल्या प्रत्येक कामगार-कर्मचाऱ्याला दिलं आहे. त्याचं प्रात्याक्षिक सादर केलं. यशस्वीपणे सादर केलं. कामगार-कर्मचारी यांचं शिस्तबद्ध बाहेर येणं आणि आतमध्ये जाणं यांवरून ही बाब

आपल्या लक्षात आली असेल. कामगारांना सतत सतर्क ठेवणं, सावध ठेवणं हा या कार्यक्रमाचा एक मुख्य हेतू आहे.''

बँकेची संपूर्ण टीम एकदम सावध झाली. सर्वांना काय बोलावं, याचं भान राहिलं नाही. सर्व जण गोंधळून गेले. मात्र यामध्ये सर्वप्रथम सावध झाले, ते टीम लिडर धर्मानंदच.

''मिस पटेल, आम्ही खरोखरच आपत्कालीन आणीबाणीच्या परिस्थितीत सापडलो आहोत, असंच प्रथम आम्हाला वाटलं. आपला याबाबतचा खुलासा आम्हाला निरुत्तर करणारा आहे. धक्कादायक आहे. खरंच आजपर्यंत असा अनुभव आम्ही कधी घेतला नाही. आपत्कालीन आणीबाणी, अपघात, आग या बाबी जास्त करून आम्ही अहवाल, वृत्तपत्र, टीव्ही यांतूनच वाचलं होतं, ऐकलं होतं, पाहिलं होतं. परंतु याचा प्रत्यक्ष अनुभव हा वेगळा आहे. आपत्कालीन परिस्थिती म्हणजे नक्की काय, हे आजच समजलं. खरोखर हे कल्पनेबाहेरचं आहे. हा सर्व प्रकार आमच्या टीममधल्या काही लोकांना कळायला काही वेळ लागेल. परंतु तुम्ही आमच्यासमोर जे काही सादर केलं आहे, त्याबद्दल आपलं मन:पूर्वक अभिनंदन. आता याचा अधिक खुलासा आपणच करावा. मी आपल्यापेक्षा वयानं आणि अनुभवाने मोठा आहे. परंतु आपला सामुदायिक कार्यक्रम एक सुखद धक्का देणारा आहे. मी पुन्हा –''

''सर, आवश्यक नाही. आपण आमचं जे काही कौतुक केलं, आमच्या कार्यक्रमाला मनापासून दाद दिलीत, याबद्दल धन्यवाद. आम्ही सादर केलेला कार्यक्रम काहींना धक्कादायक आणि न समजणारा वाटला असण्याची शक्यता आहे. आमचं सादरीकरण अवेळी, बेसावध क्षणी केल्याने वेळ लागला, तरीही आपल्या सूचनेनुसार मी याचा अधिक खुलासा करत आहे.''

''कारखान्यातली कोणतीही हानी, नुकसान, तोटा यांवर नियंत्रण ठेवणं, ते टाळणं हे व्यवस्थापनाचं कारखाना योग्य प्रकारे चालविण्यासाठी महत्त्वाचं उद्दिष्ट आहे. कारखान्याचं भवितव्य, व्यवसाय, धंदा या बाबीही यावर अवलंबून आहेत. कारखान्यांना हानीपासून किंवा तोट्यापासून वाचवणं, ही महत्त्वाची जमेची बाजू आहे. कंपनीची इनव्हेंटरी, गोडाउनमधील साठा यांवरील नियंत्रण या बाबीही व्यवसाय, धंदा यांवरील नियंत्रणाचा भाग आहे. याचा सरळ संबंध तोटा कमी करणं, नुकसान कमी करणं आणि नफा वाढवणं यांच्याशी आहे. प्रत्येक कामगार कर्मचाऱ्याला हानिप्रतिबंधक प्रशिक्षण, नुकसान प्रतिबंधक प्रशिक्षण देण्यात येतं, हा हानी टाळण्याचाच भाग आहे.''

''आपण फक्त मनुष्यहानी टाळण्यासाठी सांगत आहात. आमची तपासणी तांत्रिक बाबी पाहण्यासाठी आहे. आपली प्लॅन्ट मशिनरी याची पाहणी करण्यासाठी आहे.

धर्मानंद पुढील बोलणं तोडत बोलू लागले.

"मिस पटेल, मॉक ड्रिलच्या कार्यक्रमाबाबत आम्ही समाधानी आहोत. मि. जोग, कंपनीच्या एकाच सादरीकरणाने आणि मिस पटेल यांनी केलेल्या खुलाशावरून कारखान्याची तांत्रिक तपासणी करण्याची आवश्यकता नाही. कंपनी मनुष्यबळाची एवढी काळजी आणि तयारी करत असेल, तर कंपनीच्या इतर बाबींचं यावरून अंदाज घ्यावयास वेळ लागत नाही. आम्ही कंपनीची तांत्रिक तपासणी इथंच पूर्ण करत आहोत. आपण दिलेल्या सहकार्याबाबत आभारी आहोत."

बँकेची भेट संपली होती.

अमिता खूश होती.

जाता-जाता धर्मानंदनी अमिताच्या हातात एक अहवाल ठेवला.

"मिस पटेल, आपण दिलेल्या सहकार्याबाबत आणि माहितीबाबत आम्ही समाधानी आहोत. तथापि या अहवालाबाबत आपलं मत आम्हाला कळवल्यास योग्य राहील. आपल्या विस्तारीकरणाच्या प्रस्तावावर आम्हाला निर्णय घेणं अधिक सुलभ होईल."

तो बॅरोटो अहवाल होता. कारखान्यातल्या विशेषतः मुंबई-ठाण्यामधल्या अपघातांबाबत एक तांत्रिक अहवाल होता.

अमिता तो अहवाल हातात धरून प्रश्नार्थक नजरेने त्याकडे पाहत होती.

५

सकाळी अकरा वाजता संचालकांच्या दालनात सर्व अधिकारिवर्ग हजर होता. स्वत: संचालक वक्तशीर, त्यामुळे कोणीही उशीर केला नव्हता. तो कामाचा दिवस होता.

संचालकांनी टेबलवरचं साचलेले काम सकाळपासून पूर्ण करत आणले होते. शिपायाने सर्व फाइल्स दालनाच्या बाहेर नेल्या. संचालकांनी टेबलवरच्या ग्लासमधल्या पाण्याचा एक घोट घेतला. पाणी पिता-पिता नजर फिरवली. बहुतेक सर्व हजर होते. संचालक स्वत:च्या खुर्चीतून उठले आणि समोरच्या कॉन्फरन्स टेबलजवळील स्वत:च्या खुर्चीत बसले.

सर्व जण सावध झाले.

संचालकांनी कामाचा आढावा घेण्यास सुरुवात केली. संचालक घाई करत होते.

कारण माहिती नव्हते.

आढावा संपला.

संचालकांनी दोन्ही हाताचे पंजे टेबलवर पालथे ठेवले आणि सर्व अधिकाऱ्यांकडे पाहिले. सर्व जण रिलॅक्स मूडमध्ये बसले. एवढ्यात शिपायाने चहा आणला. सर्व जण चहा घेऊ लागले. पुन्हा एकमेकांतल्या गप्पा सुरू झाल्या. प्रत्येक जण आता जाण्याच्या तयारीत होता. फक्त संचालकांच्या इशाऱ्याची वाट पाहत होते.

परंतु संचालकांना त्यांना आज सोडायचे नव्हते. थोडे अंग सैल करून बोलण्यास सुरुवात केली.

"मी एक प्रश्न विचारतो, आपल्यापैकी कोणीही आजारी पडलेलं नाही किंवा कोणीही दवाखान्यात गेलेलं नाही किंवा कधी पेशंट झालेलं नाही, असं कोणी आहे का?"

सर्व जण गोंधळून गेले. प्रश्नाचा रोख कोणाला समजेना. सर्व जण एकमेकांकडे पाहू लागले. सर्वांचे गोंधळलेले चेहरे पाहून संचालक पुढे म्हणाले, "प्रत्येक जण कधी ना कधी आजारी पडतोच. कधी ना कधी पेशंट होतोच. तुम्ही एखादवेळेस आजारी पडला नसाल, तर तुमच्या घरातलं कोणीतरी आजारी पडलं असेलच, कोणाला तरी दवाखान्यात जावं लागलं असेलच. हा अनुभव सर्वांनी एकदा तरी घेतला असेलच."

बहुतेकांनी मान हलवली, परंतु सर्वांच्या चेहऱ्यावर प्रश्नचिन्ह होतं. "ठीक आहे. आता आपण इथे एक खेळ खेळायचा आहे, नाटक करायचं आहे. एखाद्या घरात एखादं लहान मूल किंवा व्यक्ती आजारी पडली; तर त्या वेळी एक प्रकारची धावपळ, आणीबाणीची परिस्थिती तयार होते. ही परिस्थिती कशी असेल, हे सर्वांनी प्रत्यक्ष, स्वत: सहभागी होऊन अनुभवायचं आहे. अर्थात इथल्या सर्वांनी सहभागी व्हावं, असं म्हणत नाही, परंतु एक नाटक करायचं आहे. कोण करेल हा सीन?"

मुंबई ऑफिसच्या पराडकरांकडे पाहत देवकाते म्हणाले, "पराडकरांना नाटकाची आवड आहे. लगोलग सीन सादर करावयाचा असेल, तर ते सादर करू शकतील."

पराडकर संचालनालयातील साहाय्यक संचालक होते. पराडकरांना नाटकाची आवड होती. गाण्याचेही अंग होते. खासगीमध्ये – विशेषत: पार्टीच्या वेळी हे पराडकर सर्वांना हवेसे. बऱ्याच वेळा विशेषत: शुक्रवारी संध्याकाळी. कारण शनिवार, रविवार सुट्टीच्या दिवशी ऑफिसजवळ अनेक अधिकाऱ्यांच्या मैफिली तयार होत. अशा वेळी हे पराडकर खास आकर्षण. मदिरेचे एक-दोन पेग घशातून खाली गेल्यानंतर पराडकरांची गाणी ऐकत, विविध नाटकातले प्रसंग अभिनयासह पाहणे आणि त्यावरही निरनिराळ्या अधिकाऱ्यांच्या, सिनेमातल्या कलाकारांच्या, एवढेच काय, कार्यालयात बाहेरून आलेल्या अभ्यागतांच्या नकला पाहणे, ही एक पर्वणी होती.

पराडकरांकडे पाहत संचालकांनी विचारले, "काय पराडकर?"

संचालकांची नजर आदेशवजा होती. पराडकर नाही म्हणणे शक्य नव्हते.

संचालक पुढे म्हणाले, "परंतु या सीनमध्ये मी सूत्रधाराचं काम करीन. फार मोठा नाटकाचा भाग असणार नाही."

पराडकरांनी मान हलवली.

पराडकरांनी आजारी सीन तयार करण्यासाठी घरातल्या कोणत्या पात्रात कोण राहील, याची रूपरेषा सांगितली. फक्त संबंधित व्यक्ती संबोधित केल्या. कोणाला अधिक संभाषणे किंवा संवादफेक करायची नव्हती. त्यामुळे कोणी आढेवेढे घेतले नाहीत.

संचालक पुढे म्हणाले, "प्रसंग असा आहे. वेळ रात्री अकराची. सर्वांचं जेवण

झालं आहे. घरातले काही टीव्ही पाहत आहेत. काही वाचन करत आहेत. काही घरकाम – आवराआवर करत आहेत. घरात आई-वडील, त्यांची दोन मुलं, एक मुलगा पंधरा वर्षांचा अन् एक मुलगी नऊ वर्षांची. घरी मुलांचे आजोबाही आहेत. अचानक लहान मुलीला उलटी होऊ लागते आणि ताप येतो. ताप वाढत जातो.''

संचालकांनी सर्वांकडे पाहत म्हटले.

''अशा परिस्थितीला कसं तोंड द्यायचं घरी फक्त चारच लोक आहेत. मुलीचा ताप धोकादायक रीतीने वाढत आहे. या वेळी घरातली प्रत्येक व्यक्ती या परिस्थितीला कशी तोंड देईल. तुम्हाला मी पंधरा मिनिटांचा वेळ देतो. त्यानंतर याबाबत आपण चर्चा करू.''

''ठीक आहे. तुमची वेळ आता सुरू होत आहे.''

असे म्हणून संचालकांनी वेळ सुरू झाल्याचा इशारा केला.

मुलीचे वडील – ''तिचा ताप पाहिला आणि घरातली ताप उतरवणारी क्रोसीन शोधली.''

सूत्रधार संचालक – ''ताप उतरवणारी गोळी मिळाली नाही?''

मुलीचे वडील – ''थर्मामीटरने तिचा ताप किती आहे, ते पाहिलं.''

सूत्रधार – ''ठीक आहे, परंतु तिचा ताप वाढत आहे!''

मुलीची आई – ''तिच्या कपाळावर कोमट पाण्याऐवजी आता आणखीन थंड पाण्याच्या पट्ट्या ठेवल्या. तिच्या हाता-पायाचं स्पंजिंग केलं.''

सूत्रधार – ''तरीही तिचा ताप कमी झाला नाही.''

मुलीचे आजोबा – ''डॉक्टरांना बोलवण्यासाठी फोन केला.''

सूत्रधार – ''फोनक्रमांक कुठून घ्याल?''

मुलीचे आजोबा – ''डिरेक्टरीमधून, आम्हाला आमच्या फॅमिली डॉक्टरांचा फोन माहीत आहे.''

सूत्रधार – ''डिरेक्टरी मिळाली नाही किंवा फॅमिली डॉक्टरांचा फोन डेड झाला आहे, मग?''

मुलीचा भाऊ – ''मी शेजारी जाऊन शेजारच्या फॅमिली डॉक्टरांचा फोन क्रमांक घेऊन डॉक्टरांना फोन केला.''

सूत्रधार – ''शेजारी कोणीही नाही. गावी गेल्याचं समजलं.''

मुलीचे वडील – ''मुलाला सायकलवरून शेजारच्या बंगल्यातून फोन करण्याबाबत पाठवलं.''

सूत्रधार – ''मुलाला येण्यास वेळ झाला. इतका वेळ थांबू शकत नाही. मुलीचा ताप धोकादायक झाला.''

मुलीचे वडील – ''गॅरेजमधनं गाडी बाहेर काढली आणि मुलीला जवळच्या

हॉस्पिटलमध्ये घेऊन गेलो.''

संचालकांनी हात वर केला. वेळ संपल्याचा इशारा केला.

''हा सीन आणि मी विचारलेले प्रश्न यांवरून साधारण परिस्थिती काय असते, हे लक्षात आलं असेल. आपल्याजवळ असलेली माहिती, ज्ञान आणि साधन यांच्या आधारे आपण कोणत्याही परिस्थितीला तोंड देतो. काही वेळा याकरता खूप वर्षे केलेली तयारी, ज्ञान आणि साधन यांचा वापर करतो. अशा गोष्टी चटकन झाल्यासारख्या वाटतात, परंतु त्यांमागे साधना असते, अनेक वर्षांची.

''या सीनमध्ये तापाची गोळी क्रोसिनचा उल्लेख आहे. परंतु ही तयारी करण्यास मानवाने अनेक वर्षांची मेहनत घेतली आहे. आतापर्यंत अनेक प्रसंगाना तोंड दिलं; परंतु मानवाने प्रत्येक प्रसंगाला जिद्दीने, धैर्याने तोंड दिलं आहे.

''आणखीन एक छोटी गोष्ट.

''लहान मुलं भातुकलीचा खेळ खेळतात. भातुकलीचा खेळ ज्यांनी शोधून काढला, तो विश्वकर्मा तोडीचा असावा. या खेळात संपूर्ण विश्व सामावलं आहे. भविष्यात येणाऱ्या सामाजिक प्रसंगांना तोंड देण्याकरता. त्या गोष्टी आत्मसात करण्याचा तो यशस्वी प्रयत्न आहे.

''भातुकलीचा खेळ जरी नवरा-बायको, जेवण तयार करणं किंवा लग्नाचा खेळ असला; तरी या बाबी प्रत्येकाच्या आयुष्यातल्या महत्त्वाच्या गोष्टी आहेत. यासंबंधीच्या सामाजिक रूढी, नीति-नियम, व्यवहार, बंधन आणि जबाबदारी यांचा अनुभव, ओळख आणि मुख्य म्हणजे प्रशिक्षण आहे.

''लहान मुलांना त्यांच्या भावी आयुष्यात जी भूमिका किंवा जबाबदारी सांभाळायची आहे, त्याची शिकवण आहे. कोणती भूमिका कोणत्या टप्प्यावर करायची, याची माहिती ठसवली जाते. ही परंपरा आहे. पिढ्यान्‌पिढ्या हा खेळ खेळला जातो. मुलं हा खेळ परसदारात, गच्चीत, जिन्याखाली, पायरीवर, अंगणात, फुटपाथवर दिसेल तिथे खेळतात. त्याचं आकर्षण अनुकरण आहे. यात अहं दृढ होतो. मुलं मानसिकदृष्ट्या परिपक्व होतात. आयुष्याचा खेळ खेळण्यास लहानपणीच तयार होतात. मुलांचा हा खेळ म्हणजे आयुष्याच्या खेळाचा मिनी आखाडा आहे, एकप्रकारे रंगीत तालीम.

''आपण आता जो सीन किंवा नाटक पाहिलं, हा असाच भातुकलीसारखा छोटा सीन होता. खेळ होता मिनी आखाड्यातला. त्याला आपल्या परिभाषेत 'टेबल टॉप' म्हणतात.''

संचालकांनी सर्वांकडे एक नजर फिरवली. सर्व जण उत्सुकतेने ऐकत होते. खोलीत नीरव शांतता होती. संचालकांचे ऑफिस सातव्या माळ्यावर होते, तरीही रस्त्यावरच्या वाहनांचा आवाज दूरवरून ऐकल्यासारखा येत होता.

संचालकांनी पुढे बोलायला सुरुवात केली,

"अपघातामुळे होणारी वित्तहानी, मनुष्यहानी टाळता येण्यासाठी किंवा अपघाताला तोंड देण्याकरता आपण मॉक ड्रिल – कवायत घेतो. मॉक ड्रिल हा प्रकार मॉक ट्रायलसारखा आहे. कायद्यामधल्या नवीन पदवीधर विद्यार्थ्यांना न्यायालयाचा प्रत्यक्ष कामकाजाचा अनुभव देण्यासाठी कार्यक्रम केला जातो. यामध्ये विद्यार्थी प्रत्यक्ष सहभागी होत नाहीत. अपघाताच्या मॉक ड्रिलमध्येही कामगारांना प्रत्यक्ष सहभागी केलं जात नाही त्यांना अपघात कसा होतो आणि यामध्ये शास्त्रीय पद्धतीने कसं तोंड द्यायचं याचं प्रशिक्षण दिलं जातं.

"परंतु आपण आजारी मुलीच्या सीनमध्ये घरातले सर्व जण प्रत्यक्ष अनुभव घेताना दिसून येतात. अगदी असाच अपघाताचा टेबलटॉप करायचा आहे. यामध्ये कारखान्यातल्या महत्त्वाच्या कामगार-व्यवस्थापन आणि यांशी संबंधित इतर घटकांना सामावलं जाणार आहे. हा टेबल टॉप चेंबूर विभागातले अधिकारी कर्मचारी यांच्या साहाय्याने करायचा आहे. प्रत्यक्ष संबंधित लोकांच्या सहभागाने."

दरवाजा धाडकन उघडला. राजेंनी एकदम मान वळवून पाहिलं. ती आत येत होती.

तिचा चेहरा रागाने लालबुंद झाला होता. एकदम गोरीपान अंगकांती, डोक्यावरचे आखूड केस मागे बांधले होते. त्यामुळे चेहरा मोठा दिसत होता. नाकात चमकी चमकत होती. तिचे नाक चाफेकळी, सरळ, परंतु नाजूक होते. कानाच्या पाळ्या मोठ्या होत्या. गालाची ठेवण उभी होती. डोळे काळेभोर होते. परंतु राजेंचं सर्व लक्ष तिच्या ओठाकडे होतं. एकदम लालसर ओठ होते. लिपस्टिक लावलेली नव्हती.

तिने अंगात आखूड शर्ट घातला होता. राजेंची नजर तिचा अनावृत्त भाग शोधण्याचा प्रयत्न करत होती. परंतु राजेना उघडे दंडच दिसले. तिने जीनची काळी पॅन्ट निळसर आखूड शर्टवर घातली होती. पायात उंच टाचाचं सॅन्डल्स होते, हातात छोटी पर्स होती. याशिवाय खांद्यावर मोठी पर्स होती.

राजेंची नजर तरीही तिच्या ओठाकडे आणि शुभ्र संगमरवरी दंडाकडे जात होती.

प्रतापसिंह राजे मलकापूरकर. संचालक. तिच्याकडे एकटक पाहत होते.

एव्हाना ती व्यक्ती सावध झाली. स्त्रीसुलभ भावनेनुसार तिने स्वत:ला सावरले आणि पर्स ठीकठाक करू लागली.

"येस?"

राजे भानावर आले. तीही सावध झाली. आता त्या दालनातले सर्वच अधिकारी तिच्याकडे पाहू लागले. तिचा चेहरा गोरामोरा झाला. ती एकदम संकोचली. तिने राजेंकडे आश्चर्याने पाहिले, मात्र त्यानंतर, कोणताही शिष्टाचार न पाळता बोलण्यास सुरुवात केली.

"मी बाहेर दोन तास उभी आहे. परंतु मला आत येऊ दिलं नाही. मी भेटीची वेळ ठरवून आलेली आहे. मला भेटण्यास येऊ दिलं नाही."

राजेंनी स्वत:ला सावरले. इतर अधिकारी नजर फिरवून तिच्याकडे रोखून पाहू लागले.

"ठीक आहे. माझा पीए. माझ्याबरोबर आतच होता. त्यामुळे तुम्हाला आत येता आलं नाही. तुम्ही थोडा वेळ इथंच बसा. मी माझ्या अधिकाऱ्याबरोबरची बैठक संपवतो आणि तुमच्याशी बोलतो."

राजेंनी बैठकीच्या कामाला पुन्हा सुरुवात केली.

परंतु आजचा दिवस काही ठीक दिसत नव्हता. टेबलवरच्या फोनचा आवाज आला. फोन मंत्रालयातून मंत्रीमहोदयाकडून आला होता. तातडीने मंत्रालयात बोलावले होते.

राजेंनी फोनवरूनच येत असल्याचे कळविले आणि फोन खाली ठेवला. सर्वांकडे पाहत त्यांनी म्हटले,

"सॉरी फोक्स! आपण छोटासा टेबलटॉपचा कार्यक्रम केला, परंतु चेंबूर येथे अपघाताच्या टेबलटॉप कार्यक्रमाबाबत आता चर्चा करता येणं शक्य नाही. मला आता लगेच मंत्रालयात जायचं आहे. तरीही साधारण तोंडओळख करून देतो.

"जर चेंबूरसारख्या ठिकाणी अपघात हा आग किंवा वायुगळतीशी संबंधित झाल्यास, अशा वेळी आपत्कालीन परिस्थितीला तोंड देण्यासाठी जी परिस्थिती तयार होते, त्याच्याशी संबंधित टेबल टॉप कार्यक्रम करावयाचा आहे. या कार्यक्रमात प्रत्यक्ष संबंधित शासन प्रतिनिधी, कारखान्यातले सेफ्टी ऑफिसर, फायर ब्रिगेड, मेडिकल ऑफिसर, मॅनेजर तसंच महानगरपालिका, पोलीस, लोकप्रतिनिधी यांना सहभागी करून घ्यायचं आहे. याबाबत पुढच्या वेळेस आपण चर्चा करू."

सर्वांना हसून बैठक संपल्याचे राजेंनी मूकपणे इशारा केला.

सर्व जण उठले आणि हळूहळू दालनाच्या बाहेर पडले.

ती तिथेच बसून होती.

राजे कॉन्फरन्स टेबलवरून संचालकांच्या खुर्चीत बसले. शिपायाला खूण करून चहा मागवला.

"आपलं नाव?"

"मी अमिता, अमिता पटेल," तिने आपल्या नावाचे कार्ड राजेंना दिले.

राजेंनी कार्ड न्याहाळून पाहिले.

"तर तुमचं नाव अमिता पटेल. तुम्ही पत्रकार आहात. तुम्ही कोणत्या चौकशीकरता आला आहात का मुलाखतीसाठी?"

"मी एका रिपोर्टबाबत चौकशीला आले आहे."

"माफ करा, तुम्हाला आत लवकर येता आलं नाही, याबाब्त व्हेरी सॉरी.

आतमध्ये मी सर्व अधिकाऱ्यांसह आणि माझ्या पीएसह महत्त्वाच्या विषयावर चर्चा करत होतो. तुम्हाला चौकशी करायची म्हणजे तुम्हाला थोडा वेळ द्यावा लागेल. मला आता लगेच मंत्रालयात जायचं आहे. त्यामुळे माझी बैठकही मी लवकर आटोपती घेतली. तुमची हरकत नसेल, तर उद्या भेट घेऊ.''

तिच्या चेहऱ्याकडे पाहत राजेंनी तिच्या उत्तराची वाट पाहिली. तिने नाराजीनेच, ''मला हो म्हणण्याशिवाय पर्याय नाही.''

तिने हसत म्हटले. तिची पांढरीशुभ्र दंतपंक्ती चमकली.

''सॉरी, परंतु उद्या नक्की.''

आता राजे तिच्याकडे मोकळेपणाने पाहत होते. मात्र त्यांची रोखलेली नजर पुन्हा-पुन्हा तिच्या लालसर ओठाकडे आणि धवल दंडाकडे जात होती. राजे बावचळून पाहत होते.

तिच्या ते लक्षात आले असावे. तिने स्वत:ला चटकन सावरून घेतले. ती उभी राहिली.

राजे भानावर आले.

ती नमस्कार करून खुर्चीतून मागे सरकली आणि दरवाजाकडे जाण्यास वळली.

राजे तिच्या पाठमोऱ्या आकृतीकडे ती दरवाजाबाहेर पडेपर्यंत एकटक पाहत होते.

६

ड्रायव्हर ठोंबरेने संचालकांची प्रिमियर गाडी पेडर रोडवर वळवली. दुपारची वेळ होती. मुंबई तापलेली होती, तरीही रस्त्यावर वाहनांची धावपळ होती. मुंबई घाम गाळत होती. पेडर रोडच्या टेकडीवरून बाबुलनाथ जंक्शनजवळ गाडी आली आणि गिरगावकडे न जाता गिरगाव चौपाटीकडे वळवण्यात आली.

राजेंनी बरोबर आणलेल्या कागदपत्रांत तोंड खुपसले होते. मंत्रालयात जायचे म्हणजे कोणत्याही प्रसंगाला तोंड द्यावे लागत होते. राज्यातल्या कोणत्याही कोपऱ्यातला अपघात असो, कारखान्यातले प्रकरण असो किंवा कारखान्याशी संबंधित सुरक्षेबाबत बाब असो – योग्य माहितीसह मंत्री, सचिव, अधिकाऱ्याकडे जावं लागत होतं.

गाडी मरीन लाइन्सवरून जात होती. समुद्रावरून येणारी खारी हवा राजेंच्या चेहऱ्यावर आदळत होती. डोक्यावरचे काळे केस अस्ताव्यस्त होत होते. राजेंचे लक्ष तिकडे नव्हते.

मंत्रालयातल्या मंत्रिमहोदयांच्या दालनात येईपर्यंत मंत्रिमहोदय निघून गेल्याचं लक्षात आलं. परंतु खासगी सचिवांनी राजेंना बसवून घेतलं. त्यांनी मुख्य सचिव आणि मंत्रिमहोदय यांच्यातल्या चर्चेची थोडक्यात माहिती दिली आणि त्यांना मुख्य सचिवांना भेटण्याबाबत सुचवले.

चर्चेचा विषय राजेंना अनभिज्ञ होता. राजे साशंकपणे मुख्य सचिवांच्या कार्यालयात गेले.

मुख्य सचिवांनी राजेंना लगेच आत बोलावले.

“मि. डायरेक्टर!” मुख्य सचिवांचा पारा थोडा चढलेला होता

“आजचं वृत्तपत्र पाहिलं का?”

“सर!”

''बॅरोटो रिस्क मॅनेजमेंटच्या अहवालाबाबत बातमी आहे.''

''सर माझ्या पाहण्यात अहवाल आलेला नाही.''

मुख्य सचिवांनी स्पायरल बाइंडिंगचा एक रिपोर्ट राजेंकडे ढकलला. राजेंनी आपल्याकडे तो रिपोर्ट घेतला. कारखान्यातल्या अपघाताबाबत तो रिपोर्ट होता.

''राजे, रिपोर्ट सांगतो की, ठाणे विभागातले रासायनिक कारखाने निवासी वस्तीलाच नाहीतर आजूबाजूच्या मोठ्या भागाला धोकादायक ठरले आहेत. जर अपघात झाला, तर त्याचा परिणाम पंचवीस कि.मी.पर्यंत जाईल. जर गॅसगळती झाली, तर त्याचा परिणाम गोरेगाव-बोरिवलीपर्यंत जाईल, म्हणजे संपूर्ण मुंबईला धोका. अहवालात काढण्यात आलेले निष्कर्ष अत्यंत धोकादायक आहेत. संपूर्ण मुंबईवर भीतीचं सावट पसरणार आहे.''

''सर, संपूर्ण अहवाल वाचल्याशिवाय मी याबाबत अभिप्राय देऊ शकत नाही. तरीही माझ्याकडे जी काही माहिती आहे, त्यावरून अहवालामधलं अनुमान थोडं अतिशयोक्तीचं वाटलं.''

''तुमच्याकडे हा रिपोर्ट कसा काय आला नाही? '' ते थोडे त्रासिकपणे म्हणाले.

''नाही सर, हा रिपोर्ट आमच्याकडे आलेला नाही. तरीही हरकत नाही. मी अहवालाचा अभ्यास करून माझे अभिप्राय उद्यापर्यंत देतो.''

''एवढी काही घाई नाही. हा एका संस्थेचा तांत्रिक अहवाल आहे. तुम्ही थोडा वेळ घ्या, माझी हरकत नाही. परंतु शासनाने या अहवालाला व्यवस्थित उत्तर द्यायला हवं.''

''सर!''

राजेंनी अभिवादन करून मुख्य सचिवांच्या दालनाबाहेरचा रस्ता पकडला.

राजेंना अहवालाबाबत उत्सुकता वाढली. वायुगळतीचा परिणाम पंचवीस कि.मी.पर्यंत जाईल. ठाण्यातल्या रासायनिक कारखान्यामुळे मुंबईला धोका पोचेल, असे अनुमान कोणत्या आधारे तयार केले, याचे राजेंना आश्चर्य वाटले.

राजेंनी अहवाल गाडीतच वाचायला सुरुवात केली. अहवाल मुख्यत: ठाणे जिल्ह्यातल्या आणि त्यातही ठाणे-बेलापूर भागातल्या रासायनिक कारखान्यांबाबत होता. कारखान्यातल्या औद्योगिक सांडपाण्यामुळे पर्यावरणाला धोका पोचला होता. प्रदूषणाची पातळी मर्यादेबाहेर गेली होती. अनेक वर्षांपूर्वी ठाण्यात कारखाने उभारले, तेव्हा कारखान्याभोवती निवासी इमारती नव्हत्या. लोकवस्ती नव्हती. परंतु अलीकडील काही वर्षांत ठाण्यातील लोकवस्ती झपाट्याने वाढत होती. गृहनिर्माण सोसायट्या प्रचंड प्रमाणात निर्माण झाल्या होत्या. मुंबई ठाण्याबाहेरून स्थलांतरितांचे लोंढे मोठ्या प्रमाणात येत होते. नागरीकरणात झपाट्याने वाढ होत होती. त्यामानाने

नागरी सुविधा पुरवण्यात येत नव्हत्या. एमआयडीसी आणि मोठमोठ्या कारखान्यांभोवताली निवासी क्षेत्रे, झोपडपट्टी यांची प्रचंड प्रमाणात वाढ झाली होती. कारखान्यातून बाहेर पडणारे सांडपाणी, धोकादायक विषारी वायू यांमुळे आजूबाजूचे वातावरण दूषित झाले होते, ही बाब खरी होती. परंतु वायुगळतीसारखा अपघात झाला, तर त्याचा परिणाम पंचवीस कि.मी.पर्यंत जाईल, हे अनुमान मात्र अतिशयोक्तीचे होते.

ठाणे-बेलापूर रोडवर सिंथेटिक यार्नचे उत्पादन करणारे दोन मोठे कारखाने होते. रासायनिक कारखान्यांना लागणारे रसायने बनवण्यात येणारे कारखाने होते. या भागात मुख्यत: कार्बन डायसल्फाइडचे साठे होते. कार्बन डायसल्फाइडचे काही कारखान्यातले साठे तीस-तीस टनापर्यंत होते. साठे तसे औद्योगिक सुरक्षिततेच्या दृष्टीने धोकादायक होते. हा साठा द्रवरूपात साठवण्यात येत होता. साठ्याचा हवेशी संपर्क येऊन स्फोट होऊ नये, याकरता पाण्याचा थर वरच्या बाजूला होता.

अहवालात याच कार्बन डायसल्फाइडचा स्फोट झाला आणि त्यामुळे एखाद्या वायूची गळती झाली, तर त्याचा परिणाम पंचवीस कि.मी.पर्यंत जाईल आणि त्याचा धोका संपूर्ण मुंबईला होईल, असे अनुमान काढले होते. एखाद्या वायूचा परिणाम कोणत्या क्षेत्रापर्यंत, किती अंतरावर आणि किती प्रमाणात होतो, याचा अंदाज गॅस डिस्पर्शन मॉडेलचा वापर करून काढण्यात येतो. याकरता संगणकाचा वापर आजकाल करण्यात येतो.

'मात्र याचा विचार करून हा अहवाल तयार केला असेल का? अहवाल ज्यांनी तयार केला, त्या लोकांशी संपर्क साधून याबाबत त्यांच्याशी विचारविनिमय करावा लागेल.' राजे विचार करत होते.

७

पुन्हा सकाळ....

परंतु आज त्यांना कोणतीही बैठक नव्हती. कोणालाही भेटण्यास जायचे नव्हते. कोणत्याही चर्चासत्राला जायचे नव्हते. कोणत्याही कारखान्याला भेट नव्हती.

वेळ सकाळची होती. अकरा वाजून गेले होते. राजे आपल्या खुर्चीत आराम बसले होते.

ती आल्याचा निरोप शिपायाने दिला.

परंतु राजेंनी तिला बाहेरच थांबवून ठेवले. तिला लगेच आत प्रवेश दिला नाही.

ती आत आली.

परंतु तिचा चेहरा रागवलेला नव्हता. राजे तिच्याकडे पाहत होते. आज तिच्या चेहऱ्यावरचे शांत भाव निरागस आणि कोमल वाटत होते. ती कालच्यापेक्षा आज खूपच सुंदर दिसत होती. तिने कालच्यासारखाच आज पेहराव केला होता. तिने आखूड टीशर्ट घातला होता. रंग मात्र वेगळा होता. लालसर रंगाचा टीशर्ट जीनच्या निळ्या पॅन्टवर घातला होता. बहुधा टी-शर्ट आणि जीनची पॅन्ट तिचा आवडता ड्रेस असावा. हातातल्या लालभडक बांगड्या, मनगटावरील काळे घड्याळ तिच्या गोऱ्या कांतीला शोभून दिसत होते. राजेंची नजर पुन्हा तिचे लालसर ओठ आणि संगमरवरी दंड यांकडे जात होती.

ती हसतमुखाने राजेंसमोर उभी राहिली.

राजेंनी हातानेच तिला खुर्चीत बसण्याची खूण केली. राजे फोनवर बोलत होते. परंतु डोळ्याच्या कोपऱ्यातून तिला पूर्णपणे पारखत होते. न्याहाळत होते.

राजेंनी टेलिफोनवरचे बोलणे संपवले.

''नमस्कार सर!''

''नमस्कार मिस पटेल. वेलकम!''

"आभारी!"

"चला, तुम्हाला कोणत्या विषयावर बोलायचं आहे. सांगा."

तिने बोलण्यास सुरुवात केली. परंतु राजेंनी बेल वाजवली, तशी ती बोलायची थांबली. आत आलेल्या शिपायाला राजेंनी कॉफी घेऊन येण्यास सांगितले.

"सर, मी बॅरोटो रिस्क मॅनेजमेंटच्या अहवालावर बोलू इच्छिते. मला वाटतं, हा अहवाल आपल्याकडे आला असेल?"

"नाही! कशाबद्दल आहे हा अहवाल?"

"सर, ठाणे-मुंबई परिसरातल्या कारखान्यांचे अपघात-गॅस गळती या संदर्भातला प्रोजेक्शन रिपोर्ट आहे. त्यातले काही निष्कर्ष हे ठाणे-मुंबईच्या सुरक्षिततेच्या दृष्टीने धोकादायक आहेत."

"एक मिनिट! मला जरा तुमच्याबद्दल म्हणजे तुमच्या शैक्षणिक माहितीबद्दल सांगाल का?"

"जरूर सर, मी बाएस्सी, एमबीए आहे. त्यानंतर पत्रकारितेमध्ये पदव्युत्तर पदवी प्राप्त केली आहे."

"आय सी! म्हणजे तुम्ही उद्योग, कारखाने संबंधातील तांत्रिक बाबींबाबत चर्चा करू शकता. हरकत नाही, पुढे बोला –"

"सर कार्बन डायसल्फाइडसारख्या वायूची गळती झाली, तर यामुळे ठाण्यापासून बोरिवलीपर्यंत त्याचा परिणाम होईल. अहवालातल्या या निष्कर्षांबाबत आपले तांत्रिक अभिप्राय हवेत."

"मिस पटेल, तुम्ही आणलेला अहवाल मी पाहिलेला नाही. आपण जर तो मला पाहायला द्याल, तर मी याबाबत आपल्याला काही मदत करू शकेन किंवा बोलू शकेन."

"अवश्य सर!"

तिने आपल्या मोठ्या पर्समधून अहवालाची एक प्रत बाहेर काढली आणि ती प्रत राजेंकडे दिली. तिने अहवाल पुढे सरकवताना राजेंचे लक्ष अहवालावरच्या तिच्या लांबसडक बोटांकडे गेले. मांसल बोटे. नखे लालभडक रंगवलेला होती. त्यामागे मनगटावर लालभडक बांगड्या. अनामिकेतली हिऱ्याची अंगठी चमकत होती. राजे टेबलावरील त्या हाताकडे एकटक पाहत होते.

मिस पटेल उच्चभ्रू वर्गातली होती. तिच्या पेहरावावरून आणि बोलण्याच्या आदबीमधून ते स्पष्ट जाणवत होते.

कॉफी आली. कॉफीचे घुटके घेत-घेत राजेंनी तिने दिलेला अहवाल पाहिला.

"मिस पटेल, हा अहवाल तांत्रिक आहे. अहवाल कारखान्यातील वायु गळतीबाबत आहे. अहवालात नमूद केलेले निष्कर्ष कोणत्या आधारे काढण्यात

आले आहेत, कोणतं सूत्र वापरलं आहे, हे सर्व पाहावं लागेल. त्यानंतर मी याबाबत आपल्याशी बोलू शकेन. याबाबत लगेच मला अभिप्राय देता येणार नाहीत.'' राजे तिच्याकडे रोखून पाहत म्हणाले.

''अहवालाची तपासणी करावयास खूप वेळ लागेल?''

''मी आताच याबाबत काही सांगू शकत नाही. तुम्ही सात-आठ दिवसांनी फोन करा किंवा त्यानंतर चौकशी करा.''

''अहवालाबाबत लवकरात लवकर चर्चा करता येणार नाही का?''

''का बरं! काही खास कारण?''

''मला आताच सांगता येणार नाही. मात्र माझ्या संपादकांनी लवकर अभिप्राय घेता आले, तर पाहा, अशा सूचना दिल्या आहेत.''

''नाही मिस. लगेच अभिप्राय शक्य नाही. पण तुम्ही या अहवालाबाबतच वृत्तपत्रात लेख लिहिणार आहात का?''

''माझा तसा काही उद्देश नाही. संपादकांशी याबाबत चर्चा होऊन त्यानंतर निर्णय होईल.''

''पण जर अहवाल प्रो-ॲक्सिडेंट असेल, तर त्याचे आमच्या विभागावर आणि पर्यायाने शासनावर त्याचे ताशेरे येतील, त्याचं काय?''

''मी तुमची मदत घेईन.''

''अहो, तुम्ही मदत घेणार म्हणजे शासनाचा काही दोष नाही, शासनाचा काही संबंध नाही, असं थोडंच असणार आहे. शासन काहीच करत नाही. शासन बेजबाबदारपणे काम करत आहे. डिशचे अधिकारी काहीच काम करत नाही, असंही होईल.''

''तुम्ही स्वत:ला इतके का दोषी धरता? मी फक्त चौकशीला आले आहे.''

''या चौकशीचे निष्कर्ष मी म्हटल्याप्रमाणे येतील, त्याशिवाय तुमच्या पत्रकारितेला अर्थ काय?'' राजे हसत म्हणाले.

''मला औद्योगिक सुरक्षितता आणि कारखान्यातल्या पर्यावरणाची कल्पना आहे. मी काही बेफाट आरोप करणार नाही. कारखान्याबाबतचे कायदे आणि शासनाचा यामधला सहभाग किंवा रोल याचीही मला कल्पना आहे. तुमच्याशी चर्चा करूनच अभिप्राय किंवा आमचा अहवाल तयार करेन. तुमची यामधली जबाबदारी मी निश्चितपणे विचारात घेईन.''

राजेंना तिच्या बोलण्याचा राग आला. साली पत्रकार!

''तुमच्या या उत्तरावरून तुम्ही पत्रकार लोक पत्रकारितेच्या शक्तीचा मर्यादेबाहेर जाऊन वापर करत आहात, असं वाटत नाही?''

''आमच्यावर जबाबदारी निश्चित आहे. आमच्यातले काही लोक मर्यादेबाहेर

जाऊन वापर करतात, हेही खरं आहे. काही त्याचा गैरवापर करतात, हेही खरं आहे. ब्लॅकमेल, आर्थिक गुन्ह्यांकरता वापर केला जातो. परंतु मी त्यातली वाटते का?''

''मी तुमच्या फोर्थ इस्टेटबाबत बोलत आहे. मिस पटेल, तुम्ही तुमच्या वृत्तपत्राच्या प्रतिनिधी आहात. माझा रोख वृत्तपत्रावर आहे. मी वैयक्तिक आरोप करत नाही.''

''सर माझा अहवाल पूर्णत: मर्यादेत असेल आणि आपल्याला त्रास होईल, असा असणार नाही, याची खात्री देते.''

''ठीक आहे. तुम्हाला कारखान्यातलं पर्यावरण, औद्योगिक उत्पादन यांबाबत चांगली जाण आहे, असं गृहित धरतो.''

''मी याबाबत प्रामाणिक राहीन.''

''एक विचारू?''

''हां!'' मिस पटेल प्रश्नार्थक नजरेने राजेंकडे पाहत होती.

''तुम्ही कोणता परफ्युम वापरता?''

राजेंच्या या प्रश्नावर तिने एकदम डोळे मोठे करून पाहिले.

''गैरसमज करून घेऊ नका. मला फक्त परफ्युमचं नाव सांगा.''

''परफ्युम फ्रेंच आहे. मी स्वत: फ्रान्स येथे खरेदी केलं आहे. ओरिजनल आहे.'' तिने थोडे ठसक्यात सांगितले.

''नाही, मला परफ्युमच्या ओरिजीनॅलिटीबाबत शंका नाही घ्यावयाची. तुमच्याकडे पाहिल्यानंतर तुम्ही फूटपाथवरील किंवा रेल्वे स्थानकाबाहेरील परफ्युम वापरणाऱ्या नाहीत, याची खात्री आहे. तुम्ही जो परफ्युम वापरत आहात, तो ओरिजनल फ्रेंच परफ्युम आहे, म्हणूनच त्याच्याबाबत माझी थोडी हरकत आहे रागावू नका.

''अलीकडे पारंपरिक पद्धतीऐवजी रासायनिक पद्धतीचा अधिक वापर परफ्युम उत्पादनात होऊ लागला आहे. त्यामुळे गंधग्रहण शक्ती नष्ट होण्याचं प्रनाण वाढलं आहे. तुम्ही वापरत असलेला परफ्युम हा त्यांपैकीच एक आहे.''

''आर यू सिरियस?'' मिस पटेलनी पुन्हा डोळे मोठे करत विचारले.

''डू यू फिल दॅट आय ॲम टॉकिंग फनी?''

ती काही बोलली नाही. बहुधा तिला काय बोलावे सुचेना.

राजे पुढे म्हणाले, ''याचं पुढे असं आहे. गंधग्रहण शक्तीच्या नष्ट होण्याच्या वाढत्या प्रमाणाचा परिणाम सामाजिक व्यवहारावरही होत आहे. विशेषत: आरोग्याच्या दृष्टीने. त्यामुळे भूक मंदावणं, लैंगिक आकर्षण कमी होणं, नैराश्य या गोष्टी प्रखर होत आहेत. याशी संबंधित ॲनोसामियाचं वाढतं प्रमाण ही आता चिंताजनक बाब होत आहे.''

''माझा यावर विश्वास बसत नाही.''

''ते तुम्ही ठरवा.''

''म्हणजे मी हा परफ्युम वापरणं बंद करावं किंवा वापरूच नये, अशी सूचना तुम्हाला करावयाची आहे का?''

''मी या परफ्युमबाबत सांगितलं. काय योग्य, काय योग्य नाही, ही तुमच्या अखत्यारितली बाब!''

''ठीक आहे, तुमच्या या सूचनेबाबत मी अत्यंत आभारी आहे.''

तिने खुर्चीतून उठत म्हटले.

''मी चार दिवसांनी पुन्हा चौकशी करेन. अहवालाबाबत अभिप्राय मिळतील, अशी अपेक्षा ठेवून.''

''तुम्ही फोन करा, मात्र आश्वासन देऊ शकत नाही.''

८

मॅक्स इंजिनिअरिंग ठाणे.

कच्च्या लोखंडापासून आणि लोखंडाच्या भंगारापासून पोलाद बनवण्याचा कारखाना. कामगार संख्या १६२०. मुंबई शेअरबाजाराच्या नामांकनामध्ये 'सी' ग्रेडमधली कंपनी.

पन्नास आणि साठच्या दशकात चांगल्या प्रतीच्या पोलादाची वाढती मागणी. व्यावसायिकांनी मोठ्या प्रमाणावर पोलाद निर्मितीचे कारखाने उभारले. मोठे भांडवल गुंतवले, सत्तरच्या दशकात ऊर्जेचा तुटवडा आणि वाढती किंमत यांमुळे कारखानदारांना पोलाद उत्पादनामध्ये बदल करावा लागला. ऐंशी आणि नव्वदच्या दशकात पर्यावरणाचे महत्त्व वाढले आणि औद्योगिक कारखानदारांना कडक पर्यावरण नियमांचे पालन करावे लागले. पोलाद उत्पादन आणि व्यवसाय यात स्पर्धा वाढली. त्यामुळे व्यावसायिकांना पोलादनिर्मितीवर खर्च कमी करावा लागला आणि गुणवत्तेमध्ये सुधारणा करावी लागली. लहान-लहान यंत्रसंच उभारावे लागले. मात्र ते उच्च दर्जाचे पोलाद देऊ शकत नव्हते. कारखान्यात पोलादाचे वेगवेगळ्या आकारात ओतकाम केले जात होते.

सहसंचालक पाटील यांनी कारखान्याची तपासणी केली. पाटलांनी अपघाताच्या विशेषत: कार्बन मोनोऑक्साइडच्या दृष्टीने तपासणी केली. कारखान्यात कार्बन मोनोऑक्साइड कोठेही तयार केला जात नव्हता. धातू ओतण्याचा कारखाना, पोलादाचे साचे (फाउंड्री), ओतकाम करण्याचे वर्कशॉप इथेही जाऊन पाहणी केली.

कारखान्यातील कामगारांशी बोलणी केली. कामगार जिथे बेशुद्ध पडले, ती जागा पाहिली. कुठेही संशयास्पद गोष्टी दिसून आल्या नाही. पाटलांच्याबरोबर डिशचा मेडिकल ऑफिसर होता. त्याच्याशीही चर्चा केली. बेशुद्ध पडलेल्या सर्व कामगारांच्या प्रकृतीमध्ये अनैसर्गिक काही दिसून आले नाही. प्रकृती सर्वसाधारण

दिसून आल्या.

कार्बन मोनोऑक्साइड हा वायू कार्बन असलेला पदार्थ जळाल्यानंतर तयार होतो. हा वायू लाकूड, कोळसा, डिझेल, दगडी कोळसा, नैसर्गिक वायू किंवा रॉकेल यांसारखे इंधनयुक्त पदार्थ अर्धवट जळल्यानंतर तयार होतो. हा वायू कमी जागेत हवा कोंडल्यावर म्हणजे गाडी, घर अशा ठिकाणी कोंडल्यास साठून धोकादायक होऊ शकतो. हा वायू विषारी आहे.

संपत मालवणकरचा मृत्यू कार्बन मोनोऑक्साइडने झाला, तर बेशुद्ध कामगारांनाही कार्बन मोनोऑक्साइडची बाधा झाली होती. कामगारांना चक्कर आली आणि ते बेशुद्ध पडले. तात्काळ वैद्यकीय मदत दिल्याने पुढील प्राणहानी टळली.

परंतु पाटलांना प्रयत्न करूनही कार्बन मोनोऑक्साइडचा उगम शोधण्यात यश आलं नाही. कारखान्याच्या बाहेरची गटारे, नाले सर्व कोरडे होते. त्यामुळे सांडपाण्याद्वारे कार्बन मोनोऑक्साइडचा प्रादुर्भाव शक्य नव्हता. वायूचा साठा कुठेही नव्हता. टँकरच्या अर्धवट इंधन ज्वलनामुळे वायू कोठेही साचून राहिल्याचे दिसून आले नाही. शेजारी कोणतीही केमिकल फॅक्टरी नव्हती.

पाटील यांनी निगेटिव्ह अहवाल संचालकांना सादर केला.

परंतु प्रकरण एवढ्यावर संपले नाही.

मॅक्स इंजिनिअरिंग या कारखान्याला लागून काही अंतरावर कळव्याची म्युनिसिपल प्राथमिक शाळा होती. शाळेची इमारत ओकीबोकी. रंग उडालेली, निळ्या रंगातली होती. पावसाळ्यात ठिकठिकाणी पाण्याची गळती. मुलांची अत्यंत गैरसोय. कळव्यातल्या लोकांनी अनेक वेळा याविरुद्ध ओरड केली होती, परंतु महानगरपालिकेकडून तात्पुरती डागडुजी केली जायची. पुन्हा नेहमीचाच प्रकार. प्रत्येक निवडणुकीत शाळा सुधारणेच्या विषयावर चर्चा व्हायची. आश्वासन दिले जायचे, परंतु मुलांच्या गैरसोयीवर कायमस्वरूपी तोडगा निघाला नाही.

शाळेची इमारत मोडकळीला येत होती.

पुन्हा बुधवार.

शाळेतल्या मुलांना दुपारचे जेवण महानगरपालिकेच्या दुपारच्या खिचडीच्या कार्यक्रमाद्वारे दिले जात होते. दुपारच्या जेवणाचा उद्देश हा होता की, मुलांना सकस अन्न मिळावे. गरीब कुटुंबीयांना, त्यांच्या मुलांना तेवढाच आर्थिक हातभार आणि मुख्य म्हणजे त्यामुळे मुलांना शाळेचे आकर्षण वाढावे. गरीब कुटुंबाकडून मुलांच्या शिक्षणात आडकाठी येऊ नये.

मुलांच्या शाळाभरतीमधली संख्या वाढावी. साक्षरतेचं प्रमाण वाढावे. मुलांच्या हजेरीची टक्केवारी वाढावी. साक्षरता अभियान यशस्वी व्हावे.

कळव्यातला तो वाईट दिवस होता.

दुपारी मुलांनी जेवण घेतले. दुपारचे मध्यांतर होते. शाळेतल्या आतल्या चौकात पोट भरलेली मुले हुंदडू लागली. आरडाओरड करून इतस्तत: नाचू लागली. बागडू लागली. लंगडी, आट्यापाट्या, चोर-शिपाई आणि एकमेकांशी मस्ती. मुले आपल्या मस्तीत होती. गुंग होती.

एकाएकी मुले भोवळ आल्यासारखी करू लागली आणि धडाधड कोसळून खाली पडली. एक नाही, दोन नाही, शाळेतली निम्म्यापेक्षा जास्त मुले बेशुद्ध पडली. शाळेच्या शिपायाने हा प्रकार पाहिला आणि त्याला काय करावे, सुचेना. शिक्षकांच्या रूममध्ये सर्व शिक्षक बसले होते. कोण हिशोब लिहीत बसले होते, कोणी विद्यार्थ्यांच्या वह्या तपासत बसले होते. कोण तक्ते बनवत बसले होते. कोण दुपारचा डबा जेवत बसले होते. कोण गप्पा मारत बसले होते.

सर्व रिलॅक्स मूडमध्ये होते.

मुलं बेशुद्ध पडत होती म्हणून शिपायाने घाबरे-घुबरे होऊन सांगितल्याने सर्व जण पटकन उभे राहिले. सगळ्यांची तोंडे 'आ' वासली होती. परंतु काही स्त्री शिक्षिका चटकन सावरल्या आणि पाण्याचे मग घेऊन त्यांनी रूमबाहेर धाव घेतली.

शिक्षकांची फौज अपुरी पडली.

मुले सगळीकडे वेडीवाकडी पडली होती. कोण जिन्यामध्ये, कोण शाळेच्या व्हरांड्यात, कोण वर्गांमध्ये, कोण शाळेच्या आतल्या चौकात. धाडकन कोसळल्याने अनेकांना जखमा झाल्या होत्या. काही जण शुद्धीवर येण्यासाठी विव्हळत होते. काही जण अजूनही निपचित पडले होते. प्रत्येक शिक्षक आता दिसेल त्या विद्यार्थ्याला तोंडावर पाणी मारून शुद्धीवर आणण्याचा प्रयत्न करत होता.

समोरचे दृश्य भीतिदायक होते. काही शिक्षक तर हात-पाय गळून गेल्यासारखे रडू लागले. मुलांना सावरता-सावरता रडणाऱ्यांकडे पाहून सर्वांच्याच मनावर ताण येत होता. घाईघाईने एकाने सावध होऊन हॉस्पिटलला फोन केला. काही जण शाळेबाहेर गेले आणि आरडाओरड करून मदत मिळवण्याचा प्रयत्न करू लागले. आता बाहेरील लोकांची गर्दी वाढली. बाहेरच्या लोकांच्या लक्षात प्रकार आला. मुलांना मदत करण्यासाठी सर्व जण सरसावले. जवळपास शंभर-सव्वाशे मुले सगळीकडे बेशुद्ध होऊन वेडीवाकडी पडली होती. लोकांनी त्यांना उचलून शाळेच्या व्हाड्यांतून वर्गातल्या बाकड्यावर झोपवले. जी मुले शुद्धीवर आली होती, ती रडू लागली. भेदरून बेशुद्ध मुलांकडे पाहू लागली.

शाळेचे शिक्षक धैर्याने कामाला लागले. जे विद्यार्थी व्यवस्थित होते, त्या सर्वांना वेगळ्या वर्गात बसवले. जे बेशुद्ध होते किंवा शुद्धीवर येण्याच्या मार्गावर होते, त्यांना वेगळ्या वर्गातल्या बाकड्यावर झोपवून ठेवण्यात अ ले.

काही वेळात हॉस्पिटलमधून ॲम्ब्युलन्स आली. डॉक्टरांनी मुलांना तपासले

आणि सर्वांना हॉस्पिटलमध्ये हलविण्याचे ठरले. पोलिसांची गाडी आली. शाळेबाहेर बघ्यांची गर्दी वाढली. प्रेसवाले, टीव्ही चॅनेलवाले आले. तोपर्यंत अनेक विद्यार्थ्यांच्या पालकांना शाळेतला प्रकार समजला. मग आजूबाजूच्या कॉलनीतला, वस्तीतला पालकवर्ग भराभर गोळा झाला. प्रत्येक जण आपल्या मुलाला शोधण्यासाठी धडपडू लागला. पालकांची गर्दी, बघ्यांची गर्दी आणि पोलिसांची गाडी.

सर्व तमाशा.

पोलिसांना गर्दी आवरणे कठीण होऊ लागले. परिस्थिती नाजूक होती. प्रकरण गंभीर होते.

पोलिसांनी बंदोबस्तासाठी जादा कुमक मागवली. सर्व गर्दी शाळेबाहेर काढली. तोपर्यंत ॲम्ब्युलन्सच्या साहाय्याने मुलांना हॉस्पिटलमध्ये हलविण्यात आले. मुलांना भरभर हॉस्पिटलमध्ये नेण्यासाठी खासगी गाड्या पोलिसांनी ताब्यात घेतल्या. गाड्या, बसेस अडवून मुलांना हॉस्पिटलमध्ये नेण्यात आले.

प्राण कंठाशी आणून पालक आपल्या मुलांना शोधत होता.

ज्यांना ज्यांची मुलं मिळाली, ती त्यांना घट्ट बिलगली होती. शुद्धीवर असलेल्या ज्यांना काहीही झाले नव्हते, ती मुले लोकांच्या गर्दीकडे पाहून आणि एकंदर वातावरण पाहून रडत होती.

चित्र हृदयद्रावक होते. सगळीकडे रडारड सुरू होती.

पोलीस फोर्स सर्वांना शांत राहण्याचे आवाहन करत होता, परंतु कोणाचेच त्याकडे लक्ष नव्हते.

शाळेतल्या सर्व बेशुद्ध मुलांना हॉस्पिटलमध्ये हलवण्यात आले. काही तासांनी शाळेतली परिस्थिती आटोक्यात आली. ज्या पालकांना आपली मुले मिळाली त्यांना घेऊन त्यांनी घरचा रस्ता पकडला होता. काहींनी आपल्या मुलांना घरी पोचवून बेशुद्ध मुलाकडे लक्ष देण्यासाठी हॉस्पिटलचा रस्ता पकडला. काही बेशुद्ध मुलांच्या पालकांना धीर देत होते. त्यांचे सांत्वन करीत होते.

शाळेवर स्मशानकळा पसरली होती.

बेशुद्ध पडलेल्या मुलांचा पालकवर्ग शाळेत मोठी गर्दी करून उभा होता. जसजसे मुलांना हॉस्पिटलकडे हलवले, तसे सर्व जण हॉस्पिटलच्या रस्त्याला लागले.

आता कळवा हॉस्पिटलचे आवार गर्दीने खचाखच भरून गेले होते. पोलिसांनी हॉस्पिटलभोवती अगोदरच कडे केले होते. मुलांच्या पालकांनाही आत जाऊ दिले गेले नाही. हॉस्पिटलभोवती तणावयुक्त वातावरण होतं.

कळवा हॉस्पिटल.

हॉस्पिटलची क्षमता मर्यादित होती. त्यामुळे एकदम शंभर-सव्वाशे मुले हॉस्पिटलमध्ये भरती करताना प्रशासनाची तारांबळ उडाली. पोलिसांच्या मदतीने मग

काही मुलांना आजूबाजूच्या खासगी हॉस्पिटलमध्ये हलवण्यात आले. परंतु वैद्यकीय सेवा योग्य प्रकारे दिली जात नव्हती. ही वस्तुस्थिती होती. रुग्णांचा ओघ मर्यादेबाहेर होता.

औषधोपचार चालू होते.

ठाणे-मुंबईतील लोकवस्ती ही मूळ मुंबईची लोकवस्ती नव्हती. बहुतेक लोक बाहेरून आलेले. अनेक प्रांतातले, अनेक भाषिक, अनेक राज्यांतून आलेली जनता होती. ठाण्यातले मूळचे लोक कोळी-कातकरी-आगरी-आदिवासी. हे लोक अत्यल्प, बहुसंख्य लोक बाहेरून आलेले. त्यामुळे या लोकांच्यात नियमानुसार राहण्याची, वागण्याची एक सवय होती, ते एक सावधगिरी बाळगत होते. बसची रांग असो, टेलिफोन-वीजबील भरण्याची रांग असो, प्रत्येक ठिकाणी रांग लावून शिस्तबद्ध राहण्याची सवय त्यांनी लावून घेतलेली होती. रहदारी नियमांचे काटेकोरपणे पालन करणारे ठाणे-मुंबईचेच. मुंबईकर सहनशील होता. पोट व्यवस्थित भरणं, हे त्यांचं ध्येय होतं, त्यामुळे इतर गोष्टी जास्तीत जास्त टाळण्याकडे कल. इतरांच्या भानगडीत अजिबात पडायचे नाही, मग भले जरी कोणी रस्त्यात मरून पडला तरी. परंतु नेहमीच असे होत नव्हते. कधीकधी सहनशीलतेला मर्यादा होती. आणि मग एकदा ती मर्यादा ओलांडली की, सर्व उद्ध्वस्त!

शाळेच्या गैरसोयीबाबत अगोदरच आरडाओरड. त्यामध्ये हा मुलांचा बेशुद्ध पडण्याचा प्रकार. ज्यांची मुले बेशुद्ध पडली होती हॉस्पिटलमध्ये होती, ते मन घट्ट करून हॉस्पिटलभोवती उभे होते. परंतु ज्यांची मुले बेशुद्ध झाली नव्हती, व्यवस्थित होती, त्यांचे पालक संतप्त झाले होते. शाळेतला हा प्रकार त्यांच्या विचारशक्तीला छेद देणारा होता. काही पालक शाळेकडे जाब विचारण्यासाठी गोळा झाले, परंतु शिक्षकांना त्यांना समाधानकारक उत्तर देता आले नाही. पालकांचा असा समज झाला किंवा त्यांनी विचार केला की, मुलांना देण्यात येणाऱ्या दुपारच्या जेवणातून काहीतरी विषबाधा झाली असावी. काहीनी ही शंका बोलून दाखवली. शिक्षकांना हो किंवा नाही याबाबत उत्तर देता आले नाही. गर्दीमध्ये एखादा विचार आला किंवा त्याला चालना मिळाली की संपूर्ण गर्दी त्याच विचाराने – त्याच मताने पुढे जाऊ लागते. अफवा राक्षसी स्वरूप घ्यायला वेळ लागत नाही. मुलांना विषबाधाच झाली असावी, या विचारावर यायला लोकांना वेळ लागला नाही.

ठिणगी पेटली.

वडवानल पसरवायला वेळ लागला नाही.

कोणाला समजले नाही इतक्या वेगाने ती घटना घडली, गर्दीचे गोंधळात आणि गोंधळाचे दंगलीत रूपांतर व्हायला वेळ लागला नाही. शाळेच्या इमारतीवर दगडफेकीला सुरुवात झाली. शाळेभोवताली तणावाचे वातावरण तयार झाले.

संपूर्ण कळवा परिसरात तणाव पसरला. दंगाधोपा... संपूर्ण जनजीवन विस्कळीत झाले. संध्याकाळ व्हायला आली होती. परंतु रस्तोरस्ती दंगलीचे लोण पसरले होते. संध्याकाळी कामावरून आलेला चाकरमानी स्टेशनवरच अडकला. बसेस, टॅक्सी, रिक्षा वाहतूक थंड पडली. खासगी वाहने गायब झाली. जे तडाख्यात सापडले, त्यांना मॉबने पेटवून दिले. अनेक ठिकाणी रिक्षा, खासगी वाहने जळक्या अवस्थेत दिसत होती. दुकानं पटापट बंद झाली. रस्त्यावरचे विक्रेते, भाजीवाले, फेरीवाले गायब झाले. मग रस्त्यावर उतरले लुटालूट करणारे संधीसाधू, दंगल वाढत गेली.

राजकीय फायदा घेणारे वेगवेगळ्या पक्षांचे कार्यकर्तेही रस्त्यावर आले. दंगलीचा रंग क्षणोक्षणाला बदलत होता. वेगवेगळे गट त्याला स्वरूप देत होते. मूळ कारण मागे पडत होते.

एके काळी मुंब्र्याचा रस्ता मुंबईचे प्रवेशद्वार होते. कळवा किंवा वाशीचा ब्रीज नव्हता, तेव्हा सर्व वाहतूक मुंब्रा व कळव्याहून होत होती. वाशीचा ब्रीज झाला, तरीही कळव्याचे महत्त्व कमी झाले नव्हते. टॅक्सी, लक्झरी बस यांची अधिकांश वाहतूक कळवामार्गे होत होती. कळव्याची दंगल. ठाणे-मुंबई वाहतुकीचे नाक दाबले गेले होते. त्याचा परिणाम अंधेरी-बोरिवली, ठाणे-कल्याण आणि ठाणे-मुंबईवर झाला होता. संपूर्ण ठाणे-मुंबई परिसरात आणीबाणी तयार झाली होती. लोकांच्या हालाला पारावार राहिला नव्हता.

ट्रॅफिक जाम!

पोलिसांच्या तुकड्या वाढू लागल्या. रस्तोरस्ती खाकी गणवेशातील पोलीस डोक्यावर हेल्मेट, हातात काठी आणि दुसऱ्या हातात लोखंडी जाळी! वृत्तपत्र बातमीदार, फोटोग्राफर, टीव्ही, चॅनेलवाले पोलिसांच्या छायेखाली फिरू लागले. वातावरण भीतिदायक दिसत होते.

कळवा हॉस्पिटलमधली परिस्थिती सुधारत होती.

रात्री अकरा वाजेपर्यंत सर्व बेशुद्ध मुलांच्या प्रकृतीत सुधारणा होऊ लागली. मुले शुद्धीवर आली होती. एकही मुलगा मृत्युमुखी पडला नव्हता. म्युनिसिपल प्रशासनाने घाई केली. टीव्ही आणि रेडिओद्वारे शाळेतल्या मुलांच्या प्रकृतीबाबत-सुखरूपतेबाबत बातमी दिली. लोकांना शांत राहण्याचे आवाहन करण्यात आले. मोहल्ला कमिटीच्या लोकांना कामाला लावण्यात आले. राजकीय पक्षांचे कार्यकर्ते आता शांततेच्या पाट्या घेऊन रस्तोरस्ती फिरू लागले. दंगलीने रंग बदलला होता.

प्रकरण एवढ्यावर थांबले नाही.

१

राजेंनी रात्री अकराच्या टीव्हीवरच्या फ्लॅश न्यूज पाहिल्या. आईसाहेब मांजराच्या पिलांना दूध पाजत होत्या. राजे रात्री थोडे उशिराच झोपी गेले.

राजे गाढ झोपी गेले.

रात्रीचा एक वाजला होता. फोन घणघणत होता. राजेंना बराच वेळ लक्षात आलं नाही. झोपमोड झाली होती. चटकन पुढे होऊन फोन घेतला. इतक्या रात्री फोन? राजेंना राग आला. कोणाचा तरी चुकीचा फोन असेल, या विचाराने त्यांचा रागाचा पारा आणखीन चढला.

पलीकडे ठाणे विभागाचे सहसंचालक पाटील होते. राजे बराच वेळ फोनवर पाटलांचे बोलणे ऐकत होते. राजेंच्या चेहऱ्यावर आठ्या आल्या. चेहरा गंभीर झाला. राजेंची झोप निघून गेली. राजे दिवाणखान्यात आले. त्यांनी मग मार्गदर्शक पुस्तिका, औद्योगिक उत्पादने, पोलाद निर्मिती आणि व्यावसायिक धोके यांवर संदर्भ पाहण्यास सुरुवात केली. पहाटे कधीतरी आईसाहेब उठल्या. त्यांनी राजेंकडे आश्चर्याने पाहिले. परंतु त्यांच्या वाचनात व्यत्यय आणला नाही. आईसाहेब त्यांच्या खोलीत झोपण्यास गेल्या.

राजेंची झोप अर्धवट झाली होती. परंतु राजे सकाळी सहा वाजताच तयार झाले. तोपर्यंत आईसाहेब उठल्या होत्या. त्यांनी राजेंना प्रथम गरम-गरम चहा करून दिला आणि मग आपल्या कामाला लागल्या. थोड्या वेळात ठाण्याहून गाडी आली. राजेंच्या गाडीचा ड्रायव्हर सकाळी नऊ वाजता येत होता. राजेंना तोपर्यंत थांबायचे नव्हते.

सकाळच्या उत्साहात अंधाऱ्या रस्त्यावरून गाडी सुसाट जात होती. वरळी, प्रभादेवी, प्लाझा सिनेमा, टिळक ब्रीज, माटुंगा, सायन – गाडी पूर्व द्रुतगती महामार्गाकडे निघाली. मुंबईकडे बाहेर गावाहून येणाऱ्या बसेस, लक्झरी, खासगी गाड्या यांची गर्दी होती. मुंबईबाहेर, ठाण्याकडे जाणारी वाहतूक तुरळक होती.

सकाळचे वातावरण धुरकट होते. आजूबाजूला इमारतींमधून अजून जाग आलेली नव्हती. पूर्व द्रुतगती महामार्ग सकाळच्या वातावरणात सुस्त वाटत होता. राजे एका तासात कळव्याला पोचले.

मॅक्स इंजिनिअरिंग.

सहसंचालक राजेंची वाट पाहत होते. परंतु राजे प्रथम कळवा हॉस्पिटलमध्ये गेले. सर्व मुले घरी पाठवण्यात आली होती. उशीर झाला, म्हणून काही मुले मागे राहिली होती. डॉक्टर मंडळी, नर्सेस विश्रांती घेत होते. हॉस्पिटल थकलेले होते.

हॉस्पिटलच्या मुख्य वैद्यकीय अधिकाऱ्यांशी राजेंची बोलणी झाली. राजे शांतपणे ऐकून घेत होते.

शाळेतील मुले बेशुद्ध पडली होती, ती अन्नातील विषबाधेमुळे नव्हे, तर कार्बन मोनोऑक्साइडमुळे!

पुन्हा कार्बन मोनोऑक्साइड!

घटना तिसरी होती. परंतु त्याने संपूर्ण कळव्यातील जनजीवन विस्कटून टाकले होते. कार्बन मोनोऑक्साइडचा राक्षस झाला होता. त्याचे उत्तर शोधणे आवश्यक होते. त्याचे उत्तर मॅक्स इंजिनिअरिंगच देऊ शकत होते. नव्हे, त्याचे मूळ त्या कारखान्यातच होते. राजेंचा संशय दृढ झाला होता. शोध बरोबर होत नव्हता. चौकशीत कुठेतरी गफलत होती.

वाशीला जाणारा तो रस्ता काळपट धुळीने माखला होता. रस्त्याच्या कडेची झाडे, त्यांचे बुंधे, झाडांची पाने सर्व काळपट दिसत होते. पोलादी रंगातील दिव्यांचे खांबही काळपट होते. काळ्या डांबरी रस्त्यावर सर्व काही ओकेबोके दिसत होते. ठाणे-वाशी-बेलापूर रस्त्यावर मोठे ट्रक्स, टँकर, बसेस, खासगी वाहने यांची चोवीस तास वर्दळ होती. ठाण्यातील महत्त्वाचे सर्व रासायनिक, इंजिनिअरिंग आणि इतर मोठे उद्योग त्या रस्त्यावर होते. जागोजागी चहाच्या टपऱ्या होत्या. कळकट, मळकट हॉटेल होती. किराणा माल, पानपट्टी यांची दुकाने आणि काही ठिकाणी हलक्या, गावठी दारूची दुकाने, परमिट बार होते. औद्योगिक क्षेत्राचे वातावरण वेठबिगाराचे, भकास होते.

मॅक्स इंजिनिअरिंग.

राजेंची गाडी कारखान्याच्या गेटवर आली. इतर वेळी कोणत्याही गाडीला पूर्णतः तपासणी केल्याशिवाय, खात्री केल्याशिवाय आत सोडले जात नव्हते. ती गाडी डिश संचालकाची होती. गाडीला न अडवता आत सोडण्यात आले. सर्व जण त्या गाडीचीच वाट पाहत होते. टाइम ऑफिसच्या दारातच ठाणे विभागाचे सहसंचालक पाटील वाट पाहत उभे होते. बरोबर ऑफिसमधील काही लोक होते.

आज कारखान्यातील सर्व लोक तयारीत होते. सावध होते. जो तो आपापल्या

कामाच्या ठिकाणी काम करत होता. वेळ सकाळची होती. पहिली शिफ्ट सुरू होती. सर्वांना सतर्क राहण्याचे आदेश होते, संचालकांची भेट हे निव्वळ कारण नव्हते. कारखान्याचे अध्यक्ष, व्यवस्थापकीय संचालक, तसेच महत्त्वाचे पदाधिकारी हजर होते. कारखान्याचे चेअरमन ठाणे जिल्ह्याचे उभरते राजकीय नेतृत्व होते. बाबुराव शिरगोपीकर. चेंबूर विभागातील नगरसेवक असलेला त्यांचा मुलगाही हजर होता.

मॅक्स इंजिनिअरिंग.

शिरगोपीकर कुटुंबीयांचा महत्त्वाचा प्रकल्प होता. महत्त्वाकांक्षी प्रकल्प होता.

मामला गंभीर होता.

राजे गाडीतून उतरले. त्यांचे दारातच स्वागत करण्यात आले. राजे कारखान्याकडे न जाता व्यवस्थापकीय संचालकांच्या ऑफिसकडे निघाले. सोबत कंपनीचे महत्त्वाचे अधिकारी, शिरगोपीकरांचे चिरंजीव, डिशचे काही अधिकारी होते. सर्व लवाजमा व्यवस्थापकीय संचालकांच्या केबिनकडे निघाला. केबिन पहिल्या मजल्यावर होती. जाता-जाता पाटलांनी काही अहवालांची कागदपत्रे राजेंच्या हातात दिली. राजे मधून-मधून प्रश्न विचारत होते. माहिती घेत होते. राजेंच्या बरोबरीने धावण्याचा प्रयत्न पाटील करत होते. धापा टाकत राजेंना उत्तर देण्याचा प्रयत्न करत होते. पाटील तणावाखाली होते. कपाळावरील घाम छोट्या रुमालाने पुसण्याचा पुन्हा-पुन्हा प्रयत्न करत होते. कंपनीचा अधिकारीवर्ग शांतपणे त्यांच्याबरोबर निघाला होता.

केबिन वातानुकूलित होती. सुसज्ज होती. लालसर पिवळसर रंगातील फर्निचर, त्या रंगसंगतीला अनुरूप कुशन होते. संपूर्ण केबिन अपारदर्शक काचांनी सजवलेली होती. व्यवस्थापकीय संचालकाचे टेबल लांबलचक जवळपास पाच फुटांचे होते. पाठीमागे मोठी खुर्ची होती. कोणत्याही आकाराची व्यक्ती बसली, तरी खुर्चीचा आकार लहान वाटणार नाही, अशा स्वरूपाची. त्या मोठ्या केबिनला लागून दुसरी मोठी खोली होती. मोठ्या बैठकीसाठी त्या खोलीत मध्यभागी मोठे गोलाकार टेबल होते. एका वेळी १५-२० लोक बसू शकतील, एवढे मोठे टेबल होते. टेबलवर चार ठिकाणी गेंडेदार फुलांची फुलदाणी ठेवली होती.

बाबूराव शिरगोपीकर.

त्या मोठ्या गोलाकार टेबलाभोवतीच्या मुख्य खुर्चीत बसले होते. शिरगोपीकर मोठ्या भपकेबाज ऑफिसच्या भपकेबाज खुर्चीत बसले होते. परंतु बाबूरावांचा पेहराव एकदम साधा होता. पांढरा सदरा, पांढरी विजार आणि डोक्यावर पांढरी गांधी टोपी. वार्धक्याकडील शरीरयष्टी कृश होती. परंतु डोळ्यातील चमक प्रकृतीचा कडकपणा दाखवत होती. चेहरा रापलेला लालसर होता. बोलताना उघडी पडणारी दंतपंक्ती जाडजूड वाटत होती. दात पुढे आलेले, दातांच्या हिरड्या हिरवट अस्वच्छ वाटत होत्या. चेहऱ्यावर दाढीचे खुंट पांढरट होते. नाक आखूड, जाडसर

होते. ओठ काळसर वाटत होते. म्हातारा व्यसनी दिसत नव्हता. अत्यंत प्रतिकूल परिस्थितीतून वर आलेले व्यक्तिमत्त्व होते.

शिरगोपीकरांची सर्वांवर जरब होती, हुकमत होती. व्यक्तिमत्त्व ग्रामीण वाटत होते, तरीही नजर बेदरकार होती.

सर्व जण चूपचाप होते.

बाबूरावांनी उठून राजेंचे स्वागत केले. त्यांनी पुढे येऊन राजेंशी हस्तांदोलन केले. सर्व जण खुर्चीत बसले. राजे बाबूरावांच्या शेजारी बसले होते.

चहापान झाले.

मुख्य विषयाला सुरुवात झाली.

बाबूरावांनी बोलण्यास सुरुवात केली,

''संचालकसाहेब, मी या कारखान्यात सहसा येत नाही. कारखान्याच्या कामामध्ये मी किंवा माझे कुटुंबीय व्यावसायिकदृष्ट्या कोणतीही ढवळाढवळ करत नाही. कारखान्याच्या व्यवस्थापनावर माझा पूर्ण विश्वास आहे. यातला प्रत्येक अधिकारी-कर्मचारी यांच्या वागणुकीबाबत कामाबाबत मी समाधानी आहे. माझी कोणतीही हरकत नाही. मी या कारखान्याकडे एखाद्या कुटुंबाप्रमाणे पाहतो.

''मला अभिमान आहे, इथले कामगार-व्यवस्थापन संबंध अत्यंत चांगले सौहार्दाचे आहेत. संप-टाळेबंदी याचा प्रादुर्भाव कारखान्याला झालेला नाही. आमचं व्यवस्थापन कामगारांच्या कुटुंबांचीही अडचणीच्या वेळी काळजी घेतं. कामगारांना मदत करतं.

''कामगारांचे कामाचे तास, कामगारांना देण्यात येणाऱ्या सुविधा, कारखान्याचं उत्पादन या सर्व बाबी या कारखान्याला अभिमानास्पद आहेत. कारखान्यातले अपघातविरहीत कामाचे तास पाहिले, तर कारखान्यातल्या वातावरणाचा अंदाज येईल. कारखान्यातील प्रदूषण पूर्णत: नियमानुसार आटोक्यात आहे. म्हणजे अगदी कालपरवापर्यंत आमचा तसा ठाम विश्वास होता.

''कार्बन मोनोऑक्साइड!

''संचालक साहेब, कारखान्यात पोलाद बनवण्याची फाउंड्री आहे. पोलादाचे स्टीलचे साचे व ओतकामाचं मोठं वर्कशॉप आहे. १६२० कामगार असलेल्या या कारखान्यात वायुगळती किंवा विषारी वायूचा प्रादुर्भाव यांची शक्यता जवळपास नाहीच. परंतु गेले काही महिने या कार्बन मोनोऑक्साइड वायूमुळे संपूर्ण कळव्यातलं जनतेचं जनजीवन विस्कळीत झालंय. कालचा पूर्ण दिवस दंगलीनं कळव्याचं जीवनमान उद्ध्वस्त केलं. अत्यंत धक्कादायक!

''आणि या सर्वांची सुरुवात आमच्या कारखान्यापासून होत आहे का, याची मोठी भीती आमच्या मनात साचून राहिली आहे.

''आणीबाणी असो. प्रतिकूल परिस्थिती असो. आम्ही लढणारे, लढवय्ये

आहोत. माघार हा शब्द आम्हाला माहीत नाही. स्वातंत्र्ययुद्धात, संपूर्ण कोकण परिसरात आम्ही स्वातंत्र्याची आग तयार केली. परंतु आज मात्र या अदृश्य राक्षसासमोर, या वायुगळतीसमोर आमच्या आत्मविश्वासाला तडा जात आहे.

"आमच्या कारखान्यात कार्बन मोनोऑक्साइडचे दोन प्रसंग झाले आणि आता हा शाळेच्या मुलांचा प्रसंग! या सर्वाला आमचा कारखाना जबाबदार आहे का? आम्ही जबाबदार आहोत का?

"संचालक साहेब, आम्ही अडचणीत आहोत."

स्वातंत्र्ययुद्धातील लढवय्या बाबूराव शिरगोपीकर कार्बन मोनोऑक्साइडसमोर हतबल झाले होते, ढेपाळले होते. शाळेच्या मुलांच्या प्रकरणामुळे नुसते हतबल झाले नव्हते, तर त्यांचे मन दु:खाने विदीर्ण झाले होते. स्पष्ट दिसत होते. राजकारणी माणूस आपले मन सहजासहजी उघड करत नाही. बाबूरावांचा चेहरा नेहमी शांत, धीरगंभीर, सागराप्रमाणे कितीही वादळे आली, तरी चेहऱ्यावरील रेषादेखील हलणार नाही.

परंतु आज बाबूरावांचा चेहरा दु:खाने माखला होता. बाबूराव सद्‌गदित झाले होते.

राजेंनी पुढे होऊन बाबूरावांच्या हातावर हात ठेवला.

"शिरगोपीकरसाहेब!" राजे बोलू लागले.

"तुमच्या भावनांशी मी सहमत आहे. या कारखान्याबाबत, त्यांच्या कामाबाबत मीही समाधानी आहे. शंका घेण्याचा प्रश्नच येत नाही. कारखान्याचं व्यवस्थापन व्यावसायिक आहे. कामगारांचे, कारखान्याचे हितसंबंध कायद्याच्या चौकटीत राहून, सामाजिक नीती-नियम सांभाळून चालवत आहेत हे निश्चित.

"कारखान्यातली औद्योगिक सुरक्षितता, कामगारांचं आरोग्य यांबाबत व्यवस्थापन कुठेतरी चुकत आहे. निष्काळजीपणे वागत आहे. कामगारांचं आरोग्य धोक्यात आणणाऱ्या कृती कारखान्यात राबविल्या जात आहेत, असं आम्हाला आढळून आलेलं नाही.

"व्यवस्थापन, कामगार आणि कामगार संघटना यांच्या संपर्कात माझे अधिकारी आहेत. एकमेकांची देवाणघेवाण होते. परंतु कोणी दोषी आहे किंवा खोडसाळपणा करत आहे, असं आम्हाला आढळून आलेलं नाही.

"कारखान्यातल्या पोलाद-स्टील उत्पादनाच्या प्रक्रियेत वायुगळतीची शक्यता जवळपास नाहीच. कारखान्यात विषारी वायू तयार केला जात नाही, साठवला जात नाही, वापरला जात नाही. त्यामुळे कालच्या प्रकारासह तीन घटना घडल्या आहेत. कार्बन मोनोऑक्साइडमुळे विषारी वायूची बाधा? हा प्रकार – मीही चक्रावून गेलो आहे. थोडा काळजीत पडलो आहे. शाळेतला मुलांबाबतचा प्रसंग, त्यानंतरची दंगल. काल रात्री उशिरा मी टीव्ही पाहिला. माझं मन सुन्न झालं आहे, मला रात्रभर झोप मिळाली नाही. पाटलांनी मला मुलं कशामुळे बेशुद्ध पडली, हे सांगितलं, तेव्हा

मी खरंतर हादरून गेलो. मला काय विचार करावा, हे सुचलं नाही. मी साफ गोंधळून गेलो.

''या कारखान्याची आणि आजूबाजूची तपासणी दोन वेळा झाली, त्याबाबतचा अहवाल मी पाहिला. तरीही तिसऱ्यांदा त्याच विषारी वायूची बाधा. हा प्रकार आमच्या आत्मविश्वासाला धक्का देणारा आहे. याची चौकशी खोलवर होणं आवश्यक आहे. बातमी अजूनही बाहेर गेलेली नाही. लोकांचा गैरसमज अजूनही मुलांना विषबाधा झाली, असाच आहे. जेव्हा मुलांना कार्बन मोनोऑक्साइडमुळे बाधा झाली, हे समजेल, तेव्हा लोकांचा प्रक्षोभ कारखान्याविरुद्ध होईल. शासनाकडेही होईल.''

बाबूराव खाली मान घालून बसले होते. त्यांचे मूक रुदन चालू होते. त्यांचे हात थरथरत होते.

''शिरगोपीकरसाहेब वेळ आणीबाणीची आहे. आपण सर्वांनी ही बाब धीराने घेतली पाहिजे. याला हिमतीनं तोंड दिलं पाहिजे. हात-पाय गळून जाता कामा नये. आत्मविश्वास गमावून चालणार नाही. तुम्ही अनेक वाईट प्रसंगांना तोंड दिलं असेल. आम्हाला आता या प्रसंगाला तोंड देण्यासाठी तुमच्या आधाराची गरज आहे. आम्हाला आधारासाठी तुमचा अनुभव हवा आहे.

''मी आज याच कामाकरता आलो आहे. मी स्वत: आता या प्रकारची शहानिशा करणार आहे.

''कार्बन मोनोऑक्साइड हा कुठून येतो, कारखान्यातल्या आणि कारखान्याबाहेरच्या कोणत्या प्रक्रियेमुळे हे मी तपासून पाहीन. कारखान्यातल्या कोणत्या प्रक्रियेत त्रुटी, दोष किवा अनियमितता आहे, याचा तपास करेन. संपूर्ण कारखान्याची तसंच आजूबाजूच्या परिसराची तपासणी केली जाईल. शेवटी ही जबाबदारी शासनाची आहे. आमची जबाबदारी आहे.''

शिरगोपीकरांनी स्वत:ला सावरले. ते काही बोलले नाही. मात्र राजेंचा हात हातात धरून मूकपणे आभार मानले.

बाबूरावांनी डोक्यावरील टोपी ठीकठाक करत एकवार सर्वांकडे पाहिले. सर्वांना काहीकाळ तिथेच बसण्याची विनंती केली. बाबूरावांनी खुर्चीतून उठत राजेंना हाताला धरून त्यांच्याबरोबर येण्याची विनंती केली.

व्यवस्थापकीय संचालकांच्या केबिनच्या मागे म्हणजे खुर्चीच्या मागे खास गुप्त बोलणी करण्यासाठी अँन्टी चेंबर होती. या चेंबरमध्ये सोफासेट होता. छोटा बेड होता. टॉयलेटही होते. अँन्टी चेंबरला वॉल-टू-वॉल गुलाबी कारपेट होते. कोपऱ्यात टीव्ही होता. छोट्या टेबलावर बाहेरच्या केबिनमधील फोनचे एक्सटेन्शन आत घेतले होते.

राजे आणि बाबूराव सोफ्यावर बसले.

''राजेसाहेब, कळव्यातल्या आणि कारखान्यातल्या या घटना, यांचा परिणाम आमच्या कुटुंबावर, माझ्या आणि माझ्या मुलाच्या राजकीय कारकिर्दीवर होणार आहे. यातून आमची सुटका करा. काहीही होवो. आमची कोणतीही तयारी आहे. परंतु आम्हाला यातून वाचवा.''

''शिरगोपीकर साहेब, एवढं हताश होऊ नका. यातून नक्की मार्ग निघेल. नव्हे आपण काढू.''

''राजेसाहेब नाही. राजेसाहेब हा फक्त कारखाना नाही. आमचं सर्व आर्थिक गणित यावर अवलंबून आहे. आम्ही फार खोलात गेलो आहोत.''

राजे थोडं साशंकतेने शिरगोपीकरांकडे पाहू लागले. 'म्हणजे कारखान्यात अजूनही काही भानगड आहे का काय?' राजेंच्या चेहरा गंभीर झाला. त्यांनी शिरगोपीकरांकडे प्रश्नार्थक नजरेने पाहिले.

''राजेसाहेब, आम्ही या कारखान्याचं आधुनिकीकरण करायचं ठरवलं आहे. कारखान्याच्या पाठीमागची दोनशे एकर जमीन अगदी पूर्व खाडीच्या टोकापर्यंत आम्ही घेतली आहे. उत्पादनाची क्षमता वाढवण्यासाठी आणि उत्पादन वाढवण्यासाठी आम्ही आधुनिक प्लॅन्ट टाकणार आहोत. हा कारखाना भंगारपासून पोलाद बनवण्याचा आहे. आम्ही आता भंगाराऐवजी खनिज मातीच्या वापरावर चालवणार आहोत. हे फक्त कालपर्यंत कागदावरच असतं, तर आम्हाला काहीच वाटलं नसतं. परंतु आधुनिकीकरणाचं काम याच महिन्यात सुरू करणार होतो. यासाठी औद्योगिक बँकेकडून आणि काही वित्तीय संस्थांकडून मोठं कर्ज काढलं आहे. कर्ज टाइम-बाउंड आहे. कर्जाच्या हप्त्याची वसुली सुरू झाली आहे. प्रत्येक दिवसाला आम्हाला व्याज द्यावं लागतं. प्रकल्प आम्हाला लगेच मध्येच सोडता येणार नाही. दुसरं म्हणजे, माझं आणि माझ्या मुलाचं राजकीय भवितव्य धोक्यात आलं आहे. जर आमच्या कारखान्यातून ही विषारी वायुगळती होत आहे, असा प्रचार झाला, तर माझी लोकसभेकरता चाललेली वाटचाल उद्ध्वस्त होईल. माझा मुलगा चेंबूरमधून नगरसेवक म्हणून काम पाहतोय. पुढच्या वर्षी तो महापौर होण्याची आम्हाला खात्री आहे. परंतु हे वायुगळती प्रकरण, राजेसाहेब, आम्हाला उद्ध्वस्त करेल.''

शिरगोपीकरांची कुचंबणा राजे डोळ्यांनी पाहत होते. आपल्यापेक्षा वयाने जास्त असलेल्या आणि त्यातही राजकीय व्यक्तीचे सांत्वन करणे कठीण जात होते.

''शिरगोपीकर साहेब, आपण यातून जरूर मार्ग काढू. आपण घाबरून जाऊ नका. धैर्याने आम्हाला आधार द्या. आपल्या मुलांना सांभाळा.''

शिरगोपीकरांनी राजेंना पुढे होऊन आलिंगन दिले. राजेंना क्षणभर आवेग सहन होईनासा झाला. राजेंनी त्यांना घट्ट आलिंगन दिले. राजेंनाही गहिवरून आले.

शिरगोपीकर शांत झाले. दोघेही न बोलता ॲन्टी चेंबरबाहेर आले.

१०

मॅक्स इंजिनिअरिंग.

पन्नास एकरात पसरलेला मोठा कारखाना होता. एका बाजूला मोठी फाउंड्री. एका बाजूला वर्कशॉप. दोहोंच्या समोर टाइम ऑफिसची इमारत, मागे मोठा परिसर. कोक, कोळसा, चुनखडी आणि एका बाजूला कच्चा माल म्हणजे भंगार. एका बाजूला फाउंड्रीमधील अशुद्ध धातूच्या रूपातील ढीग पडले होते. परिसर मोठा होता. टाइम ऑफिसच्या दर्शनी भागात भरपूर आंब्याची झाडे होती. अशोकाची झाडे त्यासमोर खुजी वाटत होती. गर्द झाडीमुळे त्या दर्शनी भागात मोठी सावली तयार होत होती. सकाळच्या त्या वातावरणात ती जागा अंधारल्यासारखी दिसत होती. सुंदर फुलांच्या ताटव्यांची बाग होती. छोटी लॉन होती. त्यावर पहाटेचे दव अजूनही दिसत होते. दर्शनी भाग थंडगार होता.

राजेंनी एकवार संपूर्ण परिसर पाहून घेतला. फोरमन मालवणकर ज्या ठिकाणी बेशुद्ध पडला, ती जागा; तसेच ७० कामगार ज्या ठिकाणी बेशुद्ध पडले, ती जागाही पाहिली.

''पाटील!''

''सर!''

''आपण संपूर्ण परिसर पाहिला. आता प्रत्येक विभागाची तपासणी करू. त्यानंतर ऑपरेशननुसार पाहणी करू.''

''ठीक आहे, सर!''

पाटील, कारखान्याचे सेफ्टी ऑफिसर, डिशचे अधिकारी आणि राजे कारखान्याच्या बाहेर आले. कंपाउंड वॉलच्या कडेकडेने संपूर्ण कारखान्याभोवती चक्कर मारली. राजेंचे लक्ष जमिनीकडे जात होते. लाकूड, कार्बन असलेल्या पदार्थाच्या अर्धवट ज्वलनामुळे कार्बन मोनोऑक्साइड तयार होतो. कारखान्याला लागून झोपडपट्टीमधील

लोकांनी किंवा बाहेरील लोकांनी अशा काही अर्धवट जाळलेल्या वस्तूनुळे कार्बन मोनोऑक्साइड तयार झाला असावा किंवा काय, याची पाहर्णी सुरू केली. हातभट्टीवाल्यांच्या पराक्रमामुळे असा विषारी वायू तयार होऊ शकतो. बोलता बोलता शिरगोपीकरांनी कारखान्यामागील पूर्ण खाडीपर्यंतची दोनशे एकर जमीन खरेदी केल्याचे सांगितले होते. पाठीमागील सर्व जागा पडीक होती. जंगली झुडपे, जंगली गवत, झाडे यांनी वेढलेली, सगळीकडे धुळीचे जाडसर-काळसर थर होते. काळपट मातकट जागा होती. सगळीकडे धुळकट वातावरण होते. खाडीच्या काठावर खारफुटीची झुडपे होती. जमीन आणि खाडीची सीमारेषा तयार करत होती. राजेंची शोधक नजर हातभट्टी किंवा तत्सम प्रकारची काही बाब दिसते का, ते पाहत होती. संपूर्ण दोनशे एकरचा परिसर पाहायला त्यांना दुपार झाली.

"पाटील, खाडीवर दारूची भट्टी लावली जात असेल, तर तो रात्री लावली जात असेल. मागची संपूर्ण खाडी पाहायला खूप वेळ लागेल. घटना कारखान्यातली आहे. पाठीमागे कोठेही अर्धवट जळलेल्या किंवा हातभट्टीच्या खुणा दिसत नाहीत. आपण बाहेरचं काम इथेच थांबवू. आता कारखान्यावर लक्ष केंद्रित करू."

दुपार व्हायला आली होती. दुपारचे जेवण व्यवस्थापकीय संचालकांच्या केबिनमध्ये मागवण्यात आले होते. राजेंबरोबर शिरगोपीकरांचा मुलगा जेवायला होता. जेवण साधेच शाकाहारी होतं, परंतु रूचकर होते. परंतु जेवण्याच्या मन:स्थितीत धड कोणीच नव्हते. सर्व जण सुतकी चेहऱ्याने एकमेकांकडे पाहत जेवत होते.

जेवण झाल्यावर राजेंनी शिरगोपीकरांशी फोनवरून थोडी बोलणी केली. राजेंनी कामाला पुन्हा सुरुवात केली. कारखान्याला लागणारा कच्चा माल म्हणजे भंगार. भंगारचे ढिगच्या ढीग कारखान्यामागे पडले होते. ढिगाऱ्यातून काही दिसते का, ते पाहत राजे पुढे जात होते. फाउंड्रीमधील शिल्लक मळी, अशुद्ध धातू यमध्ये शोधक नजर फिरवत होते. अनेक ठिकाणी कामगार बायका काम करताना दिसून येत होत्या. बायकांच्या हातात मोजे-ग्लोव्हज नव्हते. काही बायका अनवाणी होत्या. भंगारमधील कामगारांना देण्यात येणाऱ्या सुविधा, कामगार-व्यवस्थापन संबंध यांबाबत कारखान्याचं काम चांगले असल्याचे बाबूराव सांगत होते. परंतु प्रत्यक्षात कामगार बायकांना हातामध्ये साधे ग्लोव्हज नव्हते. पायात वहाणा नव्हत्या. बायका बहुधा कंत्राटी पद्धतीने कामावर ठेवल्या असाव्यात. याची ठेकेदाराकडे नोंद व्यवस्थित मिळणे कठीणच होईल. बहुधा पगार – रोजंदारी कायद्यानुसार दिला जात असेल किंवा नाही, याबद्दल शंकाच.

"पाटील, या बायकांकडे पाहा, पायात वहाणा नाहीत, हातात ग्लोव्हज नाहीत आणि लोखंडी भंगारावर काम करतायंत."

पाटलांना शरमिंदा झाल्यासारखे झाले. "सर, ते कंत्राटी स्त्री कामगार आहेत."

"आपला फॅक्टरी ॲक्ट त्यांनाही लागू आहे."

कारखान्यामागील मळीभंगार पाहिले. राजेंना आक्षेपार्ह काही दिसले नाही.

संध्याकाळ व्हायला आली होती. पहिली शिफ्ट संपून दुसऱ्या शिफ्टची तयारी होत होती. येणाऱ्या कामगारांची गर्दी आणि जाणाऱ्या कामगारांची गर्दी, कारखान्यात धावपळ, गडबडीचे वातावरण होते. पहिली शिफ्ट संपल्याचा भोंगा सर्वांची धावपळ करत होता. बाहेर जाण्यासाठी, आत येण्यासाठी, थकलेले कामगार, उत्साहित कामगार. राजे फाउंड्रीमधील आणि वर्कशॉपच्या मधल्या मोकळ्या पटांगणात उभे होते. राजेंची नजर फाउंड्रीकडे वळली.

राजेंची नजर चिमणीपासून फाउंड्रीपर्यंत फिरत होती. राजे आणि पाटील वर्कशॉपमध्ये आले. कारखान्याचा वर्कशॉप हा साचे, ओतकाम कास्टिंग वेगवेगळ्या विभागांतून आलेल्या लोखंड तपासणीचा भाग होता. वेगवेगळ्या टेबलांवर लोखंड, पोलाद यांचे तुकडे, ओतकामाचे साचे अनेक ठिकाणी पडले होते. हा सर्वांत मोठा विभाग, इन्स्पेक्शन विभाग होता. दुसरी शिफ्ट सुरू झाली होती. संध्याकाळ व्हायला आली होती, तरीही वर्कशॉपमध्ये झगझगीत प्रकाश होता. लोक काम करत होते. आवाजाचा खडखडाट चालू होता. चेहरे घामेजलेले दिसत होते. राजेंच्या मनात कोठेतरी सल तयार होत होता. आपण कोठेतरी चुकत आहोत, तपासणी योग्य पद्धतीने होत नाही, असे वाटत होते. काय बरे असेल?

तपासणीचे काम संपले होते. राजेंना कोणतीही आक्षेपार्ह बाब दिसून आली नव्हती. तसे त्यांनी शिरगोपीकरांच्या मुलाला बोलूनही दाखवले होते. त्यांचा मुलगा दिवसभर राजेंबरोबर सावलीसारखा होता. बापाने बहुधा दम दिला असावा.

"शिरगोपीकर साहेब, तुमच्या कारखान्यातून कार्बन मोनोऑक्साइड जात नसावा. बाहेर कोठेतरी हातभट्टी किंवा चोरून कोणी काही करत असेल, ते पोलिसांकडून पाहणं आवश्यक आहे. परंतु या कारखान्यातून वायुगळती होत नाही." राजेंनी सुस्कारा सोडत सांगून टाकलं.

टाइम ऑफिसमधून राजे, पाटील आणि त्यांचे सहकारी बाहेर आले. बाबूराव शिरगोपीकरांचा मुलगा आणि कारखान्यातील इतर अधिकारी त्यांना गाडीपर्यंत सोडण्यासाठी आले. निरोप देण्यासाठी.

अचानक राजे गाडीतून बाहेर आले. सर्वांच्या चेहऱ्यावर आश्चर्य आले. पाटीलही आपल्या गाडीतून बाहेर आले बऱ्याच वेळा राजे विसरभोळेपणे वागत. त्यांचे काही विसरले का, या नजरेने सर्व जण पाहू लागले.

"मला जरा फाउंड्री परत पाहायची आहे."

सर्व जण पुन्हा आत आले. फाउंड्रीकडे निघाले. राजेंनी फाउंड्रीचे निरीक्षण करण्यास सुरुवात केली. वितळलेल्या लोखंडावर ऑक्सिजन जिथे सोडण्यात येत

होता, त्या पाइपजवळ आले. ऑक्सिजन लोखंडावरून सोडल्यानंतर लोखंडामधील कार्बन आणि ऑक्सिजन यांची रासायनिक क्रिया होऊन कार्बन डायऑक्साइड, कार्बन मोनोऑक्साइड, सिलीकॉन ऑक्साइड, इतर ट्रेस मेटलचे ऑक्साइड तयार होतात. हा वायू अत्यंत अल्प प्रमाणात तयार होत होता. हा वायू एका खास मोठ्या खोलीएवढ्या कंडेन्सरमध्ये पाठवला जात होता. तिथून तो चिमणीद्वारे हवेत सोडला जात होता. कारखान्यात कार्बन मोनोऑक्साइड तयार होणारी ही एकच जागा होती. तयार होणारा कार्बन मोनोऑक्साइड हा कितीही कमी प्रमाणातील असला, तरीही अत्यंत अल्प प्रमाणात तयार होणारा हा कार्बन मोनोऑक्साइड खोलीएवढ्या आकाराच्या कंडेन्सरमधून थंड करून चिमणीद्वारे बाहेर फेकला जात होता.

राजेंनी आपले लक्ष कंडेन्सरकडे केंद्रित केले. कंडेन्सरला कार्बन मोनोऑक्साइडचे प्रमाण मोजण्यासाठी मीटर होता. कंडेन्सरच्या वरच्या बाजूला डांबरी कापडी कॅनव्हास टाकला होता. राजेंनी सेफ्टी ऑफिसरला काही न विचारता फाउंड्रीमधील कामगारांना कंडेन्सवरील डांबरी कापड कधी कोणी हलवल्याचे किंवा हलल्याचे पाहिले काय, म्हणून विचारले. दोघा-तिघांनी कापड कधी-कधी आतल्या दाबाने वर येत असल्याचे सांगितले.

''पाटील, कंडेन्सरच कार्बन मोनोऑक्साइडला कारणीभूत आहे.''

''पण सर, गॅस कंडेन्सरमधून पास होऊन चिमणीद्वारे बाहेर जातो. इथून वर येण्याचा प्रश्न उद्भवत नाही.''

''चिमणीतून गॅस बाहेर काढण्यासाठी किती हॉर्स पॉवरची मोटार आहे?''

''पाच हॉर्स पॉवर!''

''नाही!'', राजे एकदम बोलले.

''म्हणजे?''

''पाच हॉर्स पॉवरचं इंजीन कार्बन मोनोऑक्साइड चिमणीद्वारे बाहेर फेकू शकत नाही. गॅस कंडेन्सरमधून चिमणीद्वारे जातच नाही. तो कंडेन्सरमध्येच साचून राहतो. कंडेन्सरमधल्या गॅसचा दाब प्रमाणाबाहेर वाढून गॅस कापडी कॅनव्हासद्वारे बाहेर येतो.''

''—''

''तिन्ही अपघात या गॅसनेच झाले आहेत. दुसरं म्हणजे इथल्या जागेपासून या तिन्ही अपघातांच्या जागा जवळ आहेत.''

''पण सर, जर्मन बनावटीचा हा प्लान्ट आहे.''

सेफ्टी ऑफिसर म्हणाला. राजे त्याच्याकडे रागाने पाहत म्हणाले,

''जर्मन डिझाइन असलं, तरी दोषपूर्ण असू शकते.''

''पण सर!'' सेफ्टी ऑफिसर पुन्हा बोलण्याचा प्रयत्न करू लागला.

राजेंनी हाताचा पंजा दाखवत न बोलण्याबाबत बजावले.

''मी सांगतो त्याप्रमाणे करा. तात्काळ जर्मनीला मेल करा. तिन्ही अपघातांची थोडक्यात माहिती कळवा. मला रात्री कधीही फोन करा. उद्यापर्यंत माझ्या झोपेतून उठण्याची वाट पाहू नका.'' राजेंनी दम दिला.

पुढे पाटलांना उद्देशून म्हणाले, ''पाटील, तुम्ही यांच्याबरोबर राहा. जर्मनीहून उत्तर मिळाल्याशिवाय कारखान्यातून घरी जाऊ नका.''

पाटील पुरते अडकले. रात्री झोप नाही. दिवसभर संचालकांबरोबर ड्युटी आणि आता पुन्हा रात्रपाळी. परंतु संचालकांना उलट बोलण्याची हिंमत नव्हती. मामला गंभीर होता.

गाडीत बसता-बसता राजे सेफ्टी ऑफिसरकडे पाहत म्हणाले, ''तुमच्या कारखान्याबाहेर कारखान्यातील प्रदूषणाच्या मर्यादेबाबत बोर्ड लावला आहे.''

''हो!''

''त्यावर दररोज हवेतील धुलिकण, धोकादायक वायू वगैरेंचं प्रमाण दाखवण्यात येतं.''

सेफ्टी ऑफिसर राजेकडे प्रश्नार्थक नजरेने पाहत होता.

राजे त्याच्याकडे पाहत म्हणाले, ''तो बोर्ड रिकामा आहे. वेळोवेळी अपडेट करत जा. त्यावर धुलिकण, धोकादायक वायू वगैरेंचं प्रमाण व्यवस्थित दाखवत जा. तो जनतेच्या माहितीकरता आहे.''

राजेंची गाडी वरळीच्या दिशेने निघाली. पाटलांची रात्रपाळी सुरू झाली.

राजेंच्या गाडीने कळवा ब्रिज ओलांडून कळवा मागे टाकले. ठाण्यातील तीन हात नाक्यावरून, पूर्व द्रुतगती महामार्गावरून मुंबईच्या दिशेने गाडी जाऊ लागली. गाडीतच राजेंनी शिरगोपीकरांशी बोलणी केली.

''शिरगोपीकरसाहेब, वायुगळती आपल्या कारखान्यातूनच होत होती. मी ती जागा शोधली आहे. वायुगळती आता परत होणार नाही. माझ्या मते जर्मन डिझाइनमध्ये दोष आहे. चिमणीद्वारे विषारी वायू योग्य रीत्या बाहेर फेकला जात नव्हता. गॅस बाहेर काढण्यासाठी जी मोटार लावली आहे, तिची पॉवर कमी आहे. जर्मनीशी संपर्क साधल्यानंतर त्या लोकांचं मत घेऊ, मग पुढे पाहू या काय करायचं.''

''पण संचालकसाहेब, फाउंड्री बऱ्याच वर्षांची आहे.''

''बरोबर आहे. त्यामुळेच मला या निर्णयाप्रत यायला वेळ लागला. परंतु फाउंड्री चालवणाऱ्या तुमच्या लोकांनी कंडेन्सरवर अगदी अलीकडे डांबरी कॅनव्हास-कपडा टाकला होता. आतला दाब तो कपडा सहन करू शकत नाही. पूर्वी मोठी लोखंडी पट्टी होती. तरीही डिझाइनमध्ये दोष असावा. थोडा धीर धरा.''

रात्रीची वेळ होती.

डाव्या बाजूचा खाडीचा परिसर, मिठागरे आणि खारफुटीचे जंगल-झुडपे. परंतु रात्रीच्या अंधारात त्या वेळी ते सगळे काळसर दिसत होते. हवा मात्र भुरभुर छान येत होती. उजव्या बाजूला संपूर्ण खचाखच भरलेला मुंबईचा परिसर. निवासी इमारती. इमारतीमधील झगझगीत प्रकाश, पिवळसर, पांढुरका, निळसर, मधूनच दूरवरचा लोकलचा ट्रॅक दिसत होता. गाडीत येणाऱ्या थंड हवेत राजेंना झोप लागली.

गाडी महालक्ष्मीजवळ आली, तेव्हा ड्रायव्हरला राजेंना उठवावे लागले, एवढी गाढ झोप लागली होती.

आईसाहेब मांजरांना सांभाळत बसल्या होत्या.

"राजे, यांचा खूप त्रास होतो आहे."

"काय झालं?"

"अहो, काय झालं काय. प्रत्येकाला दूध घालणं, त्यांना एकत्र ठेवणं काय थोडं काम आहे. सारखं दोन-तीन तासांनी दूध घालावं लागतं. ती त्यांची आई तिलाही सारखं खायला लागतं."

"लहान आहेत. त्यांना खायला लागणारच."

"अहो घरभर पळतायंत. थोडा वेळ मंदिरात जावं, तर सारखं उरी काय गोंधळ घातला असेल, कुठे घाण करून ठेवली असेल, म्हणून काळजी."

"मी तुम्हाला प्रथमच सांगितलं होतं. एवढ्यांना सांभाळणं त्रासाचं आहे, परंतु तुम्हाला सोबत हवी. तुम्ही एकट्या आहात, मग मी काय बोलणार."

"नाही, पण खूपच त्रास होतो बरं."

"त्यांना सोडून देऊ. एवढ्या सगळ्यांना कोणी घेणार नाही आणि एक-एक कोणाला देणं बरं दिसणार नाही. एकदम सर्वांना कुठेतरी मच्छिमार्केट किंवा हॉटेलच्या वळचणीला सोडू. मी ठोंबरेला हवं तर सांगतो."

"खरंच विचार करायची वेळ आलीय हो!"

"करा. करा विचार करा. मी तोपर्यंत जेवून घेतो. कालपासून झोप नाही. आजही झोप मिळेल का नाही शंका आहे."

"त्या कळव्याला फारच मोठी दंगल झाली का? तुम्ही तिकडे गेलात म्हणून थोडी काळजीच वाटली. ऑफिसमधून काही काळजी करू नका, तुम्ही सुखरूप आहात, एवढंच सांगत होते."

"आता दंगल वगैरे काही नाही. शाळेची मुलं बेशुद्ध पडली. त्यात शाळेबद्दल राग – त्यामुळे लोकांनी दगडफेक केली. परंतु त्यात त्या शाळेचा काही दोष नव्हता. म्हणजे नाही."

"म्हणजे?"

''त्या मॅक्स इंजिनिअरिंगमधून विषारी वायूची गळती होत होती. त्यामुळे ती मुलं बेशुद्ध पडली. मेलं वगैरे कोणी नाही. आता सगळं काही शांत आहे. पूर्वीही त्या कारखान्यात दोन वेळा असं झालं होतं. आता ती जागा शोधून काढली आहे. परत तसलं काही होणार नाही.''

''बरं झालं बाई. या मुंबईत जरा काही झालं की लगेच जाळपोळ, दंगल, हेच कानावर येतं. कधीकधी वाटतं....''

''आपलं कोल्हापूर बरं....''

राजेंनी जेवून घेतले. थोडा वेळ वृत्तपत्रवाचन केले आणि टीव्ही पाहण्यात काही वेळ घालवला. स्टडीरूम गाठली आणि फाउंड्री डिझाइनवरील वाचन सुरू केले.

रात्रीचे साडेअकरा.

मॅक्स इंजिनिअरिंगमधून फोन होता.

पलीकडे सहसंचालक पाटील बोलत होते.

''सर!''

''येस!''

''जर्मनीशी संपर्क साधला, सर. आम्ही ई-मेलबरोबर फॅक्सही केला. त्याचं उत्तर तात्काळ मिळालं. त्यांनी प्रथमदर्शी उत्तर दिलेलं नाही. परंतु त्यांच्या चार लोकांची टीम लगेच निघत आहे, म्हणून सांगितलं.''

''ठीक आहे. येऊ दे त्यांना.''

पाटलांना सुट्टी मिळाली.

चार दिवसांनी राजेंच्या हातात मॅक्स इंजिनिअरिंगचा अहवाल आला. जर्मन टीमने संपूर्ण फाउंड्रीची तपासणी केली. त्यांच्या डिझाइनमध्ये दोष होता. कार्बन मोनोऑक्साइड चिमणीद्वारे बाहेर काढण्यासाठी पंधरा हॉर्सपॉवरची मोटार आवश्यक होती. पाच हॉर्सपॉवरची मोटार योग्य नव्हती. चिमणीचे डिझाइन दोषपूर्ण होते.

प्रश्न फाउंड्रीच्या दोषपूर्ण डिझाइनपुरता राहिला नाही. जर्मन डिझाइन, फाउंड्री चालवणारी भारतीय कंपनी. दोन्हीमध्ये फक्त खरेदी-विक्रीचा करार होता. फाउंड्रीच्या डिझाइनमुळे वायुगळती झाली, तर डिझाइन बनवणाऱ्या कंपनीला जबाबदार धरण्याबाबत उभयतांमध्ये कोणताही करार नव्हता. बांधिलकी नव्हती. डिझाइन जर दोषपूर्ण निघाले, तर त्यामुळे होणाऱ्या अपघाताबाबत जर्मन कंपनीला दोष देता येत नव्हता.

शिरगोपीकरांना कायदेशीररीत्या जर्मन कंपनीशी भांडता येत नव्हते. जर्मन कंपनी परदेशी होती. आंतरराष्ट्रीय कायद्याच्या कक्षेत पकडणे अवघड होते. भारतीय कायद्याखालीही फौजदारी किंवा दिवाणी न्यायालयात त्यांना खेचता येत नव्हते. मॅक्स इंजिनिअरिंगचे संपूर्ण आर्थिक गणित चुकणार होते. शिरगोपीकर कुटुंबाचे राजकीय जीवन उद्‌ध्वस्त होणार होते. परंतु त्याच मॅक्स इंजिनिअरिंगने शिरगोपीकर

कुटुंबाला बरकत दिली.

त्याचे असे झाले.

मॅक्स इंजिनिअरिंग कंपनीने जर्मन कंपनीकडे दोषपूर्ण डिझाइनबबत लेखी तक्रार केली. कार्बन मोनोऑक्साइडमुळे झालेल्या तिन्ही अपघातांचा अहवाल सादर करण्यात आला. वायुगळती संदर्भात सन १९८४मध्ये झालेल्या भोपाळ वायुगळतीमध्येही अमेरिकन कंपनी, युनियन कार्बाइड आणि बाधित भारतीय लोक यांच्यात कायदेशीर वाद झाला. स्थानिक लोक आणि अमेरिकन कंपनी यांच्यातही राष्ट्रीय आणि आंतरराष्ट्रीय कायदेशीर लढाई झाली. दोन हजार लोक मृत्युमुखी पडले. दोन-तीन लाख लोकांना एमआयसी या विषारी वायूची बाधा झाली. परंतु नुकसान भरपाईवरून वाद झाला. लोकांना भरपाई योग्यरीत्या मिळाली नाही. वर्षानुवर्षे वटच पाहत राहिले. नुकसानभरपाई स्वप्नातच राहिली. वाद न्यायालयात राहिल. हजारो लोक न्यायालयाच्या दरवाजातच प्रतीक्षा करत तडफडून मेले. लुळे, पांगळे, डोळ्यांची दृष्टी गेलेली. कातडीचे रोग, कॅन्सर, शरीरावर अनेक व्याधी. भोपाळमध्ये लोक पीडित जीवन जगून मेले. काही अजूनही जगत आहेत. परंतु त्यांच्या शरीराला, मनाला झालेल्या यातनांना न्याय मिळाला नाही.

नुकसानभरपाई मिळाली नाही.

हजारो एकरची जमीन निरुपयोगी ठरली. हजारो पक्षी मेले. जनावरे मेली. झाडे-वृक्ष नष्ट झाले. भोपाळकरांची भूमी आणि पर्यावरण कायमचे उद्ध्वस्त झाले.

परंतु न्याय मिळाला नाही.

नुकसानभरपाई मिळाली नाही.

भोपाळकरांचा अमेरिकेवरील राग-संताप अनावर झाला. कधीही क्षमा न करता येण्यासारखा.

भोपाळ अपघात भारतीयांच्या जीवनातील एक काळेकुट्ट प्रकरण होते.

...परंतु जर्मन कंपनी.

ते जर्मन लोक होते. त्यांच्या रक्तात केलेल्या कामाशी बांधिल्की होती. कष्ट, मेहनत यांची जाण होती. मॅक्स इंजिनिअरिंगबरोबर फक्त त्यांचा खरेदी-विक्रीचा करार होता. कायद्याने ते कोणत्याही प्रकारे बांधील नव्हते. तरीही ते नुकसान भरपाई देण्यास तयार झाले.

शाळेतील बेशुद्ध पडलेल्या मुलांना, मॅक्स इंजिनिअरिंगमधील बेशुद्ध पडलेल्या कामगारांना, ते सुखरूप बरे झाले, तरी जर्मन कंपनीने नुकसानभरपाई दिली. संपत मालवणकर आणि कामगार युनियन न्यायालयीन लढाई हरले होते. परंतु नवीन परिस्थितीमुळे कंपनी आणि संघटना यांची पुन्हा बोलणी झाली. बाबूराव शिरगोपीकरांनी मालवणकर कुटुंबीयांची माफी मागितली. संपत मालवणकर कुटुंबाला मॅक्स

इंजिनिअरिंग आणि जर्मन कंपनी या दोघांकडून नुकसानभरपाई मिळाली. शिरगोपीकर कुटुंबाने मालवणकराच्या मुलाला कंपनीत नोकरी दिली.

मॅक्स इंजिनिअरिंगला जर्मन कंपनीकडून घसघशीत नुकसानभरपाई मिळाली. पूर्ण गुप्तता राखून. शिरगोपीकरांनी शाळेची इमारत नवीन बांधून देण्याचे जाहीर केले.

शिरगोपीकर बाप-लेक राजेंना वरळीच्या ऑफिसमध्ये येऊन भेटले आणि त्यांचे आभार मानले. बाबूराव राजेंना डोळ्यांत पाणी आणून आलिंगन देत होते. कृतज्ञता व्यक्त करत होते. राजेंमुळे त्यांची राजकीय कारकीर्द शाबूत राहिली होती. आर्थिक घडी विस्कटली नव्हती.

११

राजेंच्या गाडीने भिवंडी मागे टाकले, तसे मुंबईचे वातावरण मागे पडले. बकाल वस्ती, बकाल रस्ते, बकाल वातावरण आणि मतलबी लोक यांतून बाहेर आल्यासारखे वाटले. दोन्ही बाजूला कधी भकास, कधी ओसाड, कधी हरित, कधी उजाड, असा विचित्र अनुभव घेत गाडी नागमोडी वळणाच्या रस्त्यावरून नाशिकच्या दिशेने जात होती. राष्ट्रीय महामार्ग क्रमांक तीनवरून. महामार्गाच्या दोन्ही बाजूला अनेक ठिकाणी मोठमोठ्या व्यावसायिकांनी हात-पाय पसरायला सुरुवात केली होती. फार्म हाउस, छोटे-मोठे उद्योग, हॉटेल बार, धाबा, नर्सरी यांचे जाळे पसरले होते. आदिवासी, गावकरी पालापाचोळ्यासारखे बाजूला फेकले जात होते.

इगतपुरीच्या अलीकडे राजेंनी चहा घेण्यासाठी थोडे पाय मोकळे केले. राजे नाशिकला निघाले होते. आपत्कालीन व्यवस्थापनाविषयीच्या राज्यस्तरीय बैठकीसाठी. दर वेळी कोणी ना कोणी सोबत असायचे, परंतु या वेळी राजे एकटेच होते. गाडीचा ड्रायव्हर ठोंबरे गाडी चालवत होता आणि राजे मागे शांतपणे बसले होते. झोप येत नव्हती. वेळ सकाळची होती.

नाशिकच्या बैठकीसाठी येत असल्याबाबत नाशिकच्या डिश कार्यालयाला कळवले होते. खरेतर राजेंना आईसाहेबांना घेऊन जायचे होते त्र्यंबकेश्वरच्या दर्शनाला. परंतु मांजरांनी घोटाळा केला. राजेंना ती मांजरे आठवली आणि चेहऱ्यावर त्रासिक भाव आला. राजेंना मांजर हा प्राणी बिलकूल आवडत नव्हता आणि आईसाहेबांनी एक नव्हे, पाच मांजरांची पिल्ले सांभाळावयाची जबाबदारी घेतली होती. माणसापेक्षा प्राणी बरा. सोबतीला तर फारच छान. त्यात आईसाहेब एकट्या. त्यांना प्राण्यांचा एकट्याला विरंगुळा नव्हे, लळाच लागला. राजेंच्या डोळ्यासमोर ती मांजरे आली. पांढरी-काळी-पट्ट्यांची-ठिपक्यांची-तपकिरी. त्या गोड मांजरांना पाहून राजेंचा त्रासिकपणा निघून जायचा. राजेही बऱ्याच वेळा मांजरांशी खेळायचे.

कधी-कधी राजेंना वाटायचे आईसाहेब चोरून पाहत होत्या आणि गालातल्या गालांत हसत होत्या. परंतु दोघांनाही त्यांचा लळा लागला होता. परंतु थोड्या दिवसांतच परिस्थिती बदलली. मांजरांना सांभाळणे आईसाहेबांना जड जाऊ लागले आणि आईसाहेब चिडखोर झाल्या. निव्वळ मांजरांमुळे आता त्यांना राजेबरोबर नाशिकला येता आले नाही. त्यांचे त्र्यंबक दर्शन आणि वणीदर्शन मांजरांमुळे रद्द झाले. आईसाहेब नाराज होत्या.

राजेंची गाडी नाशिक शहरात शिरत होती. आजूबाजूला धुळीचे लोट उठत होते. रस्त्याच्या कामामुळे सगळीकडे धुळीचे साम्राज्य तयार झाले होते. संपूर्ण अंगावर धुळीचे लोट घेऊन चेहराहीन, विद्रूप चेहऱ्याचे कामगार रस्त्यावर काम करत होते. पायात धड वहाणा नाहीत. अंगावर ठिगळांचे कपडे. कामगारांच्या बायकाही लोखंडी पाट्या घेऊन काम करत होत्या. त्यांची लहान-लहान मुले मातीत खेळत होती उघडी-नागडी. वातावरण भकास होते.

डिश कार्यालयाचा दबदबा होता. वचक होता. औद्योगिक क्षेत्रावर, औद्योगिक जगतावर. कारखाना परिसरावर. संचालकांच्या स्वागताला डिश कार्यालय तयारीत होते. संचालकांची राहण्याची सोय नाशिक रोडवरील भपकेबाज हॉटेलमध्ये करण्यात आली होती.

राजे फ्रेश होऊन तयार होईपर्यंत हॉटेलच्या लॉबीत त्यांना भेटावयाला येणाऱ्यांची गर्दी वाढत होती.

राजेंनी दुपारचे जेवण हलकेच घेतले. आळस यायला नको म्हणून. नाशिक विभागाचे सहसंचालक यांना प्रथम बोलावण्यात आले.

"बोला लाकसवार, नाशिक विभाग काय म्हणतो आहे."

"सर, शांतता आहे. काही किरकोळ तक्रारी सोडल्या, तर आणि अपघात विरहित तास पाहिले, तर नाशिक विभाग मर्यादित पातळीत आहे."

"मर्यादित पातळीत म्हणजे राज्याच्या तुलनेत की विभागाच्या मागील काही वर्षांच्या तुलनेत."

"सर, अर्थात राज्याच्या तुलनेत."

"उद्याची बैठक सातपूरलाच आहे ना?"

"होय सर."

"भेटायला कोण आलं आहे. कोणी त्रासदायक?"

"तसं कोणी नाही, परंतु एमआयडीसी वर्कर्स असोसिएशनचे सेक्रेटरी यांना आपण भेटलात, तर बरं होईल."

"काही खास कारण?"

"आपल्याला फोनवरून बोललो होतो सर."

"अच्छा ठीक आहे. आपण त्यांच्याशीच फक्त बोलू. मॅनेजमेंटचे कोणी आहेत का?"

"नाही सर."

लाकसवारांनी निरोप पाठवला.

युनियनचा सेक्रेटरी दहा-बारा कामगारांना घेऊन हॉटेलच्या लॉबीत आला होता. सेक्रेटरी आत आला. सोफ्याजवळ येऊन उभा राहिला. राजेंनी त्याला बसण्यास सांगितले.

"बोला," राजे शांतपणे म्हणाले.

सेक्रेटरी खप्पड चेहऱ्याचा, आजारी दिसत होता. अंगातील कपडे ढगाळ वाटत होते. पिवळसर रंगाचा हाफ टी शर्ट आणि तपकीरी पॅन्ट. चिठ्ठ्या-चपाट्यांमुळे शर्टाच्या खिशाची बाजू खाली ओढल्यासारखी दिसत होती. चेहरा तेलकट होता. डोक्याला प्रमाणाबाहेर तेल लावल्याचे दिसत होते. चेहऱ्यावर दाढीचे खुंट खुरटे होते. डोळे उदास वाटत होते.

"साहेब, आपण इथे आलात, हे पाहून फार बरं वाटलं."

त्याने पुढे होऊन हात जोडून नमस्कार केला आणि हातातला गुच्छ दिला.

राजेंनी उठून पुढे होऊन दोन्ही हातांनी त्याचा स्वीकार केला.

"धन्यवाद! तुम्ही कोठून आला आहात?"

"सर आम्ही मॅग्नम इंजिनिअरिंगमधून आलो आहोत."

"काय प्रॉब्लेम?"

"सर, कारखान्यात ऑफसेट प्रिंटिंग प्रेसकरिता लागणाऱ्या फोटो प्लेट तयार करण्यात येतात. या फोटो प्लेटकरिता मिथिल सिलोसॉल्व्ह नावाचं केमिकल वापरलं जातं. या केमिकलच्या अयोग्य हाताळणीमुळे अनेक कामगारांच्या आरोग्यावर विपरीत परिणाम झाला आहे. साहेब, जवळ-जवळ दहा कामगारांचे वीर्य (स्पर्म काउंट) धोक्यात आले आहे. साहेब, कामगारांना नपुंसकत्व आलं आहे. त्यातल्या चार कामगारांची नुकतीच लग्नं झालेली आहेत. त्यांच्या या शारीरिक अवस्थेमुळे त्यांचं वैवाहिक जीवन धोक्यात आलं आहे. फारच वाईट परिस्थिती निर्माण झाली आहे. या प्रकारामुळे संपूर्ण कारखान्यात भीतीचं वातावरण तयार झाले आहे. सर्वच कामगारांची वैद्यकीय तपासणी करणं आवश्यक आहे आणि मॅनेजमेंट दाद देत नाही."

त्याने शेवटी मॅनेजमेंटवर ठपका आणला होता. त्याच्या चेहऱ्यावर काळजी दाट दिसत होती. प्रकरण गंभीर होते.

"आमच्या मेडिकल ऑफिसरने व्हिजिट दिली होती का?"

"होय, त्यांनीही व्यवस्थापनाला यात लक्ष घालण्यास सांगितलं होतं."

“मी लाकसवारांशी याबाबत चर्चा करतो. मी आज-उद्या इथंच आहे. मी येथून जाण्यापूर्वी याबाबतचा प्रश्न निकाली काढण्याचा प्रयत्न करू. ठीक आहे?”

“परंतु, कारखान्यापुढे धरणं, घोषणाबाजी, न्यायालयात तक्रार वगैरे काही करू नका.” लाकसवार.

“सर, आम्ही इतके दिवस हा आमच्या जीवन-मरणाचा प्रश्न मॅनेजमेंट, तुमचं कार्यालय यांना सांगत आहे, परंतु कोणीही दाद देत नाही.”

“थोडा धीर धरा. मी आलो आहे. उद्या आपणाला मी बोलवतो, ठीक आहे?”

“मेहरबानी होईल साहेब!”

सर्व जण निघून गेले.

“लाकसवार, मॅनेजमेंट टाळाटाळ करत आहे?”

“सर, टाळाटाळ करत नाही, परंतु यात विलंब झाला आहे. थोडं दुर्लक्ष झालं आहे, हे खरं आहे.”

“आपणाला मॅनेजमेंटशी आज बोलता येणार नाही.” राजे थोडे थांबून म्हणाले, “त्यापेक्षा आपण उद्या सरळ कारखान्यावरच जाऊ व परिस्थिती पाहू.”

“ठीक आहे सर!”

१२

आपत्कालीन व्यवस्थापनाविषयीची बैठक सकाळी अकरा वाजता होती. राजे दहा वाजताच बैठकीच्या ठिकाणी हजर होते. बैठकीच्या ठिकाणी कोणीही आले नव्हते. कमिटीचे अध्यक्ष हेरवाडकर मराठवाड्यातील होते, मुख्यमंत्र्यांच्या खास मर्जीतील.

मिटींग इंडस्ट्रियल असोसिएशनच्या कमिटी-रूममध्ये होती. सर्व व्यवस्था नाशिकच्या डिश कार्यालयाकडे होती. चहापान आणि दुपारच्या जेवणाची तयारी करण्यात आली होती. मिटिंगसाठी लागणारी इतर सर्व व्यवस्था करण्यात आली होती. मिटींगचे इतिवृत्त व्यवस्थित तयार व्हावे, याकरता दोन स्टेनो मदतीला ठेवण्यात आले होते. बैठकीची व्यवस्था राजेंनी स्वत: डोळ्याखालून घातली होती.

ॲन्टीचेंबरमध्ये हेरवाडकर बसले होते, परंतु त्यांच्या भोवती मराठवाड्यातील राजकीय कार्यकर्त्यांचा गराडा पडला होता. बैठक सकाळी अकरा वाजता होती, परंतु ती वेळेवर सुरू होणार नव्हती, हे निश्चित.

राजेंनी हेरवाडकरांना मध्येच भेटून बैठकीबाबत थोडक्यात माहिती दिली होती. राजे बाहेर आले. आता कमिटीच्या इतर लोकांचे स्वागत आणि त्यांची सरबराई करण्याची जबाबदारी पाहत होते. राजे सावध होते.

बहुतेक विभागांनी आपले प्रतिनिधी म्हणून काही अधिकारी पाठविले होते. काही अधिकारी नाशिकमधीलच होते. तीन-चार विभागांचे सचिव बैठकीला आले होते. त्यामुळे राजेंची धावपळ होत होती. सचिव महोदयांना बैठकीचा विषय आणि त्या अनुषंगाने माहिती द्यावी लागत होती. बैठक अजूनही सुरू झाली नव्हती.

राजे मध्येच उठून ॲन्टीचेंबरमधील वातावरणाचा अंदाज घेत होते, परंतु राजकीय गराडा कमी होण्याची चिन्हे दिसत नव्हती.

मध्येच वृत्तपत्रातील बातमीचा विषय निघाला. पुण्यामध्ये एका कारखान्यात

आग लागली होती. राजेंनी सकाळीच पुण्याच्या अधिकाऱ्याबरोबर दूरध्वनीवरून माहिती घेतली होती. बैठकीला आलेल्यांना राजेंनी थोडक्यात परिस्थिती सांगितली. अपघात फायरब्रिगेडच्या साहाय्याने नियंत्रणात आला होता. कोणतीही मनुष्य हानी झाली नव्हती, परंतु बैठकीला आलेल्यांना विषय मिळाला आणि त्यावरून गप्पा सुरू झाल्या. राजेंना मात्र प्रत्येक प्रश्नाला तोंड द्यावे लागत होते. तांत्रिक प्रश्नांना उत्तर देताना छोट्या-छोट्या बाबी समजावून सांगाव्या लागत होत्या.

बैठकीला मुहूर्त लागत नव्हता.

बैठकीला आलेल्यांचे चहापान झाले. घड्याळाचा काटा हळूहळू लंचकडे जात होता.

हेरवाडकर बाहेर आले. परंतु बैठक योग्य प्रकारे होईल, याची शाश्वती नव्हती.

सर्व जण सावध झाले.

राजे उभे राहिले, त्यांनी अध्यक्षांचे स्वागत केले आणि जास्त प्रास्ताविकामध्ये न जाता विषयाला अनुसरून बैठकीच्या कार्यक्रमाला सुरुवात केली.

भोपाळमधील झालेली गॅसगळती आणि ३००० लोकांचा मृत्यू यांबरोबर इतर अपघातांचे संदर्भ जास्त न देता, महाराष्ट्र शासनाच्या अखत्यारीतील कारखान्याबाबत प्रतिबंधित उपाय, जनजागृती मोहीम, मॉक ड्रिल, कवायती, आपत्कालीन व्यवस्थापन आराखडा (डिझॅस्टर मॅनेजमेंट प्लॅन) यांबाबत खुलासेवार ऊहापोह केला. सर्व जण गंभीरपणे राजेंकडे पाहत होते. राजेंनी त्याबाबतची सद्य:स्थिती कमिटीसमोर मांडली. सदस्यांपैकी इतर कोणाला बोलण्यास संधी न देता हेरवाडकर बोलू लागले.

"आपत्कालीन व्यवस्थापनाचा विषय सुरू झाला, याला कारण भोपाळसारखी दुर्घटना, काही अपघात आपल्या राज्यातदेखील झाले; परंतु आपत्कालीन व्यवस्थापनाची गरज आहे. आणि प्रत्येक राज्यांनी याबाबत ठोस पावलं उचलण्याबाबत, ठोस धोरण ठरवण्याबाबत केंद्रशासनाने सूचना केल्या आहेत. याबाबत आंतरराष्ट्रीय स्तरावरूनही सूचना येत आहेत. भोपाळ दुर्घटनेमुळे याबाबतची आवश्यकता सर्वांना झाली आहे. आपली कमिटी आपत्कालीन व्यवस्थेबाबत योग्य अहवाल राज्यशासनाला सादर करण्यासाठी आहे. आपण राज्याच्या डिश कार्यालयाने याबाबत सादर केलेली माहिती, त्यांच्या सूचना यांचा विचार करून आणि याबाबत काय करता येईल याची चर्चा करून निर्णय घेऊ.

"परंतु ही बाब-सूचना मर्यादित राहील, असं मला वाटतं. सर्वच आपत्कालीन घटना या कारखान्याशी किंवा छोट्या युनिटशी निगडीत नाहीत. आता काही टँकरचे केमिकल गॅसगळती यांचे अपघात कारखाना परिसराबाहेर होतात. परंतु याशिवाय काही व्यापक प्रमाणातील अपघातांकडेही आपलं लक्ष वेधणं आवश्यक वाटतं. या ठिकाणी मला ती बाब विषय सोडून वाटत नाही.

"भूकंप, सुनामी, रोगांच्या साथी, ओला दुष्काळ, पाणीटंचाई, पिकांवरील रोगराई यांमुळे मोठ्या प्रमाणात जीवितहानी आणि वित्तहानी होते. याकडे आपण गांभीर्यानं पाहिलं पाहिजं.

"अपघातानंतर येतो तो पुनर्वसनाचा भाग. मला वाटतं, डिझॅस्टर मॅनेजमेंटपेक्षा पुनर्वसनाला महत्त्व जास्त आहे. कमिटीने याबाबत विचार करणं मला आवश्यक वाटतं. लातूरमधील भूकंप, राज्यात सतत येणारी पाणीटंचाई, पिकांवरील येणाऱ्या रोगांच्या साथी, तसंच बर्ड फ्लू, स्वाईन फ्लूसारख्या साथी यांचा विचार होणे जरुरी आहे."

हेरवाडकरांनी मध्येच पाण्याचा ग्लास हातात धरला. पाण्याचे काही घोट घेऊन पुन्हा बोलण्यास सुरुवात केली. तत्पूर्वी त्यांनी सर्वांकडे पाहून नजर फिरवली.

सर्व जण शांतपणे ऐकत होते.

"याकरता माझी अशी सूचना आहे की, यावर एक अभ्यास अहवाल तयार करण्यात यावा. मी याबाबत काही सदस्यांशी चर्चा केली आहे. नाशिकच्या कमिशनरना याबाबत आपण नियुक्त करू."

हेरवाडकरांनी नाशिकच्या कमिशनरकडे पाहत प्रश्न केला.

"काय मि. लाल?"

"येस, येस!"

राजेंच्या मनात आले होते तालुका, जिल्हा आणि राज्य स्तरावर दोन्ही योजना डिशकडे आहेत. परंतु राजे बोलले नाहीत. बैठकीचा विषय, धोरण यांत आमूलाग्र बदल होणार होता. बैठकीच्या विषयाचा आवाका वेगळ्या पातळीवर जाणार होता. डिशच्या संचालकाचे महत्त्व नाहीसे होणार होते. राजे हताश होते.

शेवटी बैठकीच्या विषयातील मुख्य निर्णय तोच ठरला. आप्तकालीन व्यवस्थापन आराखडा डिशच्या अखत्यारीतून निसटला होता. संचालकाच्या समोर ते घडत होते. गोष्ट क्लेशदायक होती.

हेरवाडकरांनी राजेंना अॅन्टी चेंबरमध्ये बोलावले. हेरवाडकर राजेंकडे रोखून पाहत होते. त्यांनी काही कागदपत्रे राजेंकडे दिली. "ही मला देण्यात आलेली काही निवेदने आहेत. यावर कार्यवाही करा." त्यांनी काही मंत्र्यांचे निरोपही सांगितले. निरनिराळ्या कामाबाबत जाता-जाता राजेंना म्हणाले, "राजे, ते पुण्याहून डोईजड आले आहेत, त्यांना जर मुंबईत व्यवस्थित पोस्टिंग देता आले, तर पाहा. माझ्या जवळच्या स्नेहींकडून विनंती करण्यात आली आहे." "सर, मी पाहतो. तुम्ही दिलेल्या निवेदनावरील कार्यवाही आपल्याला सादर करतो." हेरवाडकर दुपारच्या जेवणाला थांबले नाहीत. हेरवाडकरांनी पीएला गाडी तयार ठेवण्यास सांगितली. हेरवाडकर औरंगाबादला निघाले होते. राजेंचा जेवणावरील मूड गेला होता.

बैठक संपली.

राजे फणफणत बाहेर आले, परंतु त्यांच्या चेहऱ्यावर भाव शांत होते. मनातील खदखद डोक्यात ठेवली. त्याचा भाव चेहऱ्यावर, डोक्यापर्यंत येऊ दिला नाही.

गाडीत बसल्यानंतर लाकसवारनी तोंड पटकन उघडले.

''सर, डिशचा त्यांनी फज्जा उडवला.''

''आपण काय करू शकतो. ते आपले धोरण ठरवणारे, आदेश देणारे संचालक आहेत.''

''यातून काहीच निष्पन्न होणार नाही. आपलंच काम महत्त्वाचं आहे. सर, हे तांत्रिक काम आहे.''

''त्यांच्या तांत्रिक अहवालाची आपल्याला वाट पाहावी लागणार आहे.''

''सर, तो अभ्यास अहवाल होऊ शकत नाही. आपल्यातील एखादा निरीक्षकही सांगेल, ते खरंतर एखादा निबंध सादर करतील.''

''आपल्याला आता निबंध वाचावा लागणार आहे. त्याची तयारी ठेवा, तोपर्यंत 'प्रतिक्रिया नाही', एवढंच.''

लाकसवारांनी राजेंच्या चेहऱ्याकडे पाहिले. चूप बसले.

''बरं झालं. बैठक लवकर संपली. चला आपण त्या मॅग्नमला भेट देऊ.''

''सर, त्र्यंबकेश्वरला जाऊन मग गेलो असतो तर...''

''आमच्या आईसाहेब आलेल्या नाहीत पुन्हा कधीतरी...''

गाडी मॅग्नम कारखान्याच्या दिशेने जाऊ लागली.

नाशिकमधील वातावरण स्वच्छ होते. रहदारी जास्त असूनही राजेंना मुंबईच्या धकाधकीच्या सवयीमुळे नाशिकची कोरडी थंड हवा अंगावर घेताना बरे वाटत होतं. राजे बैठक विसरले. बैठकीतील चर्चा विसरले.

''आजचा कार्यक्रम काय?''

''सर, कारखान्याच्या भेटीनंतर नाशिक चेंबर ऑफ कॉमर्सची बैठक. त्यानंतर गंगापूर रोडला आपल्या हस्ते उद्घाटन, सेमिनारमध्ये मार्गदर्शनपर भाषण आणि संध्याकाळी सापुताऱ्याला मुक्काम.''

''हो! तुम्ही मला सापुताऱ्यासाठी खूप आग्रह करत आहात.''

गाडी मॅग्नम कारखान्याच्या परिसरात आली. कारखाना छोटा दिसत होता. ७०-८० कामगारांचा कारखाना. ऑफसेट प्रिंटिंग मशीनसाठी लागणाऱ्या फोटो प्लेटचे उत्पादन करण्यात येत होते. कारखान्याची इमारत काँक्रिटची भक्कम दिसत होती. संचालक येणार म्हटल्यावर कारखान्यात साफ-सफाई केल्याचे दिसत होते.

कारखान्याच्या गेटवर स्वत: व्यवस्थापक हजर होते.

राजे सरळ प्रॉडक्शन मॅनेजरच्या केबिनमध्ये गेले. राजेंचे तिथेच पुष्पगुच्छ देऊन

स्वागत करण्यात आले. चहापान झाले आणि मुख्य विषयाला हात घालण्यात आला.

"मिथिल सिलोसॉल्व्ह!" राजे एकच शब्द बोलले.

"सर, आम्ही याबाबत प्रथम दिलगिरी व्यक्त करतो. परंतु आम्ही ते केमिकल आता काढून टाकलं आहे."

"याबाबत योग्य ती काळजी का घेतली नाही?"

"वर्क प्रेशर!" लाकसवार, "त्यांनी उत्पादनाचा वेग वाढवण्यासाठी वापर केला." लाकसवार मध्येच बोलले. राजेंना त्यांचे बोलणे आवडले नाही. परंतु ते काहीही बोलले नाही.

"बरं ते जाऊ दे, तुम्ही बाधित कामगारांचं काय केलंय?"

"सर, आम्ही ज्यांचे 'स्पर्म काउंट' झीरो झाले आहेत, त्यांच्या केसेस अगोदर विचारात घेतल्या आहेत. त्यांना हार्मोन ट्रीटमेंट द्यावी लागणार आहे. आम्ही त्याबाबत कारवाई करणार आहोत."

"मला तुम्ही असं मोघम उत्तर देऊ नका. तुमचा सेफ्टी ऑफिसर कोठे आहे?"

"येस सर!" तलवार-कट मिशी ठेवलेला सेफ्टी ऑफिसर पुढे आला.

"तुमचा आणि लाकसवारांचा रिपोर्ट यावर तुम्ही काय केलं, ते सांगा?"

"सर, आम्ही वैद्यकीय अहवालाची वाट पाहत आहोत. तो प्राप्त होताच आम्ही कारवाई करू."

"तुम्ही काहीतरी उलट-सुलट बोलत आहात." राजेंनी जनरल मॅनेजरकडे पाहत म्हटले.

"तुम्ही सर्व कामगारांची वैद्यकीय तपासणी तात्काळ करा. ज्यांच्याबाबत पॉझिटिव्ह रिपोर्ट आहेत, त्यांना हार्मोन ट्रीटमेंट सुरू केल्याबाबत डॉक्टरचं पत्र मला येथून जाण्यापूर्वी द्या. इतर सर्व कामगारांचे वैद्यकीय अहवाल आणि त्यावर केलेली कारवाई यांचा अहवाल मला लाकसवारांच्या सहीने पुढच्या आठवड्यात पाठवा. ही झाली तपासणीची बाब. आता भरपाईचं काय?"

"सर, आम्ही उपचार करण्यास आणि त्याचा सर्व खर्च देण्यास तयार आहोत."

"नाही, खर्चाची परतफेड नंतर नको. तुम्ही अडचणीत याल. त्यापेक्षा प्रत्येक कामगाराला आगाऊ रक्कम द्या. खर्च किती झाला, याचा नंतर हिशेब द्या. परंतु नुकसानभरपाईबाबत टाळाटाळ करू नका. वैद्यकीय अधिकारी, आमचं कार्यालय आणि कामगार प्रतिनिधी यांनी एकत्र बसून नुकसानभरपाई किती येईल, याचा अंदाज घ्या. प्रत्येक कामगाराला नुकसान भरपाईची १/३ रक्कम अगोदर द्या. उर्वरित रकमेबाबत प्रत्येकाचा वैद्यकीय अहवाल, त्यावर केलेली कार्यवाही आणि नंतरची

परिस्थिती यांबाबत लाकसवार सांगतील. हा मामला गंभीर आहे. नुकसान भरपाई देय आहे, ती त्यांना द्या. अन्यथा तुमच्या कारखान्याला टाळा लागेल. कारखान्याबाहेर याची व्हॉयलेंट रिॲक्शन येण्यापूर्वी मी सांगतो तसं करा.''

राजेंनी व्यवस्थापनाला बोलू दिले नाही.

राजेंनी बैठक संपवली. व्यवस्थापनाने विषय वाढवण्याचा प्रयत्न केला. परंतु राजेंनी घोळ वाढवला नाही. जाता-जाता राजेंनी कारखान्यातील अंतर्गत भागाला भेट दिली. मिथील सिलोसॉल्व्हची डबडी पाहिली. 'स्पर्म काउंट' झीरो होतो, हे पाहून क्षणभर राजेही दचकले. साला लग्नाच्या अगोदरच वाट लागायची!

जाता-जाता मॅनेजरला सहज विचारले,

''परंतु हे कसं काय झालं?''

''सर, तसं केमिकल हे वापरलं जात नाही. हातात न घेता ते प्लेटवर ठेवलं जात होतं. परंतु एका कामगाराने आगाऊपणा केला. काम करताना हात काळे होतात. मिथील सिलासॉव्हच्या साहाय्याने काळे हात स्वच्छ होतात, असं दिसून आलं. त्यामुळे मग काही जण ते हात धुण्यासाठी साबणाप्रमाणे वापरू लागले. केमिकल कातडीमधून आत गेलं. काही दिवसानंतर त्याचा विपरीत परिणाम लक्षात आला.''

राजे गाडीत बसले. त्यांची नजर सहज फॅक्टरीकडे गेली. कारखान्याचे एकंदर वातावरण आणि रंग-संगत राजेंना मनाला अशुभ वाटत होती. कोठे ते सांगता येत नव्हते. मान झटकून राजे पुढे पाहू लागले.

१३

सापुतारा.

महाराष्ट्र – गुजरातच्या सीमारेषेवरील लहानसे हिल स्टेशन. छानसे पर्यटन स्थळ. मुंबईच्या व्यावसायिकाने रोप-वे तयार केला आणि सापुताऱ्याच्या पर्यटनस्थळाला महत्त्व आले. महाराष्ट्र-गुजरात – दोन्हीकडून आबालवृद्धांची गर्दी वाढू लागली. सापुताऱ्यातील पाण्याचे तलाव, आदिवासी कलाकृतींचे संग्रहालय, लालभडक मातीमधील डोंगर-टेकड्यांवरील नागमोडी रस्ते आणि सर्वांत महत्त्वाचे, सूर्योदय आणि सूर्यास्त पाहणे, एक विलक्षण सुखकारक अनुभव होता.

नाशिकच्या डिश कार्यालयाने राजेंना खूप वेळा आग्रह केला होता, परंतु योगायोग येत नव्हता.

राजेंनी वाटेवरील वणीच्या डोंगराकडे पाहिले. आतापर्यंत वणीचे दर्शन घेऊन परत जाण्याचा शिरस्ता. या वेळी राजेंची गाडी वणीकडे न जाता गुजरात बॉर्डरच्या दिशेने जात होती. राजेंनी लांबूनच वणी देवीला नमस्कार केला. भारतीय लोकांना इतक्या उंचावर देवासाठी का जावे लागते? काही वर्षांपूर्वी तर वणीला पायी जावे लागत होते. आख्खा डोंगर चढून. कडे-कपारीतून वर जायचे आणि कडे-कपारीतील त्या देवीच्या पायी नतमस्तक व्हायचे, असे का? आपल्यातील गुण-दोषांमुळे, भीतीमुळे, का आणखी काही? परंतु वणीच्या देवीचे मुख पाहताना एक वेगळाच अनुभव राजेंना यायचा. सर्वच जण जातात म्हणून? का सर्वांची भावना एकच असते, एकच श्रद्धा असते म्हणून? आयुष्यात कोठेतरी नतमस्तक होणे हे जरूर आहे? का नतमस्तक होणे, नम्र होणे, लीनता दाखवणे, लीन होणे हेच आयुष्याचे सार आहे?

रस्ता खराब होता. गुजरात बॉर्डरकडे जाणारा रस्ता ठीक नव्हता. रस्ता बंपिंग वाटत होता. त्यामुळे ड्रायव्हरला काळजीपूर्वक गाडी चालवावी लागत होती.

शेजारी लाकसवार होते.

आजूबाजूला ठिकठिकाणी द्राक्षाच्या बागा होत्या. उसाचे क्षेत्र कमी झाल्याची ती खूण होती. बेदाणा व इतर फळे विकण्यासाठी काही ठिकाणी शेतातील लहान मुले, स्त्रिया उभ्या होत्या. काही ठिकाणी जंगली फळे, बेरी, लाकडांच्या विविध वस्तू विकताना दिसत होत्या.

नाशिक परिसरातील गाडी चालवणारे ड्रायव्हर बेदरकारपणे गाडी चालवण्यात प्रसिद्ध होते. त्यामुळे बऱ्याच वेळा शेजारून जाणारी भरधाव गाडी पाहून राजेंना दचकल्यासारखे होत होते. मेडिकल युनिव्हर्सिटीचा परिसर मागे पडला. गुजरात बॉर्डरच्या जवळ-जवळ जाईल, तस-तशी नाशिकची आधुनिकता कमी होत गेल्याचे जाणवत होते.

संध्याकाळ होण्यापूर्वी राजेंची गाडी सापुताऱ्याच्या वेशीवर आली. बॉर्डर चेकपोस्ट होते. परंतु फक्त पर्यटन फी वसुली करण्यापुरते होते.

वेशीपासून राजेंना आजूबाजूला परिसर एकदम जंगली आणि धुळीचा मातकट लालसर वाटत होता. झाडे पर्णहीन उंचच्या उंच होती. सागाच्या जंगलाच्या घोळक्याप्रमाणे.

लांबलचक वळण घेत राजेंची गाडी डोंगराच्या कुशीत शिरली. आजूबाजूला गर्दी नव्हती. रहदारी नव्हती. नागमोडी वळणाच्या घाटातून बोडक्या रस्त्यावरून गाडी डोंगर चढत होती. सुरुवातीला भुरभुरणारा वारा अंगावर घेत, राजे आनंद घेत होते नवीन वातावरणाचा, नवीन परिसराचा. गाडी धोकादायक वळण घेऊ लागली, तसा राजेंच्या मनावर ताण वाढू लागला. रस्ता खराब आणि धोकादायक घाट. संरक्षित कठड्यांचा पत्ता नाही.

"लाकसवार रस्त्यांना कठडे नाहीत. पर्यटनस्थळाच्या विकासाकडे गुजरात शासनाचं लक्ष दिसत नाही."

"सर?" लाकसवार एकदम दचकून म्हणाले.

राजेंनी त्यांच्याकडे लक्ष दिले नाही.

अत्यंत धोक्याचे वळण होते. एकदम तीव्र चढण आणि डांबरीकरण निघून गेलेला तो भाग. ते वळण ओलांडून जाईपर्यंत राजेंच्या मनातील धाकधूक कमी होईना. 'साला! कशाला या लाकसवारनी इकडे आणलं कोणास ठाऊक. शांतपणे नाशिकमध्ये पायपीट करून हॉटेलवर मस्त झोपलो असतो. नाशिकचा झणझणीत कोंबडीचा रस्सा मारून.' गाडी एकदाची वरच्या वळणावर आली. परंतु राजेंच्या मनातील धाकधूक कमी होईना, परंतु आता रस्ता बरा होता. काही क्षणात गाडीने उसळी मारली. रोप-वेच्या स्पॉटपासून काही अंतरावर ड्रायव्हरने गाडी उभी केली.

राजेंनी सुटकेचा नि:श्वास मनातल्या मनात सोडला. डायरेक्टरने एवढे

घाबरल्यासारखे – त्यातही कोल्हापुरी व्यक्तीने दाखवावे, हे राजेंना कमीपणाचे वाटले.

राजे एकदम उंचावर आले होते. डोंगराच्या माथ्यावर ड्रायव्हरने गाडी पार्किंग लॉटकडे नेली. राजेंनी दोन पावले चालत पाय मोकळे केले.

राजेंनी सगळीकडे नजर फिरवली. सगळीकडे लालसर कोकणातल्या मातीप्रमाणे माती दिसत होती. वातावरण धुरकट होते. मातकट होते. परंतु परिसर सुंदर होता. त्या डोंगरावरून दूरवरचे आकाश क्षितिजाला खालच्या बाजूला टेकलेले पाहताना मजा वाटत होती. उंचावरून खाली पाहताना डोळे दिपून जात होते. दूरवर डोंगरांच्या आडव्या रांगा खालच्या बाजूला दिसत होत्या. डोंगराकडे मान वर करून वर पाहणे आणि डोंगरावरून खाली मान करून खालचे डोंगर पाहणे हे दृष्टीला-डोळ्यांना विलोभनीय वाटत होते. नवलाई होती. राजेंच्या मनातील ताणतणाव एकदम निघून गेला. राजेंना उंचीवरील जागेचा फोबिया नव्हता, राजे खूश झाले. रोप-वे नुकताच सुरू झाला होता. राजेंना खास व्हीआयपीमधून पुढे घेण्यात आले. छोटे छोटे पाळणे रोपवेचे होते. निळ्या-लाल-हिरव्या रंगातील पाळणे मोठ्या चेनसारख्या दोरखंडाने खास चक्रे लावून चालवण्यात येत होते. एका डोंगरावरून दुसऱ्या डोंगरावर रोपवेतून जाण्याचा अनुभव थरारक होता. राजे, लाकसवार आणि डिशमधील साहाय्यक संचालक असे तिघे जण पाळण्यात बसले. पाळण्यात बसण्याकरता मोठी रांग लागली होती. लहान मुले, हनिमूनकरता आलेली नवदांपत्ये, तरुणांचे घोळके – अनेक कुटुंबच्या कुटुंबे रांगेत उभी होती प्रत्येकाची नजर पाळणा आणि समोरील डोंगरावरील रोप-वेचा स्पॉट इकडे होती.

पाळणा हिरव्या रंगाचा होता. एकच हिसका देऊन डचमळत पाळणा सुरू झाला. पाळणा पुढे जात होता. राजेंनी पाळण्याच्या कडेचे काठ पकडले होते. पाळणा पुढे जात होता. घरघर आवाज करत पाळणा मध्येच थांबला, पुन्हा सुरू झाला. पाळण्याच्या आवाजाची घरघर आणि त्यात आता हवेचा, वाऱ्याचा आवाज मिसळून वातावरणाला विलक्षण संगीत देत होते. पाळणा हवेत हेलकावे खात होता. लाकसवार गप्प बसले होते. पाळणा काही काळ स्थिर झाला आणि पुन्हा पुढे सरकू लागला. मनावरील ताण वाढत होता. राजे आजूबाजूला पाहत होते. हवेत उभे राहून पाहिल्यासारखा अनुभव येत होता. पायाखालचा भाग अस्थिर वाटत होता. आधाराला दोन्ही हातानी रेलिंग धरावे लागत होते. पाळण्याच्या बाजूला दुसऱ्या बाजूने परतीचे पाळणे येत होते. पाळणा बरोबर दोन्ही डोंगराच्या मध्यावरील ठिकाणी आला. आता पाळणा एकदम थांबला. दिलकी धडकन एकदम वाढली. पाळणा जोरात हेलकावे घेऊ लागला. त्या दरीमध्ये वाऱ्याच्या दाबाने पाळणा हेलकावे खात होता. राजेंनी खाली पाहिले. खालची घरे, रस्ते एकदम छोटे-छोटे दिसत होते. दूरवर डोंगर, सापुताऱ्यामधील पाण्याचा तलाव. सगळेच छोटे-छोटे... वरून

पाहताना अवर्णनीय वाटत होते. राजेंना ते दृश्य मनापासून आवडले. आठवणीच्या खोबणीत ते सर्व दृश्य साठवण्याचा ते प्रयत्न करत होते. ते शांतपणे सर्व सृष्टीचे चित्र डोळ्यांत साठवत होते.

पाळणा पुढे सरकला. आता पाळणा वेगाने पुढे जात होता. पलीकडील डोंगरावर जाण्यापूर्वी काही काळ पुन्हा थोडा वेळ थांबला आणि एकच हिसका देऊन पाळणा वर सरकला. वॉकी-टॉकी सांभाळणारा कर्मचारी पुढे झाला. पाळणा उघडताच राजे बाहेर आले.

ते सर्व जण डोंगरांच्या माथ्यावर उभे होते. त्या डोंगराचा माथा छोटा होता, लोकांची गर्दी वाढली होती. राजे सूर्यास्त होण्याअगोदर वेळेवर आले होते.

लाकसवारांनी भेळ राजेंच्या हातात दिली. राजे भेळ खात-खात पुढे आले. सूर्यास्ताला अजूनही वेळ होता.

आकाश निरभ्र आणि स्वच्छ होते. ढगांचा मागमूस नव्हता, परंतु वातावरण लालसर धुळकट होते.

सूर्यगोलाचे दूरवर तेज कमी झाले होते. सूर्यास्ताचा लाल गोळा हळूहळू खाली क्षितिजाकडे सरकत होता. समोर डोंगराच्या लांबलचक रांगा आडव्या पसरल्या होत्या. एकामागे एक त्या रांगा वेगवेगळ्या रंगसंगती घेऊन उभ्या होत्या. मधूनच घरट्याकडे जाणारे पक्ष्यांचे छोटे छोटे थवे क्षितिजाच्या कडेला दिसत होते.

सर्वांच्या नजरा क्षितिजाकडे वळलेल्या होत्या. लोक खात होते. पीत होते. परंतु नजरा क्षितिजाकडे होत्या. अनेकांच्या हातात कॅमेरे, हॅन्डीकॅम होते. सर्व सूर्याचे क्षितिजापूर्वीचे अखेरचे दर्शन, अखेरचे चित्र कॅमेऱ्यात बंदिस्त करण्यासाठी उभे होते.

सूर्याचा लालभडक गोळा क्षितिजाकडे सरकत होता. चित्तवेधक होता. वातावरण लालसर होते. आजूबाजूच्या डोंगराच्या रांगा आणि परिसर आता काळोखाचे पांघरूण घेऊन प्रकाशाला गिळंकृत करण्यास हळूहळू पुढे सरकत होता. तो काळोख चोरपावलाने पुढे येत होता. तो लालभडक गोळा मात्र दिलदारपणे क्षितिजाकडे चालला होता. त्याच्या आवेशात पराभव नव्हता. प्रकाश देऊन अस्ताला चाललेला समाधानी वासरमणी होता.

लाल गोळा आपले अस्तित्व हळूहळू पुसत होता. लोक श्वास रोखून ते दृश्य पाहत होते.

पूर्ण सूर्य क्षितिजापलिकडे गेला, तरीही सूर्य दिसतो का, ते पाहण्याचा प्रयत्न लोक करत होते. क्षितिजावर फक्त लालसर छटा राहिली होती. लोक आपापसात तो किती वेळ क्षितिजावर होता, याबाबत वाद घालत होते. एकमेकांची थट्टा करत होते. गप्पा जास्त करून गुजराथीमध्ये मोठमोठ्या आवाजात होत होत्या. मराठी बोलणारे मोजके होते. वातावरणात एक विचित्र सरमिसळ होती. राजेंचे कान मराठी

मनाचा आवाज शोधण्याचा प्रयत्न करत होते.

माणसाचे मन मातृभाषेसाठी इतके आसुसलेले असते, हा अनुभव राजेंना नेहमी येई. महाराष्ट्र सोडल्यानंतर बऱ्याच वेळा ती विचित्र भाषेची घुसमट जाणवायची. माणूस कळपात राहणाऱ्या मनोवृत्तीचा की भित्र्या मनोवृत्तीचा म्हणून सतत स्वत:चा कळप शोधण्याच्या प्रयत्नातील! राजे स्वत:च्या विचारात गुंतत गेले.

''सर!''

राजे भानावर आले. सर्व जण परतीच्या वाटेवर होते.

पाळण्यातून परतीचा प्रवास अफलातून होता.

रात्र झाली होती. पश्चिम क्षितिजाला फक्त लालसर छटाच शिल्लक होती. दोन्ही डोंगरांमध्ये रात्रीचा पगडा होता. समोरच्या डोंगरावरील रोपवेच्या ठिकाणचे दिवे प्रखर झालेले दिसत होते. पाळण्यातील प्रवास अंधारातील प्रवास होता. पाळण्यामध्ये लाइट होते. परंतु इतरत्र सर्वत्र अंधार होता. वॉकीटॉकीवाल्याने धाडकन दरवाजा बंद केला आणि पाळण्यावरील चक्रे फिरू लागली. पाळणा पुढे सरकला. थोडा वेळ पुढे सरकत राहिला, नंतर पुन्हा थांबला. समोर काळोखाची दरी होती. पाळणा हळूहळू सरकू लागला, पुन्हा थांबला, पुन्हा सरकू लागला. पाळणा दोन्ही डोंगरांच्या मध्यावर आला.

'मानवी प्राणी की... मी राजे, जगात एकटाच आहे. माझा प्राण. माझं शरीर जे काही आहे, ते स्वतंत्र आहे, सर्वांपासून वेगळं आहे. ते नश्वर आहे. ते नाशवंत आहे, म्हणून ते मला जपायचं आहे. ते नाश होऊ नये, याची काळजी घ्यावयाची आहे. कारण ते नाश होणार आहे, याची भीती माझ्या शरीराच्या रोमारोमांत आहे, कारण जिव्हाळ्याची सर्व नाती-बंधनं त्याला जोडलेली आहेत. संपूर्ण विश्वामधील चराचराशी जोडली आहेत. ती मला तोडावयाची नाही. मी मृत्यू-काळ यांचा पाठपुरावा करतोय मरेपर्यंत.'

राजेंनी खाली नजर टाकली. सर्वत्र काळोख होता, परंतु संपूर्ण सापुतारा दिव्यांच्या स्वरूपात लुकलुकत होता. आकाशातील चांदण्यांचा सडा पडल्यासारखे ते दृश्य दिसत होते. छोटे-छोटे प्रकाशाचे पुंजके पाहताना त्यांना कोणत्या नक्षत्राचे नाव द्यावे! एखाद्या कवीला बोलवावे लागेल. तो प्रकाशाचा पुंजका आकाशातील चांदण्यांशी स्पर्धा करत होता. मानवनिर्मित त्या पुंजक्याला मर्यादा होती. सीमा होती. पण त्याला कोण सांगणार! पण ते दृश्य बेभान करणारे होते.

राजेंना घेऊन जाणारा पाळणा मूळ ठिकाणी आला. राजे एका स्वप्नमय सफारीवरून आले होते. राजेंचा मुक्काम त्याच डोंगरावरील स्टार हॉटेलमध्ये होता.

राजे फ्रेश होऊन तयार झाले. सर्व जण रात्रीचा फेरफटका मारण्यासाठी टेबलग्राउंडवर निघाले. त्या डोंगरावरील तो सपाट प्रदेश लोकांना खेळण्यासाठी,

घोडदौड, उंटसफारी यांकरता वापरला जात होता. लोकांची गर्दी होती. चणा, भेळ, चहावाले, लहान मुलांच्या खेळण्यांचे विक्रेते फिरत होते. उंच टेकडीच्या भागावरून संपूर्ण सापुताऱ्यावर नजर फिरवता येत होती.

रात्रीच्या जेवणाला अवकाश होता. सापुताऱ्यातील एकमेव तलावाच्या काठावर गाडी आली. पर्यटकांनी सर्वत्र गर्दी केली होती. चक्रे, पाळणे, तलावातील होडीचा पर्यटक आनंद घेत होते. राजे ते सर्व मोकळ्या मनाने पाहत होते. त्यांनी त्या छोट्याशा हिलस्टेशनमधील रस्त्यातून फेरफटका मारला. राजेंना आईसाहेबांची आठवण येत होती.

काही वेळानंतर त्यांची गाडी पुन्हा डोंगर चढू लागली. राजेंना त्या अंधारात डोंगर चढणे जीवघेणे घालमेल करणारे वाटत होते.

रात्रीच्या जेवणा अगोदरच मद्यपान. राजे क्वचित मद्य घेणाऱ्यांपैकी होते. एरवी मुंबईत मद्य घेणे निषिद्ध. आईसाहेबांसमोर मद्य घेऊन जाणे त्यांना कधीच आवडत नव्हते. राजे एक-एक घुटका घेत मद्यपान करत होते. त्यांच्या सकाळपासूनच्या एकंदर कामाचा आढावा सुरू होता. हेरवाडकरांनी संपूर्ण बैठकीचा अजेंडा बदलला होता. सर्व जण आपला राग व्यक्त करत होते.

राजे मध्येच ओरडले आणि गप्प बसले.

लाकसवार दचकून राजेंकडे पाहत राहिले. परंतु राजेंचा चेहरा शांत होता. लाकसवार चूप बसले. दहा मिनिटे झाली असतील. राजे पुन्हा ओरडले. आता मात्र लाकसवार सावध झाले. काही पिणाऱ्या लोकांना थोडी घेतली, तरी चढते. काही थोडी घेतली, तरी आरडाओरड करून हॉटेल, बार बसेल त्या ठिकाणी धिंगाणा घालण्याची सवय. परंतु राजेंच्याबाबत लाकसवारना असे कोणी सांगितले नव्हते. लाकसवार जाम टरकले. म्हणजे पूर्ण घाबरलेच. ते शेजारच्या ऑफिसरकडे पाहू लागले. तोही भांबावून गेला होता. डायरेक्टरच जर आरडाओरड करू लागला, तर हे सर्व निस्तरायचे कसे? पुन्हा हा तमाशा उद्या वृत्तपत्रात आला, तर काय करायचे? सर्व चित्र डोळ्यांसमोर येताच लाकसवार आणि इतर अधिकाऱ्यांना डोळ्यांसमोर रात्रीच सूर्य दिसू लागला. काही खरे नाही.

लहान बांध्याची, पहेलवानी शरीरयष्टी, ती व्यक्ती कोपऱ्यातील टेबलवर बसली होती. त्या हॉटेलमध्ये मोजकेच लोक बसले होते. त्या व्यक्तीबरोबर एक स्त्री बसली होती. आधुनिक पेहरावातील. परंतु त्यांच्याकडे लक्ष जाईल, असे त्यांच्यात काहीच नव्हते. ती व्यक्ती साध्या शर्ट-पॅन्टवर होती.

ती व्यक्ती पुढे आली. पाठीमागून राजेंच्या खांद्यावर हळूच हाताने खूण केली.

"मि. प्रतापसिंहराजे मलकापूरकर फ्रॉम कोल्हापूर, काय कसं काय इथं येणं झालं?" अस्सल गावरान बोलणं होतं.

"आपण कोण?" राजे.

"अहो राजे! आता येड घेऊ नका. आमच्याकडे सरळ पाहा. म्हणजे पाहाच. मीच त्यो हैतकारी."

लाकसवारना पटकन लक्षात आले, राजे काय ओरडत होते. म्हणजे ते हाकच मारत होते अस्सल गावरान. त्या पहिलवानाने एक खुर्ची उचलून राजेंच्या शेजारी ठेवली आणि राजेंना घासून बसला. त्या व्यक्तीने वेटरकडे पाहून खूण केली.

राजे दिलखुलास हसले. त्याचे दोन्ही हात हातात धरून, "च्या आयला, किती दिवसांनी भेटतो आहेस. पक्या साला. एकदम जंटलमन दिसतोयंस."

"कर्नल प्रकाशराव!" त्याने मान थोडी ताठ करून इकडे-तिकडे फिरवली.

"हो, हो... माहीत आहे तू कर्नल आहेस ते. परंतु इकडे कुठे? सोबत कोण बसलं आहे?" राजेंनी डोळे बारीक करत विचारले.

"माय गेस्ट."

"धड गुजरात नाही, धड महाराष्ट्र नाही. काठावरच्या गावात गेस्टला घेऊन बसला आहेस. कमाल आहे लेका तुझी. ओळख करून देणार आहेस का तसाच जाणार आहेस?"

"राजे, परंतु बी जंटलमन!"

"म्हणजे साला, आम्ही काय गावाहून आलो आहोत. ते जाऊ दे थोडी घे, अगोदर मग बोल."

कर्नल प्रकाश राजेंचा कॉलेजमधील मित्र. कर्नल प्रकाश ग्रामीण भागातून आलेला. त्यामुळे त्याच्या वागण्यात गावरानपणा होता. परंतु आर्मीमध्ये गेल्यानंतर कर्नल पदावर गेला. कर्नल प्रकाशच्या वागण्या-बोलण्यात भाषेत आमूलाग्र बदल झाला.

"तू साला खूप बदललास. एकदम हॉलिवुड हिरो झालास."

"नाही, असं काही नाही. तुम्ही सध्या कोठे आहात?"

"हा काय तुझ्यासमोर बसलो आहे!"

"पुरे झालं, खरं सांगा."

राजेंनी त्याला थोडक्यात सांगितले.

"आय सी. म्हणजे तुम्ही शासनसेवेत आहात तर!"

"पण तू कर्नल आणि असा एकटा या लेडी गेस्टला घेऊन इकडे काय करतो आहेस?"

"मी नाशिकला आलो होतो. एका मिटींगला उद्या परत जात आहे. बाकी काही नाही."

राजे मद्याचा घुटका घेत कर्नलकडे रोखून पाहत होते. राजे काही बोल्ले नाहीत.

कर्नलने वेटरकडून निरोप पाठवला. कर्नलची सहकारी थोड्या वेळाने त्यांच्या टेबलजवळ आली. एव्हाना त्यांचा ड्रिंकचा कार्यक्रम संपला होता. कर्नलने सर्वांशी ओळख करून दिली. तथापि ती आर्मीमधील वाटत नव्हती. राजेंनी तिच्याबाबत अधिक चौकशी केली नाही.

दोघांच्या गप्पा कोल्हापूरपर्यंत गेल्या. कॉलेज जीवनाबाबत ते बिनधास्त बोलत होते. शेजारी बसलेले अधिकारी, लेडी गेस्ट यांची त्यांना फिकीर नव्हती. उशिरापर्यंत त्यांच्या गप्पा सुरू होत्या.

जेवल्यानंतर सर्व जण आपआपल्या रूमवर गेले. परंतु राजे आणि कर्नल रात्री उशिरापर्यंत गप्पा मारत बसले होते.

राजे सकाळी थोडे लवकर उठले. परंतु त्यापूर्वीच कर्नल आणि त्यांची लेडी सहकारी यांनी हॉटेल सोडले होते. कर्नलने राजेंना त्यांचा मोबाइल क्रमांक दिला होता. परंतु राजेंनी फोन करण्याचे टाळले. राजे खिशात हात घालून बाहेर एकटेच टेबललँडवर फेरफटका मारण्यास निघाले. त्यांच्या मनात कर्नल आणि त्याची लेडी साहाय्यक पिंगा घालत होते. राजे सचिंत मुद्रेने चालत होते, क्रॉसवर्डमध्ये गेल्याप्रमाणे... कोणत्या तरी कोड्यात!

१४

बाबुलनाथ जंक्शन!

संध्याकाळची दिवेलागणीची वेळ झाली होती. पश्चिमेकडील आकाश लालसर दिसत होते, तर शिरोभागावरील काही पांढुरक्या ढगांना गुलाबी लालसर झाक आली होती. आकाशातील रंगसंगतीला त्या रस्त्यावरील दृश्य छेद देत होते. रस्ता वेगवान झाला होता. काळसर झाला होता. रस्त्यावरील पांढरे पट्टे रस्त्यालगतच्या दिव्यामध्ये चमकत होते. पेडररोडवरून येणाऱ्या रस्त्यावर वाहने कमी होती, तर पेडररोडकडे जाणाऱ्या वाहनांची गर्दी प्रचंड होती. संध्याकाळचा तो पिक अवर होता. मुंबईकडून येणाऱ्या गाड्यांच्या भोंग्यामध्ये रस्ता दणाणून जात होता. रस्त्यालगत आवाजाचे प्रदूषण रोखण्यासाठी लावलेली जाहिरात तो आवाज मूकपणे सहन करत होती. वाहनांच्या हेडलाइटच्या प्रकाशात संपूर्ण रस्ता लखलखीत न्हाऊन गेला होता.

पेडररोडकडून येणाऱ्या रस्त्याच्या डाव्या बाजूने ती व्यक्ती चालत होती. ती एकटीच होती. तिला चालण्याची घाई नव्हती. तशी ती संथपणेही चालत नव्हती. संध्याकाळी फेरफटका मारण्याकरता बाहेर पडलेली ती व्यक्ती वाटत नव्हती. बाबुलनाथ जंक्शनवर ती उजवीकडे वळली. जंक्शनवरच त्या व्यक्तीने रस्ता क्रॉस केला. आता ती व्यक्ती गिरगाव चौपाटीच्या दिशेने जात होती. मात्र त्या व्यक्तीने डाव्या बाजूऐवजी उजव्या बाजूचा फुटपाथ पकडला होता.

ते राजे होते.

ऑफिस सुटल्यानंतर राजे पेडर रोडला आले आणि त्यांनी ड्रायव्हरला घरी जाण्यास सांगितले. ड्रायव्हर ठोंबरेने प्रश्नार्थक मुद्रेने राजेंकडे पाहिले. परंतु उलट काही विचारले नाही.

राजे बाबुलनाथ रोडच्या फुटपाथवरून सचिंत मुद्रेने चालले होते. चाल 'एकला चलो रे' होती.

राजे बाबुलनाथ मंदिराजवळ आले.

राजेंना बाबुलनाथ मंदिरात जायचे होते. रस्त्याला लागूनच दगडी मोठी कमान होती. ऐतिहासिक वास्तूप्रमाणे पिवळ्या रंगातील त्या कमानीला फुलवाले, नारळवाले आणि इतर विक्रेते यांनी वेढून टाकले होते. कमानीवर खुरटी झुडपेही वाढली होती. राजेंकडे पाहून पोरसवदा विक्रेता फुलांचा हार घेऊन धावला. परंतु राजेंचा चेहरा पाहून बाजूला झाला. रस्ता संपूर्ण दगडी होता. उंच टेकडीवर जाण्यासाठी दोन्ही बाजूला छोटी छोटी घरे होती. घरे दाटीवाटीने एकमेकांना खेटून उभी होती. बहुतेकाचे व्यवसाय मंदिराशी निगडीत दिसून येत होते.

राजे शांतपणे चालत होते.

दगडी पायऱ्यांच्या पायथ्याशी मंदिराकडे जाण्यासाठी खास लिफ्ट होती, पण राजेंनी पायऱ्यांवरून जाणे पसंत केले. मंदिराच्या पायऱ्या चढून वर आले, तेव्हा काळोख वाढला होता. मंदिराच्या लाइटच्या प्रकाशात तुरळक गर्दी दिसत होती.

ते मंदिर शिवमंदिर होते. संपूर्ण मंदिर संगमरवरी होते. मंदिराची कलाकुसर वेधक होती. मंदिर स्वच्छ होते. शांत होते.

अवाढव्य नंदीला नमस्कार करून राजे मंदिरात आले. शिवलिंगाला वाकून नमस्कार केला. अर्धप्रदक्षिणा घातली आणि राजे बाहेर आले. मंदिरासमोरच्या सभागृहातील बाकावर बसले.

''नमस्कार सर!''

राजेंनी मान वळवून पाहिले. ती त्यांच्यासमोर उभी होती. तिने नेहमीसारखा पेहराव केला होता. हाफ शर्ट आणि करड्या रंगाची जीनची पॅन्ट. हाफ शर्ट खोचलेला नव्हता. हातात लालभडक बांगड्या खळखळ आवाज करत होत्या. दुसऱ्या हातातील काळेभोर घड्याळ गोऱ्यापान मनगटावर रात्रीच्या प्रकाशात चमकत होते. राजेंची नजर तिच्या गोऱ्यापान उघड्या दंडाकडे जात होती. राजे तिच्याकडे पाहत राहिले.

''नमस्कार!'' राजेंनी नमस्कार केला.

''तुम्ही मंदिरात, या वेळी? थोडं नवल वाटलं.''

''का बरं? आम्ही येऊ नये का?''

''तसं नाही, शासनाच्या एका मोठ्या विभागाचा अधिकारी वेळ काढून मंदिरात आला, म्हणून नवल वाटलं.''

''हो कधीकधी येतो, तुम्ही नेहमी येता काय?''

''नाही, परंतु आज आले.''

''तुम्ही एकट्याच दिसता, बरोबर कोणी नाही.''

''अं, हो! तुमची काही हरकत?''

"नाही." राजे हसत म्हणाले.

"मी आलेय ती; आपल्याकडून प्रसाद मिळेल अशी आशा होती."

"मी फक्त नमस्कार करण्यासाठी आलो आहे. बरोबर काही आणलं नाही, सॉरी, पण पुढच्या वेळी नक्की देईन."

दोघे उभे राहिले. शिवमंदिरासमोरील प्रत्येक खोलीतील वेगवेगळ्या मूर्तींना नमस्कार करत चालू लागले.

"एक विचारू?" राजे

"खूप वेळ लागेल?"

"नाही."

"एवढी प्रदक्षिणा संपवू आणि नंतर बोलू."

राजे काही बोलले नाही.

प्रदक्षिणा पूर्ण झाल्यावर एका गुजराथी म्हातारीने दोघांना प्रसाद दिला.

प्रसादाचे दाणे तोंडात विरघळण्याची वाट पाहत राहिले.

"त्या दिवशी मुलाखत घेताना, मी तुमच्याशी जादा बोललो. मी रागावलो, असं वाटत नाही?"

"म्हणजे?"

"मी आपल्यावर जास्त रागावलो, असं मला उगाचच वाटतं."

"सर, तसं मीच थोडं जास्त चुकीचं वागले."

"काय चुकीचं?"

"तुम्ही थोडा आवाज वाढवलात, माझा इगो दुखावल्यासारखं वाटलं, परंतु थोडा विचार केल्यानंतर तुमचं रागावणं योग्य होतं. पत्रकाराने सहनशीलता ठेवणं आवश्यक आहे. कमीत कमी सूचक प्रश्न विचारणं आणि जास्तीत जास्त सहकार्य करणं जरुरीचं आहे."

राजे काही बोलले नाहीत. दोघे बोलत मंदिराच्या टेकडीवरून खाली आले. दोघे येताना दगडी पायऱ्यांवरून आले. दोघे तिच्या गाडीजवळ आले. तिची छोटी स्पोर्टस कार अत्याधुनिक होती. तिने त्यांना जाण्यासाठी अभिवादन केले. तेव्हा तिच्या लक्षात आले.

"तुमची गाडी दिसत नाही?"

"नाही, मी टॅक्सीने जाईन, तुम्ही या!"

"ना, नो!"

"म्हणजे?"

"मी सोडेन तुम्हाला, तुमची हरकत नसेल तर."

"मी हाजी अलीकडे राहतो. इतक्या लांबवर तुम्ही कशाला येता, तुम्हाला

पुन्हा मलबार हिलवर जायचं, म्हणजे खूप वेळही होईल.''

''तुम्हाला इतक्या लांबवर लिफ्ट देण्यात मला आनंदच वाटेल. चला, मी तुम्हाला सोडते.''

राजेंनी थँक्स म्हटले आणि तिच्या गाडीत बसले.

गाडीत दोघांचे फारसे बोलणे झाले नाही. हाजी अलीजवळ राजे तिला रस्ता दाखवत होते.

''तुम्हाला परत जाता येईल का? मी तुम्हाला खूप त्रास दिला, असं वाटतं.''

''नो, बट आय एन्जॉय इट! एक बोलू?''

''हं!''

''त्या दिवशी मी प्रथम तुमच्या ऑफिसमध्ये आले, परंतु तुम्हाला पाहून मला खूप आश्चर्य वाटलं.''

''का बरं!''

''मला वाटलं, माझी खूप वयस्क व्यक्तीशी भेट होईल. अगदी व्हेरी ओल्ड.''

''पण तसं झालं नाही.'' राजे हसत-हसत म्हणाले.

दरवाजा बंद करत राजेंनी तिच्याकडे रोखून विचारले, ''पण तुम्ही माझा बाबुलनाथपर्यंत पाठलाग का केलात?''

तिने चमकून पाहिलं, ''म्हणजे?''

''मला माहीत होतं तुम्ही माझा पाठलाग करत होता ते?''

''सॉरी, परंतु संध्याकाळच्या वेळी, डायरेक्टर, फुटपाथवरून चालत निघालेत, बरोबर कोणी नाही, त्यामुळे उत्सुकता वाढली.''

''बरोबर आहे, शेवटी तुम्ही पत्रकार आहात ना.''

१५

दुपार संपत आली होती.

राजे आपल्या खुर्चीत बसले होते. टेबलवरील काम संपवले होते. कोणत्याही मिटींगला किंवा बैठकीला हजर रहावयाचे नव्हते. वाचण्याची इच्छा नव्हती. ऑफिसच्या कोपऱ्यात टीव्ही होता, परंतु पाहण्याची इच्छा नव्हती. घरी जाऊन झोप काढायचे ठरवले होते. परंतु जमले नाही. झोपण्याचा मूड होता.

काहीच करण्याची इच्छा नव्हती.

शिपाई आत आला. बाहेर कोणीतरी बाई भेटण्यास आल्याचे सांगितले. राजेंना कंटाळा आला होता.

काहीच करण्याची इच्छा नव्हती.

''त्यांना आत पाठव!''

ती आत आली. तिने लांबूनच नमस्कार केला दोन्ही हात जोडून. ती मुंबईतील राहणारी होती. परंतु तिचा पेहराव ग्रामीण होता. तिचा चेहरा शहरी होता. परंतु तिची नजर ग्रामीण होती. ती संकोचलेली दिसत होती.

''काय काम आहे बाई?''

''साहेब माझा नवरा...''

''नोकरी नाही?''

राजेंकडे अनेक लोक येत होते. त्यात जास्त करून नोकरी मागण्यास येणारे जास्त होते. काहींना नोकरी लावण्याचा प्रयत्न केला जात होता. परंतु सर्वांनाच नोकरीला लावणे राजेंना शक्य नव्हते. परंतु बाहेरील बेकारीचे वातावरण! राजे आपल्या परीने शक्य होईल तेवढे प्रयत्न करत होते.

''नाही साहेब, नोकरी हाय.''

''मग नोकरीतून काढून टाकलं?''

“नाही साहेब.”

“मग?”

तिला बहुधा काय सांगावे व कसे सांगावे, याचा प्रश्न पडला असावा.

राजे आता तर खुर्चीत सरळ बसले.

“तुम्ही इथे बसा पाहू.” राजेंनी खुर्चीकडे बोट दाखवत म्हटले.

आढेवेढे घेत बाई खुर्चीत बसली.

शिपायाला पाण्याचा ग्लास आणण्यास सांगितले.

राजेंनी आता तिला निरखून पाहिले. ती मध्यम वयाची, मध्यम बांध्याची. घाटावरील वळणाची दिसत होती. पदर खांद्यावरून चापून-चोपून घेतला होता. एकच वेणी मागे बुचडा करून बांधली होती. कपाळावर कुंकवाच्या ऐवजी गंधाची टिकली. निमगोरी, तरतरीत चेहऱ्याची होती. परंतु तिच्या चेहऱ्यावर काळजीचे जाळे स्पष्ट दिसत होते.

शिपायाने आणलेल्या ग्लासमधील पाणी ती प्याली.

तशी ती थोडी धीट वाटत होती. बहुधा नळावरील पाण्यासाठी भांडण्यात वस्ताद असावी. परंतु ती झोपडपट्टीत राहणारी दिसून येत नव्हती.

“हं बोला, नक्की काय झालं, न घाबरता!”

“साहेब माझा नवरा बापा केमिकलमध्ये कामाला हाय. रात्रपाळी-दिवसपाळी करून अंगाची नासाडी केलीया.”

राजे चमकले.

“मला समजलं नाही, रात्रपाळी, दिवसपाळी म्हणजे नक्की काय झालं?”

“साहेब, साऱ्यासणी, पंधरा दिवसांनी, कोणाला महिन्यानी कामाची पाळी बदलून मिळत होती. माझ्या नवऱ्याला कंपनीत कधीही कुठल्याही वेळी कोणतीही पाळी करायला लावली. नवरा कधीकधी दोन-दोन दिवस कंपनीतच राहत होता. आता त्याची झोप गेलीया. जीव घाबरा-घुबरा झाल्यागत करतुया. दवाखान्यात नेलं, तर येड्याच्या इस्पितळात ॲडमिटच केलाय. आता सांगायची खोटी झालीय. कंपनी कायबी मदत करत नाही. बरं झाल्यावर कंपनीत येऊ द्या. मग देऊ पैसे, असं कंपनीवालं म्हणतायंत.”

राजेंना ऐकताना जरा विचित्र वाटले. बापा केमिकल तशी नामांकित कंपनी होती. कोणत्याही कामगाराला मानसिक त्रास होईल, इतक्या थरापर्यंत प्रकरण असेल, असे वाटत नव्हते. परंतु समोर कामगाराची बायकोच तक्रार करत होती.

“मी आमच्या चेंबूरच्या ऑफिसला चौकशी करायला सांगतो. कोणी त्रास दिला असेल किंवा देत असेल, तर पाहतो.”

“नको, नको साहेब. तुमच्या चेंबूरच्या हापिसातील माणसं त्या कंपनीला सामील हायती, म्हणून मी हिथपर्यंत आले नव्हं.”

आता मात्र राजेंची मान ताठ झाली. बाईने डिश ऑफिसवर सरळ आरोपच केला

होता. "तुम्ही चेंबूरच्या ऑफिसला गेला होता?"

"तर काय!"

"मग!"

"मग काय, त्यांनी हेच सांगितलं, चौकशी करतो, पुढचं कायबी झालं नाही."

"ठीक आहे, मी माझ्या इथल्या ऑफिसमधला माणूस पाठवतो."

बाई राजेंकडे संशयाने पाहत होती.

"बाई काळजी करू नका, तुम्ही पुढच्या आठवड्यात या, तुम्हाला मी नक्की मदत करेन."

राजेंनी तिचे नाव, तिच्या नवऱ्याचे नाव सर्व माहिती घेतली. तरीही तिच्या नजरेतील संशय कमी झाल्याचे दिसत नव्हते. ती बाहेर जाईपर्यंत अस्वस्थ नजरेने राजे तिच्याकडे पाहत होते.

राजेंनी चेंबूर ऑफिसला फोन लावायला सांगितले. चेंबूर ऑफिसचे सहसंचालक जोशी ऑफिसमध्ये नव्हते. बापा केमिकलमधील तक्रारीबाबत इतरांशी बोलणे राजेंना योग्य वाटले नाही. ऑफिसमधील मेडिकल ऑफिसरचाही पत्ता नव्हता. परंतु त्याच्याकडूनही योग्य चौकशी होईल, याची खात्री नव्हती. त्यांनी फोन हातातच धरला आणि डोके खाजवले. काही न बोलता फोन रिसिव्हरवर ठेवला.

शिपायाला बोलावण्यासाठी घंटी वाजवली.

"डोईजडना बोलवा."

पुण्याहून बदली झाल्यापासून राजेंनी डोईजडना कोठेही पाठवले नव्हते. मुंबई-ठाणे परिसरात कोठेही पोस्टिंग दिले नव्हते. पूर्णत: हेड ऑफिसच्या पेपरवर्कवरच ठेवले होते. नो इन्स्पेक्शन, नो फिल्डवर्क. डोईजडना ती शिक्षा होती.

"येस सर!"

"डोईजड, आता बापा केमिकलमधल्या एकाची बायको आली होती. कामगाराचं नाव कृष्णा सुर्वे. योग्य प्रकारे शिफ्टवर न ठेवल्यामुळे त्याला मानसिक आजार झाला आहे. मनोरुग्ण झाला आहे. त्याला मनोरुग्णांच्या हॉस्पिटलमध्ये दाखल करण्यात आलं आहे. कंपनी लक्ष देत नाही. आर्थिक मदत करत नाही. आपल्या चेंबूर ऑफिसनेही लक्ष दिल्याचं दिसत नाही. मी जोशींशी संपर्क साधण्याचा प्रयत्न केला. परंतु ते ऑफिसमध्ये नाहीत. तुम्ही बापा केमिकलमधल्या या कृष्णा सुर्वेची चौकशी करून रिपोर्ट द्या बरं!"

"येस सर!"

डोईजड बाहेर आला.

काळासावळा, बुटका, शर्ट न खोचलेला डोईजड डायरेक्टरच्या केबिनबाहेर आला; तसा त्याचा चेहरा एकदम खुलला! पिंजऱ्यातून बाहेर आलेल्या वाघाप्रमाणे.

तो बगळा होता. परंतु आता तो वाघ झाला होता. अनेक दिवसांचा भुकेला वाघ. त्याच्या पोटातील ॲसिड गरम व्हायला लागले. त्याच्या डोळ्यांसमोर बापा केमिकलची कंपनी आली. कंपनी मोठी होती. कंपनीच्या गॅसच्या टाक्या, केमिकलच्या टाक्या, प्रोसेस प्लान्ट. कंपनी डोईजडच्या डोळ्यांसमोर आली.

कृष्णा सुर्वे!

डोईजड तयारीला लागला. शिफ्टवरील कामगारांचे प्रश्न, शिफ्टवरील कामगारांच्या अडचणी, शिफ्टवरील कामगारांचे आरोग्य, शिफ्टवरील कामगारांची सुरक्षितता. डोईजडने ऑफिसची लायब्ररी गाठली.

तो बगळा होता. तो हुशार बगळा होता.

कारखाना किंवा अशा ठिकाणी काम करणाऱ्या कामगारांना-कर्मचाऱ्यांना कामाच्या शिफ्टचा शारीरिक व मानसिक त्रास होतो. काही दिवस रात्रपाळीत काम केल्यानंतर त्या कामगाराला दिवसाच्या शिफ्टवर काम करण्यासाठी शारीरिक व मानसिकदृष्ट्या ॲडजस्ट व्हावे लागते. यासाठी सतत शिफ्ट बदलता येत नाही. शिफ्ट बदलल्यानंतर कमीत कमी एक आठवड्याचा कालावधी ठेवावा लागतो. कामगाराच्या सुरक्षिततेसाठी आणि आरोग्यासाठी कायद्यात यांबाबत तरतुदी केल्या आहेत. त्याचे उल्लंघन करणे अवघड होते. कंपनीला हानिकारक होते. बापा केमिकल ही मोठी कंपनी होती. परंतु कृष्णा सुर्वेबाबत त्यांनी बहुधा चूक केली होती. चेंबूर डिश ऑफिसनेही त्याकडे दुर्लक्ष केले होते.

शिफ्टवर काम करणाऱ्या लोकांना अनियंत्रित झोपेचा विकार होण्याची दाट शक्यता असते. यामध्ये शरीराचा बायोक्लॉक बिघडतो. नेहमी येणारी हुकमी झोप येत नाही. झोप न लागणे, दिवसा झोप येणे, झोपेचे वेळापत्रक बिघडणे अशा गोष्टी होतात. त्यामुळे शरीरावर त्याचा विपरीत परिणाम होतो. आणि मग हृदयविकार, मानसिक संतुलन बिघडणे यांसारखे विकार होत राहतात. झोपेत घोरणे, मध्येच श्वास थांबणे, मधून-मधून झोप येणे यांसारखे विकार बळावतात. असे विकार जास्तच बळावले; तर झोपेत चालणे, बरळणे, दातखिळी बसणे, झोपेत दात खाणे यांसारखे विकार होतात.

कृष्णा सुर्वे – त्याला असेच काहीतरी झाले असावे. डोईजडने बापा केमिकलमधील केमिकल्सबाबत माहिती घेतली.

तो बगळा होता. तो हुशार बगळा होता.

बापा केमिकल चेंबूरमधील रासायनिक उत्पादनांचा महत्त्वाचा कारखाना होता. चेंबूर विभागात इंजिनिअरिंग, फार्मास्युटिकल्स, केमिकल्सचे अनेक कारखाने होते. या भागातील प्रदूषण मर्यादेबाहेर होते. धोकादायक होते. अपघाताच्या दृष्टीने मुंबईतील सर्वांत मोठा संवेदनशील भाग होता. धोकादायक होता.

डोईजडची गाडी कुर्ल्यापासून चेंबूरकडे वळली. आरके स्टुडिओकडे न जाता

वाशीकडे पोहोचली. गाड्यांची, माणसांची गर्दी यांतून गाडी काढणे कठीण होते. त्यात डोईजडच्या गाडीला सहा वर्षे झाली होती. मध्येच ब्रेक जाम होत होते. गाडी गॅरेजला लावायचा कंटाळा. ब्रेक्स सांभाळत डोईजड गाडी चालवत होता.

आरसीएफ भागातून बगळ्याने गाडी समुद्रकिनाऱ्याला घेतली. हवेतील तापमान जास्त वाटत होते. उग्र दर्पही जाणवत होता. बापा केमिकलच्या दारात गाडी घेतली. दरवाजावर कडक पहारा होता. लालभडक अक्षरांतील कारखान्याचे नाव लक्ष वेधून घेत होते.

डोईजडने आपले ओळखपत्र दाखवले. डोईजडला आत घेण्यात आले. त्याचं स्वागत सेफ्टी ऑफिसरनेच केले. डोईजड न कळवता कारखान्यात आला होता.

बापा केमिकल.

आखाती देशातून कंपनी द्रवरूप केमिकल आयात करत होती. निरनिराळी केमिकल्स मागणीप्रमाणे देशातील औद्योगिक कारखान्यांना पुरवली जात होती. बापा केमिकलची ५० टक्के केमिकल्स निरनिराळ्या कारखान्यातून प्रक्रियेकरिता वापरली जात होती. कारखान्याला लागूनच कॉस्टिक सोडा तयार करण्याबाबत प्लान्ट होता.

डोईजड प्रथमच कारखान्यात येत होता. मुंबई हेडऑफिसला पेपरवर्क करत होता, त्यामुळे सेफ्टी ऑफिसर त्याला ओळखत होता.

"सर, तुम्ही आलात?"

"होय, चीफचा आदेश."

"चेंबूरच्या डिश ऑफिसचे कोणी दिसत नाही. तुम्ही एकटेच?"

"होय."

दोघेही बोलत-बोलत प्रशासकीय इमारतीत आले. सेफ्टी ऑफिसर शहा हाही इंजिनिअरच होता. त्याने डोईजडला आपल्या केबिनमध्ये नेले.

"सर, काय घेणार चहा? कॉफी?"

"काही नको, फक्त पाणी."

सेफ्टी ऑफिसरने पाणी मागवले. डोईजडने पुन्हा चहा-कॉफी नको, म्हणून सांगितले.

चहा-पान न घेता सँडविच खाण्याचा कार्यक्रम झाला. कामाला सुरुवात झाली.

डोईजडने कारखान्यातून फेरी मारली. कामगारांची कामाची जागा, त्या ठिकाणची आवाजाची तीव्रता, प्रकाश, कामगारांना देण्यात येणारे कपडे, हेल्मेट, गॅसमास्क, हॅन्डग्लोज यांची तपासणी केली. कारखान्यातील आणि परिसरातील कार्बन डायऑक्साइड, सल्फर डायऑक्साइड, हवेतील धुलिकण यांची चौकशी केली. या गोष्टी पर्यावरणाशी संबंधित होत्या, तरीही पाहिल्या. केमिकलच्या, गॅसच्या टाक्यांचे व्हाल्व तपासले. डोईजडची शोधक नजर फिरत होती. व्यवस्थापन व्यावसायिक होते. नियमबद्ध काम करणारे. डोईजड प्रशासकीय इमारतीत आले. कामगारांचे

हजेरीपत्रक पाहिले. कामगारांची संख्या, कामगारांच्या रजा, वेतन, वैद्यकीय सवलत, कामगारांच्या हजेरीपत्रकाबरोबर शिफ्टचे वेळापत्रकही त्याने पाहिले.

सेफ्टी ऑफिसर शांत होता. शांतपणे पाहात होता.

डोईजडने काही कामगारांच्या नावासमोर खुणा केल्या.

''हे कामगार बरेच दिवस कामावर येत नाहीत?''

''हे आजारी असल्याचं त्यांनी कळवलं आहे, काही त्यांच्या खासगी कामासाठी रजेवर आहेत. काहींनी कळवलेलं नाही.''

''यातल्या एका कामगाराची तक्रार आमच्याकडे आलेली आहे.''

शांतपणे हजेरीपत्रक बंद करत डोईजडने म्हटले.

''—''

''कृष्णा सुर्वे!''

''होय, तो काही दिवस येत नाही. हॉस्पिटलमध्ये ॲडमिट आहे.''

''कारण माहीत आहे?''

''झोपेचा विकार जडला आहे.''

''तुम्ही त्याला शिफ्टवर योग्य प्रकारे न ठेवल्यामुळे तो आजारी आहे, असं तक्रारदाराचं म्हणणं आहे.''

सेफ्टी ऑफिसर सावध झाला.

''आम्ही सर्व कामगारांना नियमानुसार शिफ्टवर ठेवलं आहे. त्याच्या शिफ्टमध्ये कोणताही बदल केलेला नाही.''

''नो!''

डोईजडने कडकपणे सुनावले. डोईजडने सर्व कामगारांची नावे लिहून घेतली. आणि शेवटी आपल्या नेहमीच्या पद्धतीने दम दिला.

''कारखान्याला नोटीस देण्यात येईल. शिफ्टवर योग्य प्रकारे कामगारांना न ठेवल्यामुळे कामगार आजारी पडले. न्यायालयीन खटल्याच्या तयारीत राहा.''

डोईजड निघून गेला.

डोईजड खूश होता. तो हुशार बगळा होता. कामाला सुरुवात झाली होती.

डोईजड आपल्याच विचारात होता. आपल्याच मस्तीत होता. डोईजडची गाडी चेंबूरच्या रहदारीतून शांतपणे जात होती. प्रियदर्शनीच्या सर्कलजवळ डोईजडची गाडी आली. चुनाभट्टीकडे न जाता सरळ सायनच्या दिशेने जाऊ लागली. ऑफिसमध्ये जाऊन चिफला रिपोर्ट करण्याच्या विचारात डोईजड होता.

गाडी सायन ब्रिजवर घेण्यासाठी गाडीचा वेग वाढवला. गाडीने वेग घेतला, परंतु काही अंतरावर गाडी गचकन थांबली. विचारांच्या नादात ब्रेक्स जाम झाले, याकडे डोईजडचे लक्ष गेले नाही. डोईजडचे डोके दणकन स्टिअरिंगवर आदळले,

परंतु डोईजड सावध झाला.

डोईजडचे लक्ष दरवाजाच्या काचेकडे गेले. डोईजड आश्चर्याने पाहू लागला. दरवाजाच्या कोपऱ्यातील छोट्या काचेला तडा गेला होता. काच फुटली होती. काच फुटली होती, ती गाडीच्या जाम झालेल्या ब्रेकमुळे नाही, तर बंदुकीची गोळी लागून.

डोईजड घाबरला.

त्याने इकडे-तिकडे पाहिले. डोईजडने गाडी सुसाट सोडली. गाडी पोलीस स्टेशनकडे न्यायची का वरळी ऑफिसला जायचे. डोईजडला काही सुचेना.

शेवटी गाडी सायन पोलीस स्टेशनला फिरवली.

पोलीस स्टेशनमध्ये तक्रार नोंदवण्यात आली. डोईजडने राजेंना मोबाइलवरून काय घडले ते सांगितले. राजेंनी ऑफिसमधून दोघांना पाठवलं. सायन पोलीस स्टेशनला डोईजडवरील गोळीबाराची बातमी डिश ऑफिसला एक मोठी बातमी होती. कहाणी होती. घरच्या गप्पांसाठी, ऑफिसमधील गप्पांसाठी, पार्टीमधील गप्पांसाठी!

डोईजड हुशार बगळा होता. सर्व ऑफिसला त्या बगळ्याची मान किती नाजूक होती, याची माहिती होती. बित्तंबातमी होती. गोळीबाराची बातमी तेवढ्यावर थांबली नाही.

दोन दिवसांनंतर....

डोईजड सकाळी-सकाळी वरळी ऑफिसला येत होता. गाडी पार्क करून चालत-चालत ऑफिसच्या पायऱ्या चालू लागला. पायरीवर काहीतरी चकचकीत वस्तू दिसली. डोईजड ती पाहण्यासाठी खाली वाकला.

गोळ्यांची फैरी थडथड आवाज करत डोईजडच्या डोक्यावरून गेली. गोळ्यांचा आवाज ऐकला, मात्र डोईजड मटकन खाली बसला. डोईजड घाबरला. तरीही तो हुशार बगळा होता.

डोईजड नशिबाने वाचला होता. ऐन वेळी तो वाकला, म्हणून वाचला. त्याने जमिनीवर लोळण घेतली. आजूबाजूला पाहिले. गोळ्या कोठून येत होत्या, याचा अंदाज आला नाही. रस्त्यावर रहदारी नेहमीप्रमाणे होती. परंतु काही लोकांनी गोळीबाराचा आवाज ऐकला होता. रस्त्यात पळापळ सुरू झाली. डोईजड वाकत-वाकत डिशच्या इमारतीत घुसला. डोईजड लिफ्टकडे न वळता जिन्याकडे पळाला. जिवाच्या आकांताने जिने चढू लागला. इमारतीचे सात माळे चढून डोईजड धावत-धावत ऑफिसमध्ये आला. आपल्या केबिनमध्ये न जाता सरळ चीफच्या केबीनमध्ये घुसला. पूर्वपरवानगी न घेता.

सकाळचे अकरा वाजून गेले होते.

डिश ऑफिस कामाला लागले होते.

राजे आपल्या खुर्चीत बसून काम पाहत होते.

दरवाजा धाडकन उघडला.

समोर डोईजड उभा होता. बगळा जाम घाबरला होता. राजेंनी शांतपणे विचारले.

''डोईजड! काय झालं?''

डोईजड दोन ढांगा टाकत पुढे आला, खुर्चीत बसला.

''सर!''

डोईजडचा आवाज कापरा झाला होता.

''सर! गोळीबार!''

''कुठे?''

''सर ऑफिसच्या दारात,'' डोईजडना धाप लागली होती. सात माळे चढून आला होता. त्यात गोळीबार. तोंडातून शब्द फुटत नव्हते.

राजेंनी स्वत:जवळच्या टिपॉयवरील पाण्याचा ग्लास डोईजडसमोर ठेवला.

''डोईजड, प्रथम पाणी प्या. शांत व्हा, मग बोला.'' राजे थोडे कडकपणे बोलले.

डोईजडने पाण्याचा ग्लास दोन्ही हातात पकडला आणि पाणी घटाघटा प्याला. हातानेच तोंड पुसले. राजेंकडे पाहत सांगू लागला.

''सर, मी ऑफिसच्या पायऱ्यांवरून आत येत होतो. पडलेली वस्तू पाहण्यासाठी खाली वाकलो. तेवढ्यात माझ्या डोक्यावरून गोळ्यांची फैरी गेली. केवळ नशीब म्हणून मी वाचलो. खाली सगळीकडे पळापळ सुरू आहे सर! मी धावत-धावत जिन्याने आलो.''

डोईजडने एका दमात काय झाले, ते सांगितले आणि त्याने आजूबाजूला पाहिले, जणू काही मारेकरी तिथपर्यंत आला.

''डोईजड शांत व्हा!'' राजेंनी बेल वाजवली. बाहेरून शिपाई आत आला.

''हे बघ, खाली गोळीबार झालाय, असं हे डोईजड सांगतायंत. कातकडे सुपरिटेंडंटना घेऊन खाली पाहून या आणि नक्की काय झालं, ते पाहून या!''

एव्हाना ऑफिसमधील काही अधिकारी, कर्मचारी आले. डिश कार्यालयात धावपळ उडाली. सर्व जण तणावाखाली आले.

गोळीबाराची बातमी खरीच होती. गोळीबार डोईजडवर झाल्याचे निष्पन्न झाले, तसे राजेंना जास्त लक्ष घालावे लागले.

ताडदेव पोलीस चौकीला कळवण्यात आले. पोलिसांची गाडी सायरन वाजवत आली. पोलीस कारवाई सुरू झाली. पोलीस पथकाने गोळीबाराच्या स्पॉटला पांढऱ्या खुणा केल्या आणि बंदुकीच्या गोळ्यांचा शोध घेण्याचे काम सुरू झाले. काही वेळाने पिवळ्या रिबीन लावण्यात आल्या. पंचनामा आणि पोलीस चौकशी सुरू झाली.

राजेंच्या ऑफिसला पोलीस चौकीचे स्वरूप आले. घटना गंभीर होती. गोळीबाराची बातमी! मग वृत्तपत्रवाले, न्यूज चॅनेलवाले आले. टीव्ही कॅमेरे फिरू लागले. रस्त्यावर गाड्यांची गर्दी, माणसांची गर्दी, जत्रेचे स्वरूप आले.

डोईजडला पोलिसांनी ताब्यात घेतले. त्याची दुपारपर्यंत सुटका झाली नाही.

१६

त्या दिवशी बच्चे कंपनीनी हद्द केली.

गच्चीच्या बाजूला ती आरामखुर्ची, आईसाहेबांची आवडती जागा.

त्या ठिकाणी बसले की, गच्चीत यावे लागत नाही. गच्चीबाहेरच निळेभोर आकाश आणि इमारतीभोवतालचा वृक्षभार. इतर इमारती आणि त्यात्रील आकाश पाहणे एक आवडता विरंगुळा, छंद. कधी सकाळी, कधी दुपारी, कधो संध्याकाळी. तर कधी रात्री. रात्रीच्या अंधारात खोलवर नजर फेकणे मनाला निरव शांतता देणारे. राजेंनाही ते आवडत होते. बऱ्याच वेळा दोघे न बोलता अंधाराकडे तासन्‌तास पाहत बसत. दोघांच्या गप्पा कधीकधी अबोल होत. नजर एकटक अंधार तील काळोख शोधत.

दुपारच्या वेळी गच्चीत येणारी चिमणी-पाखरे, त्यांना खायला घालण्यात आईसाहेबांचा वेळ भुर्रकन जायचा. चिमण्यांच्या चिवचिवाटाने घर भरल्यासारखे वाटायचे, जागे वाटायचे. घरात एकटेपणा वाटत नव्हता.

नेमक्या त्याच खुर्चीत त्यांनी घाण केली होती. सकाळपासून आईसाहेबांची मन:स्थिती खराब होती. त्यात ही घाण. त्यांच्या रागाचा पारा चढला.

''राजे, आता हे खूप झालं. यांना आता हाकललेलं बरं.''

''ठीक आहे.''

''नाही, आपण आजच त्यांची रवानगी करू.''

राजे काही बोलले नाही.

''पण यांना कोठे सोडायचं?''

''तुमचा निश्चय झाला का यांना सोडायचा?''

''हो!''

''मग त्याबद्दल नंतर विचार करू. उगाच नंतर पुन्हा त्यावर विचार नको.''

"नको, खरंच त्यांना आता बाहेर काढा."

"ठीक आहे, ठीक आहे. आपण असंच करू, यांना एकत्र करू. मी ठोंबरेला सांगतो, रेसकोर्सवरील हॉटेल आहे. तिथे त्यांना सोडू."

"अहो राजे, अर्ध्या तासात हे परत घरी येतील. यांना खूप दूरवर सोडावं लागेल. हे खूप तिखट नाकाचे आहेत. अगदी पाच-पाच किलोमीटरवरून घरी परत येतील."

"ताडदेव मच्छिमार्केट? नको, त्यापेक्षा वरळी मच्छी मार्केटमध्ये सोडू?"

राजे ऑफिसला निघून गेले.

बच्चे कंपनीला सोडायचे म्हटल्याबरोबर आईसाहेबांनी सर्वांना खाऊ घालण्याचा कार्यक्रम सुरू केला. कोणाला चुकून जर उपाशी राहण्याची वेळ आली, तर तेवढाच पोटाला आधार.

देवपूजा, जेवण खाणे-पिणे होईपर्यंत दुपार झाली. ठोंबरे ड्रायव्हर दुपारी दोन वाजता हजर झाला. त्या सर्वांना एका गोणीत घातले आणि निघाले. खरेतर ठोंबरे फक्त त्यांना घेऊन जाणार होता. परंतु त्यांना योग्य जागी सोडले जावे, म्हणून आईसाहेब निघाल्या. बाहेर पडेपर्यंत तीन वाजायला आले.

आईसाहेब गंभीर झाल्या होत्या. त्यांच्या मनातून तयारी होत नव्हती. परंतु त्यांना सांभाळणेही त्रासाचे झाले होते. आईसाहेब मनातल्या मनात स्वत:ला समजावत होत्या. परंतु त्यांचा तो गोंडसपणा. इकडे-तिकडे धावणे आता बंद होणार होते.

आईसाहेबांना काही सुचेना. एकदा वाटले, उगाचच ठोंबरे ड्रायव्हरबरोबर आले.

गाडी वरळी नाक्यावर आली.

ठोंबरेने गोणी बाहेर काढली. आणि हॉटेलच्या एका बाजूला उघडी केली. सर्व कुटुंब एकत्र होते. आईसाहेबांनाच ते पाहवेना. त्यांनी मान फिरवली.

ठोंबरे ड्रायव्हर गाडीत बसला. त्याचा चेहरा निर्विकार होता. आईसाहेब मात्र चूपचाप बसून होत्या. त्यांना काय बोलावे, सुचत नव्हते. तोंडातून शब्द फुटत नव्हता. घरी परत येईपर्यंत त्या रस्त्यातून मागे पुढे जाणारी वाहने एकटक पाहत होत्या. गाडी हाजी अलीच्या क्वार्टर्सजवळ आली. आईसाहेब शांतपणे गाडीतून उतरून आत गेल्या.

ठोंबरेशी त्या काहीच बोलल्या नाहीत.

आता त्या घरी एकट्याच होत्या. दुपार झाली होती. थोडा वेळ झोपावे आणि नंतर मंदिरात जावे, या हिशोबात त्यांनी बेडवर अंग टाकले. परंतु झोप येईना. बराच वेळ डोळे सताड उघडे ठेऊन त्या बेडवर पडून होत्या.

ते सर्व त्यांच्याभोवती फेर धरून नाचत होते. त्यांचे चमकदार डोळे, छोटे-छोटे पाय, त्यांचे लुसलुशीत अंग, त्यांचे इकडून-तिकडून धावणे, पळणे, उड्या मारणे,

त्यांचे खेळ. आईसाहेबांच्या चेहऱ्यासमोर संपूर्ण चित्र येत होते.

आईसाहेब खूप वेळ झोपून होत्या. परंतु झोप येत नव्हती. त्या उठून बसल्या. गच्चीजवळची खुर्ची पकडली आणि बाहेर पाहू लागल्या. परंतु आज मन:स्थिती ठीक नव्हती.

बाहेरची हवा गरम वाटत होती. वातावरण शुष्क आणि उदास वाटत होते. आईसाहेबांना बाहेर पाहण्याचाही कंटाळा आला होता.

संध्याकाळ व्हायला आली.

त्यांनी मनाचा हिय्या केला. झटपट आवरले आणि बाहेर पडल्या. क्वार्टर्सच्या पुढे चालत-चालत रेसकोर्स क्लबकडे गेल्या आणि टॅक्सी पकडली.

''वरळी नाका!''

रस्त्यावरील गर्दी अजून वाढलेली नव्हती. नाक्यावर आल्या, तेव्हा अजून दिवेलागण झाली नव्हती. परंतु सूर्य क्षितिजाआड गेला होता. संधिप्रकाश होता. रस्त्यावरील दिवेलागण झाली नव्हती.

हॉटेलजवळ त्या उतरल्या आणि पायीच निघाल्या.

ते सर्व इतस्तत: पळत होते. नाचत होते. बागडत होते. मस्ती करत होते. तो छोटासा रस्ता त्यांनी खेळाचे मैदान केले होते. ते सर्व आपल्या विश्वात गुंग होते. कोणाचा विरह, कोणाची ताटातूट, याची त्यांना फिकीर नव्हती. ते आपल्याच मस्तीत होते.

''क्या आदमी लोग है! कुछ समझता नही! बिल्लीको किधर भी छोडके जाते है! कुछ तो खयाल होना चाहिए!'' ती म्हातारी आपल्या भाजीपाल्याची टपरी सांभाळत तणतणत होती.

आईसाहेबांनी तिच्या कुरबुरीकडे दुर्लक्ष केले.

त्यांनी एकाएकाला गोंजारून गोणीत घातलं. शेवटची दोन राहिली. एक सारखे इकडून-तिकडे धावत होते. त्याच्याबरोबर धावणे आईसाहेबांना जमत नव्हते.

''मैं कुछ मदद करूँ?''

आईसाहेबांनी पाहिले, समोर जीन्सची पॅन्ट आणि आखूड बाह्यांचा टी-शर्ट घातलेली एक मुलगी उभी होती. गोरेपान दंड आणि गुलाबी ओठ लिपस्टिक न लावलेले.

आईसाहेबांनी काही न बोलता मानेनेच होकार दिला.

बऱ्याच कसरतीनंतर त्या दोघींना त्यांना पकडण्यात यश आले. गोणी घट्ट धरून आईसाहेब उभ्या राहिल्या. त्यांनी सुटकेचा नि:श्वास टाकला.

''हुश्श्! मदत केल्याबद्दल मी तुमची आभारी आहे!''

''ठीक आहे. ठीक आहे. मलाही यांची आवड आहे. तुम्ही एकट्याच धावताय,

हे पाहून मदत करण्याची इच्छा झाली. तुम्ही कुठे राहता?''

''हाजी अली रेसकोर्सजवळ.''

''मग इतक्या दूरवर येऊन यांना पकडण्यासाठी धावताय?''

तिला थोडे आश्चर्य वाटले.

''त्याचं असं आहे.''

''ते जाऊ दे. चला मी तुम्हाला सोडते, मला काय ते तुम्ही गाडीत सांगा.''

''पण तुम्ही कशाला त्रास घेता, मी जाईन टॅक्सी करून.''

''अरे माँजी, मी सांगितलं ना, मलाही मांजराची आवड आहे. ही मांजरं पाहूनच तर मी थांबले. चला तुम्हाला घरी सोडते.''

आईसाहेब तिच्याकडे रोखून पाहू लागल्या.

''अहो, माझ्याबाबत संशय वाटतो का?''

''अहं!''

''काळजी करू नका.''

तिने आईसाहेबांना बळेबळेच दंडाला पकडून आपल्या गाडीकडे नेले.

तिची स्पोर्टस कार रस्त्याच्या बाजूलाच उभी होती.

ती हाय सोसायटीमधील दिसून येत होती. ड्रायव्हिंग करता-करता ती बोलू लागली.

''हं सांगा आता, तुम्ही वरळीला कशा आल्या ते.''

आईसाहेबांनी तिला सकाळपासूनची कथा ऐकवली. ते सांगताना त्यांचे डोळे भरून आले.

तिने करकर आवाज करत गाडी बाजूला घेतली आणि गाडीचे इंजीन बंद केले.

आईसाहेबांनी दचकून तिच्याकडे पाहिले. तिने गाडी का बंद केली, हे त्यांना समजेना. तिचा चेहरा त्यांना दिसत नव्हता.

''काय झालं?''

तिने मान वळवून आईसाहेबांकडे पाहिले. आईसाहेबांच्या चेहऱ्यावर आश्चर्याचे भाव आले.

तिचे डोळे पाणावलेले होते.

''माफ करा माँजी, मी भावनाविवश झाले. मला ऐकायला थोडं जड गेलं.''

आईसाहेबांनी तिच्या खांद्यावर हात ठेवून म्हटले, ''एवढं मनाला लावून घेऊ नका. मी आता त्यांना म्हणून परत घेऊन निघाले आहे.''

दोघी घरी येईपर्यंत काही बोलल्या नाहीत.

गाडी इमारतीच्या खाली आली.

''ठीक आहे, माँजी, मी निघते.''

''अरे, असं कसं, इथपर्यंत आलात. आमचं घर पाहून जा.''

आईसाहेबांनी तिला आग्रह केला.

दोघी वर आल्या.

आईसाहेबांनी घरी आतमध्ये आल्यावर सर्व पिलांना मोकळे सोडले, तशी सर्व पिल्ले धावू लागली.

"यांना दुपारी सोडलं, परंतु मला एक क्षण चैन पडेना. झोप येईना. शेवटी उठले. टॅक्सी केली आणि वरळी नाका गाठला."

तिने हसत-हसत एका पिल्लाला वर घेतले आणि हळुवार गोंजारले.

"काय क्युट आहेत!"

"हवं तर तुम्ही घेऊन जा."

"पण मी सतत बाहेर फिरत असते. आणि माझ्या मम्मीला आवडत नाही."

आईसाहेबांनी तिला पाणी दिले.

"काय घेणार चहा-कॉफी?"

"काही नको, मी पाणी प्याले."

"अहो, आमच्या घरी आलात. काहीच न घेता जाणं योग्य नाही."

"ठीक आहे. कॉफी घेऊ, पण जास्त नको हं."

"एक विसरलं."

"हं!"

"तुमचं नाव नाही सांगितलंत?"

"पटेल, अमिता पटेल."

"अरेच्चा! अमराठी असूनही तुमचं मराठी छान आहे."

"मी मराठी शाळेत शिकले. मराठी चांगलं लिहिता-वाचता येतं. माँजी, मी पत्रकार आहे. तुम्ही एकट्याच राहता?"

"नाही, नाही. माझा मुलगा सरकारी नोकरीत आहे. डायरेक्टर आहे. आम्ही दोघेच आहोत. हा पाहा त्यांचा फोटो. त्यांचं नाव आहे राजे. संपूर्ण नाव प्रतापसिंहराजे मलकापूरकर. नाव मोठं आहे. त्यामुळे सर्व जण त्यांना राजेच म्हणतात."

"माँजी, तुमचा मुलगा ना!"

"हो!"

"मग तुम्ही मोठ्या लोकांसारखं अहो-जाहो करता."

आईसाहेब हसून म्हणाल्या, "आम्ही कोल्हापूरचे ना. आमच्याकडे काही कुटुंबांत लहान मुलांनाही – अगदी स्वतःच्या मुलालाही अरे-तुरे न करता आदरार्थी नावाने बोलावतो."

अमिता बराच वेळ राजेंच्या फोटोकडे पाहत होती.

१७

ती भेट पूर्वनियोजित होती.

परंतु ती निरीक्षणाकरिता नव्हती.

परंतु राजेंना निरीक्षण करायचे होते. संचालक स्तरावरून. त्याला कारण होते. तो बगळा डोईजड. डोईजडवर दोनदा झालेल्या हल्ल्यामुळे राजे वैतागले होते. त्याला गंभीर वळण लागले होते. बापा केमिकलमध्ये काही काळेबेरे होते का? संचालक स्तरावरून शोध घेता येईल का? बगळा काहातरी लपवत होता, असे राजेंना वाटत होते.

दुपारचे बारा वाजायला आले होते. ऑफिसमधील कामकाज सकाळीच आवरले होते. तासाभरात भेट आवरून ऑफिसला जेवायला यायचं, असा विचार करत होते.

ठोंबरेला थोडी घाई करायला सांगितले.

चेंबूरला यायला त्यांना वेळ लागला नाही.

बापा केमिकल. चेंबूरच्या गवाणपाड्यातील जुनी केमिकल कंपनी. भोवतालच्या अनेक मोठ्या कंपन्यांपैकी एक मोठी कंपनी. कंपनीचे गॅसचे मोठे साठे होते. केमिकलचा मोठा प्रक्रिया प्लान्ट होता. आखाती देशातून येणाऱ्या क्रुड ऑइलवर त्यांचा प्लान्ट उभारला होता. त्यांचा विस्तारीकरणाचा प्रकल्प वादाच्या भोवऱ्यात होता. हायकोर्टाच्या जाळ्यात होता. चेंबूर ॲक्शन ग्रुप विरुद्ध बापा केमिकल केस सुरू होती. राजेंचे कंपनीबाबत फारसे चांगले मत नव्हते. त्यांचा विस्तारीकरण प्रकल्पही मान्य नव्हता. तांत्रिकदृष्ट्या, पर्यावरणदृष्ट्या आणि औद्योगिक सुरक्षिततेच्या दृष्टीने. प्रकल्प मंजुरीसाठी कंपनीने राजकीय वजन वापरले होते. राजेंनी कंपनीच्या विस्तारीकरण प्रकल्पाला कारखाने कायद्याच्या नियमात अडकवले होते. परंतु राजकीय वजन वापरून कंपनीने बाजी मारली होती.

गाडी सायन-कुर्ला-व्ही एन पुरव मार्गावरून चेंबूर रोडला आली. चेंबूरचा हा

भाग म्हणजे सगळकडे अजागळ. माणसांची गर्दी. रस्त्यावरील घाणीचा चिखल. कारखान्यांचे सांडपाणी, मळी, हवेतील प्रदूषित वायू यांचीही भर. चेबूर म्हणजे बकालपणा. प्रत्येक गोष्ट बेशिस्त असल्यागत. साला सगळे आयुष्य किचडच. रस्तोरस्ती चहाच्या टपऱ्या. उडपी, मद्रासी, पंजाबी, कोकणी, धुळकट-मळकट हॉटेल्स, गॅरेजेस्, कंटेनर, ट्रक्स यांच्या लाइनच्या लाइन. एखादी-दुसरी आलिशान गाडी, अन्यथा रिक्षा, बसेस आणि झोपडपट्टी. उच्चभ्रू वस्तीचा वास नाही. सगळा बकालपणा.

गवाणपाड्यातील त्या भागातून गाडी काढताना ठोंबरेला कसरत करावी लागत होती. बसेस, लॉरी, टँकर, टेम्पो, टॅक्सी, रिक्षा यांनी रस्ता खचाखच भरलेला होता. धूर ओकत होता. गाड्यांच्या कर्कश आवाजाने वातावरण आणखी बकाल, भेसूर झाले होते.

शासकीय गाडी गेटवर उभी राहिली. वॉचमनने न बोलता न अडवता गाडी फाटकातून आत येऊ दिली. गेटवर कंपनीचा सेफ्टी ऑफिसर वाट बघत होता. त्याचा चेहरा तणावपूर्ण वाटत होता. राजे एकटेच आले होते. चेंबूरच्या ऑफिसला कळवण्यात आलेले नव्हते. राजेंनी ऑफिसमधील कोणाही अधिकाऱ्याला बरोबर घेतलेले नव्हते. नेहमीच्या प्रथेला बगल देण्यात आली होती. राजेंना अचानक, पण धावती भेट द्यावयाची होती. परंतु ती रेड नव्हती. छापा नव्हता.

सेफ्टी ऑफिसरला राजेंबरोबर चालणे-बोलणे अवघड जात होने. राजेंना ते जाणवत होते.

सेफ्टी ऑफिसरचे नाव शहा होते.

"मि. शहा, मी जास्त वेळ थांबणार नाही. आमच्या डिश ऑफिसचे डोईजड मागे तपासणीकरता आले होते. आठवतं?"

"होय सर!"

"त्यांनी कोणती तपासणी केली, तेवढंच मला पाहायचं आहे. ठीक आहे?"

"होय सर!"

राजेंना डोईजडने कोणती तपासणी केली, याचा अंदाज होता. माहिती होती. टाइम ऑफिसमधील कामगारांची शिफ्टबाबतची माहिती शक्यतो पाहून निघायचे, असे राजेंनी ठरवले होते.

सेफ्टी ऑफिसर त्यांना कंपनी चेअरमनच्या केबिनकडे घेऊन जात होता. कंपनीच्या टाइम ऑफिसकडे नाही.

"हे काय, इकडे कुठे?"

राजेंच्या प्रश्न विचारण्याचा रोख शहाच्या लक्षात आला.

"सर, आपली सूचना आम्हाला मान्य आहे. परंतु अगोदर कंपनीच्या पीआरओंना

भेटून घ्यावं. त्यानंतर आपण चौकशी सुरू करावी.''

''तुमचा पीआरओ काय चेअरमनपेक्षा मोठा आहे काय?''

''मला समजलं नाही सर!''

''चेअरमनच्या केबिनकडे निघालात आणि पीआरओंना भेटण्याची इच्छा आहे, म्हणता.''

''सर आपण संचालक आहात. आपलं स्वागत चेअरमनच्या केबिनमध्ये होणं योग्य नाही का?''

''ओ!''

'साला माझा सत्कार समारंभ करून मला फुटवायचा विचार आहे का काय यांचा?' राजेंचा संशय वाढला. शहाकडे राजे संशयाने पाहू लागले. केबिनचा दरवाजा उघडून सेफ्टी ऑफिसर बाजूला झाला. राजे आत आले.

ती समोर उभी होती.

राजे एकदम दचकले. त्यांनी शेजारच्या सेफ्टी ऑफिसरकडे पाहिले. तो शांतपणे उभा होता.

''तुम्ही?''

''का आम्ही इथं येऊ शकत नाही?''

''तुमचं स्वागत असो!''

राजे समोर आले, चेअरमनच्या समोरच्या खुर्चीत बसले.

''तुम्हाला पाहून आश्चर्य वाटलं, खरंच!''

''मी पत्रकार असले, तरी एखाद्या कंपनीचं पीआरओ पद सांभाळू शकते.''

राजेंना उलगडा झाला.

''तर तुम्ही पीआरओ आहात. बापा केमिकल्सचे.'' राजे तिच्याकडे रोखून पाहत म्हणाले.

तिने काही उत्तर दिले नाही. तिने शहाकडे पाहिले. केबिनमध्ये कंपनीचे इतर लोक होते. परंतु कोणी बोलत नव्हते. तिने कोणाची ओळख करून दिली नाही. शहाने पुष्पगुच्छ तिच्याकडे दिला. तिने तो हातात घेतला आणि पुढे होऊन राजेंना दिला.

''धन्यवाद!''

तिने पुष्पगुच्छ दिल्यानंतर राजेंना हात जोडून नमस्कार केला. हस्तांदोलन नाही. त्यानंतर तिने मग सर्व अधिकाऱ्यांची ओळख करून दिली. राजेंना काहीतरी खटकत होते. परंतु लक्षात येत नव्हते. सर्वांची ओळख झाली. परंतु कोणी थांबले नाही. शहासकट सगळे बाहेर गेले. केबिनमध्ये ते दोघेच होते.

राजेंना वाटले, आता कंपनीचा चेअरमन येतो की काय. परंतु तिनेच सुरुवात केली.

"तुम्ही काही चौकशी तपासणीकरता आला आहात की सहज भेट?"

"ही माझी उलटतपासणी आहे काय?"

"संचालकांची तपासणी आणि तीही उलटतपासणी – माझा अधिकार नाही तो."

"मग?"

"तुम्ही फक्त येत आहात, एवढंच आम्हाला समजलं. कारण किंवा उद्देश लक्षात आला नाही. म्हणून विचारलं."

"ते सर्वकाही मि. शहांना सांगितलं आहे."

"आमच्यावर नाराज आहात का?"

"का बरं!"

"मग मि. शहांना जे सांगितलं, ते आम्हालाही कळावं, अशी आमची इच्छा आहे."

"तुम्ही कंपनीच्या पीआरओ वाटत नाही हो!"

"आमच्या प्रश्नाला बगल का देता?"

"बगल कुठे दिली. आमचा एक ऑफिसर नागराज डोईजड याने कंपनीला भेट दिली होती. ती कशी दिली होती, त्याला त्या वेळी कंपनीत काय आढळून आलं, ते पाहायचं होतं."

"ठीक आहे, पण एका अटीवर!"

"अट!"

"हं!"

"अटीशिवाय काम होणार नाही का?"

"होय किंवा नाही?"

"एवढा आग्रह आहे, तर नाही कसं म्हणणार. ठीक आहे, बोला तुमची अट."

"तुमची भेट संपल्यानंतर कंपनीमार्फत जेवणाच्या आमंत्रणाचा आपण स्वीकार करावा. हीच आमची अट. व्हेरी सिंपल."

राजे संशयाने पाहू लागले. "तुमचा काही संशय असेल, तर सांगा."

"मी कंपनीला भेट दिल्यानंतर कधी कुठल्या कंपनीत जेवण केल्याचं आठवत नाही. ते योग्य वाटत नाही."

"आपण बाहेर जाऊ. नेहमीच्या शिरस्त्याला बगल द्या. हरकत नाही ना!"

"ठीक आहे."

ती खूश झाली. तिचा खुललेला चेहरा पाहून राजे पाघळले. मनातून ते खूश होतेच. आता कामाकडे कितपत लक्ष लागते, याची विवंचना त्यांना लागली.

कंपनीचा पर्सोनल मॅनेजर राणे होते. कोकणी होता. घुम्या स्वभावाचा होता.

परंतु तो आणि शहा दोघेही राजेंसमोर बळीच्या बकऱ्याप्रमाणे उभे होते. तोंडातून ब्र काढत नव्हते. फक्त विचारलेल्या प्रश्नांना उत्तर देत होते. कोणत्यातरी दबावाखाली होते. त्या पीआरओने दम दिला की काय, कळत नव्हते. परंतु खटकत होते.

डोईजडने कोणती चौकशी केली असावी, याचा अंदाज घेऊन राजेंनी टाइम ऑफिसमधून चौकशीला सुरुवात केली. राजेंनी डोईजडने कोणाकोणाशी कोणती बोलणी केली, चर्चा केली, याचीही चाचपणी केली. परंतु डोईजडने वेडेवाकडे किंवा बेकायदेशीर व्यवहार अथवा बोलणी केली असल्यास त्याबाबत कोणी तोंड उघडेल, याबाबत राजेंना शंका होती. कारखान्यातील लोकांना विश्वासात घेणे आवश्यक होते. परंतु अमिता पटेलबरोबरच्या मुलाखतीनंतर सर्व जण दबून बोलत असल्यासारखे राजेंना जाणवत होतं. त्याची उकल होत नव्हती.

डोईजडने कोणत्या विभागाला भेट दिली आणि काय पाहिलं, याची तरी माहिती मिळेल का? असा प्रश्न राजेंसमोर आता उभा राहिला होता. टाइम ऑफिसमधील तपासणी संपवून राजे प्रोसेस प्लान्टकडे निघाले. वाटेत काही कामगारांचा घोळका हुज्जत घालताना दिसत होता. राजेंनी सेफ्टी ऑफिसरकडे वळून पाहात म्हटले,

''शहा, काहीतरी गडबड आहे?''

''काही समजत नाही. मी चौकशी करतो.''

शहा पुढे गेला. राजे तिथेच उभे राहिले. परंतु राजेंना जास्त काळ उभे राहावे लागले नाही. तो सगळा घोळका आता राजेंसमोर येऊन उभा राहिला. राजेंनी प्रश्नचिन्ह करून सेफ्टी ऑफिसरकडे पाहिले.

''सर!'' त्याने एका कामगाराकडे बोट दाखवले.

''याचे हात भाजले आहेत. ग्लोव्हज बरोबर दिले नाहीत, म्हणून हात भाजला, असे सगळे तक्रार करत आहेत.''

''हात कशाने भाजला?'' राजे.

''पेंट करताना पेंटिंग स्प्रेमधून स्पार्क उडाला आणि ग्लोव्हजने पेट घेतला. ग्लोव्हजच्या क्वालिटीबाबत तक्रार करतायेत.''

''आपण, मला वाटतं, ऑफिसमध्ये बसून यांची तक्रार नीट ऐकून घेऊ.''

राजेंनी सल्ला दिला.

सर्व जण पुन्हा टाइम ऑफिसकडे वळले. सर्व ॲडमिनिस्ट्रेटिव्ह ऑफिसरच्या केबिनमध्ये आले. ॲडमिनिस्ट्रेटिव्ह ऑफिसरच्या खुर्चीत राजे बसले. शेजारी ऑफिसर उभे होते. सेफ्टी ऑफिसर, प्रोसेस प्लान्टमधील गोडाउनचा इन्चार्ज, हात भाजलेला कामगार आणि इतर कामगार उभे होते. सर्वांचा रोख वाद वाढवण्यावर दिसून येत होता. तो कामगारांचा मॉब होता. त्यांचा युनियन लिडर जागेवर नव्हता. प्रत्येक जण

राग काढण्याच्या प्रयत्नात होता. प्रत्येकाला भांडण उकरून काढण्याची संधी मिळाली, असेच चेहऱ्यावर दिसून येत होते.

सर्वांची गडबड पाहून राजे म्हणाले

''सर्व जण शांत राहा!''

राजेंनी स्वत:ची ओळख करून दिली, तसे सर्व जण चूपचाप बसले. राजेंनी कामगाराकडे पाहत म्हटले.

''हं, काय झालं ते व्यवस्थित सांगा!''

कामगाराने सांगण्यास सुरुवात केली.

गोडाउनमधील काही मोठाल्या कपाटांना ऑइल पेंट देण्याचे काम सुरू केले होते. रंगकाम स्प्रे पेंटिंगने केले जात होते. काही वेळापूर्वी त्या कामगाराच्या स्प्रे मशीनमधून ठिणगीसारखा स्पार्क उडाला आणि रंगाने पेट घेतला. जळालेल्या पेंटमुळे हातातील प्लॅस्टिक ग्लोव्हज पटकन जळून मोठा भडका झाला आणि कामगाराचा जवळ-जवळ सगळा हात भाजला.

त्याच्या हाताला प्रथमोपचार करण्यात आले होते. त्याला फर्स्ट एडमधून ॲलोडर्माचे मलम लावण्यात आले होते. त्याचा हात उघडाच होता. त्याच्या वेदना त्याच्या चेहऱ्यावर दिसत होत्या.

''मी चौकशी करतो. तुम्ही सर्व लोक कामावर जा. याला थोडा वेळ विश्रांती द्या. शक्यतो ए.सी. रूममध्ये बसवा आणि वेदना कमी झाल्यावर घरी पाठवा.'' राजे.

त्या लोकांना भावनिक वाद वाढवायचा होता. परंतु तमाशा टाळण्यासाठी राजेंनी सर्वांना कामावर जाण्याची सूचना दिली. सर्व जण नाराजीने निषेध करूनच कामावर गेले.

छोट्या छोट्या कारणावरून वाद वाढवायचा, फ्लॅश स्ट्राईक, टूल डाउन, काम बंद असल्या गोष्टींचा अवलंब करून व्यवस्थापनाला त्रास देणे, धमकावणे असले प्रकार करण्यास कामगार बऱ्याच वेळा मागेपुढे पाहत नाहीत. समोर डिशचा संचालक पाहून सर्व जण गप्प बसले आणि निघून गेले.

''शहा,'' सर्व जण निघून गेल्यावर राजे त्यांच्याकडे पाहत म्हणाले.

''पेंट देताना स्पार्क होऊन ग्लोव्हज जळण्यापर्यंत एवढा मोठा स्पार्क झाला?''

''सर, स्प्रेच्या स्पार्कमुळे पेंटने पेट घेतला आणि ग्लोव्हज जळाला. सर, आम्ही ग्लोव्हज चांगल्या प्रतीचे पुरवण्याबाबत कारवाई करतो.''

शहा प्रकरण मिटवण्यासाठी बोलू लागला.

''शहा, पेंट देण्यासाठी तुम्ही जे ग्लोव्हज कामगारांना पुरवले आहेत, ते चांगल्याच प्रतीचे आहेत. पेंट देण्यासाठी फायर प्रुफ आणि इन्सुलेटेड ग्लोव्हज

देण्याची गरज नाही.''

शहाला काही बोलता येईना, तो निरुत्तर झाला.

''ग्लोव्हजनी पेट का घेतला, हेच मुख्यत: मला पाहायचं आहे.''

शहा गोंधळल्यासारखे राजेंकडे पाहू लागला.

''जिथे पेंट दिला जातो, मला त्या ठिकाणी घेऊन चला.''

शहा आणि कंपनीचा काही स्टाफ आता गोडाउनकडे निघाले. राजेंना खरे तर प्रोसेस प्लान्टकडे जायचे होते. पण मध्येच हे प्रकरण उपटले.

सर्व जण गोडाउनमध्ये आले.

मोठमोठे ड्रम ओलांडून सर्व जण मोकळ्या जागेत आले.

एका जागेत मोठाली स्टीलची कपाटे आणि काही बॅरेल्स ठेवले होते. काही स्प्रे मशिन्स तिथे होती. एकंदर चार कामगार तिथे काम करत होते. परंतु हात भाजल्याची घटना झाल्यावर सर्व कामगारांनी पेंटिंगचे काम थांबवले होते. कामगार मेकॅनिकल डिव्हिजनचे होते. या भागातील सर्वच कामगार सर्व प्रकारचे काम करणारे होते. कामगार प्रशिक्षित वाटत नव्हते. परंतु त्यांचा सुपरवायझर माहितगार दिसत होता.

''यांना स्प्रे मशिन व्यवस्थित चालवता येत नव्हतं, तर यांना पेंटिंगच्या कामावर कशाला ठेवलं?''

''सर ते शिकाऊ कामगार म्हणून ठेवले आहेत. त्यांना सुरुवातीला हलक्या प्रतीचं काम होतं, म्हणून या पेंटिंगच्या कामावर ठेवलं आहे. परंतु आता त्यांनीच तक्रार केली आहे.''

राजेंनी स्प्रे मशिन पाहिले आणि तो पुढे बोलू लागला,

''सर, आम्ही पूर्ण मशिन सेट करून देतो. स्प्रे मशिनचं नोझल बरोबर काम करतात की नाही, हे पाहूनच जेट त्यांच्या हातात देतो. सावधगिरी म्हणून त्यांना मास्कही दिला जातो. त्यांचं काम फक्त योग्य प्रकारे पेंट देण्याचं राहतं. मशिनमधून स्पार्क उडाला आणि त्यांच्या ग्लोव्हजवर पडला. त्यामुळे हात भाजला.''

राजे त्यांचे बोलणे ऐकत होते आणि स्प्रे मशिनकडे पाहत होते. परंतु त्यांचे स्पष्टीकरण योग्य वाटत नव्हते.

''तुम्ही पेंटमध्ये पेंट थिनर कोणता वापरला आहे?''

''सर, आम्ही टरपेंटाइन वापरून पेंट तयार करतो आणि पेंट देतो.''

राजे पुढे झाले आणि म्हणाले.

''मला जरा ती पेंटची डबडी पाहायला द्या बरं!''

एका कर्मचाऱ्याने वापरातील पेंटचा डबा राजेंसमोर ठेवला. जवळच्या मोठ्या बॅरेलवर तो डबा ठेवण्यात आला होता.

राजेंनी पेंटच्या डब्यातील पेंटचा मेक पाहिला. सूचना वाचल्या. कंपनीचे नाव पाहिले.

"मला प्रत्यक्ष वापरातील पेंटचा डबा पाहायला मिळेल का?"

दुसऱ्या कर्मचाऱ्याने अर्धवट वापरलेला पेंटचा डबा पुढे केला. राजेंनी पुढे होऊन पेंट पाहिला आणि त्याचा वास घेतला.

"तुम्ही पेंट थीनर म्हणून टरपेंटाइन वापरलं जातं, असं म्हणालात; परंतु याला टरपेंटाइनचा वासच नाही."

"नाही सर, आम्ही टरपेंनटाइनच वापरतो. एखाद वेळेस डवा उघड्यावर ठेवल्यामुळे वास कमी झाला असेल किंवा इतर केमिकल्सच्या वासामुळे लक्षात यायला वेळ लागतो."

"अहं! टरपेंटाइनचा वासच नाही."

राजे ठामपणे म्हणाले.

सुपरवायझरने पुढे होऊन डब्याचा वास घेतला. त्याच्या चेहऱ्यावर प्रश्नचिन्ह आले.

"तुम्ही तुमच्यापैकी जो पेंट तयार करतो, त्याला जरा विचारा वरं."

पेंट थिनरचा वापर करून पेंट तयार करणारा आणखीन कोणी कामगार असावा, कारण त्यांच्यात थोडी धावपळ उडाली. परंतु त्याने कॅन्टीनमधून एका कामगाराला शोधून आणला. तो त्यातील माहितगार होता.

"काय रे पेंट थिनर तू वापरतोस? पण याला तर टरपेंटाइनचा वास येत नाही."

त्याला मराठी कळत नव्हते आणि हिंदी धड बोलता येत नव्हते. परंतु पेंट थिनर वापरण्यात माहितगार होता.

त्याने कबूल केलं. टरपेंटाइन वापरले जात नव्हते. परंतु त्याऐवजी वापरली जाणारी दुसरी केमिकल्स त्याने दाखविली. त्यांची काही बॅरेल्स बाजूला पडली होती. आजूबाजूला पडलेल्या बॅरेलमधील एक बॅरेल त्यांनी उभे करून त्यातील केमिकल वापरले होते. राजेंनी ती बॅरेल्स पाहिली. बापा केमिकल रासायनिक कारखाना होता. त्यामुळे त्यांना टोलीन आणि झायलीनची बॅरल्स मिळाली. त्यांनी टरपेटाइनऐवजी टोलीन आणि झायलीनचा वापर पेंट थिनर म्हणून केला होता.

राजे काही बोलले नाहीत. सुपरवायझर आणि सेफ्टी ऑफिसरकडे पाहत म्हणाले.

"यांना जरा प्रशिक्षण व्यवस्थित द्या आणि ग्लोव्हज बदलून द्या. हवं तर एखादा प्रशिक्षण कार्यक्रम ठेवा."

दोघांनीही मान हलवली. दोघे जण गोडाउनच्या बाहेर आले. राजे आता जाता-

जाता वाटेत पडलेल्या बॅरेल्स आणि टाक्यांवरील मार्किंग पाहत होते.

"ही बॅरेल्स थोडी व्यवस्थित लावा. आणि ही बॅरल्स गोडाउनच्या ठिकाणी सुरक्षित ठेवा. याच्याजवळ कोणतंही स्पार्क तयार होणारं काम ठेवू नका. एवढी खबरदारी घ्यायला सांगा."

सेफ्टी ऑफिसर माहीत असल्यासारखा मान हलवत होता. सर्व जण मोठ्या चौकशीतून आणि भानगडीतून बाहेर आल्यासारखे नि:श्वास टाकत होते.

सर्व जण आपापल्या कामाच्या ठिकाणी गेले. राजे आणि शहा प्रोसेस प्लान्टकडे वळले. राजे घाई करत होते. त्यांना तपासणी लवकर आटोपायची होती. परंतु मध्येच या गोंधळामुळे उशीर झाला.

प्रोसेस प्लान्ट, निरीक्षण विभाग आणि डिलिव्हरी विभाग यांची तपासणी करून राजे आणि शहा बाहेर आले. राजेंच्या चेहऱ्यावर निराशा दिसत होती.

राजेंना उगाचच कोठेतरी चुकलो, तपासणीत कमी पडत होतो, असे वाटत होते. बगळा हुशार होता. त्याने नक्कीच काहीतरी घोटाळा केला होता. परंतु त्याचा छडा लागत नव्हता. राजे वैतागले. उगाचच बापा केमिकलमध्ये डोईजडला तपासणीकरता पाठवले, असे त्यांना वाटत होते. एवढीशी चूक, परंतु डोक्याला भलताच ताप झाला होता. त्यात तो बगळाही काही बोलत नव्हता. का त्याला खरोखरच काही माहीत नव्हते?

१८

राजे आणि शहा चेअरमनच्या केबिनमध्ये शिरले. ती तिथेच बसली होती. काही पेपर्स पाहत. राजेंना पाहताच तिच्या चेहऱ्यावर हसू फुटले. राजेंनी मागे वळून पाहिले. शहा गायब झाला होता. राजेंच्या मनात शहाला बोलवण्याबाबत निरोप पाठवावा, असे वाटत होते. विचार करत होते, परंतु अमिता आणि नंतरचा जेवणाचा कार्यक्रम डोळ्यांसमोर आला आणि राजेंनी निरोप पाठवण्याची बात सोडून दिली.

"अच्छा, तर मग पुढचा कार्यक्रम कुठे जायचं?"

"कार्यक्रम तुम्ही आखला आहे, जेवण तुमचं आहे. वरणभात दिला, तरी आमची हरकत नाही. तक्रार नाही."

"बापा केमिकलचे लोक वरण-भातावर बोळवण करणार नाहीत. आपण संचालक आहात."

"काही लाच वगैरे द्यावयाचा विचार नाही ना?"

"तुम्ही संचालक आहात, आमच्यासारख्या पत्रकाराबरोबर तुम्ही असला व्यवहार कराल काय?"

"म्हणजे इतरांशी कराल, असंच ना?"

"तुम्ही विषय कोठेतरी नेऊ नका. तुम्ही कोण आहात, याची आम्हाला खात्री आहे."

"आमच्याबाबत बरंच संशोधन केलं आहे का?"

"आम्ही पत्रकार आहोत, नंतर पीआरओ."

"बरं, बरं!!"

राजे काही बोलले नाहीत. ते तिच्यासमोर खुर्चीत बसले होते. राजेंना तिच्या वागण्याबाबत अजूनही आश्चर्य वाटत होतं. पीआरओ असून चेअरमनच्या खुर्चीत बसली होती. राजेंना त्याबद्दल विचारण्याची प्रबळ इच्छा झाली.

“कामगारांनी काही तक्रार केली. हात भाजल्यासंदर्भात. तुम्ही ते प्रकरण मिटवलंही, असं समजलं. आम्ही आभारी आहोत. युनियन लिडर नाही. कंपनी व्यवस्थापन नाही. तणाव परिस्थितीने वाईट वळण घेण्यापूर्वी सर्वकाही शांत केलंत. आम्हाला योग्य वेळी मदत केलीत.”

“म्हटलं तर ते आमचं कर्तव्यच होतं. परंतु प्रकरण संपलं किंवा मिटलं, असं म्हणता येणार नाही.”

“का? कामगारांचा हेका वाढेल, असं वाटतं का?”

“नाही, कामगारांची काही तक्रार राहणार नाही. त्यांना प्रशिक्षण द्या. नवीन चांगले ग्लोव्हज द्या. हात भाजलेल्या कामगाराला रजा द्या – भरपगारी. त्याच्या औषधोपचारांचा खर्च देऊन टाका. मग कामगाराची आणि कामगार संघटनेची तक्रार राहणार नाही.”

“मग?”

“मला त्या हात भाजलेल्या प्रकरणाबाबत थोडं अधिक बोलायचं आहे.”

“कामगाराची तक्रार राहणार नाही. कामगार संघटनेची तक्रार नाही. तरीही यामध्ये काही शिल्लक आहे, असं तुम्हाला वाटतं काय?”

“थोडी तांत्रिक बाब आहे. परंतु मी जे बोलेन, ते तुम्ही मॅनेजमेंट लेव्हलवर कानी घालाल, असं वाटतं.”

“हरकत नाही, तुम्ही मला सांगा. तुम्हाला काहीही सांगायचं असेल, तर बेशक!”

“तुमच्या कंपनीतील कामगाराचा हात भाजला, याबाबत मी थोडी अधिक चौकशी केली.” राजे सांगू लागले. ती राजेंकडे रोखून पाहत त्यांचे सांगणे लक्ष देऊन ऐकू लागली.

“गोडाउनमध्ये चाललेल्या रंगकामातील पेंटमध्ये ऑइल पेंट थिनर वापरण्यात येतात. रंगाचा थर योग्य प्रकारे लागण्यासाठी सर्वसाधारणपणे टरपेंटाइन वापरलं जातं. कामगाराला दिलेल्या पेंटमध्ये कोणतं पेंटथिनर टाकण्यात आलंय, याबाबत मी विचारल्यावर मला टरपेंटाइनच वापरल्याचं सांगितलं. परंतु वापरलेल्या पेंटच्या डब्याचा वास मी घेतला. त्याला टरपेंटाइनचा उग्र वास येत नव्हता. त्यात टरपेंटाइन नसल्याचं मी ठामपणे सांगितलं.”

आता अमिता उत्सुकतेने ऐकू लागली.

“मग?”

“तुमच्या सुपरवायझरनेही वास घेऊन पाहिला. टरपेंटाइनचा डबा उघडा राहिल्यामुळे उग्र वासाचा दर्प निघून गेला असेल, असं सांगण्याचा प्रयत्न केला. मी ते मान्य केलं नाही. ज्यानं पेंट थिनर वापरलं, त्याला बोलावण्यात आलं. त्यानं मान्य केलं, टरपेंटाइन वापरण्यात आलं नव्हतं. कारखान्यातील टोलीन हे पेंटथिनर

म्हणून वापरलं होतं. टोलीन केमिकल प्रमाणाबाहेर तापवलं किंवा गरम केलं, तर टीएनटीसारखा स्फोटक पदार्थ तयार होतो. आणि याचा शेवट धुडुमऽऽधाड!''

''तुम्हाला म्हणायचं आहे, त्याचा हात भाजला तो या प्रकारे?'' अमिताने एकदम पुढे होऊन विचारले

''अगदी बरोबर!''

''मी हा विषय त्या कामगारांसमोर काढला नाही. नाहीतर सर्व जग काम बंद करून बाहेरच येऊन बसले असते.''

''—''

''आपल्या गोडाउनमधील परिस्थिती फारशी चांगली नाही. मी स्वत: पाहिलं आहे. टोलीन आणि झायलीन बॅरेल उघडे आहेत. वेडेवाकडे ठेवले आहेत. त्यातील केमिकल पेंटथिनरकरता हाताने डब्यात भरून वापरलं जातं. आपल्यासारख्या नामांकित कंपनीत हा प्रकार आश्चर्य वाटणारा आहे.''

तिला आणखीन खिजवण्यासाठी राजे म्हणाले.

''अहो, हे केमिकल फॉर्म्युला कारच्या रेसमध्ये, गॅसोलिनमध्ये, बुस्टर म्हणून वापरलं जातं. तुमचे कामगार पेंटमध्ये वापरताहेत, तेही अगदी गावठी पद्धतीने. तुमचं नशीब समजा फक्त कामगाराच्या हातावरच स्पार्क उडाला. एखाद्या बॅरेलवर जर स्पार्क उडाला असता, तर तुमच्या अख्ख्या कारखान्याची वाट लागली असती.''

तिचा चेहरा एकदम पडला.

दोघे बाहेर येईपर्यंत ती भलतीच अस्वस्थ दिसत होती. पुढील जेवणाच्या कार्यक्रमावर विपरीत परिणाम होऊ नये, म्हणून राजे पुढे जास्त बोलले नाहीत.

तिने स्वत:ला सावरले.

''आपण असं करू या, तुमच्या ड्रायव्हरला परत जायला सांगा. मी आपल्याला सोडेन.''

''म्हणजे मला लवकर रजा द्यायचा विचार नाही का?''

तिने राजेंकडे डोळे मोठे करत पाहिले. राजे काही बोलले नाहीत. ठोंबरेला त्यांनी ऑफिसला जायला सांगितलं. दोघे तिच्या गाडीकडे आले. व्हीआयपी पार्किंगमध्ये तिची गाडी पार्क केलेली होती. राजेंना पुन्हा खटकल्यासारखे झाले. तिने गाडी चेअरमनच्या गाडीच्या जागेवर पार्क केली होती.

राजे मनातल्या मनात विचार करत होते. 'ही पत्रकार असून थोडी उद्धट आहे की काय? पीआरओचे पद. परंतु चेअरमनच्या गाडीच्या जागी पार्किंग.' राजे काही बोलले नाहीत.

ती गाडी सफाईदारपणे चालवत होती. जणूकाही तो तिच्या पायाखालील रस्ता असल्यागत. राजे रिलॅक्स होते. दोघेही काही बोलत नव्हते.

दादर आणि माहीम सीमारेषेवर ते हॉटेल होते. खास गोवेनीज पदार्थांकरिता प्रसिद्ध.

''तुमची आवडती डिश कोणती?''

''तुमचं आमंत्रण आहे. आपण ऑर्डर द्या.''

''हे फार झालं. इतकी औपचारिकता जेवताना तरी नको.''

''औपचारिकता नाही, आपली पसंत काय आहे, ते तरी आम्हाला समजेल.''

''ठीक आहे.''

तिने प्रथम सूपची ऑर्डर दिली आणि काही स्टार्टर सांगितले. परंतु तिच्या ऑर्डरवरून काही लक्षात येत नव्हते. तिची आवड स्पष्ट होत नव्हती.

समोरचा नॅपकीन ठीक करत ती म्हणाली.

''तपासणीमध्ये काही आढळून आलं?''

तिने मुख्य विषयाला हात घातला.

''नाही!''

''डोईजडने आम्हाला दम दिला. कंपनीला नोटीस पाठवण्यात येईल, असं म्हटलं होतं. रजा, सुट्ट्या बरोबर ठेवल्या जात नाहीत, असा त्यांचा शेरा होता. परंतु कंपनीवर कारवाई करण्याइतपत आमच्याकडून चुका झालेल्या नाहीत.''

''मग कृष्णा सुर्वेचं काय?''

''तो मानसिकदृष्ट्या विक होता. त्याला यापूर्वीच्या कंपनीतही त्रास झाला होता. आमच्या टाइम ऑफिसमधल्या क्लार्कने घोटाळा केला, याचा त्याला त्रास झाला. परंतु कंपनीला त्याच्याविरुद्ध वैयक्तिक आकस नाही. तक्रार नाही. झालेला गैरसमज आम्ही दूर केला आहे.''

''त्याला प्रथम हॉस्पिटलमधून बरा होऊन येऊ द्या. मग त्याला आर्थिक मदत देण्याबाबत विचार करू, असं का सांगण्यात आलं?''

''त्याचा आजार एवढा गंभीर होता, याची आम्हाला कल्पना नव्हती. मॅनेजमेंटपर्यंत काही गोष्टी आलेल्या नव्हत्या.''

न्यायालयीन वकिलाप्रमाणे ती आपली सफाई देत होती. आपली बाजू मांडत होती. व्यवस्थापनामधील लोकांची हीच भावना राजेंना आवडत नव्हती. कामगारांचे प्रश्न सकारात्मक सोडवण्याची इच्छाशक्ती दिसून येत नव्हती. तिच्याशी जास्त बोलण्यात अर्थ नव्हता.

''मला कृष्णा सुर्वे प्रकरण महत्त्वाचं वाटत नाही.''

''म्हणजे?''

''नागराज डोईजडने दुसरीकडे कोठे हात घातला का, ते मला दिसून आलं नाही.''

“कंपनीच्या भेटीच्या वेळी आमचा सेफ्टी ऑफिसर त्यांच्याबरोबर होता. इतर काही बाबीत लक्ष घातल्याचं त्याला आढळून आलं नाही.”

हराभरा कबाब. करेला चिकन.

त्याची चव वेगळी होती. पण चांगली होती. करेला चिकन खायचे राजेंना जिवावर आले होते. परंतु तो पदार्थ राजेंना आवडला होता. आईसाहेबांनी हे जर पाहिले असते, तर कपाळावर हात मारून घेतला असता. करेला राजेंना अजिबात आवडत नव्हता.

मालवणी फिश. मालवणी वडे. त्यानंतर वरणभात.

“आम्ही वरणभात दिलेला नाही बरं का?”

“जेवण छान आहे, वरणभाताबाबत नाराजी नाही.”

मुलायम मोरपीस.

अमिताचा सहवास सुखाचा होता. ते क्षण हवेत तरंगायला लावणारे होते. जेवताना बोलताना ती समोर होती. तो प्रसंग स्वप्नवत होता. त्यामुळे त्यांना करेलासारखा अत्यंत नावडीचा पदार्थही खाण्यात काही वाटले नाही.

मुलायम मोरपीस.

ते जेवण संपू नये, असे त्यांना वाटत होते. तिचा चेहरा, तिचे डोळे, तिचे नाजूक हात, हातातील काळेभोर घड्याळ, संगमरवराप्रमाणे दिसणारे तिचे उघडे दंड. राजेंना तो क्षण बेभान करणारा होता.

मुलायम मोरपीस.

तिला ते माहीत होते का?

जेवण संपले.

वरळी येईपर्यंत दोघे काही बोलले नाहीत.

“माझं काम कधी होईल?”

“हो, माझ्या ध्यानात आहे.”

परंतु तिच्या चेहऱ्यावर नाराजी होती. चेहरा सांगत होता. ‘तुम्ही दुष्ट आहात. तुम्हाला सतवायचं आहे. छळ करावयाचा आहे.’ परंतु तिला माहीत होते का? राजेंनाच तिच्या सहवासाचा जास्त त्रास होत होता. कारण ते सौंदर्य त्यांच्या मनाला त्यांच्या भावनांना बेभान, बेधुंद उद्ध्वस्त करत होते. राजेंना सैरभैर करत होते.

दोघेही शांत होते.

“एक विचारू!”

“हं!”

“डोईजडने लाच किंवा पैशांची मागणी किती केली होती, याबाबत काही सांगू शकाल?”

''त्यांनी कोणतीही मागणी केली नव्हती, परंतु त्यांनी दम मात्र त्या तोडीचा दिला होता. बहुधा पाणी किती खोल आहे, याची चाचपणी करण्यासाठी असावा. आम्ही लोक दबावाला किती बळी पडतो, याचा अंदाज घेतला असावा. वागण्यावरून पैशांची मागणी दुसऱ्या किंवा तिसऱ्या फेरीत करावयाची असेल. नंतरच्या हल्ल्यानंतर त्यांनी तो विचार सोडून दिला असावा.''

''शक्य आहे.'' राजे विचार करत होते.

''तुम्हाला आणखीन काही वेगळं दिसून आलं!''

''हं!''

ऑफिसच्या दाराशी गाडी तिने घेतली. ती गाडीतच स्टिअरिंगवर हात ठेवून बसली. ''ऑफिसमध्ये येत नाही.''

''आमचं काम हाती घेण्याचा तुमचा विचार नाही. मग वर येऊन काय करायचं.''

''बरोबर आहे. ठीक आहे. आम्हाला वाटलं, कॉफी घेऊन जाल.''

''खास कॉफी प्यायला अवश्य येईन.''

राजेंनी तिच्या चेहऱ्याकडे पाहिले. तिचा चेहरा निर्विकार होता. राजेंना तिथून हलावेसे वाटत नव्हते. जिवाची घालमेल झाल्यासारखे वाटत होते.

''ओ.के!!'' राजे गाडीतून बाहेर पडण्यासाठी त्यांनी दरवाजा उघडला. त्यांनी मागे वळून तिच्याकडे एकवार पाहिले. ती प्रश्नार्थक नजरेने पाहत होती. ती पुढे बोलणार होती, परंतु –

''एक सांगू!'' राजे तिच्या चेहऱ्याकडे पाहत तिच्या उत्तराची वाट न पाहता म्हणाले, ''यू आर लुकिंग व्हेरी ब्युटिफुल!''

राजे गाडीच्या बाहेर आले.

१९

दमण विमानतळ!

ते सेसना जातीचे छोटे विमान होते. वायुसेनेच्या कारवाईच्या ताफ्यातून ते काढून टाकण्यात आलेले होते. ते विमान लष्करामध्ये फक्त टेहळणीसाठी वापरण्यात येत होते. आता ते विमान दमण विमानतळावरील हँगरमध्ये होते. आताही ते विमान टेहळणीसाठी वापरण्यात येत होते. परंतु त्याचे मुख्य काम गुजरात ते महाराष्ट्र आणि पुढे गोव्यापर्यंत कोस्टगार्डला खास टेहळणीच्या कामाकरता मदत करण्यासाठी होते. सागरी प्रदेशावर नजर ठेवण्यासाठी.

रात्रीचे अकरा वाजले होते. समुद्राची खारी हवा. दमट हवा. हवेत उष्मा होता. वेळ रात्रीची होती.

मुंबईहून आलेला तो एकच प्रवासी होता. खास हेलिकॉप्टरमधून आला होता. परंतु येण्याचा मार्ग निश्चित केलेला नव्हता. ती व्यक्ती समुद्रातील जहाजावरून आली होती की मुंबई विमानतळावरून, हे कोणालाच माहीत नव्हते.

विमान सेसना जातीचे होते. प्रवासी एकच होता.

अकरा वाजता त्या छोट्या विमानाने आकाशात झेप घेतली. फक्त एका प्रवाशासह. साधारण अर्ध्या तासात विमान पोरबंदरच्या विमानतळावर घिरट्या घालू लागले. त्याच्या येण्याची कल्पना पोरबंदर विमानतळावर होती. विमान धावपट्टीवर हळुवारपणे उतरले. वैमानिकाला ते विमानतळ नेहमीच्या सरावातील होते.

विमानतळावर त्याच्या स्वागताला एकच व्यक्ती होती. ती वेरावळहून आली होती. त्या व्यक्तीला कोणतेही चॅनेल पार करायचे नव्हते. ग्रीन चॅनेल नाही. रेड चॅनल नाही. ती व्यक्ती व्हीआयपीही नव्हती. त्याला कोणतेच संरक्षण नव्हते. परंतु त्याच्या स्वागताला एकच व्यक्ती होती. वेरावळहून आली होती.

''गुड इव्हिनिंग सर!''

"गुड इव्हिनिंग!"

दोघे काही न बोलता विमानतळाबाहेर पडले. दोघांच्याही हातात काही नव्हते. दोघांचे ड्रेस साधे होते. दोघांच्या अंगावर फुलशर्ट आणि पॅन्ट हाच पेहराव होता. अंगावर कोणतेही हत्यार दिसून येत नव्हते.

त्यांची गाडी स्कॉर्पिओ होती. परंतु नवीन नव्हती. ड्रायव्हरला कोठे जायचे माहीत नव्हते. परंतु गुजरातमधील सर्व रस्ते त्याला चांगले माहीत होते. तो निष्णात ड्रायव्हर होता. वयाची विशीही ओलांडली नव्हती. दोघे गाडीत बसल्यावर वेरावळहून आलेल्या त्या व्यक्तीने कोठे जायचे याची त्याला पूर्ण रूटसह माहिती दिली.

त्यांची गाडी राणावकडे न जाता पोरबंदर शहरात घुसली. नॅशनल हायवे वरून पुढे आली. गाडी आता खाडीच्या कडेने जात होती. शहर झोपलेले होते. एखाद्या दुसऱ्या कुत्र्याचे ओरडणे आणि एखाद्या-दुसऱ्या घरातून येणारा प्रकाश या व्यतिरिक्त सगळीकडे सामसूम होती. गाडी शहराच्या बाहेर आली. दोन्ही बाजूला शेतीवाडी दिसून येत होती. त्यावर नजर जात नव्हती. रस्त्याच्या आजूबाजूला काही ठिकाणी उंचच्या उंच पवनचक्क्या दिसून येत होत्या. त्या पवनचक्क्यांवरील लाइट विलोभनीय दिसत होते. काही ठिकाणी लष्कराच्या रडारच्या पोलवरील लाल दिवे लुकलुकताना दिसत होते. ड्रायव्हर गाडी सुसाट नेत होता. वेळ रात्रीची होती. रस्त्यावर वाहनांची वर्दळ कमी होती. डाव्या बाजूने समुद्रावरील खारी हवा शरीराला शिरशिरी आणत होती. गाडी कोठेही थांबत नव्हती. ना चहासाठी ना पेट्रोलसाठी ना काही विश्रांतीसाठी. निर्मनुष्य रस्त्यावर गाडी वेगाने चालवण्याचा ड्रायव्हर आनंद घेत होता. त्यांना वेळेत जायचे होते. दोन काटकोनातील वळणे पार करत गाडी समुद्राला खेटून जाऊ लागली. रात्रीच्या समुद्रावरील वाऱ्याचा जोर वाढू लागला. गावे येत होती. शेतीवाडी संपत नव्हती. हवा थंड अंगावर येत होती.

मियानी.

मियानीचा खाडीवरील पूल पार करून गाडी पुढे निघाली.

लांबा.

भोगट.

त्यांचे ठिकाण ते होते. वेराळवाल्याने बरोबर त्या ठिकाणी त्याला गाडी थांबवण्यास सांगितले. गाडी गाव येण्याअगोदर अलीकडे थांबवण्यात आली. गाडी गावच्या कच्चा रस्त्याने समुद्राच्या बाजूला नेण्यात आली. सगळीकडे सामसूम होती. दूरवरून कुत्र्याचे ओरडणे, विव्हळणे ऐकू येत होते. कुत्रा की जंगली श्वापद काहीच कळत नव्हते. संधिप्रकाश होता. परंतु तो पुरेसा नव्हता. प्रत्येक पावलागणिक गाडी कशी न्यायची, याबाबत वेरावळवाला ड्रायव्हरला सूचना देत होता.

गाडी पवनचक्क्यांच्या ठिकाणी आली.

"गाडी थांबव!" त्याने अधिकारवाणीने सांगितले.

"इथंच थांबायचं."

"होय!"

दोघे शांतपणे बाहेर आले. वेरावळवाल्याच्या हातात टेलिस्कोपिकगन होती, तर दुसऱ्याच्या हातात साधी रायफल. त्यांनी अंगावर खास ड्रेस चढवला होता. हत्यारबंद होण्यासाठी अंगावर चिलखत होते की नाही, याचा अंदाज येत नव्हता. आता ते दोघे मनमोकळे झाले. ड्रायव्हरला त्यांनी तिथेच थांबण्यास सांगितले. ते दोघेच समुद्राच्या बाजूला निघाले.

वेरावळवाल्याचे नाव नरेश होते, तर दमणहून आलेल्याचे नाव शिवप्रताप होते. दोघेही आयबीचे होते. नरेश स्थानिक युनिटचा अधिकारी होता. शिवप्रताप खास मोहिमेसाठी पश्चिम विभागाच्या मुंबई कार्यालयातून आला होता.

मोहिमेची जबाबदारी शेवटच्या वेळी देण्यात आली होती. दोघेही प्रथमच एकत्रपणे काम करत होते.

"खूप दिवसांनंतर मी भोगट नाव ऐकतो. इकडे कोणी आलं नाही. बहुतेक ड्रॉप किंवा कॉन्टॅक्ट भूज, जामनगर भागात होतात. भोगट नाव का?"

"पाहू या काय, कारण किती जण आहेत, ते माहीत नाही. मोठी कारवाई होऊ नये, एवढीच इच्छा. परंतु मला हा किनारा खरंतर खूप आवडतो. एकदम शांत."

"वेळ रात्रीची आहे, तुम्हाला कधी पाहायला मिळाला."

"अरे भाऊ, खूप वेळा या रस्त्यांनी गेलो आहे, आज काही प्रथन येत नाही."

"आय सी! मग सेवानिवृत्तीनंतर इथं यायचा विचार आहे का?"

"त्याला खूप वेळ आहे. बरं, ते जाऊ दे. वेरावळमध्ये कशी परिस्थिती आहे?"

नरेश सावध झाला.

"सध्या शांत आहे. कधीकधी वाद तयार होतो. परंतु अजूनही मच्छिमार संघटनेमधील कोणीतरी त्रासदायक प्राणी आहे, असं वाटतं."

"कोस्टगार्डची मदत योग्य प्रकारे मिळत नाही का?"

"काय आहे. सर्वांनी शक्यतो जरा गटा-गटाने जावं, असं ठरवण्यात येतं. परंतु एखाद-दुसरी बोट आपला कळप सोडून जाते. थोडं बाजूला गेलं, तरी पाकिस्तानी हद्दीत गेल्यानंतर लक्षात येतं. बऱ्याच वेळा ते लोक आपल्या हद्दीत येऊन सरळ बोट ओढून घेऊन जातात."

"हं!"

"वेरावळची बितंबातमी त्यांच्याकडे आहे. पोरबंदरचीही."

"खरं म्हणजे कोस्टगार्डच्या गस्तिनौका वाढायला हव्यात, त्यांची गस्तही

वाढवायला हवी.''

''मामला विनाकारण जास्त खर्चिक होतो आहे.''

दूरवर प्रकाश लुकलुकायला लागला, तसे दोघे सावध झाले. नरेशने दुर्बीण बाहेर काढली.

''ते येतायंत.''

दोघेही सावध झाले. त्यांनी एका मोठ्या खडकाळ दगडाचा आधार घेतला. ती लाँच जवळ येत होती. रात्रीच्या संधिप्रकाशात लाटांचा आवाज आणि दूरचा तो लुकलुकणारा प्रकाश.

''ते येतायंत.''

किनारा धोकादायक नव्हता. समुद्राकडे आतमध्ये काही अंतरावर त्यांची लाँच आली, त्यातून काही लोक उतरले. त्यातील काहींना पाण्याच्या लाटांबरोबर पुळणीवर सोडले आणि परत गेले. ते आता दोघेच होते.

दोन विरुद्ध दोन. नरेश आणि शिवप्रताप यांना त्यांना जिवंत पकडायचे होते. कामगिरी अवघड होती. कारवाई गुप्त होती. म्हणूनच ती अवघड होती.

दोघे तयारीत होते. त्यांनी लाँच पूर्णपणे जाण्याची वाट पाहिली. लाँचचा प्रकाश दिसेनासा झाला, तसे ते दोघे जण किनाऱ्याकडे चालत येऊ लागले.

नरेश आणि शिवप्रतापपासून जेमतेम काही फुटांवर ते दोघे आले. दोघांच्या अंगावर एकदम प्रखर बॅटरीचा प्रकाश पडला.

नरेशने दोघांनाही थांबण्याचा इशारा दिला. असल्या गोष्टीला बहुधा त्यांची चांगली तयारी असावी. ते आल्या पावली मागे वळून पाठीमागे समुद्राकडे पळाले. नरेश आणि शिवप्रतापला हे अपेक्षित नव्हते. नरेशने गन हातात घेतली. नाइट व्हीजन डोक्याला लावले आणि नेम धरला.

''सांभाळून बरं! आपल्याला ते जिवंत हवेत.''

नरेशने त्यांच्या मांडीचा वेध धरून गोळी घातली. एक पडला, दुसरा धावतच जात होता. नरेशने पुन्हा गोळी घातली. दोघेही खाली पडले.

आता दोघांनाही त्यांच्याकडून काय प्रतिसाद येतो, याची वाट पाहावी लागणार होती. त्यांच्याकडे हत्यारे असतील, तर पुढे जाणे धोक्याचे होते. हत्यारे नसतील तर लवकर जाणे आवश्यक होते. कारण त्यांना जिवंत पकडायचे होते. निर्णय योग्य घेणे आवश्यक होते. कारवाई सफल होणे ध्येय होते.

त्यांनी काही वेळ वाट पाहिली आणि धोका पत्करायचे ठरवले. नरेश पुढे झाला. शिवप्रताप त्याला संरक्षण देण्यासाठी पुढे झाला. दोघेही पुढे जात होते.

दोघेही किनाऱ्यावरील पुळणीवर पडले होते. एक जण मात्र पाण्याच्या लाटावर हेलकावा खात होता. एक मेला होता. त्याच्या पोटात गोळी गेली होती. परंतु ती

हृदयाला चाटून गेली होती. रक्तस्राव खूप झाला होता. दुसरा मरणपंथाला लागला होता, विव्हळत होता.

नरेशने प्रथम त्यालाच उचलले आणि खडकावर आणून ठेवले. त्याला जवळच्या छोट्या बाटलीतून पाणी पाजले. त्याची जास्त काळ जिवंत राहण्याची लक्षणे नव्हती.

दोघेही त्याच्या चेहऱ्याकडे पाहत होते.

२०

“आईसाहेब, आवरा लवकर!” राजे आरशात पाहत डोक्यावरील केस ठीकठाक करत होते.

“हो! हो! एवढं घोड्यावर बसल्यासारखं करू नका.

“मी एकटी आहे. सगळं मला आवरावं लागतं.”

“आता काय आवरायचं. काय पडलं असलं, तर पडू दे!”

“परत आल्यावर मलाच पाहावं लागेल, तुम्हाला नाही.”

राजेंनी पिवळ्या रंगाचा हाफ बुशशर्ट घातला होता. खूप सैलसर. काळ्या पॅन्टवर खोचलेला होता. कपडे ठीकठाक करत हातातील घड्याळ्याकडे ते पुन्हा-पुन्हा पाहात होते.

“आईसाहेब निघायला उशीर झाला, तर मध्येच ट्रॅफिकमध्ये अडकायला होईल. मग पुढची रात्र रस्त्यातच काढावी लागेल.”

राजेंनी बॅग्ज बाहेरच्या खोलीत आणल्या. ड्रायव्हर ठोंबरे उभा राहिला. त्यांच्या दोन्ही बॅगा घेऊन निघाला.

“ए सांभाळून! ड्रायव्हर आहेस. मध्येच कुठेतरी गडबड करू नकोस.”

ठोंबरे ड्रायव्हर फक्त हसला.

राजेंनी पुन्हा आईसाहेबांचा घोष केला.

“पण राजे, तुम्ही ऑफिसमधून लवकर आलात. काही काम तर निघणार नाही ना?”

“तुम्ही आता जाताना उगाच नको ती शंका काढू नका. जायचं आहे ना? मग निघायची बात करा.”

“माझ्यापेक्षा तुम्हीच जास्त बडबड करताय. बायको आल्यावर चूपचाप बसाल.”

“मी कशाला गप्प बसू? त्या वेळी तर तुम्हा दोघींना मला बोलतं करावं लागेल.”

“मी काय गप्प बसेन असं वाटतं?”

दोघे गाडीत बसले.

वार शुक्रवार होता. राजे आईसाहेबांना घेऊन डहाणूला चालले होते. संध्याकाळच्या मुंबई-अहमदाबाद हायवेच्या ट्रॅफिकमध्ये फसायला नको, म्हणून स्वारी लवकर चालली होती. म्हणजे दुपारीच राजे ऑफिसमधून बाहेर पडले होते.

राजे खूप दिवसांनी आईसाहेबांना घेऊन चालले होते. राजे खुशीत होते.

गाडी हाजी अलीहून वरळी सीफेसला आली आणि दादरच्या दिशेने जाऊ लागली.

“पाण्याची बाटली घेतली आहे ना?”

“आता बाहेर पडल्यावर आठवण कशाला. घरी असताना आवरा-आवरा म्हणून मागे लागलाय आणि बाहेर आल्यावर हे घेतलं कां आणि ते घेतलं कां. आता मी विचारते, कॅमेरा घेतला का? आठवण झाली म्हणून विचारलं.”

“कॅमेरा मी कधीच विसरत नाही.”

“राजे, बच्चे कंपनी ठीक असेल का हो?”

“मध्येच त्यांची आठवण का झाली?”

“अहो दुपारची वेळ. त्यांची खेळायची वेळ. आठवण या वेळेला होणारच. सारखी डोळ्यांसमोर येतात बरं.”

“आहेत, आहेत सुखरूप आहेत. त्यांना तुमची काही आठवण येत नाही. उगाच आठवण काढत बसू नका. ठोंबरे, तू पुढे पाहून गाडी चालव. मागे पाहू नकोस.” राजेंना ठोंबरे उगाचच गालातल्या गालांत हसत होता, असे वाटत होते. गाडी दादरच्या पुढे आली. राजेंच्या मोबाइलवर मेसेज आला. राजेंनी मोबाइल कानाला लावला. राजे बराच वेळ मोबाइलवर बोलत होते.

“ठोंबरे.”

“साहेब.”

“गाडी थांबव.”

“काही झालं का?”

“काही नाही, सत्यानाश.”

“म्हणजे?”

“ऑफिसमध्ये पोलीस आले आहेत चौकशीला. मला जाणं भाग आहे.”

राजेंच्या चेहऱ्यावर नाराजी आली.

आईसाहेब काही बोलल्या नाहीत.

ऑफिसमध्ये पोलीस ही गोष्ट गंभीर होती.

गाडीमागे फिरवण्यात आली. चार वाजून गेले होते. संध्याकाळपर्यंत गाडी विरारच्यापुढे गेली असती. आता ऑफिसमधील पोलीस जाईपर्यंत किती वेळ

होणार, एक प्रश्नचिन्हच होते.

राजेंना ऑफिसच्या दारात सोडून गाडी आईसाहेबांना घेऊन वरळीला परत निघाली. डहाणूच्या कार्यक्रमाला आता उशीर होणार होता, पण राजेंच्या मनात कार्यक्रम रद्द करण्याचा विचार नव्हता.

राजे आपल्या चेंबरमध्ये निघाले. बाहेर काही पोलीस अधिकारी उभे होते. सर्व जण सिव्हिल ड्रेसमध्ये. सर्वांची नजर सारखीच होती. त्यांच्यात बॉस कोण आणि कर्मचारी कोण, हे लक्षात येत नव्हते. राजेंच्या चेहऱ्यावर प्रश्नचिन्ह होते.

राजे आपल्या खुर्चीत बसले. पाठोपाठ शिपाई. ऑफिसमधील सुपरिटेंडंट,ॲडिशनल डायरेक्टर पंजवाणी, राजेचा पीए आणि असिस्टंट डायरेक्टर सर्व जण आत आले.

पंजवाणीनी बोलण्यास सुरुवात केली. राजेंनी हातानेच खूण केली आणि थांबविले.

"डिपार्टमेंटच्या लोकांना आत पाठवा."

शिपाई बाहेर गेला. ते सर्व जण आत आले. सर्वांत पुढे बॉस होता. पाठोपाठ इतर अधिकारी व कर्मचारिवर्ग होता. परंतु सर्व जण मिळून ते पाच लोक होते. ते आयबीचे लोक होते.

इंटिलीजंन्स ब्युरो.

"बोला!!" राजे.

"सर, आम्ही तुमच्या एका ऑफिसरची चौकशी करण्यासाठी आलो आहोत. तुमची त्यासाठी परवानगी हवी."

"नाव?"

"डोईजड!"

राजे चक्रावले.

"त्यांची तर राज्य पोलिसांनी काही दिवसांपूर्वीच चौकशी केली. त्यांच्यावरील गोळीबाराबाबत ना?"

"होय. परंतु ती राज्य पोलीस विभागाने चौकशी केली. यामध्ये आम्हालाही चौकशी करावयाची आहे."

"तुम्ही आयबीचे लोक कशावरून?" राजेंनी उलट प्रश्न विचारला.

त्यांच्या बॉसने खिशातून आयबीचे कार्ड काढून राजेंना दाखवले.

"कार्ड बोगसही असू शकते?"

"आमच्या ऑफिसमध्ये फोन करून विचारा हवं तर!"

"तुम्ही याबाबत वॉरंट किंवा अधिकारपत्र आणलं आहे?"

"होय!"

"पाहू दे मला."

त्यांनी दिलेली कागदपत्रे राजेंनी पाहिली आणि त्यांना परत दिली.

"मला तुम्हाला परवानगी देण्यापूर्वी माझ्या वरिष्ठांना विचारावं लागेल."

ते सर्व जण प्रश्नार्थक नजरेने पाहू लागले.

"मी मंत्रालयात आमच्या सचिव महोदयांना याबाबत कळवतो."

"आमची काही हरकत नाही." त्यांचा म्होरक्या म्हणाला.

राजेंनी मंत्रालयात फोन लावला. आयबीच्या लोकांना कोणतीही आडकाठी करू नका, त्यांना सहकार्य द्या, असे सचिव म्हणाले.

"तुम्ही चौकशी करू शकता," राजे एवढेच म्हणाले आणि बेल दाबून शिपायाला बोलवले.

"सर्वांना चहा आण बरं."

"तुम्ही इथेच चौकशी करणार आहात की तुम्हाला स्वतंत्र खोली हवी?"

"स्वतंत्र खोलीची गरज नाही. त्यांची तशी चौकशी राज्य पोलिसांनी केलीच आहे. तुमची काही हरकत नसेल, तर आम्ही तुमच्या समोरच त्यांची चौकशी करू."

"माझी हरकत नाही."

डोईजडना निरोप देण्यात आला. आयबीच्या लोकांचा चहापानाचा कार्यक्रम सुरू झाला. सर्वांची नजर शोधक होती. करडी होती. तटस्थ होती. ते आयबीचे लोक होते.

पुन्हा डोईजड!!

डोईजड आत आला. एखाद्या अपराध्याप्रमाणे राजेंसमोर उभा राहिला. बाजूच्या पीएच्या बसण्याच्या खुर्चीत डोईजडना बसण्यास राजेंनी सांगितले.

डोईजडना तो म्होरक्या प्रश्न विचारत होता. राजे ऐकत होते. पुन्हा पुण्यापासून सुरुवात – डोईजड कोणाकोणाला भेटत होते, कोणत्या दिवशी भेटले होते, याबाबत तो म्होरक्या विचारत होता. पुण्यातील न्यायाधीशाला हाताशी घेऊन ज्या कंपन्यांना त्रास दिल्या, त्या कंपन्यांबाबत आणि खासदार दांगटबावतही त्यांनी प्रश्न विचारले.

डोईजडने पुन्हा तीच कॅसेट लावली – मला काही माहीत नही.

त्या म्होरक्याने मुंबईतील बापा केमिकलबाबत प्रश्न विचारायल सुरुवात केली. प्रश्नांचा भडिमार होत होता.

संध्याकाळचे सात वाजले.

त्यांच्या चेहऱ्यावर प्रश्नचिन्ह होते. त्यांचे समाधान झाल्याचे दिसत नव्हते.

त्यांचा म्होरक्या म्हणाला "आजच्यापुरतं एवढंच! गरज वाटली, तर आम्ही पुन्हा येऊ. राज्य पोलिसांनी यांना संरक्षण दिलंच आहे. मि. डोईजड, थोडी सावधगिरी बाळगा. आम्हीही शोध घेत आहोत."

"एक विचारू?" राजेंनी म्हटले.

"अवश्य!"

"आय.बी ची चौकशी म्हणजे केंद्र शासनाची चौकशी. आमचा अधिकारी राज्य शासनाचा आहे. राज्य शासनही यामध्ये चौकशी करत आहे. तुम्ही चौकशी करत आहात, म्हणजे केंद्र शासनाच्या दृष्टीनेही ही बाब महत्त्वाची, सिरियस वाटते का?"

डोईजडना बाहेर जाण्यास सांगितले. डोईजड बाहेर गेले.

"मि. राजे, तुमच्या डोईजडबाबत आमच्याकडे बहुतेक माहिती आहे, ती तुम्हालाही माहीत आहे. पुण्याची चौकशी ही मुख्य चौकशी नाही. आमची चौकशी बापा केमिकलमधील त्यांच्या भेटीबाबत होती. इथला गोळीबार हा बहुधा बापा केमिकलमधील त्यांच्या भेटीबाबत आहे की नाही, याचा आम्ही शोध घेत आहोत. आम्हाला अजूनही पुरेशी माहिती मिळत नाही, असं वाटतं. आम्ही तुम्हाला थांबण्यास सांगितलं, ते यासाठी की, आम्हाला तुमची मदत हवी आहे."

राजे आता दचकले. डोईजडच्या खांद्यावरून राजेंवर शरसंधान? सांभाळून राहायला हवे.

"तुम्हाला माझ्याबाबत संशय?"

"नो, नो. मि. राजे अजिबात नाही. टुबी फ्रॅन्क, आम्हाला खरंच तुमची मदत हवी. कारण राज्य पोलिसांची चौकशी आणि आम्ही केलेली चौकशी यांत डोईजड कुठे गफलत करत आहेत का, काही बाबी स्पष्ट करत नाहीत. काही गोष्टींचा खुलासा करत नाहीत, असं तुम्हाला वाटतं का? त्यांच्या वागण्यात काही फरक वाटतो का, याबाबत तुम्ही आम्हाला मदत केली, तर चौकशी पूर्ण करणं आम्हाला आणि राज्य पोलिसांनाही सोपं जाईल."

राजे विचारात पडले. 'हा साला डोईजड! याने बापा केमिकलला एकच भेट दिली. परंतु आता अगदी आयबीपर्यंत याचा वास गेला.' राजेंना काय करावे सुचेना.

"मी शक्य होईल ते सर्व सहकार्य करण्यास तयार आहे."

"आभारी आहे."

ते सर्व निघून गेले.

संध्याकाळचे सात वाजले होते. तरीही राजेंनी डहाणूला जाण्याचा कार्यक्रम निश्चित केला. त्यानी डोईजडला बोलावणे पाठवले.

डोईजड आत आला.

"डोईजड, तुम्ही पुण्याला ज्या-ज्या कारखान्यांना, आस्थापनांना भेटी दिल्या, त्याचा रिपोर्ट आणि बापा केमिकलला दिलेल्या भेटीचा रिपोर्ट उद्या व परवा तयार करा. अगदी डॉट-टू-डॉट वेळेसह आणि मला सोमवारी सकाळी द्या."

राजे बाहेर पडले. निघाले होते डहाणूला, परंतु डोक्याचा एकच भुंगा झाला होता.

डोईजड, डोईजड.

साला बगळा!

२१

ठोंबरे ड्रायव्हरने उच्च न्यायालयाच्या गेटवर त्यांना सोडले आणि त्याने गाडी पुढे नेली.

राजे सुरक्षा तपासणीच्या खोलीतून हायकोर्टाच्या आवारात आले. आवाराचा परिसर लहान होता. समोर हायकोर्टाची इमारत खूप उंच होती. काळी होती. काळ्या जांभा दगडांची. आवारात लोकांची गर्दी होती. लोक घोळक्या-घोळक्याने उभे होते. इमारतीची भली मोठी सावली असूनही अनेक जण चेहऱ्यावरचा घाम छोट्या हातरुमालाने पुसत होते.

आवारात वकील लोक काळ्या सूटमध्ये होते. काही जण फक्त बो लावून उभे होते. काही वकिलांभोवती अशिलांचा गराडा पडला होता. वकिलांचे साहाय्यक, कारकून धावपळ करत होते. त्यांच्याबरोबर अनेक लोकांची धावपळ सुरू होती. मध्येच चहावाला चहाचे पेले घेऊन फिरत होता. त्या आवारात तो एकच विक्रेता होता. प्रत्येक जण घाईत होता. धावपळ करत होता. चेहरे तणावाचे. काळजीचे होते. वेळ सकाळची होती.

राजे हायकोर्टात आले होते, ते अशील म्हणून आले नव्हते. ते कोणा वकिलाला भेटावयाला आले नव्हते. राजेंचे वैयक्तिक कोणतेही काम नव्हते. त्यांना कोणी भेटायला येणार, म्हणून ते आले नव्हते. राजेंना हायकोर्टाचे बोलावणे आले होते. परंतु ते समन्स नव्हते.

तळमजल्यावर कोर्टाच्या पायऱ्या दगडी होत्या. छोट्या होत्या. परंतु इमारतीमध्ये मात्र व्हरांडा लांबलचक होता. पश्चिमेच्या कोपऱ्यात बाररूम होती. त्याला लागूनच गोलाकार जिना होता. इमारतीला लिफ्ट होती.

परंतु वेळ सकाळची होती, त्यामुळे वकिलांना प्राधान्य देण्यात येत होते. बाहेरच्या लोकांना प्रवेश लवकर मिळत नव्हता. राजेंनी पायऱ्या चढून चालत

जाण्याचे पसंत केले.

दक्षिण मुंबईतील फोर्ट भागातील ती उच्च न्यायालयाची इमारत वास्तुशास्त्राचा एक सुंदर नमुना होता. ब्रिटिशांच्या वैभवाची आणि प्रशासनाची खूण होती. न्यायालयीन प्रशासनाची. इमारत वास्तुकलेच्या गोथीक पद्धतीने बांधण्यात आली होती. एकोणिसाव्या शतकातील ती इमारत न्यायालयीन कामकाजाला अजूनही पुरेशी होती. भव्य होती. दिमाखदार होती.

इमारतीच्या पुढच्या बाजूला न्यायदेवतेचा पुतळा होता. परंतु त्याकडे पाहण्याला लोकांना वेळ नव्हता. तो पुतळा फक्त पर्यटकांना आणि अभ्यासूंनाच आकर्षित करत होता. न्यायालयाची क्रीडांगणाकडील ओव्हल बाजू फक्त पर्यटकांचे आकर्षण होते. त्या बाजूला रहदारी आणि फक्त व्हीआयपी मोटारीतून जाणे-येणे न्यायाधीशांचे होते.

इमारतीच्या भिंती जांभा दगडाच्या होत्या. परंतु सज्जे, कमान, खिडक्या, दरवाजे हे अत्यंत कलाकुसरीचे होते. दगडी शिल्पकला पाहण्यासारखी होती. ठिकठिकाणी पक्षी, प्राणी, पाने, फुले यांची कलाकुसर पाहायला मिळत होती. रेखीव आणि सुंदर! काही ठिकाणी प्राणी, माकडे, कोल्हे न्यायाधीशांच्या आणि वकिलांच्या वेषात होते.

इमारतीच्या आडव्या लांबलचक छोट्या-छोट्या पायऱ्या चढताना राजेंना धाप लागली. इमारतीच्या पायऱ्या दमछाक करणाऱ्या होत्या. घाम काढणाऱ्या होत्या. शारीरिकदृष्ट्या दमछाक तर होतच होती, पण अनेकांची तर आर्थिकदृष्ट्याही दमछाक केली जात होती. उच्च न्यायालय भीतिदायक होते. लोकांना तिथले वातावरण जीवघेणे वाटत होते. कोर्टातील धावपळ वकिलांना मात्र व्यायामाला आणि शरीर तंदुरुस्त ठेवायला पुरेशी होती.

राजेंनी त्या चेंबरमध्ये पाऊल ठेवले. राजे चमकले.

खूप अडचणीची चेंबर होती. अनेक लोकांना एका वेळी बसता येणे अवघड होते. चेंबरला वातानुकूलित सुविधा होती. अन्यथा एक क्षणभरही थांबणे अवघड होते.

चेंबरच्या खिडक्या उंच व मोठ्या होत्या. अगदी दरवाज्याप्रमाणे त्याला लावलेले पडदे लांबलचक होते. त्यामुळे चेंबरमध्ये भरपूर प्रकाश येत होता. गोलाकार फिरत्या मोठ्या खुर्चीत ते बसले होते. राजे मुंबई उच्च न्यायालयाचे न्यायाधीश जस्टिस पराडकर यांना भेटावयास आले होते. भेट पूर्वनियोजित होती. भेटीची वेळ सांभाळून राजे अगदी वेळेवर आले होते.

सकाळचे बारा वाजले होते. जस्टीस पराडकरांना न्यायदानाचे काम उशिरा होते. तरीही प्रशासकीय कामाचा पसारा त्यांच्या टेबलवर दिसून येत होता. जस्टिस पराडकरांचे डोळे मोठाले दिसत होते. त्यामुळे समोरच्या व्यक्तीकडे ते रागाने पाहत

असल्यासारखे वाटत होते. बहुधा मोठ्या नंबरच्या डोळ्यांवरील चष्म्यामुळे असावे. डोक्यावरील केस पांढरे होते. दाढी-मिशा ठेवलेल्या नव्हत्या. चेहरा तुळतुळीत वाटत होता. ते न्यायालयीन वेषात खुर्चीत बसले होते.

''येस?''

''सर. मी मलकापूरकर 'औद्योगिक सुरक्षा आणि आरोग्य संचालनालया'चा संचालक.''

''या! या! मि. राजे मी आपलीच वाट पाहत होतो.''

राजे दचकले.

न्यायाधीशांनी सरळ राजे म्हणून हाक मारावी, हे ऐकताना राजेंना अवघडल्यासारखे झाले. राजे काही बोलले नाहीत. समोरच्या खुर्चीत अदबीने बसले.

''आभारी आहे सर!''

जस्टिस पराडकरांनी शेजारी उभा राहिलेल्या शिपायाला खूण केली. त्याने पाण्याचा ग्लास राजेंसमोर ठेवला आणि तो निघून गेला. राजेंनी पटकन ग्लास हाती घेतला. थंडगार पाणी प्याल्यावर त्यांना बरे वाटले. जस्टिस पराडकरांसमोर बसताना थोडा कॉन्फिडन्स आल्यासारखे वाटले. जणू परीक्षेला बसल्यासारखे राजे तणावाखाली आले होते.

''मला थोड्या वेळात डायसवर जायचे आहे. मी तुम्हाला बापा केमिकलबाबतच्या पीआयएलबाबत बोलावलं आहे. ऑफिशियली मला तुमच्याकडून काही तांत्रिक माहिती हवी आहे. मदत हवी आहे.''

''सर!''

कोणतीही औपचारिकता न पाळता न्यायाधीशांनी विषयाला हात घातला. टेबलाच्या खणातून त्यांनी काही कागदपत्रे बाहेर काढली. त्याकडे पाहत जस्टिस पराडकर बोलू लागले.

''मि. राजे, 'चेंबूर ॲक्शन ग्रुप'ने बापा केमिकल कंपनीच्या गॅस प्रकल्प विस्तारीकरणाला विरोध केला आहे. त्यांचं पीआयएल त्याकरता आमच्यासमोर आहे. यामध्ये विस्तारीकरणाला विरोध करताना काही हरकती त्यांनी घेतल्या आहेत. यातील अहवालाबाबत तुम्ही सकारात्मक असल्याचे दिसून येत नाही, असं मला वाटतं म्हणून मी तुम्हाला बोलावलं आहे.''

''सर!''

''आपण प्रथम एक-एक अहवाल विचारात घेऊ. त्यानंतर माझ्या काही शंका आहेत, त्याबाबत बोलू!'' पराडकर.

''सर अवश्य!''

''चेंबूर ॲक्शन ग्रुपने बापा केमिकलच्या विस्तारीकरण प्रकल्पाला विरोध

करताना, 'डी ॲन्ड डी' (डुरांटा ॲन्ड डुरांटा कंपनी)च्या अहवालात म्हटलं आहे की, या विस्तारीकरण प्रकल्पामुळे चेंबूर विभागाला अपघाती धोका मोठ्या प्रमाणावर होऊ शकतो. या अहवालाची काही पडताळणी केली आहे का?''

''सर, मी थोडक्यात खुलासा करतो. 'डी ॲन्ड डी'ने जो अहवाल तयार केला आहे, तो बापा केमिकल कंपनीला प्रत्यक्ष भेट देऊन केलेला नाही.'' राजे.

''म्हणजे?'' पराडकर.

''सर अहवाल त्यांनी बापा केमिकल कंपनीच्या बाजूच्या कारखान्यातील उंच टाकीवरून पाहणी करून तयार केला आहे. ज्याला इंग्रजीमध्ये 'बर्ड्स आय व्ह्यू' म्हणजे लांबून किंवा दुरून पाहून त्यांनी अहवाल तयार केला आहे. अहवालात अपघाताची शक्यता कशी आहे, याबाबत शास्त्रीय आधार किंवा सूत्र न वापरता अहवाल तयार केला आहे.'' राजे.

''ओ. के. म्हणजे तुमचं म्हणणं या अहवालाला शास्त्रीय आधार नाही.''पराडकर

''सर!''

''ठीक आहे. बापा केमिकल कंपनीने या संदर्भात स्वतः ब्लेक कन्सल्टंट या संस्थेचा अहवाल सादर केला आहे. हा अहवाल शास्त्रीय आधारावर आहे का? योग्य शास्त्रीय सूत्रं वापरून तयार केला आहे का? आणि तुम्हाला तो योग्य वाटतो का?'' पराडकर.

''सर, या प्रश्नाचं उत्तर पूर्णतः देऊ शकत नाही, म्हणजे मी होकारात्मक देत नाही, परंतु वस्तुस्थिती स्पष्ट करतो.'' राजे.

''अवश्य.''

''सर, ब्लेक कन्सल्टंट ही ब्रिटिश कंपनी आहे. बापा केमिकल्सच्या विस्तारीकरणासंदर्भात तांत्रिक ज्ञानाच्या अनुषंगाने अहवाल देण्यासाठी परिपूर्ण संस्था आहे. म्हणजे पात्र संस्था आहे. त्यामुळे या संस्थेच्या शास्त्रीय दृष्टिकोनाबाबत संशय घेण्यासारखं नाही. या संस्थेचा तांत्रिक अहवाल बापा केमिकलच्या विस्तारीकरण प्रकल्पाबाबत केला आहे, तो प्रत्यक्ष बापा केमिकल कंपनीच्या कारखान्याला भेट देऊन. तपासणी करून. या संस्थेने अहवाल तयार करताना आंतरराष्ट्रीय स्तरावरील आवश्यक सर्व प्रमाणकांचा-मानकांचा आधार घेऊन वापर करून तयार केला आहे. या अहवालाला संचालक या नात्याने माझा विरोध नाही किंवा माझी हरकत नाही.'' राजे.

''म्हणजे ब्लेक कन्सल्टंटचा अहवाल तांत्रिकदृष्ट्या योग्य आहे. तुम्ही या अहवालाशी सहमत आहात.'' पराडकर.

''सर, मी सुरुवातीलाच म्हटलं, याबाबत मी होकारात्मक उत्तर देऊ शकत नाही. हा अहवाल शास्त्रीय आहे. योग्य आहे. तांत्रिकदृष्ट्याही योग्य आहे. परंतु

तरीही, काही मुद्यांची माहिती आम्ही बापा केमिकल कंपनीकडून घेतली. काही बाबींबाबत आम्ही आश्वासनं घेतली. काही ठिकाणी आम्ही पूर्वअटीही घातल्या.'' राजे.

''ठीक आहे. ठीक आहे. तुम्ही केलेल्या तपासाबाबत मी अधिक विचारू इच्छित नाही. पुढे.'' पराडकर.

''ब्लेक कन्सल्टंट अहवालात काही गोष्टींच्या त्रुटी होत्या, त्या गोष्टींची मागणी केली. डिशने केलेल्या मागणीमुळे बापा केमिकलने याबाबत अहवाल ॲटोमिक एनर्जी रेग्युलेटरी बोर्ड (एइआरबी)च्या सल्ल्याने तयार केला.'' राजे.

''मला वाटतं, एइआरबी ही आपल्या देशातील अणुऊर्जेबाबत सर्वोच्च नियामक बॉडी आहे.'' पराडकर

''होय सर! एइआरबीचा तांत्रिक अहवाल हा अंतिम अहवाल मानावयास हरकत नाही.'' राजे.

''गुड, म्हणजे हे तुम्हीच म्हणता आहात, हे मी चांगलं लक्षात ठेवेन. पुढे!'' पराडकर.

''सर, एइआरबी ही संस्था अणुऊर्जेबाबत अत्यंत धोकादायक वायू किंवा रसायनं यांच्या उत्पादनाबाबत, वापराबाबत, साठ्याबाबत आणि तदनुषंगिक इतर बाबींबाबत म्हणजे वाहतूक वगैरेबाबत कोणत्या सुरक्षितता ठेवाव्यात, बाळगाव्यात किंवा वापरात आणाव्यात, यांबाबत सल्ला देणारी तसंच अहवाल तयार करणारी देशातली तज्ज्ञ समिती मानली जाते. एइआरबी ही ॲटोमिक एनर्जी ॲक्टखाली राष्ट्रपतींच्या आदेशाने स्थापित झालेली संस्था आहे. एइआरबीने, बापा केमिकलमधील, प्रस्तावित प्रकल्पाबाबत सुरक्षिततेच्या सावधगिरी किंवा काळजी घेण्याबाबत ज्या व्यवस्था प्रस्तावित केल्या आहेत; त्यांबाबत शास्त्रीय नियमांनुसार खुलासा केला आहे. यानुसार, प्रस्तावित प्रकल्पात अपघात होण्याची शक्यता 'वन्स इन अ बिलियन इअर्स' एवढी राहील. या तुलनेत वीज कोसळल्यामुळे अपघात होण्याची शक्यता वन्स इन अ टेन बिलिअन इअर्स एवढी राहील किंवा जवळच्या अणुप्रकल्पामुळे अपघात होण्याची शक्यता वन्स इन अ ट्वेंटी बिलिअन इअर्स एवढी राहील किंवा एखाद्या विमान कोसळल्यामुळे अपघात होण्याची शक्यता वन्स इन अ फिफ्टी बिलियन इअर्स एवढी राहील, असं म्हटलं आहे. थोडक्यात, सुरक्षित उपकरणं आणि यांबाबतची व्यवस्था ही तुलनात्मकदृष्ट्या अत्यंत उच्च दर्जाची आहे.

''आणि शेवटी, इन व्हर्स्ट केस सिनारिओ, बापा केमिकलच्या विस्तारीकरण प्रकल्पातल्या अपघाताची मर्यादा कंपनीच्या कंपाउंडपर्यंतच राहील. बाहेर जाणार नाही, असे अभिप्राय दिले आहेत.'' राजे.

''म्हणजे एइआरबीच्या अहवालावरून बापा केमिकलची सेफ्टी मेजर्स ही

फुलप्रुफ आहेत, असंच ना.'' पराडकर.

''सर, फुलप्रुफ नाही. परंतु सुरक्षिततेच्या प्रमाणकानुसार आहेत. आता इथे आमचा – म्हणजे डिशचा रोल बराचसा कठीण होत गेला. म्हणजे प्रथम चेंबूर ॲक्शन ग्रुपने 'डी ॲन्ड डी'ला नियुक्त केलं आणि त्यांचा अहवाल सादर केला. या अहवालाला उत्तर म्हणून बापा केमिकलने ब्लेक कन्सल्टंटला नियुक्त केलं आणि त्यांचा अहवाल सादर केला. डी ॲन्ड डी आणि ब्लेक कन्सल्टंटचा अहवाल डिशने प्राथमिक स्तरावर म्हणजे प्रथमदर्शनी विचारात घेतला. आम्ही त्याची सखोल तपासणी केली नाही. प्राथमिक स्तरावरील तपासणीनुसारच आम्ही बापा केमिकलकडे व्हर्स्ट केस सिनारिओ आणि परिपूर्ण नकाशे व आराखडा या त्रुटींची मागणी केली. डिशने केलेल्या मागणी संदर्भात बापा केमिकलने एइआरबीला नियुक्त केलं. एइआरबीने याबाबत आपला अहवाल सादर केला. आता डिशसमोर डी ॲन्ड डी, ब्लेक कन्सल्टंट आणि एइआरबी असे तीन अहवाल आले.

''आता सर, आम्ही म्हणजे डिश ही राज्यशासनाची यंत्रणा आहे. ही यंत्रणा कारखाने अधिनियम, कारखाने नियम, धोकादायक वायू आणि रसायनं यांची साठवणूक यांबाबतचे नियम, तसंच या संबंधितांचे इतर कायदेशीर नियम यांच्या आधारे कारखाने आणि आस्थापना यांच्या सुरक्षिततेची तपासणी करणं, कारखाने आणि प्रक्रिया संस्था यांना मार्गदर्शन करणं, सुरक्षित उपकरणं यांच्या वापराबाबत मदत करणं, औद्योगिक सुरक्षिततेबाबत राज्याचे धोरण ठरवणं, राबवणं, त्यांची ओळख करून देणं, प्रसार करणं, जनजागृती करणं वगैरे कार्य करते.

''तांत्रिकदृष्ट्या काम मोठं आहे. निरनिराळ्या कायद्याखाली जबाबदारी मोठी आहे. हे सर्व काम करणारी डिश ही आमची छोटी संस्था आहे. आमच्या कामाला काही मर्यादा आहेत. आता आमच्यासमोर जो प्रस्ताव आहे, तो पाहिला, तर बापा केमिकलचा विस्तारीकरणाचा प्रकल्प हा पूर्णतः अत्याधुनिक आहे. अशा अत्याधुनिक प्रस्तावित प्रकल्पाची तपासणी करण्याचा अनुभव डिशकडे नाही. त्यांचा प्रस्ताव आणि त्यानुषंगाने सादर केलेले अहवाल यांची तपासणी करण्यासाठी आमच्याकडे तांत्रिक अनुभव नाही. आमच्याकडे अशा प्रस्तावाला तपासणी करण्यासाठी स्वतंत्र यंत्रणा नाही.'' राजे.

''एखादा कायदा माहीत नाही, असं म्हणता येत नाही. तसंच शासनाकडे किंवा शासनाच्या अंगीकृत बॉडीकडे यंत्रणा नाही, हे म्हणणं उचित वाटत नाही. शासनाने अशी यंत्रणा ठेवणं आवश्यक आहे. बंधनकारक आहे. याबाबत कायद्यात कुठे तरी तरतुदी असतील. तुम्ही या दृष्टीने तपास केला नाही का?'' पराडकर.

''सर, तज्ज्ञ समिती नियुक्त करण्याबाबत बंधन घालणारी तरतूद नाही. त्यामुळे शासन यंत्रणा आमच्याकडे नाही, ही वस्तुस्थिती आहे.'' राजे.

"आय फियर! मला थोडी शंका वाटते." पराडकर.

"सर, इथं थोडं विषयांतर केलं, तर वावगं होणार नाही, पण ते विषयांतरही नाही. एकंदर विषय तोच आहे." राजेंना शब्द वापरणे आणि खुलासा करणे जड वाटू लागले. समोर उच्च न्यायालयाचा न्यायाधीश होता.

"मि. राजे, डोंट वरी! तुम्हाला आणखीन काही सांगायचे असेल, तर खुशाल बोला." पराडकर.

"सर मघाशी मी सांगितलं होतं, एइआरबीही देशातील सुरक्षिततासंबंधी नियम करणारी, सल्ला देणारी, तसंच सुरक्षिततेबाबत कोणती उपाययोजना बाळगावी, करावी, याबाबत देशाची सर्वोच्च तज्ज्ञ समिती आहे. परंतु ही समिती अणुऊर्जेबाबत आहे. अर्थात औद्योगिक सुरक्षिततेबाबतही या संस्थेचा सल्ला घेण्यात येतो, अहवाल घेण्यात येतात याबाबत कोणी फारशी हरकत घेत नाही.

"परंतु एक गोष्ट खरी आहे. अशी तज्ज्ञ समिती जी कारखान्यांना औद्योगिक सुरक्षिततेबाबत सल्ला देऊ शकेल, अहवाल देऊ शकेल अशी संस्था, कारखाने अधिनियम किंवा संबंधित कायद्याखाली नाही. तसंच कारखान्यातील मोठ्या अपघातांबाबत मोठ्या वायुगळतीबाबत स्वतंत्रपणे चौकशी करून त्याबाबत कारणमीमांसा करू शकेल, सत्यशोधन करू शकेल, अशीही संस्था नाही. अशी तज्ज्ञ समिती ज्यामध्ये प्रशासन, रासायनिक-यांत्रिक इंजिनिअरिंग, आग, स्फोटक, रसायनशास्त्र, भौतिकशास्त्र, समाजशास्त्र, कायदा, पोलीस यांतली अत्यंत अनुभवी व्यक्ती राहतील; अशी संस्था अस्तित्वात नाही. एखादा मोठा अपघात झाला किंवा मोठा गुंतागुंतीचा औद्योगिक सुरक्षिततेबाबत प्रश्न निर्माण झाला, तर प्रशासकीय समिती, तांत्रिक समिती किंवा कधीकधी म्हणण्यापेक्षा बऱ्याच वेळा न्यायालयीन समिती नियुक्त करण्यात येते. अशा समिती योग्य अहवाल देऊ शकत नाहीत. या समित्याही कोणातरी तज्ज्ञ व्यक्तीचा सल्ला घेऊन अहवाल तयार करण्याचा प्रयत्न करताना दिसून येतात." राजे.

"तुम्ही न्यायालयीन चौकशीच्या प्रक्रियेवर आरोप तर करत नाही ना?" पराडकर.

"निश्चित नाही. कायद्यातील त्रुटीकडे मी बोट दाखवण्याचा प्रयत्न करत आहे. आता हेच पाहा, डी ॲन्ड डी, ब्लेक कन्सल्टंट आणि एइआरबी या तीन संस्थांचा अहवाल आपल्यासमोर आहे. माझ्या मते, तिन्ही अहवाल आपल्याला दुर्दैवाने विचारात घ्यावे लागत आहेत. डी ॲन्ड डी आणि ब्लेक कन्सल्टंट अहवाल तर देशाबाहेरील संस्थांनी तयार केलेले आहेत. एइआरबीमधील तज्ज्ञ लोक आपल्या देशातील आहेत, परंतु हे लोक मुख्यत: अणुऊर्जेशी संबंधित आहेत."

"मग तिन्ही अहवाल असंबंधित म्हणायचे का?" पराडकर.

''नाही सर. तिन्ही संस्थांचे अहवाल बापा केमिकलशी संबंधित आहेत. मी ते असंबंधित म्हणणार नाही. परंतु औद्योगिक सुरक्षिततेबाबत एखादी सर्वंकष समिती किंवा मंडळ हवं, असं मला वाटतं. अशा समितीला जर कायद्याने स्वतंत्रपणे चौकशीचे अधिकार दिले, तर अपघाताचं मूळ शोधणं जलद गतीने होईल. अपघातग्रस्त व्यक्तीला न्याय लवकर मिळेल. भोपाळ दुर्घटनेमध्ये लोकांना अजूनही नुकसानभरपाई मिळालेली नाही, अशी परिस्थिती निश्चितपणे टाळता येईल.''

जस्टिस पराडकरांचा चेहरा त्रासिक होता. परंतु भोपाळ दुर्घटनेचा उल्लेख झाल्यानंतर मात्र त्यांच्या चेहऱ्यावर झटकन बदल झाला, ते खूपच गंभीर झाले.

''मि. राजे, आय ॲम सॉरी! मी फक्त कायद्याच्या चौकटीतून तुमच्याबाबत मी आरोप केला. परंतु तुम्ही भोपाळ दुर्घटनेचा उल्लेख केलात आणि त्यामागची तुमची भूमिका मला कळाली.''

''सर, प्रत्येक अपघात झाल्यानंतरच नियम, कायदा आणि त्याबाबत जाणीव तयार झाली. धोकादायक पदार्थांच्या साठ्याबाबतचे आपल्या देशातील नियम भोपाळ दुर्घटनेनंतरच तयार झाले.

''फेलिक्सबरो, इथल्या केमिकल प्लॅन्टमध्ये स्फोट झाला. जवळजवळ १५ टन टीएनटीच्या ताकदीचा. आजूबाजूचा संपूर्ण परिसर उद्ध्वस्त झाला. हा अपघात झाल्यानंतरच धोकादायक पदार्थांच्या साठवणीबाबत जागरूकता तयार झाली. नियम तयार झाले. कायदा आला. युरोपला सेवेसी डायरेक्टीव्हज सादर करावे लागले. यातूनच सीमासूत्र तयार झालं. सर, थोडं अधिक विषयांतर झालं. मला असं म्हणायचं होतं, या तिन्ही अहवालांची तपासणी करण्यासाठी आमच्याकडे योग्य यंत्रणा नाही. म्हणून तज्ज्ञाची नियुक्ती हा एक मार्ग होता. कारण तिन्ही अहवालांबाबत स्वतंत्र अभिप्राय घेणं आवश्यक होतं. म्हणून आम्ही मनोरंजन बसू यांची नियुक्ती केली.''

पराडकर आता विशेष लक्ष देऊन राजेंकडे पाहत होते. आतापर्यंत ते घड्याळाकडे पाहत होते. परंतु बसूच्या नियुक्तीचा विषय आल्यानंतर जस्टिस पराडकर सावध झाले.

''सर, बसू यांनी प्रत्यक्ष कारखान्याला भेट देऊन आपले अभिप्राय तिन्ही अहवालांबाबत सादर केले. सर, बसू हे एमएस्सी (टेक.) आहेत. ते एइआरबीचे संचालक होते. अनेक वैधानिक कमिटीवर ते सध्या काम करत आहेत. राष्ट्रीय पातळीवर अनेक संस्थांवर त्यांनी काम केलेलं आहे. त्यामुळे या प्रकरणी ते अभिप्राय देण्यास सक्षम आहेत, असं आम्हाला वाटतं.''

''बरोबर.''

''सर, बसू यांनी डी ॲन्ड डी, ब्लेक कन्सल्टंट आणि एइआरबी या तिन्हींच्या अहवालांचा अभ्यास केला. त्यांनी स्वत:ही काही तपासणी केल्या आणि त्यानंतर आपले अभिप्राय सादर केले. त्यांनी असं स्पष्ट केलं की, बापा केमिकल कंपनीने

त्यांच्या प्रस्तावित विस्तारीकरण प्रकल्पाकरता पुरेशी सुरक्षित उपकरणं ठेवली आहेत. बापा केमिकल्स कंपनीची सुरक्षिततेबाबतची यंत्रणा आंतरराष्ट्रीय दर्जाच्या प्रमाणकानुसार आहे. तरीही काही सूचना त्यांनी केल्या आहेत. त्या सूचनेनुसार योग्य पूर्तता करण्याबाबत आम्ही बापा केमिकलला कळवलं. त्यांनीही या सर्व बाबींची पूर्तता केली. तसं आम्हाला लेखी कळविलं.''

''बरोबर, त्यांनी लेखी पूर्तता केल्याबाबत कळवल्यानंतरही तुम्ही पुन्हा आणखी काही गोष्टींची पूर्तता करण्याबाबत सूचना केल्या. या सूचनाही नशा किरकोळ होत्या.''

''सर!''

''मला वाटतं मि. राजे, बसू यांच्या सूचनांचं लेखी पालन केल्यानंतरही तुम्ही ज्या सूचना केल्या, त्या तुम्ही बापा केमिकलच्या प्रस्तावित विस्तारीकरणाच्या प्रस्तावाला मंजुरी देण्यास विलंब लावण्यासाठी दिल्या होत्या.''

''सर, सर्व सूचना आम्ही नियमानुसार दिलेल्या आहेत. त्या वैधानिक सूचना आहेत.''

''नंतर बोलू.'' शिपायाने कॉफी आणली. दुपारच्या जेवणाच्या वेळी कॉफी पिणे राजेंना शिक्षा वाटत होती. समोर उच्च न्यायालयाचे न्यायाधीश होते. राजेंचा नाइलाज झाला. ते मुकाट्याने कॉफी पिऊ लागले.

कॉफी पिता-पिता पराडकर राजेंना म्हणाले,

''मि. राजे, तुम्ही नशीबवान आहात.''

''सर मी समजलो नाही.''

''तुम्ही निवडलेल्या क्षेत्रात काम करत आहात. तुम्ही तुमच्या आवडीचं काम करत आहात. आम्ही मात्र नाइलाजाने या खुर्चीत बसलो आहोत. इंजिनिअर होण्याची आमची इच्छा होती. आम्हाला जबरदस्तीने मेडिकलकडे पाठवण्यात आलं. आम्हाला मेडिकलला जाता आलं नाही आणि मग इच्छा असूनही इंजिनिअरिंगकडेही जाता आलं नाही. शेवटी कायद्याची पदवी घेतली. वकिली व्यवसाय सुरू केला. परंतु आमचा पिंड वकिली व्यवसायाचा नव्हता. वकिलीचा व्यवसाय अर्धवट सोडावा लागला आणि मग न्यायसंस्थेत फेकलो गेलो. या चाकोरीतून मग आमची सुटका झाली नाही.''

''सर, प्रत्येकाला आवडीचं क्षेत्र मिळतंच, असं नाही. काही वेळा मनाविरुद्ध करिअर केल्यासारखं वाटतं; परंतु शेवटी यश किती मिळतं, हेही महत्त्वाचं आहे. आज तुम्ही उच्च न्यायालयाचे न्यायाधीश आहात. आपलं पद कॅबिनेट दर्जाचं आहे.''

''यू आर व्हेरी डिप्लोमेटिक इन टॉक, परंतु आम्हाला समाधान नाही. आम्हाला इंजिनिअरिंग विषयाची आवड होती. कायद्यात मन रमत नाही.''

पराडकरांच्या बोलण्यात नाराजी होती. त्यांच्या बोलण्यात उदासीनता दिसून येत होती. राजे काही बोलले नाही.

कॉफीचा कार्यक्रम संपला.

विषय बदलण्यासाठी पराडकरांचा मूड बदलण्यासाठी राजे सहज म्हणाले.

"सर मला थोडं आश्चर्य वाटतं."

"कसलं?"

"उच्च न्यायालयाची इमारत एवढी भव्य व सुंदर. परंतु काही ठिकाणी कोल्हा-माकड यांसारखे प्राणी वकील आणि न्यायाधीशांच्या वेषात दाखवावे, हे थोडं विसंगत वाटतं."

"नंतर बोलू!" पराडकरांनी विषय बाजूला ठेवला.

पुन्हा बोलणी सुरू झाली.

"चेंबूर ॲक्शन ग्रुपने त्यांच्या पिटीशनमध्ये कोस्टल रेग्युलेटरी झोन (सीआरझेड) आणि बीएमसी कायद्याबाबत योग्य विचार झालेला नाही, अशी हरकत घेतली आहे."

"नाही सर! बीएमसी कायद्याखाली दिलेली परवानगी ही याबाबतची सर्व ना हरकत प्रमाणपत्रं विचारात घेऊन दिलेली आहे."

"आता शेवटचं विचारतो. तुम्ही बसूंना तज्ज्ञ म्हणून नियुक्त केलं होतं."

"होय सर!"

"याबाबत कारखाने अधिनियमाखाली कोठे तरतूद आहे का? मघाशीही तुम्ही कायद्याखाली विशेष समिती नियुक्तीबाबत तरतूद नाही, असं म्हटलं होतं. कारण डिशने त्यांच्या कायद्याच्या अधिकाराबाहेरच्या तज्ज्ञाला अधिकार दिला आणि निर्णय घेतला. त्यामुळे हा निर्णय चुकीचा आहे, असं पिटिशनरनी म्हटलं आहे."

"सर, असं नाही. मी मघाशी जे म्हणालो, ते स्वतंत्र समिती नियुक्त करण्याबाबत होतं. या समितीला मघाशी म्हटल्याप्रमाणे औद्योगिक सुरक्षिततेबाबत सल्ला, अपघाताबाबत पोलीस चौकशी आणि सर्वांत महत्त्वाचं एखाद्या अपघाताचं मूळ शोधण्यासाठी म्हणजेच रूट कॉज ॲनालिसीसकरता, ज्याचा उपयोग पुढील नुकसानभरपाईसारख्या कारवाईला किंवा दोषींना शिक्षा देण्याबाबत होईल आणि सर्वांत महत्त्वाचं म्हणजे न्यायालयीन निर्णयाला विलंब टाळणं शक्य होईल. परंतु बसू यांच्या नियुक्तीबाबत आम्ही आमचे अधिकार कायद्याच्या बाहेर जाऊन दिलेले नाहीत."

"मग?"

"सर, कारखाने अधिनियमाखाली कोणत्याही कारखान्याची तपासणी करण्याचा अधिकार आम्हाला आहे. डीशला आहे. ही तपासणी करताना आम्ही योग्य ती मदत घेऊ शकतो. यामध्ये कोणत्याही पब्लिक ॲथोरिटी, स्थानिक किंवा महत्त्वाच्या कोणत्याही तज्ज्ञाची मदत घेऊ शकतो. त्यामुळे बसू यांची नियुक्ती योग्य आहे.

त्यांचं एक्सपर्ट ओपिनिअन हे कायद्यानुसारच घेतलेलं आहे.''

''होय अगदी बरोबर मि. राजे, फुल मार्क्स!'' राजे खूश झाले. परंतु पुढचे बोलणे ऐकून मात्र राजे गप्प बसले.

''मी तुमच्याशी या पीआयएलबाबत जी काही चर्चा केली, ही इथे संपवतो.'' राजेना वाटलं मिटींग संपली. परंतु जस्टिस पराडकर बोलत राहिले.

''आता यापुढे जे काही बोलेन, ते ऑफ द रेकॉर्ड.''

''सर!''

''बसूंसारख्या राष्ट्रीय पातळीवरील तज्ज्ञाने अभिप्राय दिल्यानंतर तरीही तुम्ही डीले टॅक्टीस वापरल्या. सर्वसाधारण डीले टॅक्टीस वापरण्याचा शासन यंत्रणेत काही अधिकाऱ्यांचा उद्देश हा वेगळा असू शकतो. म्हणजे अगदी स्पष्टच बोलायचं, तर लाच घेण्यासाठी किंवा धमकी देण्यासाठी किंवा ब्लॅक मेल करण्यासाठी. तुमचा उद्देश तसा नाही, याची मला खात्री वाटते, म्हणून मी स्पष्ट बोलतो. तुमचा का विरोध? कारण शेवटी यामध्ये शासनाला आदेश काढावे लागले. डिशने म्हणण्यापेक्षा, मि. राजे, तुम्ही यातून अंग काढून घेतलं, असं माझं वैयक्तिक मत आहे.''

''सर!''

''मी प्रथमच म्हणालो आहे. धीस इज ऑफ द रेकॉर्ड.'' जस्टिस पराडकर राजेंकडे रोखून पाहत होते. राजेंनी ओठ आवळून घेतले. पण त्यांना शेवटी बोलावेच लागले.

''सर, तुम्ही माझ्याकडून वदवूनच घ्यायचं ठरवलंय, असं दिसतंय.''

''मि. राजे, मला उत्तर हवंय. धीस इज ऑफ द रेकॉर्ड.''

ते उच्च न्यायालयाचे न्यायाधीश होते. राजेंच्या मानगुटीवर बसले होते. राजेंची त्यातून सुटका नव्हती.

''ठीक आहे, सर, बापा केमिकलचा हा प्रकल्प आहे. हा विस्तारीकरणाचा प्रस्तावित प्रकल्प आहे. त्यांनी परवानगीकरता सादर केलेला अहवाल आणि त्यावरील एक्सपर्ट ओपिनिअन हे मलाही मान्य आहे. सर्व प्रस्ताव परिपूर्ण आहे. त्याला शासनानेही मान्यता दिलेली आहे.

''सर, हा प्रकल्प मुंबईतला आहे. अगदी मुंबईच्या हार्टमध्ये अत्यंत गजबजलेल्या लोकवस्तीमध्ये. औद्योगिक भागात. चेंबूरमध्ये. आज मुंबईची लोकसंख्या जवळपास एक कोटीच्या घरात आहे. मुंबईतील प्रत्येक गोष्ट आज संवेदनशील झाली आहे. लोकांची वाहतूक करणारी रेल्वे, लोकल असो. रस्त्यावरील वाहतूक असो. लोकांची रहदारी असो अगर कोणत्याही मालाची वाहतूक असो. इथली प्रत्येक गोष्ट आता संवेदनशील झाली आहे. सामाजिकदृष्ट्या, आर्थिकदृष्ट्या आणि प्रशासकीयदृष्ट्या! इथले कारखाने, मुंबईतले कोणत्याही प्रकारचे मोठ्या प्रमाणातले साठे, हे कोणत्या

प्रकारे धोकादायक ठरू शकतील, याची कल्पना करता येणार नाही. दररोज गोळा करण्यात येणारा घनकचराही थोडीशी चूक झाली, तरीही धोकादायक होऊ शकतो. आरोग्याच्या दृष्टीने. कारखान्यातील धोकादायक पदार्थ, वायू यांबाबत तर फार मोठी जोखीम, धोका आपल्या डोक्यावर आहे. बापा केमिकलच्या प्रस्तावित विस्तारीकरण प्रकल्पाबाबत अपघाताची शक्यता दुरान्वये वर्तवली आहे. वर्स्ट केस सिनारिओमध्ये, ती वन्स इन अ बिलिअन इअर एवढी राहील. ही शक्यता तुलनात्मक आहे. अपघात होणारच नाही, असं होत नाही. परंतु अपघात कधी होईल, याची शक्यता वर्तवली आहे. परंतु अपघात होतो. एकदाच होतो. अशी शक्यता पडताळून पाहण्याची आवश्यकता मला वाटत नाही. निदान मुंबईत तरी. कारण मुंबईत होणारा अपघात एकदाच होईल, परंतु तो भयानक होईल. सर, चर्नोबील (रशिया)मधला अणुअपघात, आपुआ (जर्मनी) स्फोट, मिनामाटाबे (जपान)मधली मर्क्युरीची गळती, टेक्सास सिटी (अमेरिका)मधला स्फोट, फेलिक्सबरो (यूके)मधला अपघात, सेवेसी (इटली) इथली विषारी रसायन गळती आणि सर्वांत अत्यंत वाईट अपघात, आपल्या देशातली भोपाळमधली एमआयसी विषारी वायुगळती. मी सांगितलेले हे अपघात एकदाच झालेले आहेत, परंतु या अपघातांचे परिणाम, पडसाद फार भयानक झालेले आहेत. धक्कादायक आणि हृदयद्रावक आहेत. या सर्वांचं मूळ शोधलं, तर मुख्यत: एकच आहे. ह्यूमन एरर! आपण खूप काळजी घेतो. सावधगिरी घेतो. परंतु एका मानवी चुकीमुळे अत्यंत वाईट गोष्टीला आपल्याला तोंड द्यावं लागतं. जबाबदार व्हावं लागतं. अशा वाईट गोष्टीला मी जबाबदार होऊ इच्छित नाही. मला पापाचा धनी व्हायचं नाही. मी फार छोटा आहे सर. असलं ओझं मी आयुष्यभर सांभाळू शकणार नाही.''

''अहो, पण इतक्या सुरक्षितता आणि खबरदारी घेतल्यानंतर दोष येण्याचा किंवा जबाबदारीचा प्रश्न येतो कोठे? पुन्हा, निर्णय घेणारे तुम्ही एकटे नाही. तुमची यंत्रणा निर्णय घेणार आहे. ही सार्वजनिक जबाबदारी राहील.''

''सर, असं होत नाही. डिशचा मी संचालक आहे. तांत्रिक संस्थेचा मुख्य. शेवटी वाईट घडलं, तर त्याचा दोष कोणाच्या तरी माथ्यावर मारला जाईलच. आणि प्रथम बळी माझाच दिला जाईल. बळीचा बकरा. एखादा अपघात घडेल, याची शक्यता देता येत नाही. पूर्ण शक्यता देता येत नाही हे मान्य. परंतु अपघात होणार नाही, असं होत नाही. त्याची खात्री नाही. 'थिअरी ऑफ प्रोबॅबिलिटी' किंवा 'गेम थिअरी ऑफ नॅश'मध्ये आपण एखाद्या शक्यतेच्या अगदी जवळ जातो, परंतु शंभर टक्के खात्री देत नाही. आपण अजूनही तेवढं शास्त्र प्रगत केलेलं नाही. रेड एडियरसारखे तेल विहिरीमधले मोठमोठ्या आगीशी सामना देणारे हेलफायटर्सही तुम्ही शास्त्रीय पद्धतीने आखणी केली, योग्य तंत्र आणि तंत्रज्ञानाचा वापर केला, तर

अपघात शंभर टक्के टाळता येऊ शकतात, अपघातालाही तोंड देता येईल, असं ठामपणे म्हणतो. तो कोणत्याही आगीच्या अपघातात सापडला नाही. वयाच्या ८९व्या वर्षी त्याला नैसर्गिक मृत्यू आला. परंतु सर्वांना रेड एडियर होता येत नाही. शेवटी मानवी त्रुटी राहतातच. थोडं विषयांतर वाटेल, पण हे विषयांतरही म्हणता येणार नाही. ज्योतिषविद्या ही थोतांड आहे, परंतु त्यामधलेही काही लोक आपला मृत्यू लिहून ठेवतात. काळ, वेळ, ठिकाणासह. जीवन निश्चित आहे, आपण त्याच्या जवळ गेलेलो नाही. मी तरी याबाबत खूप अंधारात आहे. मागे आहे. प्रोबॅबिलीटीच्या आधारावर कुठेतरी हो म्हणायचं, कुठेतरी नाही म्हणायचं, हे मला उचित वाटत नाही.''

''नाउ यू आर टॉकिंग इरॅशनली!''

''मे बी!''

''खरं म्हणजे हे प्रकरण संपूर्णतः तांत्रिक आहे. हे रिट पिटिशनच्या स्वरूपात निर्णय घेण्यासारखं नाही, असं आम्हाला वाटतं. याचा संबंध राज्य शासनाच्या धोरणाशी आहे. कारण विकासाचा दृष्टिकोन ठेवताना अपघात किंवा अनियमितता होणार नाही, या मताला चिकटून राहणं उचित नाही. शेवटी विकास हा महत्त्वाचा विषय आहे.''

''सर, मला हे योग्य वाटत नाही. कायदा हा जीवनाच्या प्रत्येक अंगाशी चिकटलेला आहे. अगदी काळ, वेळ, ठिकाण या प्रत्येक परिमाणाला. एखादी गोष्ट तांत्रिक आहे. म्हणून कायदा लागू होणार नाही किंवा कायदा लावू नये, हे बरोबर वाटत नाही. विकासाच्या नावाखाली बुलडोझर फिरवायचे आणि संपूर्ण आयुष्य उद्ध्वस्त करून घेणं हे क्रौर्य आहे. युद्धामध्येही कायदा लागू होतो. मी कुठेतरी वाचल्यासारख वाटतंय. लॉ नेवर स्टॉप्स इन द थंडर ऑफ कॅनन्स!'' जस्टिस पराडकरांनी ऐकल्यासारखं केलं आणि सोडून दिलं.

''जाता-जाता एक विचारतो. हा बॅरोटो अहवाल तुमच्या वाचनात आला आहे का? अहवालात ठाण्यासारख्या ठिकाणी गॅसगळती झाली, तर गॅसच्य मशरूमचा परिणाम पंचवीस कि.मी. अंतरापर्यंत जाईल. म्हणजे ठाण्यासारख्या ठिकाणी झालेला अपघाताचा धोका संपूर्ण मुंबईला होऊ शकतो. अहवालातल्या या निष्कर्षाबाबत तुम्हाला काय म्हणायचं?''

''सर, माझ्या वाचनात तो अहवाल आलेला आहे.'' राजे हसत म्हणाले.

''सर, काही अहवाल लोकांचे लक्ष वेधण्यासाठी असतात. काही अहवाल आर्थिक दबाव आणण्यासाठी असतात, काही अहवाल राजकीय दबावासाठी असतात, काही अहवाल ब्लॅक मेल करण्यासाठी असतात. काही अहवाल बोगस असतात. तुम्ही उल्लेखलेला अहवाल अशाच प्रकारचा आहे. नॉट सायंटिफिक.''

''तुम्ही 'डी अ‍ॅन्ड डी' अहवालाबाबत अशी कॉमेंट केली नाही. परंतु या

अहवालाबाबत तुम्ही कसे काय निष्कर्ष काढले? सो फास्ट!''

''सर टेक्निकल अहवाल तयार करणाऱ्या पडद्यामागच्या लोकांना आम्ही ओळखतो. अहवाल कोण करतं, कशासाठी करतं, याचीही जाणीव आम्हाला असते. कोणत्यातरी संस्थेमधली मुलं गाठायची किंवा कोणीतरी सेवानिवृत्त किंवा उपद्रवी व्यक्तीना थोडे फार पैसे द्यायचे आणि हवा तसा अहवाल तयार करायचा. बॅरोटो अहवालात ठाण्यासारख्या ठिकाणी झालेली हायड्रोजन सल्फाइड वायूची गळती पंचवीस कि.मी.पर्यंत जाईल असं म्हटलं आहे. गॅस डिस्पर्शन मॉडेलनुसार हायड्रोजन सल्फाइड वायुगळतीचा परिणाम फक्त कारखान्याच्या कंपाउंडपर्यंतच राहील. मशरूम तयार होऊन पंचवीस कि.मी. अंतरापर्यंत जाण्याचा प्रश्नच येत नाही.''पराडकर काही बोलले नाही. ते राजेंकडे एकटक पाहत होते. त्यांनी एक दीर्घ उसासा सोडला.

''मघाशी तुम्ही एक विसंगतीबाबत बोलत होता.''

पराडकर टेबलवरील आवराआवर करत होते. त्याचा अर्थ मिटींग संपली होती. त्यानी आपला न्यायालयीन वेष ठीकठाक केला. डायसवर जाण्याच्या तयारीत होते. पराडकरांनी राजेकडे पाहत म्हटले.

''कोल्हा आणि माकड, वकील आणि न्यायाधीशाच्या वेषामधील भिंती शिल्पाबाबत.''

राजे काही बोलले नाहीत. परंतु ते जस्टिस पराडकरांकडे उत्सुकतेने पाहत होते.

''ज्यांनी कोणी ही इमारत बांधताना किंवा आराखडा करताना या चित्राबाबत भित्तीशिल्पाबाबत चर्चा करून, खल करूनच निर्णय घेतला असावा. इमारतीला दगड कोणता वापरावा, याबाबतही त्या वेळी म्हणे बराच विचार झाला आणि शेवटी इथला उपलब्ध जांभा दगड निश्चित केला. शेवटी मनुष्य आपलं मन कोठेतरी मुक्त करण्याचा प्रयत्न करतो. न्यायसंस्थेबाबत कोणाचं फारसं चांगलं मत नाही. ब्रिटिश न्यायसंस्थेबाबत तर अत्यंत प्रतिकूल मत. पूर्वी म्हणे वकिलाला एखादा अशील भेटावयाला गेला, तर त्याला कपाटातल्या पुस्तकाकडे बोट दाखवलं जायचं, लाल पुस्तक आणि हिरवं पुस्तक. हिरवं पुस्तक म्हणजे योग्य पद्धतीने सनदशीर मार्गाने न्याय मिळायला पाहिजे. लाल पुस्तक म्हणजे मला न्याय मिळाला पाहिजे. केस माझ्या बाजूने झाली पाहिजे. माझी बाजू खरी असो वा खोटी. वकिलाकडे येणाऱ्या बहुतेक केसेस या लाल पुस्तकातल्या. प्रोफेशनल इथिक्स नावाच्या प्रकाराचा मागमूसही रहात नाही. शेवटी कोल्ह्याप्रमाणे तुम्हाला धूर्त आणि लबाड मार्ग धरावा लागतो. मग वकीलही तसाच हवा. आता राहिला माकडाचा भाग. एक आपल्याकडे म्हण आहे. माकडाच्या हातात कोलित किंवा आधीच मर्कट त्यात ते प्याले.

माकडाबाबत समाजात हा दृष्टिकोन आहे. एखाद्या केसमध्ये समाजातील लोकांना वास्तव माहीत असतं, परंतु न्यायालयीन चौकटीत किंवा चाकोरीत काहीतरी विपरीत होतं आणि मग आमच्यात आणि माकडात काही फरक नाही. असं लोकांना वाटू लागतं. मुळात न्यायालयात येणं हीच बाब आपण अजूनही अपमानास्पद, संस्कृतीला सोडून आणि मन:शांती घालवणारी बाब समजतो. खरंही आहे.

"एखादी गोष्टी सामोपचाराने, प्रेमाने आणि समजूतदारपणे तड किंवा निर्णय घेण्याऐवजी मानवी मन आपल्याच हट्टाला, रागाला किंवा स्वार्थाला बळी पडतं. आपण आपली पायरी सोडून खालच्या पायरीवर, मागे जातो. मानवी पातळीऐवजी प्राण्यांच्या पातळीवर जातो. ज्यांनी कोणी हा भित्तीशिल्पाचा प्रकार साकार केला, बहुधा त्याच्या मनात हेच असावं."

जस्टिस पराडकर उभे राहिले, त्यामुळे राजेंनाही उभे राहावे लागले.

"मि. राजे, आभारी आहे. तुम्ही हायकोर्टात कधीही आलात, तर भेटायला या. मी कोणत्याही मिटींगमध्ये किंवा महत्त्वाच्या व्यक्तीशी बोलत असले, तरी माझ्या चेंबरमध्ये न सांगता या. तुमचं नेहमीच स्वागत होईल."

"आभारी आहे सर!"

मिटींग संपली.

२२

राजे बाहेर आले.

लोकांच्या, वकिलांच्या गर्दीतून युनिव्हर्सिटीच्या बाजूच्या गेटकडे जाण्यासाठी निघाले. त्यांची जेवणाची वेळ झाली होती. जेवायला घरी जायचे की गाडीतला डबा घेऊन ऑफिसला जायचे, याचा विचार करत होते. न्यायाधीशांबरोबरची भेट, संभाषण, चर्चा त्यांच्या दृष्टीने बिनमहत्त्वाची बाब झाली होती.

ती समोरून येत होती.

तिचे त्यांच्याकडे चांगलेच लक्ष होते. परंतु राजेंना लक्षात यायला थोडा वेळ लागला. तरीही तिचा नेहमीचा ड्रेस, तोच चेहरा आणि धवल रंगातील दंड यांनी त्यांचे चटकन लक्ष वेधून घेतले.

ती समोरून येत होती.

तिचा चेहरा घामेजलेला होता. लालसर झाला होता. बहुधा तिची धावपळ झाली असावी. घाईघाईने येत असल्यामुळे तिचा उरोभाग वरखाली होत होता. अनेकांच्या नजरा तिच्यावर खिळल्या होत्या. परंतु तिचे लक्ष फक्त राजेंकडे होते.

ती समोरून येत होती.

क्रॅश, क्रॅश.

राजेंना प्रथमच कुठेतरी थरारल्यासारखे झाले. आतापर्यंत त्यांनी तिला खूप वेळा पाहिले होते. नजरेत साठवले होते. परंतु ती वेळ काहीतरी वेगळेच सांगत होती. त्या वेळी राजेंचे लक्ष फक्त तिच्याकडेच होते. ते इतर कोणाकडेही पाहत नव्हते.

क्रॅश, क्रॅश.

राजे बेभान झाले. अंगावर रोमांच उभारल्यासारखे त्यांना झाले. त्या वेळी फक्त तिला पाहावेसे वाटत होते. कोर्टाच्या वऱ्हांड्यात त्या वेळी त्यांना दुसरे काही दिसत

नव्हते. फक्त तिचा चेहरा आणि फक्त तिचा चेहरा.

क्रॅश. क्रॅश.

तिने पुढे होऊन राजेंचे सरळ दंड पकडले.

"सर!"

राजे स्तब्ध झाले. त्यांचे लक्ष आता तिने धरलेल्या हाताकडे गेले. परंतु तरीही तिने राजेंचे दंड सोडले नाही.

"काय झालं?"

"सर, तुम्ही माझ्याबरोबर या!"

"कुठे?"

"तुम्ही माझ्याबरोबर या. चला!!"

ती त्यांना ओढून नेत होती. दोघे युनिव्हर्सिटीच्या बाजूला न जाता हुतात्मा चौकाच्या बाजूला जात होते.

मासोळी....

मासोळीप्रमाणे राजेंना ती दंडाला धरून नेत होती. ती लोकांच्या गर्दीतून जात होती. स्वत:चे शरीर सांभाळून कोणालाही धक्का न लावता चालताना धावपळ करावी लागत होती.

मासोळी....

तिच्या कमनीय शरीराची हालचाल आणि तिने मारलेल्या सेंटचा वास राजेंना बेभान करत होता. ती मात्र मासोळीप्रमाणे गर्दीतून जात होती. कोणालाही धक्का न लावता.

दोघेही जिन्यातून चालत-चालत खाली आले. हुतात्मा चौकाच्या बाजूच्या गेटने बाहेर न पडता ती सरकारी वकिलांच्या कार्यालयाकडे जात होती. तिने राजेंचे दंड घट्ट पकडले होते.

दोघेही हायकोर्टाच्या मागच्या बाजूला आले. झाडाखाली तिची स्पोर्टस कार उभी होती. तिने पुढे होऊन दरवाजा उघडला आणि राजेंना आतमध्ये येण्यासाठी दुसरा दरवाजा उघडला. राजे गाडीत आले, तेव्हा ती ड्रायव्हिंग सीटवर रीलॅक्स झाली होती. परंतु तिचा श्वासोच्छ्वास जोरजोरात होत होता.

क्रॅश... क्रॅश....

राजेंना स्वत:ला सावरता आले नाही. सावध करता आले नाही. त्यांनी तिला खसकन आपल्याकडे ओढले आणि आपले ओठ तिच्या ओठांवर ठेवले. सेंटचा दर्प. घामेजलेल्या चेहऱ्यावरील खारट ओठांची चव राजेंना अमृताप्रमाणे वाटत होती. राजे स्वत:ला पूर्णपणे विसरून गेले.

क्रॅश... क्रॅश... क्रॅश....

किती वेळ झाला, समजले नाही. परंतु प्रथम भानावर आली तीच. तिने चटकन

स्वत:ला सावरले आणि स्टिअरिंग घट्ट पकडले. तिच्या हाताची नाजूक बोटे घट्ट पकडल्याने आणखीन सफेद दिसत होती. तिचा चेहरा लालेलाल झाला होता. तिच्या चेहऱ्यावर आश्चर्यचकित भाव दिसत होते. तिला त्या वेळी काय करावे, ते सुचत नव्हते. ती समोर पाहत होती.

राजे सावध झाले आणि जे काय घडले, ते पाहून एकदम ओशाळल्यासारखे झाले.

''आय ॲम व्हेरी सॉरी! मला सांभाळता आलं नाही.''

''तुम्हाला माफी नाही.'' तिने समोर पाहत हळू आवाजात म्हटले. तिच्या आवाजात राग नव्हता. ती अधोन्मुख होती.

राजे पुढे होऊन तिच्या दंडाला पकडण्यास निघाले.

''अहं, आपण माझ्या कारमध्ये आहात.''

''आय ॲम व्हेरी सॉरी!''

''तुम्हाला माफी नाही.'' तिच्या गालांवर हसू फुटले.

''पण खरंच, आय ॲम व्हेरी सॉरी!''

''तुम्हाला माफी नाही!'' ती त्यांच्याकडे पाहत होती. तिच्या चेहऱ्यावर हास्य विलसत होते. शुभ्र दंतपंक्ती लालभडक ओठांमधून चमकत होती. ती प्रफुल्लित दिसत होती.

तिने स्वत:ला सावरले आणि मोबाइल बाहेर काढला. तिचे लक्ष मोबाइलवर होते. ती मोबाइलवर बोलत होती. राजे मख्ख चेहऱ्याने तिच्याकडे पाहत होते.

तिने मोबाइलवरील बोलणे संपवले.

''माझी गाडी युनिव्हर्सिटीकडे आहे. ड्रायव्हरला सांगावं लागेल.''

''विसरा आता!''

''म्हणजे?''

''म्हणजे काही वेळ तुम्हाला माझ्याबरोबर राहावं लागेल.''

''मघाच्या प्रकाराबाबत शिक्षा.''

''हवं तर तसं समजा.'' तिने हसत म्हटले.

तिने गाडी बाहेर काढली.

''पण तुम्ही इथे गाडी कशी काय पार्क केलीत? ही हायकोर्टाची जागा आहे.''

''मी पत्रकार आहे. मला असल्या गोष्टी शक्य आहेत.'' तिने गाडीच्या स्टिकरकडे बोट दाखवले.

गाडी मेट्रोकडे जात होती. राजेंना समजेना, ती गाडी तिकडे का घेऊन जात होती.

''आपण कोणीकडे जात आहोत?''

''थोडा वेळ थांबा!'' ती एवढेच म्हणाली.

गाडी मेट्रोजवळ आली. एका बाजूला फॅशन स्ट्रीटची गर्दी, समोर रस्त्यांमध्ये गाड्यांची वाहनांची खचाखच गर्दी. रस्त्यावर, फूटपाथवर, वाहनांचा, माणसांचा गोंधळ होता. आरडा-ओरड होती. फक्त कपडे, रेडिमेड कपडे आणि निरनिराळ्या फॅशनचे कपडे त्या ठिकाणी विक्रीसाठी होते. विक्रेते दुपारचा घाम काढत उभे होते. त्या उन्हातही लोकांची खरेदीसाठी गर्दी होती. ती फॅशन स्ट्रीट होती. तिने गाडी रस्त्याच्या कडेला उभी केली. ती शांतपणे बसून होती.

राजेंना तिच्या वागण्याचा, बोलण्याचा अर्थ लागत नव्हता. ती रागवली होती का, गोंधळली होती, याचा अंदाज येत नव्हता. राजेंना काय बोलावे सुचत नव्हतं.

"आपला पाठलाग होत आहे." तिने समोर पाहत म्हटले.

राजे एकदम गोंधळून गेले.

"पाठलाग? कोण? कशासाठी?"

"माहीत नाही."

आता राजेंना आणखीन गोंधळल्यासारखे झाले. तिच्या चेहऱ्यावर ती गोंधळली, घाबरली का रागवली, काहीच दिसत नव्हते.

"तुमची खरोखरच खात्री आहे. पाठलाग होत असल्याबाबत?"

"हो!" तिची नजर भिरभिरत होती.

राजेंना मेट्रोजवळच्या त्या रस्त्याच्या बाजूला तिच्याबरोबर गाडीत बसणे अपराध्यासारखे वाटत होते. त्यात कोणीतरी पाठलाग करत होते, म्हटल्यानंतर आणखीन तणावपूर्ण वाटत होते.

तिने गाडी मुंबई महानगरपालिकेकडे नेली. नगरचौक, हुतात्मा चौक मार्गे गाडी रीगलकडे नेली. राजेंना अस्वस्थ वाटत होते. तिच्याबरोबर गाडीत बसणे त्रासदायक वाटत होते. चोरटेपणा वाटत होता. कोणी पाहिले तर? तशी मानसिकता ते प्रथमच अनुभवत होते. परंतु हायकोर्टामधील तो प्रसंग आठवला आणि त्यांना जास्तच रोमांचक वाटू लागले.

गाडी ताजमहाल हॉटेलच्या दारात उभी राहिली. गाडीचे इंजीन बंद करून ती बाहेर आली. गाडीची चावी न घेता. दरवाजावरील भीमकाय दाढीधारी रखवालदाराने राजेंच्या बाजूचा दरवाजा उघडला. राजे बाहेर आले.

तिने गाडी पार्किंगकडे नेण्यासाठी खूण केली. दोघे हॉटेलमध्ये आले. दोघेही बोलत नव्हते. कॅफेटेरियाकडे न जाता ते दोघे रेस्टॉरंटकडे वळले. त्या ठिकाणी मोजकेच लोक होते. खाली लालभडक गालिचा अर्धा शूज दबला जाईल, एवढा! डायनिंग टेबल मोठे होते. काळेभोर शिसवी कलाकुसरीचे जुन्या पद्धतीचे. ते टेबल अॅन्टिक पीसप्रमाणे होते. त्या दोघांना ते खूपच मोठे होते. टेबलाभोवती खुर्च्याही शिसवीच्या होत्या. अत्यंत हलक्या परंतु ऐसपैस. जाडजूड व्यक्ती आरामात बसू

शकतील, अशा होत्या. टेबलावर कशिदाकाम केलेले अत्यंत नाजूक कलाकुसरीचे आच्छादन होते. त्यावर जाडजूड काच होती. टेबलावर मध्यभागी भलामोठा फुलांचा गुच्छ होता. जपानी कलात्मक मांडणी. सर्व फुले ताजी आणि टपोरी होती.

तिने बसल्या-बसल्या बोलायला सुरुवात केली. ती शांतपणे बोलत होती. हायकोर्टातील प्रसंगाचा कोणताही भाव तिच्या चेहऱ्यावर नव्हता. राजेंचा चेहरा कोंडमारा झाल्यासारखा गोंधळला होता.

"आज इथे महाराष्ट्रीयन खाद्यपदार्थांचा महोत्सव आहे. तुम्हाला एखादं वेळेस जेवण नवीन वाटणार नाही. जेवण खूप तिखट असतं का?"

"नाही, मी मदत करेन."

ती रोखून पाहत होती.

"गैरसमज करून घेऊ नका."

ती खुदकन हसली, "मी आपली मदत घेईन."

राजेंनी गुलाबी मेन्यूकार्ड पाहायला सुरुवात केली. तेवढ्यात रेस्टॉरंटचा मॅनेजर पुढे आला. तो बहुधा तिला चांगल्या प्रकारे ओळखत असावा.

"मॅडम, हे मि. वाटवे..." तिने त्याला पुढे बोलून दिले नाही.

"माहीत आहे. यांना आम्हीच शोधून आणलंय, काय मि. वाटवे?"

"होय मॅडम!"

राजे हातातील मेन्यूकार्ड तसेच धरून त्यांच्याकडे पाहत होते. तिने वाटवेंकडे पाहत म्हटले,

"आम्ही कोठून सुरुवात करायची? हे आमचे खास पाहुणे आहेत. अगदी जवळचे!" ती बोलताना लाजल्यासारखी बोलत होती. ते फक्त राजेंनाच समजत होते.

वाटवे बोलत होते. परंतु राजे मात्र पुन्हा-पुन्हा तिलाच पाहण्याचा प्रयत्न करत होते. वाटवे निघून गेले. राजेंना तिला सरळ पाहण्याचा धीटपणा होत नव्हता.

जेवण अस्सल गावरान होते. अनेक भाज्या, भजी, मिरचीचा ठेचा, कोशिंबीर, कुरडया, पापड, चटणी – एक-एक पदार्थ येत होते. ते प्रत्येक पदार्थ चाखून पाहत होते. चव पाहत होते. राजे चवीबाबत माहिती देत होते. तिला ते माहीत होतं, तरीही ती ऐकत होती. तिला ते हवे होते. राजेंचे शब्द ती कानांत साठवत होती. आवाजाचा मुक्तपणे स्वाद घेत होती.

ज्वारीची भाकरी, बाजरीची भाकरी, मक्याची भाकरी, नाचणीची भाकरी, त्या छोट्या-छोट्या होत्या. चव घेणे सोपे होत होते. त्याचबरोबर भाज्या, भरले वांगे, मेथी, भेंडी यांची भाजी होती.

"इथं अस्सल आमच्या जिल्ह्यातलं जेवण मिळेल, असं वाटलं नव्हतं."

"तुम्ही नशीबवान आहात."

"होय नक्कीच."

राजेंनी शब्दावर जोर दिला. तिच्या ते लक्षात आले. तिने मान खाली घातली.

जेवता-जेवता ते बोलत होते.

"पाठलाग होत आहे, हे तुम्हाला कसं काय समजलं?"

"मीही कंपनीतला प्रत्येक विभाग तपासून पाहिला."

राजे तिच्याकडे उत्सुकतेने पाहत होते.

"मला काही आढळून आलं नाही. पण त्या दिवसापासून कोणीतरी सतत पाळतीवर आहे, असं मला वाटतं. आज मला दिवसभर अगदी सकाळपासून वाटू लागलं. ते नक्की कोणत्या गोष्टीमुळे पाळतीवर आहेत, ते कोण आहेत, याचा थांगपत्ता लागत नाही."

राजे विचारात पडले.

'ते माझाही पाठलाग करत असतील का?' त्यांनी त्या दृष्टीने कधी स्वत:कडे पाहिले नाही. राजेंना एकदम असुरक्षित वाटू लागले. हायकोर्टातील तो गोड प्रसंग, सुग्रास जेवण सर्वांवर पाणी पडल्यासारखे वाटत होते.

"तुम्ही ही गोष्ट तुमच्या वडिलांना का नाही सांगत?"

"मी पत्रकारितेच्या व्यवसायात येण्यापूर्वी काही काळ फॅशनजगात होते. काही वाईट लोकांशी माझा संबंध आला. फॅशन जगातल्या त्या घाणेरड्या लोकांबरोबर राहणं मला सहन झालं नाही. मी तो व्यवसाय सोडला. बाहेर पडताना खूप त्रास झाला. अजूनही मला त्याचा त्रास होतो. त्यामुळे आजचा प्रसंग माझ्या पूर्वीच्या व्यवसायाशी संबंधित आहे, का आताच्या पत्रकारितेशी संबंधित आहे, याचा अंदाज येत नाही. मी गोंधळून गेले आहे. ही बाब मी घरच्यांना सांगू शकत नाही. विनाकारण त्यांना त्रास व्हावा, अशी माझी इच्छा नाही."

राजेंनी डाव्या हाताने डोके खाजवले.

"तुमची हरकत नसेल, तर माझ्या मित्राला बोलावू?"

"कोण?"

"तो कर्नल आहे. त्याची काही मदत होते, का पाहू!"

"ते इथे आहेत?"

"होय."

ती काही बोलली नाही.

राजेंनी मोबाइल काढला आणि कर्नलला थोडक्यात काय झाले, ते सांगितले.

भाताच्या छोट्या-छोट्या मुदी आल्या. साखरभात, मसालेभात, पुलावभात, दही-भात, वरण-भात – प्रत्येक भाताची चव घेताना तारांबळ होत होती. परंतु चवीपुरताच खावा लागत होता. मधूनच ताक दिले जात होते. कढी दिली जात

होती. राजेंना शेवटी आवरते घ्यावे लागले.

गोड पदार्थांच्या प्लेट येत होत्या. त्याच वेळी तो आला. परंतु तो नेहमीसारखा नव्हता. तो पूर्ण पार्टी ड्रेसमध्ये होता. त्याने सूट घातला होता. तो कर्नल होता. कर्नल प्रकाश.

नेहमीच्या स्टाइलने त्याने नमस्कार केला. राजेंना त्याची सवय होती. परंतु तिला ते विचित्र वाटले आणि नाराजही झाली. राजेंचे तिच्याकडे लक्ष नव्हते.

''हे कर्नल प्रकाश. माझे मित्र. या मिस पटेल. अमिता पटेल. माय फ्रेंड...'' राजे सहज बोलले.

कर्नल प्रकाश राजेंकडे आश्चर्याने पाहू लागला.

''राजे तुम्ही –'' पुढचे बोलणे अर्धवट राहिले.

''पक्या, साल्या आगाऊपणे बोलायचं नाही हं! ती खरोखरच माझी फ्रेंड आहे.''

''आईसाहेबांना माहीत आहे?''

''मी काय लहान बाळ आहे. तुला पहिल्यांदाच म्हटलं होतं. आगाऊपणे बोलायचं नाही.''

''राजे, मीही सिरियसली विचारतो आहे. पुन्हा विचारतो आहे. आईसाहेबांना माहीत आहे का? होय किंवा नाही?''

''आईसाहेबांना माहीत नाही.''

''ठीक आहे.''

कर्नल प्रकाश आता तिच्याकडे वळून म्हणाला, ''माफ करा. तुमच्याबाबत कोणतीही चौकशी किंवा वेडंवाकडं बोलण्याच्या दृष्टीने मी विचारलं नाही. माझ्याकडून काही उलट-सुलट बोललं जाऊ नये, यासाठी काळजी घेतली. एनी. वे. मला तुम्ही इथे पाहून, तुमची भेट झाल्याबद्दल आनंद झाला. राजे आणि तुमच्या मैत्रीबाबत आमच्या मन:पूर्वक शुभेच्छा!''

''तुला त्यासाठी इथे बोलवलं नाही.''

''मॅडम, तुम्ही माझ्याशी पूर्णपणे मोकळेपणाने बोलू शकता. यांच्याकडे पाहून तुम्ही अजिबात संकोच करून घेऊ नका. यांच्या आईसाहेबांचा माझ्यावर जास्त विश्वास आहे.''

''तुला त्यासाठी इथं बोलावलं नाही.''

''ठीक आहे. ठीक आहे. तुम्ही आम्हाला जेवण नाही, कमीत कमी एखादी डिश तरी खायला घालाल की नाही?''

तिने हसत-हसत त्याला दाद दिली आणि वेटरला खूण केली.

''ऑर्डरचं कामही यांच्याकडेच आहे का?''

''तू आता गप्प बसायला काय घेशील?''

''मला त्यासाठी इथे बोलावलं आहे का?''

राजे भडकत होता आणि ती गालातल्या गालांत हसत होती. तो तमाशा लक्षात यावयास तिला वेळ लागला नाही.

त्यांची बोलणी सुरू झाली.

ती एक-एक करून झालेल्या घटना सांगत होती. कर्नल प्रत्येक गोष्ट ऐकत होता. शांतपणे. वातावरण एकदम गंभीर झाले.

''राजे, तुम्ही हायकोर्टात गेला होतात. तुम्ही कोर्टात काही केस होती, म्हणून गेला होतात की...?''

''मला हायकोर्ट जजनी बोलावलं होतं.''

''तुम्हाला?''

''अरे, बापा केमिकल कंपनीची एक कोर्टकेस हायकोर्टात सुरू आहे. त्यामध्ये तांत्रिक माहिती त्यांना हवी होती. त्यांनी सर्व चौकशी ऑफिशियली केली होती. जवळ जवळ तास – दीडतास चर्चा झाली.''

''काही महत्त्वाची चर्चा झाली का?''

''स्पष्ट बोलायला हरकत नाही'' राजे तिच्याकडे पाहत म्हणाले, ''या मिस पटेल, त्या कंपनीच्या पीआरओ आहेत.''

''म्हणजे? तुम्ही ओळख करून देताना त्या पत्रकार आहेत म्हणालात. आता म्हणताय, पीआरओ आहेत.''

''ते जाऊ दे. पुढचं ऐक. बापा केमिकल कंपनीचा विस्तारीकरणाचा प्रस्ताव होता. त्याला चेंबूर ॲक्शन ग्रुपने विरोध दर्शवला आहे. विस्तारीकरण चेंबूर – मुंबईला धोकादायक आहे, असं त्याचं म्हणणं आहे. बापा केमिकलने तांत्रिकदृष्ट्या घेतलेली हरकत योग्य नाही, असं उत्तर दिलं आहे. यासाठी त्यांनी विशेष तज्ज्ञाचा अहवाल, मत सादर केलं आहे. त्या विशेष तज्ज्ञाच्या अहवालाबाबत चर्चा करण्यासाठी आणि माझं मत विचारण्यासाठी बोलवलं होतं.''

''का? तुमचं मत कशासाठी?''

''कारण विशेष तज्ज्ञांचा अहवाल बापा केमिकलला अनुकूल असूनही त्यांच्या विस्तारीकरणाच्या प्रस्तावाला मी विरोध केला. मी त्यांच्या प्रस्तावाला होकार दिला नाही.''

''मग?''

''बापा केमिकलने मंत्रिपातळीवरून प्रस्ताव मंजूर करून घेतला.'' राजे अमिताकडे पाहत म्हणाले.

''ओ! म्हणजे एक प्रकारे तुम्ही बापा केमिकलच्या विरोधात आहात.''

''असं काही नाही. मुंबईच्या भर मध्यवस्तीत त्यांचा प्रकल्प औद्योगिक सुरक्षिततेच्या दृष्टीने मला योग्य वाटला नाही, एवढंच!''

“मग बॅरोटो रिपोर्टवरही चर्चा झाली असेल?” अमिता मध्येच म्हणाली.

“होय!”

“मग?”

“याबाबत मी तुमच्याशी बोलेन. इथं त्याबाबत बोलणं योग्य नाही.”

“माझ्या समोरही?” कर्नल राजेंकडे रोखून पाहत म्हणाला.

“होय!”

कर्नल काही बोलला नाही. थोडा वेळ कोणीच काही बोलले नाही.

“शेवटी जज काय म्हणाले?”

“मी नकार का दिला, हेच त्यांना हवं होतं. त्यांचा निर्णय बहुधा बापा केमिकलच्या बाजूने जाईल.”

“असं का वाटतं?”

“शेवटी तज्ज्ञांचा अहवाल, त्यांचं मत. न्यायालयाला मान्य करावं लागेल. त्यांनीही बोलता-बोलता सांगितलं, ही रिट याचिका हायकोर्टात यायला नको होती. थोडक्यात त्यांना तज्ज्ञांच्या अहवालांच्या आणि मतांच्या भानगडीत पडायचं नाही, असं दिसतंय.”

“निकाल कधी लागेल, असं वाटतंय?”

“माहीत नाही.”

कर्नलने मोबाइलवर बोलायला सुरुवात केली. तो कोणाशी बोलत होता, हे लक्षात येत नव्हते. परंतु पूर्ण बोलणे झाल्यावर,“तुम्ही शांतपणे घरी जा. कोणी पाठलाग करत असेल, तर त्याकडे लक्ष देऊ नका.”

“अरे पण –”

“राजे काळजी करू नका. ठीक आहे. मी निघतो. मी एक पार्टी अर्धवट सोडून आलो. मात्र निश्चिंत राहा, या क्षणाचा आनंद घ्या.” तो खास गावरान भाषेत बोलत होता.

कर्नल निघून गेला. त्या दिशेला पाहत राजे म्हणाले,

“तो सांगतो, याचा अर्थ खरोखरच काळजी करण्याचं कारण नाही. तुम्ही निश्चिंत राहा.”

“तुमचा त्यांच्यावर फारच विश्वास दिसतो.”

“तो माझा खास मित्र आहे.”

कर्नल फक्त गुलाबजाम खाऊन गेला. परंतु तोपर्यंत जिलेबी आणि आणखी काही गोड पदार्थ आले. परंतु राजेंनी फक्त आइस्क्रीमलाच हात लावला.

जेवणाचा शेवट गोड होत होता. दोघेही बाहेर आले. समोर पंचम जॉर्जच्या स्मरणार्थ उभारलेला गेटवे आणि निरनिराळ्या बोटींनी आणि जहाजांनी भरलेला समुद्र दिसत होता. दुपारची वेळ असूनही गेटवेवर लोकांची गर्दी होती. आकाशात

समुद्रपक्षांचीही गर्दी होती. वातावरण गजबजलेले होते. समुद्रावरून येणारी हलकी हवा, तिच्या चेहऱ्यावर काळेभोर केस पुन्हा-पुन्हा येत होते. तिचा सुंदर चेहरा झाडामागील लपलेल्या पौर्णिमेच्या चंद्राप्रमाणे दिसत होता. राजे त्या चेहऱ्याकडे पुन्हा-पुन्हा पाहत होते. तिच्या चेहऱ्यावर स्मित होते.

तिने गाडी सफाईदारपणे बाहेर काढली.

''एक विचारू?''

''हं!''

''तुमचा तो खास मित्र म्हणता, तुम्ही त्यांना अरे-तुरे करत होतात. ते मात्र तुमच्याशी आदरार्थी बोलत होते.''

''तुमचं बरोबर आहे. आमच्या घरी आम्ही सर्व जण एकमेकांशी आदरार्थी बोलतो. आम्हीही आमच्या मित्रांशी आदरार्थी बोलत होतो. परंतु ते कोणालाही आवडलं नाही. सर्वांशी मी अरे-तुरे बोलावं, असंच वाटत होतं.''

''मग त्यांनीही का आदरार्थी बोलावं?''

''मी खूप आग्रह केला. आमच्या घरीही सांगितलं. घरच्यांनीही त्याला हरकत घेतली नाही.''

''मग?''

''माझ्या एकाही मित्राला आमच्या घरी आमच्या आईसाहेबांसमोर मला अरे-तुरे बोलण्याची हिंमत झाली नाही.''

''का, तुमच्या आईसाहेब एवढ्या रागीट आहेत?''

''अहं!''

''मग?''

''आमच्या आईसाहेबांचं आमच्यावरील प्रेम पाहूनच त्यांना अरे-तुरे बोलण्याचं धाडस होत नव्हतं. बोलताना त्यांना इतकं अवघडल्यासारखं झालं. त्यांना जमलं नाही. मीही फारसा प्रयत्न केला नाही.''

ती काही बोलली नाही.

गाडी हाजी अलीजवळ आली.

''तुम्ही वर येणार?''

''नको.''

''आईसाहेबांशी ओळख करून दिली असती.''

''नंतर कधी तरी.'' ती स्टिअरिंगवर दोन्ही हात ठेवत राजेंकडे पाहत हसून म्हणाली.

''तुमच्या चेहऱ्यावर बॅरोटो रिपोर्टबाबत खूप उत्सुकता दिसून येते आणि त्याचा आमच्यावरील रागही.''

''मला तुम्ही त्या एका रिपोर्टवरून छळणार असाल, तर मी काय बोलणार?''

तिने मनातील सगळा राग बाहेर काढला.

राजेंना तिचा अपसेट मूड लक्षात आला.

"कोणाला छळायला मला आवडत नाही."

"तुम्ही लबाड आहात."

"काही वेळा मतलब-स्वार्थ साधण्यासाठी लबाडी करावी लागते."

"म्हणजे?"

राजे तिच्याकडे पाहत म्हणाले.

"बॅरोटो रिपोर्ट, एक बोगस रिपोर्ट आहे."

"मग हे मला सांगायला इतके दिवस लागले. तुम्हाला मला मुद्दाम सांगायचं नव्हतं का?"

"रिपोर्ट मी पूर्ण वाचलेला नव्हता. त्याबाबत मला विचार करायचा होता. त्यात तुम्ही रिपोर्ट दाखवल्यावर त्याची तपासणी करणं आवश्यक होतं. दुसऱ्या कोणी रिपोर्ट दिला असता, तर मी लगेच माझे अभिप्राय दिले असते."

"तो बोगस कशावरून?"

राजे हसत म्हणाले, "काही अहवाल न्यायालयाची, सर्वसामान्य लोकांची, कारखानदारांची, औद्योगिक उद्योगांची दिशाभूल करण्यासाठी तयार केले जातात. हे काम केलं जातं. खास ठेका देऊन मला असे अनेक 'तज्ज्ञ अहवाल' तयार करणारे लोक माहीत आहेत. बॅरोटो रिपोर्टमध्ये हैड्रोजन सल्फाइडच्या टाकीच्या गॅसगळतीचा परिणाम पंचवीस कि.मी. अंतरापर्यंत जाईल, असं अनुमान काढलं आहे. ते कॉम्प्युटर मॉडेलप्रमाणे चुकीचं आहे. तुम्हाला ते लगेच सांगताही आलं असतं. परंतु मी नाही सांगितलं."

"का? मला तुमच्या ऑफिसच्या दाराशी खेटे मारायला लावायचं होतं?" तिच्या रागाचा पारा चढला.

"मी तुम्हाला प्रथम भेटीतच जर अहवाल बोगस आहे, असं सांगितलं असतं, तर तुम्ही ऑफिसमध्ये पाऊल ठेवलं असतं का?"

"म्हणजे?"

"मग तुमचं पुन्हा-पुन्हा दर्शन आम्हाला झालं नसतं आणि आम्ही तुम्हाला कोठे शोधायचं!"

एकंदर प्रकार तिच्या लक्षात आला. तिचा चेहरा झटकन बदलला. गोरामोरा झाला. तिने त्यांना मारण्यासाठी हात उगारला.

"लबाड!"

राजेंच्या चेहऱ्यावर हास्य दिसत होते. राजे बराच वेळ ती गेलेल्या दिशेने पाहत होते. मध्येच तिचा नाजूक हात गाडीबाहेर आला. बाय करण्यासाठी.

२३

तो पडघ्यामधील बंगला होता.

आलिशान बंगला.

पडघा, भिवंडी.

पावरलुमच्या जंगलात ते होते. ते गाव भिवंडी होते. ते शहर होते. ते औद्योगिक शहर होते. ते फक्त पावरलुमचे होते. महाराष्ट्रात कापसाचे उत्पादन विदर्भ आणि मराठवाड्यात, परंतु त्यानंतर पावरलुमचा उद्योग मात्र कोल्हापुरातील इचलकरंजी आणि ठाण्यातील भिवंडीमध्ये. भिवंडीमध्ये पावरलुम सर्वत्र होते. घरात, चाळीत, झोपडीत, रस्त्यावर, शेतात, डोंगरावर – दिसेल तिथे. पावरलुम माणसांचे होते. जनावरांचे होते. माणसांच्या नावावर होते. जनावरांच्या नावावर होते. सर्वकाही कर चुकवण्यासाठी! चोरीसाठी. विजेची चोरी, पाण्याची चोरी, प्रत्येक सरकारी सुविधांची चोरी, विक्रीकर, अबकारी कर, नगरपालिका कर. सर्व चुकवायचा सार्वजनिकरीत्या. भिवंडी बेशिस्त शहर होते. त्याला नियोजन नव्हते.

मुंबईहून दीड तासांचा प्रवास करून आले होते.

"किती गचाळ भाग! धारावीनंतर यांचाच नंबर लागेल."

"धारावी गरीब आहे. यांची आर्थिक ताकद मोठी आहे."

कुठेतरी गार्डन, हिलपार्क, सीशोअर किंवा हॉटेलमध्ये गप्पा मारत बसण्याऐवजी ते भिवंडीला आले होते. परंतु काम गंभीर होते. गाडी फाटकाजवळ थांबली. कोणीही खाली उतरले नाही. गेटवरचा वॉचमन बाहेर आला. त्याने चौकशी केली. कर्नल प्रकाशने ओळख दाखवली.

वॉचमन आत गेला.

ते सर्व गाडीत थांबले.

ती व्यक्ती बाहेर आली. मुस्लीम पेहराव. डोक्यावर स्कल कॅप. अंगात

शेरवानी. संपूर्ण पांढऱ्या रंगातील. एकदम सिंपल. ती व्यक्ती पन्नाशीकडे झुकलेली होती. परंतु ताकदवान वाटत होती. चेहरा तुळतुळीत होता. ओठाची ठेवण, भुवया, मुस्लीम नजर स्पष्टपणे दिसत होती.

कर्नल बाहेर आला. त्याने व्यक्तीला आलिंगन दिले.

''सलाम मियाजी!''

''वालेकुम सलाम!! आईये!'' बोलणे तुटक-तुटक होते. परंतु आदबशीर आणि अत्यंत नम्र होते.

सर्व जण बंगल्यात आले.

राजे आणि अमिता आतला भाग पाहून चकित झाले. एखाद्या राजवाड्याप्रमाणे तो भाग होता. अत्यंत सुंदर.

राजेंनी न राहून प्रकाशला म्हटले,

''कर्नल, बंगला एकदम ब्युटिफुल आहे यार!''

''राजे, आत यापेक्षाही सुंदर आहे.'' कर्नलच्या चेहऱ्यावर आश्चर्य नव्हते. बहुधा तो अनेक वेळा आला होता. अमितालाही आश्चर्य वाटले. मोठाच्या मोठा हॉल पार करून सर्व जण आत गेले. ते जिन्याने वर गेले. जिना मोठा, कठडे शिसवी होते. जिना सिनेमातील सेटप्रमाणे होता. सुसज्ज दिवाणखाना. गालिचे पर्शियन होते. राजे तसले गालिचे प्रथमच पाहत होते.

''बैठिये!''

बंगल्याचा मालक जास्त बोलत नव्हता. नोकराने सर्वांना पाण्याचा ग्लास दिला आणि निघून गेला. सर्व ऐसपैस बसले. राजे आणि अमिता एका सोफ्यावर बसले, तर कर्नल दुसऱ्या सोफ्यावर. बंगल्याचा मालक एकुलत्या एक मोठ्या खुर्चीत बसला. राजेंची आणि अमिताची सर्वत्र नजर फिरत होती. इटालियन मार्बल आणि विदेशी झुंबर. त्याची शान वेगळीच वाटत होती. भिंतीवर लावलेली तैलचित्रे वेगवेगळ्या पक्षांची होती. पेंटिंग प्रसिद्ध चित्रकाराची असावी.

''बोलिये, कैसे आना हुआ?''

औपचारिकता नाही.

कर्नल प्रकाशने मियाजीकडे एकवार रोखून पाहिले आणि बोलायला सुरुवात केली.

कर्नल बापा केमिकलमधील घटना सांगत होता. आतापर्यंत अमिता आणि राजे यांना माहीत नसलेल्या काही घटनाही कर्नल सांगत होता.

प्रकरण वाटते तितके सोपे नव्हते. प्रकार गंभीर होता.

पाकिस्तानच्या बाजूने बापा केमिकलमध्ये रस घेतला जात होता. कारण समजले नव्हते. बापा केमिकलवर त्यामुळे दिल्लीहून नजर ठेवली जात होती.

डोईजडवरील हल्ला दुर्लक्ष करता येण्यासारखा नव्हता. डोईजड प्रकरणामुळे सर्व एजन्सीना जाग आली होती.

राजे आणि अमिता गोंधळले होते. अमिताला तर जास्त धक्कादायक होते.

"मुझे क्या करना है?"

"मियाजी, तुम्हाला यात भाग घ्यावा लागेल."

"मी आता सेवानिवृत्त आहे कर्नल. खूप दिवस झाले. मी आता पॉवरलुम, कुटुंब, भिवंडी, सोशल वर्क यांत गुंतून गेलो आहे."

"हे काम तुमच्याशिवाय कोणाला जमणार नाही."

"मग?"

"तुम्हाला पुन्हा जावं लागेल."

"बेली डान्सर!"

"होय!"

ते मोजकेच बोलत होते. परंतु त्याचा अर्थ त्या दोघांना चांगला समजत होता. अमिताला आणि राजेंना नाही.

"मी नकार दिला तर?"

"मियाजी, प्रस्ताव एकतर्फी आहे." कर्नलचा स्वर करडा झाला. त्यात धमकी नव्हती. आदेश नव्हता. सूचना नव्हती, परंतु सर्व शब्दांचा भाव तोच होता. वाक्य गूढ होते.

मियाजी उभा राहिला. खाली मान घालून फेऱ्या मारू लागला. त्याची मन:स्थिती द्विधा होती, अगतिक होती, अधीर होती का तणावाची, हे सांगता येत नव्हते.

"चला, आपण खाऊन घेऊ, नंतर बोलू!"

कर्नल निर्विकारपणे मियाजीकडे पाहत होता. त्याने कोणतेही उत्तर दिले नाही. जेवण अस्सल मुस्लीम पद्धतीचे होते. मटण बिर्याणी आणि मटण राजेंना कोल्हापूरची आठवण करून देणारे होते. त्यांनी मनसोक्त खाल्ले. अमितालाही बिर्याणी आवडली. जेवण संपले. अमिता परत जाण्यासाठी चुळबुळ करत होती. राजे आणि कर्नल शांत होते.

खास मघई पान देण्यात आले. तो पानदानाचा मुस्लीम रिवाज होता. पानदानाचे तबक कलाकुसरीचे, चांदीचे होते. अगदी पाहत राहावे असे होते.

मियाजीने सर्वांना दिवाणखान्यात बसण्यास सांगितले आणि तो खाली निघून गेला.

"तू प्रकरण एवढं गंभीर आहे, हे सांगितलं नाही?"

"राजे, गुप्तता फार महत्त्वाची आहे. थोडीशी चूकही मोठी गफलत होते. मी तुमच्यासमोर मॅडम पटेलना विनंती करतो. दोघांनीही, तुम्ही जे काही पाहाल किंवा

ऐकाल, ते इथून बाहेर पडल्यानंतर पूर्णत: विसरून जायचं. तुम्ही भिवंडीला आला होतात, हेही विसरून जायचं. यापुढे मी जेवढं बोलेन, तेवढंच लक्षात ठेवायचं. तुम्ही या प्रकरणाबाबत काय बोलायचं, काय नाही, हे मी ठरवेन. खरं म्हणजे मी एकटा येणार होतो. परंतु या प्रकारामध्ये माझ्यापेक्षा तुम्ही जास्त पाहिलं आहे किंवा नजरेसमोर आहे, असं आम्हाला वाटतं. या सर्व प्रकाराची वस्तुस्थिती मियाजीसमोर यावी, असं आम्हाला वाटतं.''

''आम्ही खूप संकटात आहोत का?'' अमिता एकदम तणावाखाली आली.

''मला आत्ताच काही सांगता येणार नाही.''

अमिता काही क्षणापूर्वी एकदम रिलॅक्स होती. भिवंडी तिला पिकनिक वाटत होती. ती एन्जॉय करत होती. राजेंच्या सहवासात. परंतु कर्नलच्या इशाऱ्यापुढे एकदम रडकुंडीला आली. त्यांना कोणालाच माहीत नव्हते. बापा केमिकल कंपनी त्यांची कंपनी होती. रसिकभाईची कंपनी होती. ती रसिकभाईंची मुलगी होती. अमिताला गरगरल्यासारखे होत होते. संपूर्ण पटेल कुटुंब धोक्यात होते. ती पप्पांना काही सांगू शकत नव्हती. मम्मीला काही बोलू शकत नव्हती.

आणि राजे?

तिला काही सुचत नव्हते. ती कावरीबावरी होऊन इकडे-तिकडे पाहत होती. बापा केमिकलच्या चेअरमनची मुलगी होती, हे राजेंना समजले, तर काय होईल? आतापर्यंत पीआरओ, पत्रकाराच्या नावाखाली ती खोटे बोलत आली होती. राजेंनी रागवून न भेटण्याचे ठरवले तर? अमिताचा थरकाप उडाला. विचारांच्या खोल काळोखात अमिता जात होती. ती अस्वस्थ होत होती. दोन्ही हातांची बोटे एकमेकांत घट्ट धरून तिने मान खाली घातली होती.

कर्नल अमिताकडे पाहत होता. मियाजी आत आले.

''मग मियाजी?''

''तुम्ही माझ्याबरोबर या, आपण बोलू!''

''अवश्य!''

ते दोघे खाली गेले. राजे आपल्या विचारात होते. त्याचे लक्ष अमिताकडे नव्हते. दुसऱ्यांदा नजर गेली, तेव्हा राजे सावध झाले. अमिताच्या डोळ्यांतून पाणी येत होते.

''तुम्ही घाबरू नका!'' राजेंनी तिच्या खांद्यावर हात ठेवून तिला आधार दिला. ''प्रकाश यातून नक्की मार्ग काढेल.''

तिला राहवले नाही. ती राजेंच्या कुशीत शिरून मुसमुसुन रडू लागली. राजे गोंधळून गेले. त्यांनी तिला तशीच कुशीत धरून, तिच्या पाठीवरून हात फिरवून तिला शांत करण्याचा प्रयत्न केला.

दिवाणखान्यात कोणीही नव्हते.

राजेही आता तणावाखाली आले. प्रकार भीतिदायक होता.

कर्नल आणि मियाजी परत येईपर्यंत अमिता राजेंच्या कुशीतच होती. ते दोघे आल्यानंतर अमिता सावरून बसली. कर्नलने अमिताकडे पाहिले, प्रकार त्यांच्या लक्षात आला.

"मॅडम तुम्ही काळजी करू नका. तुम्हाला कोणताही धोका होणार नाही, याची काळजी घेऊ. तुम्ही निश्चिंत राहा!"

अमिताला त्यामुळे जास्तच रडायला आले. तिने छोट्या रुमालाने डोळे टिपले. स्वत:ला सावरण्याचा प्रयत्न केला. तिचा चेहरा लालबुंद झाला होता. ती रडतानासुद्धा सुंदर दिसत होती.

मियाजीने नोकराला हाक मारली. अमिताकडे पाहत म्हटले, "मॅडनके बेगमसाहब के पास ले चलो।"

अमिता राजेंकडे पाहू लागली.

"आपण त्यांना भेटून या!"

अमिता नोकराच्या पाठोपाठ गेली.

"प्रकाश ती खूपच अपसेट झालीय. घाबरली आहे."

"राजे काळजी करू नका."

त्यांना निघायला दुपारचे चार वाजले. परत निघताना मियाजीने राजेंना आणि अमिताला बाप्पा केमिकलमध्ये काय पाहिले, काय खटकले, याबाबत पुन्हा एकवार विचारले. मियाजी काळजीपूर्वक ऐकत होते. घटना सांगताना दोघांनाही एकही प्रश्न विचारला नाही. जाताना राजेंनी मियाजीला आलिंगन दिले.

"खुदा सलामत रखें, आप चिंता मत किजिये।"

अमिताला मियाजीच्या बेगमने साडीसह खास भेट दिली होती.

२४

मरणाच्या दारी उभा राहिलेल्या राजकीय नेत्याची इच्छा होती. ती कैद-इ-आझमची इच्छा होती. ब्रिटिशांची असूया होती. मोठ्या साम्राज्यावर पाणी सोडावे लागणार, याची खंत होती. हिंदुस्थानची फाळणी झाली. तुकडे झाले. निर्वासितांचे लोंढे पाकिस्तानातून भारतात आणि भारतातून पाकिस्तानात गेले. अत्याचार, बलात्कार, खून, जाळपोळ, लुटालुट यांचा नंगानाच होता. हजारो लोक मृत्युमुखी पडले. भारत आणि पाकिस्तान यांच्या स्वातंत्र्याला आर्त किंकाळ्यांचा स्वरसाज होता.

आम्ही स्वतंत्र झालो. भारतीयांना लोकशाही मिळाली!

पाकिस्तान?

त्यांचे दोन तुकडे झाले. पूर्वेला आणि पश्चिमेला. भौगोलिक तुकडे. पाकिस्तान पूर्ण मुसलमानांचे नव्हते. भारत पूर्ण हिंदूंचा नव्हता. पूर्व पाकिस्तानात दीड कोटी हिंदू होते. पाकिस्तानाच्या लोकसंख्येच्या निम्म्याएवढे मुसलमान भारतात होते. कैद-इ-आझमला मुस्लीम राष्ट्र हवे होते. पाकिस्तान पवित्र भूमी.

परंतु ते होणे नाही. शरियत लागू होणे नाही. कैद-इ-आझमने कोलांटी मारली. आम्ही प्रथम मुसलमान आहोत, नंतर पाकिस्तानी. नाही. आम्ही प्रथम पाकिस्तानी आहोत, नंतर मुसलमान.

त्यांना मुस्लीम राष्ट्र हवे होते. त्यांनी मिळवले, परंतु ते मुस्लीम राष्ट्र झाले नाही. राष्ट्राला भूमी मिळाली. परंतु एकसंध मिळाली नाही. ते मुस्लीम राष्ट्र झाले नाही. राष्ट्राला उर्दू भाषा मिळाली.

ठिणगी पेटली.

मातृभाषा भूमीची भाषा. तिला राष्ट्र नाही. धर्म नाही. पश्चिम पाकिस्तानच्या लोकांना उर्दू हवी होती पूर्व बंगालमधील लोकांना बंगाली हवी होती. उर्दू पाकिस्तानची राष्ट्रभाषा जाहीर झाली. ती बंगाली लोकांची भाषा नव्हती. ती कुराणाची भाषा नव्हती.

भाषावादाने अभिव्यक्तीला जाग आली. पाकिस्तानी ऐक्यभाव आणि भ्रातृभाव चिरडला गेला. पश्चिमेचा बुरखा लपून राहिला नाही.

पश्चिम आणि पूर्व दोन्हीचे रंग वेगळे.

दोन्हीकडे भाषा वेगळी. पेहराव वेगळा. पश्चिमेला हॉकी, क्रिकेट; तर पूर्वेला फुटबॉल. पश्चिम आखाताशी संबंधित, तर पूर्व पूर्वआशियाशी संबंधित. दोन्हींमध्ये जाणे-येणे नाही. रोटी-बेटी व्यवहार नाही. पश्चिमवाले क्लबला जाणारे, मदिरापान करणारे; तर पूर्ववाले धार्मिक, सनातनी.

पूर्वेकडे दारिद्र्य, लोकसंख्या पश्चिमेपेक्षा जास्त; तरीही आर्थिक वाटा, आर्थिक सुविधा पश्चिमेला जास्त. पाकिस्तानच्या निर्मितीमध्ये बंगाली मुसलमान निर्णायक ठरले. परंतु पाकिस्तानवर हुकमत मुस्लीम लीगची आणि मुस्लीम लीगवर पंजाब-सिंध आणि उत्तर-पश्चिम सरहद्दीवरील खानांचे. लष्कर आणि प्रशासन यावर हुकमत पंजाबीची.

हुकमत अशी की, त्यांना रीतसर लोकशाही मिळाली नाही. स्वातंत्र्यानंतर पंतप्रधान आले आणि गेले. कोणीही पंजाबी लॉबीला मानवले नाही. पहिल्याचा खून झाला. शेवटच्याला लष्करी हुकूमशहाने लाथ मारली. पाकिस्तान लष्कराच्या टाचेखाली आला.

त्यांना रीतसर लोकशाही मिळाली नाही.

कराची, रावळपिंडी राजकीय जंगल तयार झाले. घनदाट जंगल. तिथे सिंह नव्हता, वाघ नव्हता, कोल्ह्यांचा कळप होता. लबाड कोल्हा, धूर्त कोल्हा. कोल्हा राजा होण्यास चालला होता.

याह्याखान.

कोल्ह्याचे दात बाहेर आले. देशाच्या निवडणूकीत अवामि लीगला मताधिक्य मिळाले. कोल्ह्याचा तोल गेला.

अवामी-लीगला सुळावर चढवले.

बुरी गंगा डाक्याची गंगा. बंग बंधूंची गंगा. सदर घाट, स्टीमर होते. होड्या होत्या. डाक्का गजबजले होते. फेरीवाल्यांची, दुकानदारांची, सायकल रिक्षावाल्यांची, भिकाऱ्यांची लुटालूट, मासळी, पायनापल, बंगबंधू स्वाद घेत होता.

तो विश्वासघात होता. बुरीगंगेचा विश्वासघात.

दुकाने, कार्यालये, हॉटेल, बाजार, रस्ते सर्व बंद! बंद! बंद!! पलटन मैदान, त्यांच्या हातात काठ्या होत्या. लोखंडी रॉड होते. नारळाच्या झाडाच्या काठ्या होत्या.

जोय बांगला.

जोय बांगला.

स्वातंत्र्य होय. शरणागती कदापि नाही.

जोय बांगला.

जोय बांगला.

स्वातंत्र्य होय. शरणागती कदापि नाही.

जीना अॅव्हेन्यू. पुरबानी हॉटेल. नारायणगंज, लुटालूट, नासधूस, जाळपोळ, वणवा, बंग बंधूचा लढा. बँका बंद. पोस्ट ऑफिस बंद, विमानसेवा बंद, रेल्वे बंद.

बंद! बंद! बंद!

शहर पेटले.

जोय बांगला.

जोय बांगला.

काळे ध्वज उभे राहिले. रवींद्रनाथ टागोरांचे गीत गाऊ लागले.

जोय बांगला.

डाक्का विद्यापीठ.

तो तरुण होता. कॉलेज युवक होता. तो क्रांतिकारी तरुण होता. मियाजी. तो बंगबंधूचा अनुयायी होता.

पलटण मैदानावरील ध्वजारोहण. स्फूर्तिदायक होते. रक्त सळसळत होते. परंतु त्यांच्याकडे आधुनिक शस्त्रे नव्हती. जयदेवपूर चकमक. पैलखान चकमक. राजरबाग चकमक. हजारो जनता होती. ते त्यांचे आत्मसमर्पण होते.

कोल्ह्यांचा कळप सशस्त्र होता. ते आता लांडगे झाले होते. लांडग्यांचा कळप. बाझुका. फ्लेमथ्रोअर, मशीनगन्स, स्वयंचलित रायफल्स. रणगाडे. ती लांडग्यांची धाड होती. तो नरसंहार होता.

शंकरपट्टी, ताटीबाजार, न्यू बाजार, तो नरसंहार होता.

मियाजी इक्बाल हॉलकडे येत होता. परंतु पुढे जाऊ शकला नाही. लांडग्यांनी वेढा घातला होता. इक्बाल हॉल, जगन्नाथ हॉल. बाझुका आग ओकत होती. सर्व प्रेते इक्बाल हॉलच्या छपरावर टाकण्यात आली. प्रेते कुजून सडण्यासाठी. जगन्नाथ हॉलची हिंदूंची प्रेते. त्यांचा सुंता करण्यात आला. वळचणीला दफन करण्यात आले. त्यांनी प्रेतांचे धर्मांतर केले. त्यांना अल्लांच्या नावाने पुण्य मिळवायचे होते. त्यांना जन्नत हवी होती.

मियाजी.

ते धावत होते. पळत होते. दूर जात होते. सर्व जण डाक्का सोडत होते. ते निर्वासित झाले होते. स्वतःच्या भूमीत. पूर्व बंगालचे सैनिक, पोलीस, मुजाहिर, प्राध्यापक, डॉक्टर, शिक्षक शोधून नाहीसे केले जात होते. नरसंहार चालू होता. ती शुद्धीकरण मोहीम होती. पूर्व बंगालच्या काफिरांना सजा देण्यासाठी.

ऑपरेशन सर्च लाइट.

मियाजी!

मेहरपूचे शासन आले. झेड फोर्स, एस फोर्स, जनता लढण्यास तयार झाली. स्वतंत्र बांगला. जोय बांगला. आता माघार नाही. चितगांव. कोमिला. गनिमी कावा. प्रशिक्षण केंद्र. डाक्का क्रॅक प्लाटुन.

डाक्क्याच्या राक्षसांना शिक्षा द्यावयाची होती. मेजर जनरल रायफरमान अली म्होरक्या. डाक्क्याच्या गल्लोगल्ली उच्छाद. क्रॅक प्लाटून उद्ध्वस्त झाली. मियाजी सिल्हेटला धावला. मित्रोबाहीनोबरोबर ईस्ट बेंगाल रायफल्सच्या साथीने लढला. परंतु डाक्का ध्येय होते. अल् बद्र अल शम्स अंतिम निशान होता.

मियाजी.

तो जनतेचा विजय होता. स्वातंत्र्य होते. त्यांना १९४७ साली स्वातंत्र्य मिळाले नव्हते. ते १९७१ साली मिळाले. जनरल नियाजीने शरणागती पत्करली. परंतु लढा संपला नाही.

छुपे हरामखोर शोधण्यासाठी इन्फन्ट्री ब्रिगेड, बलुची रेजिमेंट, पंजाब रेजिमेंट, फिल्ड आर्टिलरी रेजिमेंट, फ्रन्टीयर रेजिमेंट – यादी संपत नव्हती. लढा संपत नव्हता. शरणागतींना सोडून दिल होते.

मियाजी.

आई-वडील, भाऊ, बहीण सर्व उद्ध्वस्त होते. त्यांचे घर उद्ध्वस्त झाले होते. तो त्यांच्या मागावर होता. डाक्क्याच्या नराधमाना शोधण्यासाठी. त्याने डाक्का सोडला. त्याने बांगला सोडला. त्याने डूख धरले होते. मियाजी कराचीला आला. नरसंहार सुरू केला. छुपा नरसंहार. त्याला तिने साथ दिली. बांगला युद्धात होरपळलेली. अत्याचाराने होरपळलेली. ती बेली डान्सर होती.

त्यांनी माटुंग्याला चहापान केले.

"पण मियाजी तुला कसा मिळाला? तो भारतात कसा आला?"

"ती वेगळी कथा आहे"

"मग बेली डान्सरही इथंच आहे?"

"नाही."

"मग?"

"कराचीत."

"अजूनही त्याच व्यवसायात?"

"राजे..."

"—"

"अहो, आता तिचं बरंच वय झालंय!"

“ओह, आय सी. मग मियाजी आता जाऊन काय करणार? तोही म्हणत होता, मी आता म्हातारा झालोय.”

“तिने एका लष्करी अधिकाऱ्याशी लग्न केलंय.”

राजेंनी कर्नलचा एकंदर मूड पाहून पुढे काही विचारले नाही.

राजे आणि अमिता गप्प बसले.

“राजे, एक विचारू?”

“हं.”

“ओ. डी. एच. याचा काही अर्थ लागतो का?”

“म्हणजे?”

“बापा केमिकलमध्ये असं काही केमिकल, गॅस किंवा धोकादायक प्रक्रिया किंवा अशी काही वस्तू!”

“हा शब्द कोठे ऐकलास?”

“ज्याने बापा केमिकलचं नाव घेतलं, त्याच्याकडून. त्याच्या बोलण्यात ओ.डी.एच.चा उल्लेख होता.”

राजे आता अमिताकडे पाहत होते.

“तुम्हाला काही सांगता येईल?”

अमिताने नकारात्मक मान हलवली.

“‘ओ’ म्हणजे ऑक्सिजन, ‘डी’ म्हणजे ड्युटोरियम, ‘एच’ म्हणजे हैड्रोजन. तिन्ही मिळून जड पाणी दाखवतं. फक्त ड्युटोरियम. अणुऊर्जेशी संबंधित. बापा केमिकलमध्ये ड्युटोरियम कोठेही नाही.”

अमिताने मान हलवून संमती दिली.

दोघेही विचारात पडले.

“अप्सरा अणुप्रकल्प डोंगराच्या पलीकडे आहे. परंतु त्यांच्याशी कोणत्याही प्रकारचा संबंध आमच्या कंपनीचा येत नाही.”

“ओ.डी.एच. म्हणजे विचार करायला लावणारी बाब आहे.”

“बापा केमिकलमध्ये ओ.डी.एच. विभाग किंवा प्रोसेसचं नाव वगैरे आहे का? या दृष्टीने पाहा बरं.”

“होय”, अमिताला फक्त एवढंच बोलता आलं.

“संशयित शोधण्यासाठी काहीतरी करावं लागेल.” कर्नल डोक्यावरून हात फिरवत म्हणाला.

अमिताच्या डोळ्यासमोर मात्र कंपनीपेक्षा पपा, ममी, राजे दिसत होते. त्यांना कसे सांगायचे कळत नव्हते. तिची नजर कर्नलकडे पुन्हा पुन्हा जात होती. कर्नल कितपत विश्वासू आहे? परंतु काहीतरी हालचाल करावी लागणार होती.

२५

वेळ सकाळची होती.

राजे ऑफिसला जाण्याची तयारी करत होते. घाई नाही, गडबड नाही. मधूनच वृत्तपत्रातील ठळक बातम्यांवरून नजर फिरवत होते. आवरता-आवरता टीव्हीवरील फ्लॅश अजूनही पाहत होते. जाण्याची तयारी केली.

आईसाहेबांनी डायनिंग टेबलावर ब्रेकफास्ट मांडला होता. परंतु आज त्यांचा बोलण्याचा मूड नव्हता. राजे सचिंत मुद्रेने ब्रेकफास्ट घेत होते. आईसाहेब राजेंकडे रोखून पाहत होते.

राजेंचे लक्ष आईसाहेबांकडे नव्हते. तिने आज सायंकाळी भेटायला येऊ शकत नसल्याचे कळवले होते. कारण माहीत नव्हते. राजे अस्वस्थ होते. तिला दररोज पाहिल्याशिवाय त्यांचे समाधान होत नव्हते.

पागल.

राजे स्वत:वरच राग काढत होते. तिने असे करायला नको होते. ती मुद्दाम त्रास देत होती का तिला छळायचे होते का? मात्र तिने सरळ 'नाही' म्हणून सांगितलं. राजे स्वत:वर राग काढत होते. 'आपणही तिला असंच केलं पाहिजे. नाही तिला भेटायचं. मला छळते. मीही तिला एक दिवस भेटणार नाही. पाहू या काय करते.'

पागल.

'छे! तिचं काही तरी खरोखरच काम असेल. आपण उगाचच मनाला लावून घेतो. एवढा आततायीपणा, उतावळेपणा बरोबर नाही. राजे, तुम्ही एक संचालक आहात. हा पोरकटपणा झाला. पोक्तपणा हवा. खरंच, आपण लहान मुलाप्रमाणे वागतो आहोत. थोडा धीर धरला पाहिजे.'

पागल.

'नाही नाही. असं वागता कामा नये. पण उद्या ती भेटेल का? तिला पुन्हा

विचारावं का? हो, नाहीतर एखाद वेळेस उद्या आणखी काहीतरी कारण सांगायची. छे! उद्याही तिनं असं काहीतरी नाटक केल्यावर काय करावं, पण ते उद्याच ठरवावं. आज एवढं कशाला मनाला लावून घ्यायचं.'

"राजे!"

"हां आईसाहेब", राजे आईसाहेबांकडे वळून पाहत म्हणाले.

"तुमचं ब्रेकफास्टकडे लक्ष दिसत नाही. मधूनच घास हातात धरून बसता. तब्येत ठीक आहे ना?"

"हो. हो."

"कंटाळा आला असेल, तर घरी थोडा वेळ थांबा."

"नाही नाही, उलट घरी आणखीन कंटाळा येईल."

"आईसाहेबांच्या सहवासात कशाला कंटाळा येईल!" आईसाहेब हसत म्हणाल्या.

"तुमच्याशी गप्पा मारताना मला कंटाळा येणार नाही, आईसाहेब. त्याकरता सुट्टी आहे. विनाकारण घरी कशाला थांबायचं?"

"खरं आहे. आज संध्याकाळी थोडं लवकर या."

"का बरं?"

"एक विशेष महत्त्वाचं काम आहे. न चुकता घरी या लवकर."

"एवढं काय विशेष?"

"तुम्ही काही नाव काढत नाही. विषय काढत नाही. मग आम्हालाच सुरुवात करावी लागतीय."

"मला समजलं नाही."

"आता समजायचं काय? संध्याकाळी एका कार्यक्रमाला जायचं आहे, बस्स्, बाकी काही नाही."

"कसला कार्यक्रम?"

"आता या वयात तुम्हाला कोणता विशेष कार्यक्रम असणार? एक मुलगी पाहायला जायचंय."

तो बॉम्बगोळा होता.

राजे आईसाहेबांकडे पाहत राहिले.

"मुलगी?"

"हां."

"कोणती मुलगी? कुठे जायचं?"

"ते सर्व प्रत्यक्ष पाहा."

"अरे, परंतु मला अगोदर तुम्ही काहीच सांगितलं नाही."

"अन् यात सांगायचं काय. फक्त मुलगीच तर पाहायची आहे."

राजे चक्रावून गेले.

राजेंनी अगोदरच मुलगी पसंत केली होती. परंतु, आता तर आईसाहेबच मुलगी पाहायला आग्रह करत होत्या. राजे द्विधा मन:स्थितीत होते. तिला त्यांनी पसंत केले होते. परंतु अद्यापि विचारले नव्हते. शेवटची गोष्ट साध्य झालेली नव्हती. तिला विचारल्याशिवाय आईसाहेबांना सांगता येणार नाही. ती तर आज भेटणार नव्हती.

राजे अस्वस्थ झाले. परंतु राजेंनी स्वत:ला सावरले.

''आईसाहेब, मी मुलगी पसंत केली आहे.''

आईसाहेब राजेंकडे रोखून पाहत होत्या.

''तुम्ही?''

''हो.''

''कोण? कुठली? नाव काय तिचं?''

''आईसाहेब, परंतु मी तिला अजून विचारलं नाही.''

''तुम्ही पसंत केली, म्हणजे तिने पसंत केलं, असं कसं म्हणता येईल?''

''परंतु तिनेही मला पसंत केलं आहे, असं माझं मन सांगतं.''

''राजे, असं कसं चालेल. स्पष्टपणा हवा, शेवटी हा व्यवहार आहे.''

''मी जरूर विचारेन. परंतु तुम्ही ठरवलेला कार्यक्रम रद्द करा.''

''असं कसं राजे, त्यांना आज येण्याबद्दल होकार दिला आहे.''

''पण मी पसंत केली असताना उगाचच मुलगी पाहायला जाणं योग्य नाही.''

''तुम्ही फक्त पसंती केली आहे. पुढच्या गोष्टी पूर्ण झाल्या नाहीत. आज आपण मुलगी पाहू. त्याच्यानंतर पाहू या काय करायचं ते.''

आईसाहेब मुलगी पाहण्याच्या कार्यक्रमावर ठाम दिसल्या. राजे अस्वस्थ झाले. घाईघाईने उठले. काही न बोलता आवरून ऑफिसच्या वाटेला लागले.

राजे चक्रावून गेले.

आईसाहेब राजे गेलेल्या दरवाज्याकडे पाहत होत्या. त्यांचा चेहरा निर्विकार होता.

राजेंचे दिवसभर ऑफिसच्या कामात लक्ष लागले नाही. त्यांची दिवसभर चिडचिड होत होती. ऑफिसमधील अधिकारिवर्ग राजेंच्या केबीनमध्ये जायला काकू करू लागला.

दुपारची वेळ झाली होती. घड्याळाचा काटा पुढे सरकत होता, तसतशी राजेंची अस्वस्थता वाढत होती.

''हॅलो प्रतापसिंह राजे ऑफ मलकापूर फ्रॉम कोल्हापूर.''

''पक्या, साल्या कुठे आहेस.''

''या पृथ्वीतलावर, आणखीन कुठे?''

"ऑफिसमध्ये येशील?"

"घाई आहे."

"हो."

"मोठा प्रॉब्लेम आहे का?"

"आता तू सगळं फोनवर विचारणार आहेस का?" राजे भडकले. "साला, तुला येशील का म्हणून विचारलं, तर नाटक करायला लागला."

"मी पाहतो वेळ आहे का?"

"जास्त नाटक करू नकोस, अर्ध्या तासात ये." राजेंनी धाडकन् टेलिफोन रिसिव्हरवर आपटला.

राजे आता दुहेरी चिंतेत पडले. वेळ जात होता. घड्याळाचा काटा पुढे जात होता. कर्नल प्रकाशची वाट पाहून राजेंच्या तळपायाची आग मस्तकाला जात होती. राजे रागाने फणफणत होते. मध्येच तिचा चेहरा नजरेसमोर येत होता.

राजे अस्वस्थ होत होते.

दरवाजावर टकटक आवाज झाला.

"मी आत येऊ शकतो का?" तो नाटकी आविर्भावात बोलत होता. पुढील उत्तराची वाट न पाहता तो लांब लांब ढांगा टाकत आत आला.

"साला, तू कर्नल आहेस. येऊ का? विचारतोस, पुन्हा सरळ आत येतोस. ही काय पद्धत झाली का?"

"ठीक आहे. मी परत जातो."

"आता आगाऊपणा करू नकोस," कर्नल प्रकाश शांतपणे पुढे बसला. राजेंचा रागवलेला चेहरा निर्विकार नजरेने पाहत होता.

"बोला राजे."

"एक प्रॉब्लेम झाला आहे."

"काय झालं?"

"आईसाहेबांबरोबर संध्याकाळी एका कार्यक्रमाला जायचं आहे. मुलगी पाहायला."

"अभिनंदन!"

"तुला काही अक्कल आहे का?"

"का?"

"मी मुलगी पसंत केली आहे. आता आईसाहेबांबरोबर मुलगी पहायला जाण्यात काय अर्थ आहे?"

"तुम्ही मुलगी पसंत केली आहे, हे आईसाहेबांना सांगितलं का?"

"हो."

"मग?"

“आईसाहेब म्हणाल्या, कार्यक्रम ठरलेला आहे. मुलगी पाहून येऊ. त्याच्यानंतर पाहू या काय करायचं.”

“मग?”

“अरे मग काय? फक्त मुलगी पाहायला जायचं, म्हणजे काय ते विंडोशॉपिंग आहे का?”

“पण तुम्ही कार्यक्रम ठरवण्याअगोदर आईसाहेबांना का नाही बोललात?”

“मी गाढव आहे. नाही सांगितलं. पण म्हणून काही कार्यक्रम रद्द करायचा नाही का.”

“तुम्ही आईसाहेबांना अगोदर सांगायला हवं होतं. आता कार्यक्रम ठरवला आहे, तर पूर्ण करा.”

“अरे पण...”

“राजे... आईसाहेब सांगतायंत त्याप्रमाणे करा. शेवटी शिष्टाचार आहे की नाही काही?”

“कसला शिष्टाचार?”

“आईसाहेबांनी कार्यक्रम ठरवला आहे. तो रद्द करणं हे योग्य नाही. हवं तर मी येतो तुमच्याबरोबर तुम्हाला मुलगी पसंत नसेल, तर मी पाहून घेईन, मला पसंत आहे का?”

“तुझं काय डोकं फिरलंय का?”

“यात डोकं फिरण्यासारखं काय आहे?”

“अरे, मी नाकारणारी मुलगी तू करणार?”

“अहो, पण तुम्ही नाकारल्यानंतर मला पसंत आहे किंवा नाही, हे मी ठरवणार आणि मगच निर्णय घेणार.”

“मग तूच पहायला जा. आईसाहेबांना घेऊन.”

“आईसाहेबांनी प्रतापसिंह राजेंना मुलगी शोधलेली आहे. मला नाही.”

“मग?”

“मग काही नाही. मुलगी पाहायला जाऊ या.”

राजे अस्वस्थ होत होते. साला पक्याही कामाचा नाही.

कर्नल प्रकाश राजेंचा चेहरा निर्विकार नजरेने पाहत होते.

२६

वेळ सायंकाळची होती.

परंतु संध्याकाळ झालेली नव्हती. पश्चिमेमकडील सूर्य अजूनही झगमगीत प्रकाश देत होता. राजे आणि कर्नल प्रकाश दोघेही घरी आले. आईसाहेब वाट पाहत होत्या.

"अरे प्रकाश, तुम्हाला चहा करू का?"

"नको आईसाहेब. कार्यक्रमात सर्वकाही होईलच. आपण लवकर निघू या, म्हणजे उशीर होणार नाही."

आईसाहेबांनी राजेंना विचारले, "राजे, तुम्हाला चहा करू का?"

राजेंनी मानेनेच नकार दिला आणि कपडे बदलण्यासाठी आपल्या खोलीत गेले. आईसाहेब आणि कर्नल दोघांचेही चेहरे निर्विकार होते. कोणी काही बोलले नाही.

सर्व जण जाण्यास निघाले.

कर्नल प्रकाश त्यांना गाडीतून घेऊन जात होते. आईसाहेब मागे बसल्या होत्या. गाडी वरळी सीफेसवरून निघाली. महालक्ष्मी मंदिराजवळ आली. आईसाहेबांनी गाडीतूनच नमस्कार केला. गाडी पेडर रोडला न जाता उजवीकडे भुलाभाई देसाई रोडवर आली. गाडी मलबार हिलला आली. 'कमलपुष्प' इमारतीमध्ये आली. तेव्हा अजूनही स्वच्छ प्रकाश होता.

कोणीही बोलत नव्हते.

कमलपुष्पच्या अकराव्या मजल्यावर लिफ्टने सर्व जण आले. दरवाजा उघडा होता. त्यांना येण्याची वेळ माहिती होती.

मुलीचे वडील समोर उभे होते. मुलीचे वडील राजेंना प्रथमच पाहत होते. राजे मुलींच्या वडिलांचे नाव ऐकून दचकले. नाव आणि त्या घरातील राहणीमान अमराठी वाटत होते. आईसाहेबांनी महाराष्ट्रीय मुलीचे स्थळ शोधलेले दिसत नव्हते.

राजे आईसाहेबांकडे पाहत होते. आईसाहेबांचा चेहरा निर्विकार होता. प्रकाशही शांतपणे बसून होता.

मुलीचे वडील सर्वांची ओळख करून घेत होते. त्यांचे जास्त बोलणे प्रकाशशीच होत होते.

राजे अस्वस्थ होत होते.

त्यांना तिथून पळून जावेसे वाटत होते. परंतु आईसाहेबांची लक्ष्मणरेषा समोर होती. राजे हताशपणे ते सर्व सहन करत होते.

मुलगी पाहण्याचा कार्यक्रम सुरू होण्यापूर्वी चहापान झाले.

मुलीच्या वडिलांनी मुलीला बाहेर येण्याबाबत नोकराकडून निरोप पाठवण्यात आला.

ती साडी नेसली होती. महाराष्ट्रीय पद्धतीने. तिने डोक्यावर पदर घेतला होता. राजेंची नजर खाली होती. हातातल्या वृत्तपत्राकडे. कर्नल प्रकाशनी राजेंना सावध केले. राजेंनी मुलगी बाहेर येत असल्याचे पाहून वृत्तपत्र टिपॉयवर ठेवले. त्यांनी वर पाहिले, तोपर्यंत ती समोर मोठ्या कोचवर बसली होती. तिची नजर अधोमुखी होती. शेजारी तिचे आई-बाबा बसले होते.

''राजे, मुलीला प्रश्न विचारा ना!''

राजे सावध झाले. त्यांनी मानेनेच नकार दिला. परंतु आता ते समोर पाहत होते. तिने आपली अधोमुखी नजर हळूहळू वर केली.

ती तीच होती.

अमिता पटेल!

राजेंनी तिला एकवार पाहिले. तिच्या चेहऱ्यावर एक प्रकारचे हास्य विलसत होते. ते खोचक होते, लबाड होते, का खट्याळ होते, हे राजेंना स्पष्ट होत नव्हते. राजेंनी तिला पुन्हा पाहिले आणि त्यांनी नजर कर्नल प्रकाश आणि आईसाहेब यांकडे वळवली. दोघांचे चेहरे निर्विकार होते.

''राजे, मुलीला प्रश्न विचारा ना!'' आईसाहेब पुन्हा आग्रह करत होते.

राजेंना तो धक्का सहन झाला नाही. सकाळपासून मनात साठवलेला तणाव एका क्षणात नाहीसा झाला. राजेंचा चेहरा खुलला.

''मला काहीही विचारायचं नाही.'' राजे बोलले.

''मुलीला काही विचारायचं आहे का?'' कर्नल प्रकाशनी विचारले. तिने काही न बोलता नजर अधोमुखी केली.

''काही विचारायचे असेल, तर स्पष्ट विचारा!'' कर्नल प्रकाशनी पुन्हा नारा केला. मुलीची आई गालातल्या गालांत हसत होती.

''ती फार लाजाळू आहे हो. उलट प्रश्न विचारायची सवय नाही.''

कोणी काही बोलले नाही.

ती पुन्हा उभी राहिली. सर्वांना वाकून नमस्कार केला आणि आईचा हात धरून आतमध्ये गेली.

''तुम्ही काहीतरी विचारायला हवं होतं.'' रसिकभाई म्हणाले, ''आमच्या गुजरातमध्ये मुलीला चालून दाखव, वाचून दाखव, अगदी भंडावून सोडतात.''

''हल्लीची मुलं फारसं विचारत नाहीत.''

मुलीची आई तेवढ्यात बाहेर आली.

''विचारायची इच्छा असेल किंवा पाहायची इच्छा असेल, तर सांगा.''

रसिकभाई आपल्या बायकोकडे प्रश्नार्थक नजरेने पाहत होते.

राजेंनी उत्तर दिले नाही.

''यांना अजून एक मुलगी पाहायची आहे. त्यानंतर पुन्हा पाहायची इच्छा असेल, तर येऊ पाहायला.''

''म्हणजे?'' रसिकभाई.

''ही मुलगी पाहिली. अजून एक पाहायची आहे. ती पाहिल्यानंतर दोन्हींबाबत निर्णय घेतील.''

राजे आता रागाने कर्नल प्रकाशकडे पाहत होते.

''तू काहीतरी बोलू नकोस.''

रसिकभाई संशयाने पाहत होते. 'अजून एक मुलगी पाहायची आहे. मग ही कशाला पाहायला आलात.' मुलीच्या आईने नजरेनेच गप्प बसविले. रसिकभाई गोंधळून गेले.

''मला मुलगी पसंत आहे. परंतु सहा बच्चे तिच्या आईसह सांभाळायची तयारी असली पाहिजे. ही माझी अट आहे.''

''सहा बच्चे आणि तिची आई?'' रसिकभाई आता अपसेट झाले. ''म्हणजे यांचं लग्न झालं आहे.''

मुलीची आई आतून निरोप घेऊन आली.

''मुलगी बच्चे आणि तिच्या आईचा स्वीकार करायला तयार आहे.''

रसिकभाई भडकले.

''हा काय प्रकार? तुम्हाला समजतं का तुम्ही काय बोलता आहात?'' रसिकभाई आपल्या पत्नीकडे पाहत म्हणाले. ''आपली मुलगी एकुलती एक, तिला असं सवत म्हणून पाठवत आहात आणि तीही याला तयार आहे. कमाल आहे –'' परंतु त्यांचे पुढील बोलणे तिथेच थांबले.

मुलीची आई दिलखुलास चेहऱ्यावर स्मित हास्य ठेवून उभी होती.

''अहो, दोघांनीही एकमेकांना पसंत केलं आहे. तुमच्या हरकतीला काय अर्थ

आहे. गप्प बसा.''

रसिकभाईंना राग आला.

''अहो पण –''

कर्नल मध्येच म्हणाले, ''सर! मी खुलासा करतो. तुमचा गैरसमज दूर करतो. राजेंनी जो उल्लेख केला आहे तो सहा मांजरांची पिल्लं आणि त्यांची आई यांच. तुमच्या मुलीने त्यांना सांभाळण्यास संमती दिली आहे.''

''ओ. आय. सी. मग मला हे अगोदर –''

''आता गप्प बसा.'' मुलीच्या आईने दटावले.

''चला समोरासमोर कंडका पडला.'' कर्नल प्रकाश.

''म्हणजे? कंडका कुठे पडला?''

''अहो कंडका म्हणजे दोघांनीही पसंतीचा होकार दिला आहे. पुढची बोलणी करा.'' आईसाहेबांनी पूर्णविराम दिला.

''पण हा कंडका म्हणजे काय?''

''पुन्हा कधीतरी यावर बोलू.''

घरी परत निघाले. सर्व जण खुशीत होते. परंतु कोणीच कोणाशी बोलत नव्हते. जो तो आपल्या विचारात होता.

गाडी हाजी अलीला आली.

राजे आणि आईसाहेब खाली उतरल्या. प्रकाश गाडीतून बाहेर आला.

''आईसाहेब, मी थोडा धावपळीत आहे. मी आता वर येत नाही.''

''अरे थोडं खाऊन गेला असता.''

''खास जेवणाकरता नंतर येईन. आता नको.''

आईसाहेबांनी एकवार राजेंकडे पाहिले आणि इमारतीकडे चालू लागल्या.

''तू आत येत नाहीस.''

''नाही. तुमचा फोन होता म्हणून आलो. नाहीतर जमलं नसतं.''

राजेंनी प्रकाशचा हात हातात धरला अगदी घट्ट.

''थँक्यू!''

राजे खूप वेळ गाडी नजरेआड होईपर्यंत तिकडे पाहत उभे होते.

राजे वर आले. दरवाजा उघडाच होता. पायातील शूज काढून राजे कोचावर बसले. पाय लांबलचक सोडले. राजे रिलॅक्स होते. मनातील संपूर्ण आकाश स्वच्छ झाले होते. निळेशार झाले होते. राजेंना शांत वाटत होतं. या वेळी काहीही करायला नको. बस फक्त बसून राहावं, बसून राहावं.

''राजे, नाराज झालात?'' आईसाहेब बाहेर येत म्हणाल्या.

''का?''

''आम्ही तुम्हाला काहीच न सांगता घेऊन गेल्याबद्दल.''

राजे उठले. आईसाहेबांच्या दोन्ही दंडांना धरून त्यांच्या डोळ्यांत खोलवर पाहत म्हणाले, ''आईसाहेब, बस मला आता काही सुचत नाही. सकाळपासून मी खरंच खूप टेन्शनमध्ये होतो. तुम्हाला मुलगी पसंत आहे, ही गोष्टच सहन करण्यापलीकडची आहे.''

''आम्हाला वाटलं, तुम्हाला खूप राग आला असेल.''

''नाही आईसाहेब.'' आईसाहेबांच्या डोळ्यांतील अश्रू पाहून राजे सद्‌गदित झाले. 'आईसाहेब, हे अश्रू कशाला?''

''ते आनंदाचे... सुखाचे अश्रू आहेत. राजे, मुलगी सुंदर आहे. मनानेही सुंदर आहे. तुम्ही नशीबवान आहात. देवाजवळ एवढीच प्रार्थना करते. तुम्हाला दृष्ट लागू नये.''

''आईसाहेब निश्चिंत राहा. आईसाहेब एक विचारू?''

''हं!''

''त्यांना साडी तुम्ही नेसवलीत ना?''

आईसाहेब काही बोलल्या नाहीत. चेहऱ्यावर फक्त स्मित दिसले.

२७

पश्चिम रेल्वेच्या चर्चगेट-बोरिवली या लोकल मार्गावरील कांदिवली ते दादरमधील तो लोकल प्रवास होता. वेळ सकाळची होती. पिक अवर, प्रवास जीवघेणा होता. मुळात कांदिवलीला गाडी पकडणे हेच मोठे दिव्य होते. पुन्हा गाडी पकडल्यानंतर दादरपर्यंत घामेजलेल्या अंगाने लोकांचे धक्के खात घुसमटून उभे राहणे हे दुसरे दिव्य होते. दिव्य कसले, त्या नरकयातना होत्या. पण ते भोग न चुकणारे होते. मुंबईत राहण्याची हौस होती.

'साला बाकीचे अधिकारी गाड्या मॅनेज करतात. पैसा कनवतात, आपल्या नशिबात मात्र ही लोकलच.' फॅक्टरी इन्स्पेक्टर सरपोतदार विचारांच्या श्रृंखलेत होते. कोकणातून आलेले सरपोतदार आपल्या नोकरीतील पगारावर समाधानी नव्हते. टेबलाखालील गंगा हाती नाही, याचे दुःख होते. एकुलता एक मुलगा बायोमेडिसीनमधील पदव्युत्तर पदवी घेऊन जर्मनीला गेला. संशोधन संस्थेत मोठ्या पदावर होता. परंतु आई-वडिलांना त्याने सतत तणावाखाली ठेवले. जर्मनीतील नीओ नाझींच्या तडाख्यातून दोन वेळा वाचला.

दुसऱ्या महायुद्धात जर्मनीमधील नाझींच्या पराभवानंतर नाझी विचारांची हकालपट्टी करण्यासाठी जर्मनीत शुद्धीकरण मोहीम राबवण्यात आली. नाझी विचारांना कायद्याने बंदी घालण्यात आली. परंतु काही नाझी विचाराच्या विद्यार्थी संघटनांना राजकीय वैचारिक आधार मिळाला. त्या संघटना जहाल झाल्या. इटली आणि इतर देशात त्यांनी अतिरेकी कारवाया केल्या. ऑस्ट्रिया, बेल्जियम, चिलो या ठिकाणी या संघटना फोफावल्या. जर्मनीतील पूर्व आणि पश्चिम जर्मनीचे विलीनीकरण झाले आणि या संघटनांना पूर्व जर्मनीतील बेकार तरुणांची साथ मिळाली. जर्मनीत बाहेरून येणारे निर्वासित आणि स्थलांतरित बेरोजगार यांचेमुळे जर्मनीतील मूळ जर्मनांच्या रोजगारावर परिणाम होऊ लागला. या लोकांमुळे आपला व्यवसाय, नोकरी,

रोजीरोटी यांवर परिणाम झाला, अशी तरुणांची भावना झाली आणि अस्वस्थता वाढली. जर्मन निओ नाझींचे हल्ले या परकियांच्यावर वाढू लागले. निओ नाझी आणि ॲन्टी फॅसिस्ट यांच्यात चकमकी होऊ लागल्या. दुसऱ्या महायुद्धातील जर्मनीवरील ड्रेसडेन येथील बॉम्ब हल्ल्याच्या वार्षिक आठवणीच्या दिवशी आणि जर्मन विलिनीकरणाच्या वार्षिक दिनादिवशी निओ नाझींची निदर्शने वाढू लागली.

निओ नाझी. निओ नाझी. बेकार होते. भडक माथेफिरू होते. ते स्किनहेडवाले होते. ते टाटुवाले होते. ते फंकी होते. ते जर्मनीबाहेरील नागरिकाला दिसेल तिथे मारत होते. गोळ्या घालत होते. रात्री-अपरात्री फिरणे धोकादायक झाले होते. वार्षिक 'ऑक्टोबर फिस्ट' हा दिवस सुगीच्या सुरुवातीला शिल्लक राहिलेली बिअर पिण्याचा दिवस. या बिअर पार्टीनंतर तर निओ नाझी आणखीन बेफाट होत होते. या वेळी तर घराबाहेर पडणे म्हणजे मृत्यूला सामोरे जाण्यासारखे होते. मृत्युदंड!

मुलांचे करिअर. त्याचा पगार. त्याचे स्टेटस. त्याला भारतात मिळणार नव्हते. त्यामुळे जर्मनी सोडून येणे योग्य नव्हते. कधीकधी सरपोतदारांना वाटत होते, मुलगा इथेच – भारतातच इंजिनिअर होऊन राहिला असता, तर बरे झाले असते. मुलाची काळजी डोक्यात सतत वावरत होती. बायकोचा हृदयविकार सरपोतदारांना आणखीन त्रासदायक करत होता.

जवळचे नातेवाईक फारसे नव्हते. गावी – कोकणात परत जावे, तर मुंबईची सवय! त्यांना मुंबई सोडवत नव्हती. सरपोतदारांची सेवानिवृत्ती जवळ आली होती.

लोकांच्या लोंढ्यातून धक्के खात सरपोतदार दादरच्या फलाटावर उतरले. जो तो आपआपले खिसे, सामान आणि बॅगा ठीकठाक होत्या का; ते चाचपडून पाहत होते. प्रत्येक जण आपल्या विचारात होते. गाडीच्या दरवाजाजवळ, खिडकीजवळील चाकरमान्यांचे ग्रुप टवाळी, आरडाओरड करत होते. त्याकडे कोणी लक्ष देत नव्हते.

दादर स्टेशनचा तो फलाट लोकांच्या गर्दीने तुडुंब भरला होता. चारही फलाट गच्चोगच्च भरले होते. हलायला आणि चालायला सरळ जागा नव्हती. धक्के खात, धक्के देतच वाट काढून जावे लागत होते. लोकांची आरडा-ओरड, त्यात रेल्वेची कर्कश अनाउन्समेन्ट. गाड्यांची ये-जा सुरू होती. दर तीन मिनिटाला गाड्या येत होत्या, जात होत्या. प्रवाशांची वाहतूक सारखी सुरू होती.

प्रत्येकाला घाई होती. कोण पश्चिमेला पळत होते, कोण पूर्वेला. काही पुन्हा लोकल पकडण्याच्या मागे होते. त्यातूनही काही फलाटावरच चहापान करत होते. वडापाव खात होते. ती मुंबई होती.

सरपोतदारांना आज पश्चिमेला जायचे नव्हते. त्यांना वरळी ऑफिसला जायचे नव्हते. चेंबूर विभागातील औद्योगिक कारखान्याला त्यांनी भेट निश्चित केली होती. विशेष निरीक्षणाचा कार्यक्रम सुरू केला होता. खासदार समिती येणार होती. त्याची

पूर्वतयारी म्हणून साफसफाई होती. कारखान्याचे निरीक्षण ही त्यांपैकीच एक बाब होती. त्याशिवाय सर्वोच्च न्यायालयाच्या आदेशामुळे डिशच्या संचालकांनी प्रत्येक कारखान्यातील धोकादायक टाकाऊ किंवा धोकादायक जादा रसायने यांचा साठा शोधण्याची मोहीम सुरू केली होती. त्या दृष्टीनेही कारखान्याची तपासणी करायची होती. त्यात पुन्हा जव्हार येथील अपघातामुळे या मोहिमेला गंभीर वळण लागले होते. जव्हारसारख्या आदिवासी भागातील एका कारखान्यात हैड्रोजन सल्फाइडच्या वायुगळतीमुळे काही लहान मुले आणि म्हशी मेल्या होत्या. संचालकांनी पुन्हा आदेश दिले होते.

सरपोतदार चेंबूरच्या विभागाला त्यासाठीच भेट देत होते. चेंबूर वडाळा ते कुलाबापर्यंतचा भाग त्यांच्या अधिकारक्षेत्रात येत होता. दक्षिण मुंबईपेक्षा चेंबूर विभागातच मुख्यत: कारखाने जास्त होते. सरपोतदारांनी चेंबूर विभागातील कारखान्याला धावती भेट द्यायला सुरुवात केली. गोडाउन, रिकाम्या जागा, जादा रसायनाचे साठे यांबाबत तपासणी सुरू केली.

गवाणपाडा, अंबापाडा, माहुलपासून चेंबूर कॉलनीपर्यंतचा मोठा भाग पाहायचा होता. सरपोतदारांना एरिया नवीन नव्हता. त्यांची शोधक नजर सगळीकडे फिरत होती. प्रत्येक कारखान्याकडे कोणत्या भागाकडे लक्ष द्यावयाचे, कोणता कारखाना खोडकर होता, याची कल्पना सरपोतदारांना होती. सकाळी सकाळी त्यांनी कामाला सुरुवात केली. प्रत्येक कारखान्यातील सेफ्टी ऑफिसरला हाताशी धरून खासदार समिती कारखान्याला भेट देईल, त्या हिशोबाने कोणती खबरदारी घ्यायची, याची सूचना प्रत्येकाला देत होते. धोकादायक साठ्याबाबत तपासणी स्वत: सरपोतदार करत होते.

संध्याकाळपर्यंत चेंबूरचा बहुतेक भाग पूर्ण करत आणला होता. मुख्य भाग चेंबूरचा होता. वडाळा ते कुलाबा हा भाग जास्त महत्त्वाचा नव्हता. त्याला वेळही लागणार नव्हता. संचालक डोक्यावर आणखी काही काम ठेवण्यापूर्वी या संवेदनशील भागाचे काम सरपोतदारांना पूर्ण करायचे होते.

सरपोतदार गवाणपाड्यात उभे होते. हेवर्थ इंडस्ट्रीजच्या दारात संध्याकाळ झाली होती. ही एकच फॅक्टरी पाहून घरी जायच्या विचारात होते. बेन्झीनच्या टाक्यांची परिस्थिती पाहून सरपोतदार बाहेर पडत होते. त्यांचे लक्ष कारखान्याच्या शेजारी असलेल्या मोठ्या गोडाउनवजा इमारतीकडे गेले. शेजारी उभ्या असलेल्या सेफ्टी ऑफिसरला विचारले,

''ही शेजारची इमारत तुमचीच आहे का?''

''नाही.''

''परंतु दिसताना तर तुमच्या कारखान्यातली वाटते.''

“ती याच कारखान्याची इमारत होती. परंतु तो भाग आता मालकाने विकला आहे.”

“कोणाला?”

“बापा केमिकलला!”

बापा केमिकलचे नाव ऐकताच सरपोतदार एकदम सावध झाले. डोईजडवरील हल्ल्यापासून डिशमधील प्रत्येक अधिकारी बापा केमिकलबाबत जपून राहत होता. सरपोतदारांना हा कारखाना म्हणजे एक टेन्शन होते. घरचा ताप थोडा आणि त्यात हे बापा केमिकल प्रकरण! सरपोतदारांनी बापा केमिकलला भेट दिली होती. स्वत: संचालकांनी ही भेट दिली होती. त्यामुळे सरपोतदारांना फारसे लक्ष द्यायची गरज भासली नाही.

सरपोतदारांनी मोबाइल बाहेर काढला. बापा केमिकलच्या सेफ्टी ऑफिसरशी ते बोलत होते. सरपोतदारांनी सेफ्टी ऑफिसरला दम द्यायला सुरुवात केली. सरपोतदारांना खूप राग आला होता. त्यांनी आतापर्यंत बापा केमिकलला खूप भेटी दिल्या होत्या. परंतु हेवर्थ इंडस्ट्रीजच्या त्या गोडाउनवजा इमारतीबाबत कधी सांगितले नव्हते.

तशा रिकाम्या जागा, गोडाउन अनेक कारखान्यांचे होते. त्याबाबत डिशला काळजी करण्याचे कारण नव्हते. अनेक जागा विना वापरात पडून असत. बऱ्याच कापडगिरण्या बंद होत्या. त्यांची तर तपासणी करण्याची गरजच नव्हती. उत्पादन नाही, तर धोकादायक पदार्थांचा प्रश्न येतोच कुठे. परंतु बापा केमिकलची ती जागा पडीक वाटत नव्हती. रिकामी वाटत नव्हती. विनावापर दिसून येत नव्हती. त्या जागेला समोरच्या मोठ्या शटरला कुलूप लावलेले होते. परंतु बाजूच्या भगदाडातून रहदारी चालू होती. टँकरची.

सरपोतदारांचा संशय वाढला. चोरट्या मालाची साठवणूक तर नाही ना?

तासाभरात सेफ्टी ऑफिसर आला.

“येस सर!”

“अरे, ही जागा तुमच्या कारखान्याची ना?”

“होय सर!”

“मग आम्हाला त्याबाबत काहीच माहिती नाही.”

“सर, ती जागा वापरात नाही.”

“वापरात नाही कसं म्हणता. आतमध्ये टँकर जाताना मी आताच पाहिलं.”

“सर, रिकामे टँकर जातात. कोणताही माल तिथे ठेवला जात नाही. टँकर खाली केल्यावर कारखान्याजवळ टँकरची गर्दी टाळण्यासाठी काही टँकर फक्त येथे पार्क केले जातात.”

"मला ती जागा पाहायची आहे."

"अवश्य सर!"

सरपोतदार आणि सेफ्टी ऑफिसर निघाले. सरपोतदारांना खरे तर कंटाळा आला होता. चेंबूर परिसरातील ते बकाल, ओंगळ कारखाने, रस्त्यच्या कडेची गटारे, तेलकट, कळकट, मातकट रस्ते, आजूबाजूला धुळीच्या काळसर इमारती. वाहनांची गर्दी, त्यांतून वाट काढणे जिकिरीचे होते. रहदारीच्या आवाजाने जीव नकोसा होत होता. त्यात केमिकलचा उग्र दर्प. घसा आणि छाती यांचे दुखणे कधी सुरू होईल, याची शाश्वती नाही. कारखाना परिसरात वावरणे हाही एक शाप असावा.

दोघे त्या भगदाडाजवळ आले. बाहेरची भिंत पडली होती. भगदाडातून रस्ता होता. आत थोडी मोकळी जागा एखाद्या मोठ्या अंगणाप्रमाणे होती. पुढे मोठाले लोखंडी फाटक होते. तिथेच वॉचमनची केबिन होती. त्यांनी त्या जागेवर वॉचमन ठेवला होता. पडकी जागा, परंतु सुरक्षारक्षक होता.

सरपोतदारांचा संशय वाढला. ती बापा केमिकलची जागा होती. सेफ्टी ऑफिसरला पाहून वॉचमनने लोखंडी फाटक उघडले. करकर आवाज करत फाटक उघडले. सरपोतदारांना तो आवाज आवडला नाही. त्यांची नजर तिखट झाली.

गोडाउनमध्ये चालताना त्यांना एका बाजूने चालत जावे लागत होते. तेल आणि चिकट काळसर धूळ, माती आणि पाण्याची डबकी, सगळीकडे राड पसरली होती.

दोघे पुढे गेले.

आता दोन्ही बाजूला गोडाउनवजा इमारती होत्या. बाहेरचे टँकर, कंटेनर, कॅरिअर, मालवाहू ट्रक ओळीने उभे केले होते. सेफ्टी ऑफिसरच्या बोलण्यात तथ्य होते. त्यांनी त्या लांबलचक जागेचा वापर ट्रक, टँकर पार्क करण्यासाठी केला होता. परंतु ती बापा केमिकलची जागा होती. तपासणी आवश्यक होती. शेवटी कंपनी कानफाट्या झाली होती. बदनाम होती. टँकर-ट्रकच्या मागील बाजूला इमारती शेडच्या होत्या. बंद होत्या.

"या इमारतीमध्ये काही माल आहे का रिकाम्या आहेत, शेडला कुलूप लावलेलं दिसतंय."

"बंदच आहेत. वापरत नाहीत. आतमध्ये माल आहे की नाही, हे मलाही माहीत नाही. तुम्हाला पाहायचं असेल, तर मी शेड उघडून दाखवतो."

"आता आलोच आहे, तर पाहू या."

सरपोतदारांना अजिबात रस राहिला नव्हता. परंतु जागेवर यायचे आणि न पाहता गेल्यासारखे वाटू नये, म्हणून काही शेड उघडून पाहायचे ठरवले.

त्यांना सर्व शेड उघडायला न लावता एकआड एक शेड उघडायला सांगितले. काही शेडमध्ये धूळ, कचरा आणि मोडके-तोडके भंगार होते. रिकामे क्रेट होते. पुढील शेड उघडायला सांगावे का नको, या विचारात त्यांनी आणखीन दोन शेड उघडल्या. भंगार आणि धूळ यांशिवाय काही नव्हते. काही ठिकाणी तर कोळ्यांची भली मोठी जाळी होती.

बापा केमिकलने विस्तारीकरणाचा कार्यक्रम हाती घ्यायचे ठरवले होते. परंतु प्रकरण उच्च न्यायालयात होते. न्यायालयाचा निर्णय कंपनीच्या बाजूने झाला, तर विस्तारीकरणाच्या वेळी बहुधा ते या जागेचा वापर करतील.

ती शेड त्यांनी उघडली. अंधारातून आत जाताना त्यांना अडखळल्यासारखा होत होते. संध्याकाळ झाली होती. वॉचमनने हातातील बॅटरीचा झोत टाकला आणि लाइट लावली. आतील बाजू इतर शेडच्या तुलनेने बरीच स्वच्छ होती. ते पुढे गेले.

अनेक सिलेंडर एकावर एक ठेवले होते. ऑक्सिजनच्या सिलेंडरसारखी छोटी-छोटी बुलेट होती.

सेफ्टी ऑफिसर ती बुलेट पाहून सावध झाला. तो स्वत:हून बोलू लागला.

''ही बुलेट पहावी लागतील. मी ती प्रथमच पाहत आहे.''

सरपोतदार सावध झाले.

''ती कशाची आहेत, ते अगोदर पाहा बरं.''

तो पुढे झाला. एव्हाना वॉचमनने सर्व लाइट लावले. झगमगीत प्रकाशात ती जागा न्हाऊन निघाली. सेफ्टी ऑफिसरने पुढे होऊन बुलेटवरील मार्किंग पाहिले आणि सरपोतदारांना काय होते, ते सांगितले.

२८

जुहूच्या आर्मी क्लबमध्ये ते दोघे बसले होते. क्लबची इमारत कलाकुसरीची होती. मोठाले व्हरांडे. इमारत दगडी होती. आजूबाजूला सिमेंटच्या अनेक इमारतीतींल ती इमारत वेगळी भासत होती. दरवाजे, खिडक्या सर्व नक्षीदार होते. एखाद्या पारशाच्या जुन्या बंगल्याप्रमाणे. क्लबमधील सर्व सफेद रंगात होते. इमारतीचा रंग पांढरा, खुर्च्या-टेबलावरील आच्छादने पांढरी, मोठाल्या खुर्च्या ठेवल्या होत्या. समोर लॉन होते. समुद्रावरील थंडगार हवा येत होती. फक्त सभोवती लावलेल्या बांबूच्या भिंती नकोशा होत्या. त्या बाहेरच्या पादचाऱ्यांपासून संरक्षणार्थ लावल्या होत्या.

कर्नल प्रकाश आणि राजे दोघे बसले होते. दोघांच्यासमोर ग्लास होते. कर्नल व्हिस्की पित होता, तर राजे पायनापल ज्यूस.

"तुम्ही थोडी घेतली, तर काय हरकत आहे?"

"माझा नियम तोडला जाईल."

"बायकोसमोर घेऊन जाल, ते चालेल आणि आईसाहेबांसमोर मात्र उगाचच नियम दाखवता आहात."

"अरे, मला खरंच दारू पिऊन आईसाहेबांसमोर जाणं आवडत नाही. तशी पिण्याचीही फारशी आवड नाही. तू मात्र साला खूपच पिणारा झालास. कोल्हापूरचा पहिलवान एवढा बिघडेल, असं वाटलं नव्हतं."

"बॉर्डरवर याशिवाय शक्य होत नाही."

"प्याल्याशिवाय ऑपरेशनवर जाता येत नाही का?"

"राजे, तिथलं वातावरण शून्य अंशाच्या खाली. त्या तापमानाला उभं राहायचं, तर घ्यावंच लागतं."

राजेंच्या मोबाइलवर आवाज आला.

राजे मोबाइलवर शांतपणे ऐकत होते. खूप वेळ.

"ठीक आहे. तुम्ही आता कुठे आहात? तिथेच थांबा, आम्ही थोड्या वेळात येतो." राजेंनी बोलणे संपवले आणि मोबाइल बंद केला.

कर्नलने राजेंकडे प्रश्नार्थक नजरेने पाहिलं.

"उठावं लागेल?"

"हो, समोरचा ग्लास पूर्ण कर!" राजेंनी ज्यूस एका दमात घशात घातला.

"रात्र व्हायला आली, कोण आठवण काढतंय, अमिता?"

"तुला काय सारखी पोरगीच दिसते का?"

"आता आईसाहेबांनंतर अशा वेळी अधिकारवाणीने, या वेळी तात्काळ निघा, असं सांगणारी एकच व्यक्ती – अमिता."

"अमिता नाही, माझ्या ऑफिसमधील फोन होता."

"सिरियस प्रॉब्लेम?"

"हं!"

"कोठे जायचं?"

"चेंबूर!"

"जायला तासभर लागेल."

"जावं लागेल. तूही बरोबर चल."

"माझं काय काम?"

"तू चल, जाता-जाता एक स्टोरी सांगतो."

त्यांना तिथून बाहेर पडायला तरी वीस मिनिटे लागली. राजेंनी ठोंबरेला गाडी घेऊन घरी पाठवले. आईसाहेबांना निरोप पाठवला – घरी उशिरा येत असल्याबाबत. राजे आणि कर्नल दोघे निघाले. कर्नल गाडी चालवत होता. बर्फीवाला रोड, फडके रोडवरून अहमदाबाद महामार्गावर येता-येता त्यांना नाकीनऊ आले. महामार्गाला लागल्यानंतर गाडीने वेग घेतला. कर्नलने सांताक्रूझजवळ चेंबूर लिंकरोडला गाडी घेतली.

"तुला साला, मुंबईचे रस्ते चांगले माहीत आहेत."

"चेंबूर क्लबला बऱ्याच वेळा जातो. त्यामुळे हा रस्ता माहीत आहे."

कर्नलचे तुटक-तुटक बोलणे ऐकून राजे शांत बसले.

"पण एवढी घाई का, उद्या जाता आलं नसतं का?"

"तुला भोपाळमधील गॅसगळतीचा अपघात माहीत आहे?"

"हो! जवळजवळ दोन हजार लोक मेले होते."

"परंतु ते कसे मेले, याबाबत फारसं माहीत नसेल."

"का बरं? विषारी धोकादायक गॅस आजूबाजूच्या झोपडपट्टीत पसरला आणि मेले. तो अपघात होता."

"अरे, गॅसगळती अनेक ठिकाणी होते. त्यामुळे अनेक अपघात होतात. परंतु भोपाळचा अपघात हा वेगळा होता. कार्बारिल हे कीटकनाशक, मिथाईल आयसोसायनाइड (एमआयसी) आणि इतर द्रव्यापासून तयार केलं जात होतं. त्याकरता युनियन कार्बाइड हा कारखाना होता. कार्बारील म्हणजे त्याचं ट्रेड नाव सेवीन. एमआयसी अमेरिकेहून आयात केलं जात होतं. कीटकनाशकाची मागणी कमी झाली, तरी उत्पादनाचा वेग तसाच राहिला. त्यामुळे वापरातील एमआयसीचा साठा मोठ्या प्रमाणात तयार झाला. एमआयसीचं वायूत रूपांतर होऊ नये, म्हणून थंड टाक्यांमधून साठवला जात होता. अशा तीन टाक्या होत्या. एमआयसी हा विषारी वायू आहे.

"डिसेंबर १९८४च्या एका मध्यरात्री एमआयसीची वायुगळती झाली.

"कारखान्याच्या भोवती सगळी झोपडपट्टी होती. रात्रीच्या अंधारात लोकांना काय झालं कळलं नाही. हवेची दिशा शहराच्या दाटवस्तीच्या दिशेने होती. विषारी वायुगळतीमुळे एकाच वेळी तीन हजार लोक मेले. हजारो लोक आंधळे झाले. लुळेपांगळे झाले. अनेकांना कॅन्सरसारख्या भयानक रोगाला तोंड द्यावं लागलं. गायी, म्हशी, कुत्री, कोंबड्या हजारो जनावरं रस्तोरस्ती मेली. यातून पक्षीही वाचले नाहीत. झाडं, वनस्पती नष्ट झालं. भोपाळची हजारो एकर जमीन नापीक झाली. भोपाळ शहर मृतवत झालं. स्मशान झालं."

गाडी चेंबूर नाक्यावरून आतमध्ये येत होती. वेळ रात्रीची होती. चेंबूरमध्ये रहदारी अजूनही होती. गर्दी होती. रात्रीच्या धुरकट, मळकट वातावरणात आजूबाजूच्या दुकानातील रस्त्यावरील गाड्यांचे प्रखर दिवे डोळे दिपवून टाकत होते. गाडी गवाणपाड्यात आली, तशी गर्दी कमी झाली. तरीही रात्रीच्या त्या रस्त्यावर कामगारांची गर्दी होती. ट्रक, टँकर, मालवाहू गाड्या यांची गर्दी होती. आजूबाजूला हॉटेल, चहा, वडापावच्या गाड्या कळकट, मळकट अवस्थेत उभ्या होत्या.

ते दोघे हेवर्थ इंडस्ट्रीजच्या दारात आले. तेव्हा सरपोतदार आणि बापा केमिकलचा सेफ्टी ऑफिसर त्यांची दारातच वाट पाहत होते.

सरपोतदारांनी बोलण्यास सुरुवात केली. परंतु राजेंनी त्यांना बोलू दिले नाही.

"तुम्ही कोणाकोणाला ही बाब सांगितली आहे?"

"अजून कोणाला नाही. पहिला कॉल आपल्यालाच केला सर!"

"ठीक आहे. कुठेही मेसेज देऊ नका. विनाकारण पॅनिक तयार होईल."

सर्व जण त्या शेडजवळ आले. सरपोतदार आणि सेफ्टी ऑफिसर शेडकडे जाताना अडखळत होते. तणावाखाली होते.

"कर्नल, या गोदामात फॉसजीन या विषारी गॅसची नळकांडी आहेत. खूप जुनी आहेत."

"तुम्ही खरं सांगता?"

"होय!"

कर्नल एकदम दचकला. आतापर्यंत विषारी गॅस – तोही फॉसजीनबाबत ऐकलं होतं. परंतु भोपाळच्या अपघातासारखा गॅस आपण पाहणार, या कल्पनेने कर्नलचा चेहरा तणावपूर्ण झाला.

राजे शांत होते.

रात्रीच्या अंधारात ते उभे होते. समोर काळसर लोखंडी रंगाची बुलेट होती.

"अंदाजे किती गॅस असेल, अंदाज करता येईल?"

"आम्ही बुलेट मोजली, गॅस १५-२० टन असावा."

"कर्नल, हा गॅस अर्धी मुंबई कायमची झोपवेल."

सर्व जण धुळीने माखलेल्या त्या बुलेटकडे भयचकित नजरेने पाहत होते. सेफ्टी ऑफिसरकडे वळून राजे म्हणाले,

"तुम्हाला आता घरी जाता येणार नाही. घरी निरोप द्या उशिरा येत असल्याबाबत. या बुलेटबाबत कोठेही बोलू नका. कंपनीमध्ये कोणाशी बोलायचं, ते मी ठरवेन. आता या बुलेटच्या तुमच्याकडील नोंदी पाहा. याबाबतची सर्व कागदपत्रं मला दाखवा. या सरपोतदारांना बरोबर घ्या. तुमचं काम संपल्यावर मला फोन करा. रात्रीचे कितीही वाजले, तरी फोन करा."

दोघांना तिथेच ठेवून राजे आणि कर्नल बाहेर आले,

"आता पुढे काय?" कर्नल.

"प्रकाश, याचा विचार रात्रभर करावा लागणार आहे. तरीही प्रथमदर्शनी ज्याच्याकडून हे खरेदी केलं आहे, एकतर त्यांना परत करावं लागणार आहे किंवा नष्ट करण्यासाठी पाठवावं लागणार आहे."

"कोणीकडे?"

"गुजरातला!"

"का? इथं नष्ट करता येणार नाही?"

"नाही, त्याचा कारखाना सुरतला आहे. केमिकल तिकडेच पाठवावं लागणार आहे."

"एवढा धोकादायक विषारी गॅस कसा पाठवणार?"

"अरे, याची खूप तयारी करावी लागणार आहे."

"म्हणजे?"

"अरे, पोलीस केस, एफआयआर. गुजरात पोलिसांना कळवावं लागणार. गुजरात सेफ्टी ऑफिसरला कळवावं लागेल. याच्या कॅरिअरची तयारी करावी लागेल. गुजरातपर्यंतचा रोड सेफ करावा लागेल. गुजरात कारखान्याचे तज्ज्ञ

बोलवावे लागतील. त्यांच्या देखरेखीखालीच हा बाडबिस्तारा हलववा लागेल. परंतु त्याअगोदर याची पूर्ण चौकशी आम्हाला करावी लागेल.''

''परंतु हे सर्व लगेच कसं शक्य आहे?''

''ती खासदार कमिटी येणार आहे. परवाचा जव्हारचा अपघात. गॅसगळती आणि सर्वोच्च न्यायालयाचा आदेश यांमुळे हा ड्राईव्ह आम्ही घेतला आहे. कमिटी येण्यापूर्वी हे सर्व काम पूर्ण करावं लागणार आहे.''

''शक्य होईल?''

''नाही, म्हणून सांगतो कोणाला. शेवटी कंपनीचं नाव बापा केमिकल आहे. माझ्या भावी वधूची कंपनी, ऐकायला बरं वाटतं ना?''

''ही मस्करी करायची वेळ आहे काय? राजे, माझी तर सगळी उतरली. सगळा मूडच गेला.''

''मी तर फक्त पायनापल ज्यूस घेतला!''

ते परत निघाले.

त्यांची गाडी चेंबूरकर मार्गावरून जात होती. दोघेही तणावाखाली होते. दोघांचेही चेहरे गंभीर होते. कर्नल शांतपणे गाडी चालवत होता. गाडीने चेंबूर कॉलनी, सिंधी कॉलनी मागे टाकली. राजेंचे लक्ष आजूबाजूच्या इमारतीकडे जात होते. रात्रीची वेळ – चेंबूरकर घाई करत होते. घरी जाण्यासाठी. रस्त्यावर तरीही गर्दी होती. हॉटेल, दुकाने, फेरीवाले, ग्राहक आणि विक्रेत्यांचा बाजार होता. माल तऱ्हेतऱ्हेचा होता. प्रखर विजेच्या रोषणाईत, रस्त्यावरील दिवे फिके पडत होते. ते चेंबूर होते.

त्यांची गाडी व्ही. एन. पुरव रोडवरून पूर्व द्रुतगती महामार्गाकडे जात होती. राजेंनी, कर्नलला गाडी रस्त्याच्या कडेला घेण्यास सांगितले.

कर्नल राजेंकडे प्रश्नार्थक नजरेने पाहत होते.

''काय झालं?''

''प्रकाश, साला हे सगळं थोडं भीतिदायक वाटत आहे रे!''

''का?''

''तुला कल्पना नाही, तुला फक्त तो गॅस दिसतोय. परंतु मला आता त्या पलीकडेही काळजी वाटू लागली आहे.''

''कोणती?''

''मला अमिता प्रकरण खरोखर झेपेल का?''

''राजे, तुम्ही तिच्याशी लग्न करणार आहात. तिच्याबद्दल अगोदरच तुम्ही अशी विनाकारण शंका घेत आहात.''

''तसं नाही. मला माझ्या कामाबाबत, नोकरीबाबत ठाम विश्वास होता. परंतु

त्याला आता कोठेतरी तडा जाणार, असं वाटू लागलंय. बापा केमिकल सोपं दिसत नाही.''

''तुम्ही काहीतरी बोलता आहात.''

''अरे, खोटं नाही. ते गोडाउन पाहिलंस. ते गॅस सिलिंडर पाहिलेस, ती जागा पाहिलीस?''

''ठीक आहे ना. वेळ गेलेली नाही. आपण आता ते सर्व हाताळू. माहीत नसतं आणि काहीतरी झालं असतं, तर वाईट झालं असतं. परंतु आता आपण सावध आहोत. सर्वकाही आपल्या डोळ्यांसमोर आहे. तुम्ही काळजी का करता?''

''अरे कर्नल, त्याची चौकशी ही फार मोठी गुंतागुंत आहे.''

''कशावरून?''

''अरे, गॅस स्फोटक हे सर्व द एक्सप्लोजीव ॲक्टखाली नियंत्रित केलं जातं. तो कायदा केंद्र सरकारचा आहे. त्या कायद्यातल्या अटी, नियम पाहिलेस; तर तुझंही डोकं फिरेल.''

''का?''

''गॅस, स्फोटकं गोडाउनमध्ये कशी ठेवावी, गोडाउन कसं हवं, कारखान्यात हाताळणी कशी करावी, त्याचं लायसन्स नूतनीकरण कसं करावं, त्याची वाहतूक कशी करावी, कोणी करावी; हे सर्व कायद्यानं व्हावं लागतं. त्याचं काहीच तिथं नाही. त्या गोडाउनला कोणतीच बाब जमेची नाही. गॅसची फार काळजी घ्यावी लागते. सुरक्षित ठेवावं लागतं. त्याची वाहतूक खास प्रशिक्षित लोकांमार्फत, वाहनांमार्फत करावी लागते. गॅस, स्फोटकं अशी धूळ खात वर्षानुवर्षं ठेवून चालत नाही. ठरावीक कालावधीनंतर त्याची तपासणी, अवस्था यांची पाहणी करावी लागते. त्याचा रिपोर्ट द्यावा लागतो. अरे, सगळं अनियमित, निष्काळजी आणि बेकायदेशीर दिसतंय आणि हे सर्व निस्तरायला लागणार आहे बापा केमिकलला. हे फार भारी पडेल. त्यात ती हायकोर्ट केस.''

''राजे, अशा गोष्टी सगळीकडेच होतात. प्रत्येक ठिकाणी नियंत्रण, नियमांचं पालन होतंच, असं नाही. एवढ्या मोठ्या खंडप्राय देशात कायदा आणि सुव्यवस्था राखणं आपल्याला कठीण जातं. काही ठिकाणी अशी अनियमितता होणारच. यातून मार्ग कसा काढायचा ते पाहा. पुन्हा बापा केमिकलने ती गोडाउन नुकतीच विकत घेतली आहेत. त्यामुळे पटेलांना जबाबदार धरता येणार नाही.''

''गोडाउन विकत घेतलं, त्या वेळी बरं-वाईट सगळंच पदरात घेतलं नाही, म्हणता येणार नाही.''

''परंतु गोडाउनमधील सिलिंडरबाबत बापा केमिकलाही माहिती नसेल ना!''

''माहीत नाही, हे कायद्यापुढे चालत नाही. माहीत नाही म्हणायला सोपं आहे.

त्या भोपाळच्या पार्श्वभूमीवर ही भानगड मोठी आहे बाबा.''

''तुम्ही कसं स्वरूप देता, त्यावर अवलंबून आहे. विनाकारण बॉंब न मारता मार्ग काढा.''

''म्हणजे शेवटी मलाच निस्तरायला लावतो आहेस.''

''तुमच्या घरची भानगड तुम्हीच निस्तरा. जास्त वाच्यता करू नका. अमृत हवं असेल, तर थोडं विषही पचवायला धाडस करा. हिमतीने पुढे व्हा.'' कर्नलने गाडी सुरू केली.

''तू गाडी मागे घे.''

''का?''

''आपण पोलीस स्टेशनला जाऊ या.''

''पोलीस स्टेशनला कशाला?''

''त्यांना कळवणं आवश्यक आहे. आपण त्या गोडाउनला पोलीस बंदोबस्त ठेवू या.''

कर्नल अपसेट झाला.

''राजे, थोडं थंड डोक्याने घ्या. ते गॅस सिलिंडर आपण पाहिले आहेत. तिथं तुमचा इन्स्पेक्टर आहे. सेफ्टी ऑफिसर आहे. विनाकारण या गोष्टींना पोलीस स्टेशनपर्यंत जाहिरातबाजी कशाला करता.''

''अरे पण –''

कर्नलने त्यांना पुढे बोलू दिले नाही.

''ही गोष्ट आपण योग्य प्रकारे हाताळू या. विनाकारण त्याला प्रसिद्धी मिळेल, असं काही नको करायला. आज रात्री शांतपणे याबाबत विचार करा. मीही याबाबत विचार करतो.''

२९

ती गाडी अत्याधुनिक नव्हती. परंतु चांगल्या स्थितीतील होती. डॉमेस्टिक एअरपोर्टकडे जाणाऱ्या रस्त्याच्या बाजूला ती उभी होती. परंतु तिची दिशा उलटी होती. ती बेकायदेशीररीत्या पार्क केलेली होती. परंतु ही बाब काही चाणाक्ष ड्रायव्हर किंवा गाडीवाले यांच्या नजरेला येत होती. गाडीत दोघेच होते. गाडीच्या सर्व काचा उघड्या होत्या. त्यामुळे त्यांचे चेहरे स्पष्ट दिसत होते. परंतु न्याहाळून पाहायला तिथे कोणीच नव्हते. जो तो आपापल्या घाईत होता. परंतु काही टॅक्सीवाले आणि रिकामटेकडे गाडी हळू करून पाहण्याचा प्रयत्न करत होते. परंतु एकंदरीत सर्वांच्या दृष्टीने ती गाडी निरुपद्रवी होती. एक-दोन वेळा ट्रॅफिक पोलीस तिथे उभा राहत होता.

ती गाडी गेली सतरा तास उभी होती.

ड्रायव्हरच्या जागी बसलेला शांतपणे समोर पाहत होता. कधी तोंडात सँडविच चघळत होता, कधी हातात न्यूजपेपर चाळत होता. परंतु त्याची नजर समोर होती. त्याच्या शेजारी बसलेला मात्र गाडीतील छोट्या टीव्हीवर क्रिकेटची मॅच पाहत होता. ऑस्ट्रेलियातील पर्थ येथील वाका खेळपट्टीवर भारत विरुद्ध ऑस्ट्रेलिया मॅच सुरू होती.

भन्नाट वारा आणि तेज खेळपट्टी. भारतीय गोलंदाज खतरनाक गोलंदाजी करत होते, तर ऑस्ट्रेलियन फलंदाज त्याला टिच्चून तोंड देत होते. मॅच रंगतदार चालली होती. मैदानावर वाऱ्याचा वेग खेळाला आणखीन धोकादायक करत होता. वेळ सकाळची होती. परंतु ऑस्ट्रेलियातील त्या मॅचचे दुपारनंतरचे सत्र चालू होते. ऑस्ट्रेलियन फलंदाज विकेट वाचवण्यासाठी संरक्षणात्मक खेळ खेळत होते.

ती वाका खेळपट्टी होती.

"येस!" त्याने मोठ्या आवाजात आरोळी ठोकली. ऑस्ट्रेलियाची विकेट

पडली होती.

ड्रायव्हरच्या जागेवरील ती व्यक्ती शांत होती. तिला त्या मॅचबद्दल काहीही उत्सुकता नव्हती. तिची नजर तिखट होती. समोर न्याहाळत होती.

मोबाइलचा आवाज आला ''येस?''

''कर्नल?''

''काय राजे, सकाळी-सकाळी आठवण. मलबार हिलला फोन लावायच्या ऐवजी चुकून फोन लागला नाही ना?''

''तू काय करतो आहेस?''

''डर्टी साइट पाहायचं चाललंय.''

''सकाळी-सकाळी उतारा म्हणून झोकली आहे का, कालची उतरली नाही?''

''राजे, खरंच मी डर्टी साइट पाहतो आहे.''

''तू काय चेकाळला आहेस का बिघडला आहेस. एवढी हौस आहे, तर लग्न कर.''

''ते जाऊ द्या. काय विशेष? सकाळी फोन आला.''

''त्या गोडाउनमधली बुलेट.''

''काय झालं?''

''मला एक आणखीन गोष्ट लक्षात आली. बापा केमिकलमधल्या सर्व गोष्टींचा मी अंदाज घेतला, एक बाजू आपण पाहिली नाही.''

''कोणती?''

''ट्रान्सपोर्ट!''

''ट्रान्सपोर्टचं काय?''

''अरे केमिकलची जा-ये करणारी ट्रान्सपोर्ट सिस्टीम आपण पाहिली नाही. त्यात त्यांचे टँकर, ट्रक, लॉरी, टेंम्पो हे हेवर्थच्या बाजूला पार्क केले जातात. ट्रान्सपोर्ट करणारे लोक, कंपनी कोण आहे, या काही गोष्टींचा आपल्याला शोध घ्यावा लागणार आहे. डोईजड आणि अमिताला आलेला अनुभव पाहा ना! ट्रान्सपोर्टशी संबंधित लोकांचे काही धागेदोरे आहेत का, तेही पाहावं लागेल.''

''राजे, तुमचं बरोबर आहे. ती बुलेट पाहिल्यापासून मीही थोडा धास्तावलो आहे. खरंतर आता मी एअरपोर्टवर आहे. आम्हाला टीप मिळाली आहे. म्हणून भारताबाहेरील पॅकेजची वाट पाहतोय. राजे कालपासून वाट पाहणंच चाललंय.''

''मग मला कशाला थापा मारतो आहे, डर्टी साइट पाहतोय म्हणून''

''आमच्या स्लँगमध्ये त्याला डर्टी साइट पाहणंच म्हणतात. जाऊ दे. मला वेळ मिळाल्यावर आपण भेटू.''

कर्नलची नजर रीअर मिररवर गेली.

झब्बा आणि विजार घातलेली ती व्यक्ती निमगोरी होती. डोक्यावरील केस राकट, पण काळे होते. तो तरुण होता. परंतु सकाळच्या उन्हात त्याचा चेहरा थिजल्यासारखा होता. गळ्यात काळी बॅग होती. बॅग जड असावी, ती सांभाळत सांभाळत तो चालत होता. त्याला खूप त्रास होत होता. त्याचा एक हात पोटाजवळ होता. त्याने आपले शरीर कर्नलच्या गाडीवर टेकले, विश्रांतीकरिता.

त्याचा हात रक्ताने माखलेला होता. लालभडक झाला होता. शुभ्र झब्ब्यावर रक्ताचे डाग होते. काळसर.

कर्नल स्प्रिंगच्या बाहुलीप्रमाणे ताडकन दरवाजा उघडून बाहेर आला.

''विशाल, राइट!'' कर्नलने आपल्या शेजारी बसलेल्या लेफ्टनंटला इशारा दिला.

कर्नल गाडीच्या बाहेर आला. त्याने धडपडणाऱ्या त्या तरुणाला पुढे होऊन आधार दिला. तो हळूहळू खाली बसला. कर्नल पुन्हा गाडीत आला आणि पाण्याची बाटली घेतली. त्या तरुणाच्या तोंडाला लावली. एव्हाना लेफ्टनंट विशाल दुसऱ्या बाजूने समोर आला. त्याच्या हातात आता पिस्तूल होते. पाठीमागून गोळीचा आवाज आला, तसा मान झुकवून खाली वाकला.

''मी याला आत गाडीत घालेपर्यंत कव्हर करा''

''येस सर!!'' म्हणत लेफ्टनंटने गोळी झाडत कव्हर देण्याचा प्रयत्न केला. त्याला गाडीचा आडोसा होता. कर्नलने त्याला गाडीत बसवले. आता कर्नल रिकामा होता. त्याने आपले पिस्तूल बाहेर काढले आणि ज्या दिशेने गोळीबार होत होता, त्या दिशेने दोघांनीही गोळीबार केला.

गोळीबाराला गोळ्यांनी प्रत्युत्तर होत असल्याचे लक्षात येताच गोळीबार बंद झाला.

''विशाल, हा गंभीर जखमी आहे. त्याला गोळी लागलीय. पटकन् हॉस्पिटलला हलवला पाहिजे.''

''पण आपल्या ऑपरेशनचं काय?''

''मी चार्ली टीमला कळवतो, ते सोय करतील. कोणीतरी इथे येईल.''

''मी इथे थांबलो, तर परिस्थिती धोकादायक आहे. तुम्ही एकटे तोंड देऊ शकणार नाही. गेले सतरा तास आपण इथे उभे आहोत. थोडा वेळ दुसरी टीम येईल. पण तुम्ही एकटं उभं राहणं योग्य नाही.''

त्यांनी त्या जखमीला गाडीत घातले आणि गाडी कर्कश आवाज करत एअरपोर्ट रोडवरून राष्ट्रीय महामार्गाकडे वळवली. विलेपार्ले पश्चिमेच्या बाजूला हॉस्पिटलमध्ये कर्नलची गाडी पंधरा मिनिटांत आली. त्या तरुणाला ऑपरेशन थिएटरमध्ये तात्काळ हलवण्यात आले.

३०

राजेंच्या घरी उत्साहाचे वातावरण होते. संध्याकाळी सातच्या ठोक्याला कर्नल हजर झाले होते. राजे आणि कर्नल यांच्या गप्पा जोरात सुरू होत्या. मधून-मधून अमिता किचनमधून बाहेर येत होती. परंतु त्यांच्या गप्पा कॉलेजमधील आणि कोल्हापूरमधील होत्या. त्या फक्त ऐकण्यापलीकडे ती काही करू शकत नव्हती. ती खूश होती. ती प्रथमच त्या घरी जेवायला आली होती.

रात्रीचे साडेआठ!!

अमिताला आणि कर्नलला घरी जायचे होते.

डायनिंग टेबलवर ताट मांडण्यात आली. सर्वांनी एकत्रच जेवायचे होते. टेबलावर ती भली मोठी ताटे अमिता प्रथमच पाहत होती.

''मी अशी ताटं प्रथमच पाहत आहे.''

''आम्ही कधीही बाहेर काढत नाही. आज तुम्ही दोघे आलात, म्हणून ताटे बाहेर काढली.''

आज सामिष आहार होता. अस्सल कोल्हापुरी. सर्व जेवण आईसाहेबांनी स्वत: तयार केले होते.

''मला सर्व शिकता येईल. परंतु ती हातावरची ज्वारीची भाकरी काही येईल, असं वाटत नाही.''

''अवघड नाही हो! हळूहळू जमेल.'' आईसाहेब समजावत होत्या. ''मलाही लग्नापर्यंत जेवणातील काहीही माहीत नव्हतं. लग्नानंतरही जेवण करण्यासाठी स्वयंपाकी होता. परंतु मी तरीही सगळं शिकून घेतलं. उगाच बाईच्या जातीला जेवणाबाबत तरी अडाणीपणा नको.''

अमिता आईसाहेबांना टेबल मांडण्यात मदत करत होती.

सर्व जण जेवायला बसले.

कोल्हापुरी तांबडा मटण रस्सा. पांढरा रस्सा, खिमा, सुके मटण आणि कर्नलने खास पाठवलेले सशाचे लुसलुशीत मटण, भाकरीबरोबर खाताना कर्नलची मान वर होत नव्हती.

''खूप दिवसांनी हा इकडे आला आहे.'' राजे कर्नलकडे पाहत म्हणत होते.

''आजचा लकी दिवस आहे.'' कर्नल भुरके मारत तांबडा तिखट रस्सा पित होता.

अमिता त्याकडे पुन्हा-पुन्हा नवलाईने पाहत होती.

''तुम्हीही टेस्ट करून पाहा,'' कर्नल.

''अहं! मला भीती वाटते. चुकून ठसका लागायचा.''

''ठसका कशाला लागेल. राजे तर समोरच आहेत''

अमिताने लाजून मान खाली घातली.

''कोल्हापूरला काही वेळा पैज लागते. सर्वांत जास्त वाट्या रस्सा कोण पितो.''

''पण पोट खराब होत नाही?'' अमिता

''लाल मातीतील पहिलवान, त्यांचं काय पोट बिघडणार!'' राजे.

''तसा हा रस्सा कमी तिखट आहे. यापेक्षाही जास्त तिखट करतात.''

परंतु अमिताने रस्सा पिण्याचे धाडस केले नाही.

कर्नल मटणावर ताव मारत होते, भाकरीबरोबर.

''आईसाहेब रस्सा छान झाला आहे, अमिता तुम्ही लवकर शिकून घ्या.'' अमिताकडे पाहत कर्नल म्हणाले.

शेवटी बिर्याणी आली.

कर्नल आणि राजे यांचा खाण्याचा झपाटा पाहून अमिता आश्चर्यचकित झाली. मटण तर भाजी खाल्ल्यासारखे खात होते. बिर्याणी चांगली असूनही अमिता दोन मुदी बिर्याणीपेक्षा जास्त खाऊ शकली नाही.

''अरे, एवढीच बिर्याणी!''

''मी कोल्हापुरी नाही. माझं पोट भरलं.'' तिचे पोट भरले, तरी दोघे जेवतच होते.

जेवणाचा कार्यक्रम संपायला दहा वाजले.

राजेंनी आणलेल्या खास आईसक्रिमने जेवणाची लज्जत वाढली.

किचनमध्ये आईसाहेब होत्या.

''एका गोष्टीची कमी होती.'' अमिताकडे पाहत राजे म्हणाले.

''कोणत्या?''

''ह्याला अस्सल पहिल्या धारेची मळीची थोडी द्यायला हवी होती. मग खूप

मजा आली असती.''

''पहिल्या धारेची मळीची, मला समजलं नाही.''

''अहो, यांचं ऐकू नका, तुम्हाला समजलं नाही, तेच बरं झालं. हा विषय आईसाहेबांकडे तर अजिबात काढू नका.'' कर्नल अंगठा तोंडाजवळ नेत म्हणाले.

''ओ. आय. सी! लष्करी अधिकारी आणि हा विषय काही नवीन बाब नाही. तुम्ही सोय करायची होती'' राजेंकडे पाहत अमिता म्हणाली.

''तो आईसाहेबांसमोर कधीच उभा राहणार नाही.''

''माझं सांगू नका. हेही कधी उभे राहणार नाहीत.''

''काय चाललंय, उभं राहणार नाही... उभं राहणार नाही.''

''काही नाही, काही नाही.'' दोघांनीही सारवासारव करण्याचा प्रयत्न केला.

अमिता मात्र गालातल्या गालांत हसत होती.

दोघेही चूपचाप बसले.

जेवणावळ संपली. आईसाहेबांनी अमिताच्या मदतीने किचन उरकले.

''आईसाहेब, आता थोडं शांतपणे आमच्याशी गप्पा मारा.''

''हो! हो! आता तुमचं पोट भरलं, आता परत गप्पा मारा. मला थोड्या वेळात झोप येईल. तुम्ही गप्पा मारत बसा. मला तुम्हा मुलांच्यात कशाला ओढता.''

''तुम्ही अशा माघार घेऊ नका. एक दिवस उशिरा झोपलात, तर काय होईल?''

''दिवसभर उभं राहून कंटाळा येतो. आम्ही तुमच्यासारखे तरुण नाही.''

''आईसाहेब, तुम्हाला संस्कृत चांगलं येतं ना?''

''हे मध्येच संस्कृतचा विषय का काढला? का राजेंची फिरकी घ्यायची लहर आली?''

''यांची फिरकी का बरं?''

''राजेंना संस्कृत शिकायची खूप इच्छा होती. परंतु यांना जावं लागलं इंजिनिअरिंगला. संस्कृत मागे पडलं, त्या दिवसापासून आमच्याकडे सतत कुरबुर मला तुम्ही संस्कृत शिकवलं नाही.''

''पण सांगा ना!'' कर्नल.

''संस्कृत आईसाहेबांना चांगलं येतं. परंतु तुला कशाला हवं आहे?''

''सांगतो.'' कर्नलने खिशातून एक प्लास्टिक फोल्डर बाहेर काढले. फोल्डरवरील रबरबँडचे तिढे सोडवलं. रबरबँड तडतड आवाज करत होते.

राजे, अमिता आणि आईसाहेब त्या फोल्डरकडे उत्सुकतेने पाहत होते.

पिवळी शिक्क्यासारखी गोल वस्तू होती ती. त्याला मोठीच्या मोठी चेन होती.

''ही सोन्याची आहे. परंतु त्याहीपेक्षा या शिक्क्यावरील संस्कृत अक्षरं यांची

मला उत्सुकता आहे.''

''मला माझा चष्मा घ्यावा लागेल.''

''थांबा, मी पाहते.''

''अहो, तुम्हाला कुठे सापडेल? मलाच आणावा लागेल.''

''मला माहीत आहे कुठे आहे तो.'' अमिता पटकन किचनमध्ये गेली आणि चष्मा घेऊन आली.

आईसाहेबांनी चष्मा लावला आणि तो गोल शिक्का हातात घेतला. ती सोन्याची वस्तू बऱ्यापैकी जड होती.

आईसाहेबांनी दोन्ही बाजूंनी न्याहाळून पाहिली. शिक्क्याच्या एका बाजूला संस्कृत ओळीत लिहिलेला मजकूर होता, तर दुसऱ्या बाजूला उर्दू अक्षरे होती.

आईसाहेब खूप वेळ त्या वस्तूकडे पाहत होत्या. त्या कोचावर मटकन बसल्या. राजे आईसाहेबांकडे पाहत होते. काहीतरी गंभीर प्रकार होता, याची जाणीव झाली. कर्नल आणि अमिताही गंभीर झाले.

''आईसाहेब काय झालं?''

कर्नलकडे त्या पाहत म्हणाल्या, ''हा कुठे मिळाला?''

कर्नल राजेंकडे पाहत म्हणाले, ''दुबईहून आलेल्या एका व्यक्तीकडून मिळाले. त्याच्यावर एअरपोर्टवर गोळीबार झाला. काही खास गोष्ट आहे याच्या मागे.''

आईसाहेब गतकाळातील एक-एक कप्पे उघडण्याचे प्रयत्न करत होत्या.

''राजे, काही गोष्टी कायमच्या बंद करून नवीन आयुष्य सुरू करण्याचा प्रयत्न करतो. परंतु अशा गोष्टी स्मशानातूनही उभ्या राहतात.''

''काय झालं?''

''फार पूर्वीची गोष्ट आहे. मी त्या वेळी हायस्कूलमध्ये जात होते. माझ्या लग्नाच्या अगोदरची गोष्ट आहे. त्या काळी मुलींनी शिक्षण घेणं हे अत्यंत हीन समजलं जात होतं. अशा वेळची गोष्ट आहे. आम्हाला त्या वेळी आतासारखं शाळेत जाता येत नव्हतं. सरकार आणि इनामदारांच्या मुली म्हणून आम्हा निवडक मुलींना कोल्हापूरात राजवाड्यात खास शाळा होती. शिकवण्यासाठी खास शिक्षक होते.''

''हो, तुम्ही मला हे काही वेळा सांगितलं होतं.''

''मुली फक्त राजघराण्याशी संबंधित येत होत्या. आमचं घराणं इनामदारांचं, त्यामुळे मला खासकरून पाठवलं जात होतं. मला जाता-येता सोडण्यासाठी खास घरगडी ठेवला होता. माझा शिक्षणातला रस इतर मुलींच्या मानाने चांगला होता. परंतु माझी ओढ मराठी, संस्कृत आणि इतिहासाकडे जास्त होती. मला भाषा मनापासून आवडत होती. त्यामुळे जेव्हा संस्कृत हा विषय शिकवण्यास सुरुवात झाली, तेव्हा मला तो खूप आवडला. मी संस्कृत श्लोक पाठांतर करत होते.

व्याकरणही माझं चांगलं होतं. अशाच वेळी काशीचे पंडित आम्हाला शिकवण्याकरता आले. ते कोल्हापुरात नुकतेच आले होते. त्यांचं संस्कृत भाषेवरचं प्रभुत्व जबरदस्त होतं. संस्कृत नाटकं, शूद्रकाचं मृच्छकटिक, भासाचं स्वप्नवासवदत्ता, कालिदासाचं मालविकाग्नीमित्र, शाकुंतल, विक्रमोर्वशीय ही नाटकं, मेघदूत, ऋतुसंहार, रघुवंश, कुमारसंभव ही काव्यं, कादंबरी, पंचतंत्रातील कथा, वेद, उपनिषदं, रामायण, महाभारत, भर्तृहरीचं श्रृंगारशतक, नीतिशतक, वैराग्यशतक यांचा अभ्यास करताना रोमांच यायचे. खूप वेळा बाणाच्या कादंबरीतील उताऱ्यांचं वाचन, गीतेवरील चर्चा यात आम्ही तल्लीन होत असू. आमच्या आयुष्यातला तो काळ हा अविस्मरणीय होता. आम्ही अगदी वेडे झाल्यासारखं पंडितांच्या वर्गात बसत होतो. हे फक्त माझंच नाही, आम्हा इतर मैत्रिणींनाही हे आवडत होतं. मुख्य म्हणजे कथारूपाने अभ्यास करण्याची पंडितांची शैली खूपच छान होती. आम्हाला संस्कृतचा अभ्यास कधीही कठीण वाटला नाही. दुर्दैवाने आम्हाला पंडितांचं अधिक काळ शिक्षण प्राप्त झालं नाही. अन्यथा आम्ही संस्कृतवर प्रभुत्व मिळवलं असतं.''

''मग काय झालं?''

''त्यांचा खून झाला.''

''काय...?''

''कसा काय?''

''पंडितांची एक मुलगी होती. एकदम सुंदर राजकन्येसारखी. पिवळ्या चाफ्याप्रमाणे शरीर होतं. मुसमुशीत. छोटं नाक, काळेभोर केस, गोल डोळे, चंद्राप्रमाणे गोल चेहरा. चाल एकदम हरणीप्रमाणे. ती मला खूप आवडायची. तशी ती आम्हाला सर्वांना आवडायची. आम्ही तिला 'सोनपरी' म्हणत असू. आम्ही त्यांच्या घरी जात होतो. संस्कृत शिकण्यासाठी. महालक्ष्मी मंदिराजवळच्या वाड्यातच ते लोक राहत होते. ती आमच्यापेक्षा मोठी होती. ती कॉलेजमध्ये शिकत होती. आम्हाला ती कॉलेजमध्ये शिकायला जायची, याचं खूप अप्रूप वाटायचं. त्या वेळी कॉलेजमध्ये जाणाऱ्या मुली अगदी हाताच्या बोटावर मोजता येणाऱ्या एवढ्या होत्या. ती कॉलेजमध्ये जाणारी, हुशार वयाने मोठी असूनही आम्हाला मैत्रिणीप्रमाणे वागवायची.

तिनं मला कधी म्हटलं, 'राजेश्वरी, तुला काय हवं?'

''तर मी म्हणायची, माझं नाव राजेश्वरी आहे. परंतु मी तुझ्याएवढी देखणी नाही. तुझं हे देखणपण मला थोडा वेळ उसनं दे ना!''

मग ती माझ्यावर रागवायची.

'छट् तू काय कमी सुंदर आहेस. मी काय पिवळ्या पालीसारखी आहे. तुझा हा निमगोरा रंगच छान आहे.'

''ती आमची खरीखुरी मैत्रीण होती. परंतु या शिक्षणाच्या उत्साही वातावरणाला

एक दिवस तडा गेला.

''तो मुसलमान होता. अगदी सुमार चेहऱ्याचा. गालफडं आत गेलेला. पिचपिची डोळ्यांचा. काळसर सुकलेले ओठ. हनुवटी चकचकीत, तेलकट चेहरा, खप्पड दिसायचा. किडकिडीत बांध्याचा. पांढरी विजार आणि पांढर शर्ट घालायचा. डोक्यावर मुसलमानी पद्धतीची काळी टोपी होती. तो खूपच वयस्क होता. पायात विचित्र जोडे होते. नक्षिकाम केलेले. बहुधा त्याला ते लखनवी म्हणत होते. आता आठवत नाही. तो चालताना मात्र झपझप चालायचा.

''पंडिताच्या घरी दर शुक्रवारी यायचा. आम्हाला खूप दिवस ते समजलं नाही. कारण तशा आम्ही त्यांच्या घरी फक्त तीनच दिवस जात होतो. मंगळवार, बुधवार आणि गुरुवार. तेही तासभर. तसे ते वाड्यातही आम्हाला शिकवायला यायचे. परंतु जादा शिकवण म्हणून आम्ही संध्याकाळचे त्यांच्या घरी जायचो.

''एक दिवस आम्हाला धक्कादायक गोष्ट पाहायला मिळाली. तिने पिवळी साडी नेसली होती. हळदीची. हातात हिरवा चुडा होता. कपाळाला कुंकू होतं. केसांची एकच घट्ट वेणी. ती त्या पेहरावातही अत्यंत सुंदर दिसत होती. ते जातिवंत सौंदर्य होतं. तिच्या कपाळावर ठसठशीत लालभडक कुंकू आलं होतं. आम्ही आश्चर्याने तिच्याकडे पाहिलं.

''तिचं लग्न झालं होतं त्या काळ्या मुसलमानाशी. आम्हाला तो धक्का सहनच झाला नाही. आम्ही सर्व जणी कावऱ्याबावऱ्या झालो. ती मात्र शांत होती. तिच्या चेहऱ्यावर कसलाही भाव दिसत नव्हता.

''लग्नानंतर आम्हाला तिच्याशी जास्त बोलता आलं नाही. तीही आमच्याशी तुटक-तुटक बोलू लागली.

''आम्हा मैत्रिणींना खूप वाईट वाटलं.

''कोल्हापूरला ती बातमी भूकंपासारखी होती. पेठेपेठेत त्यांच्या लग्नाची चर्चा झाली. ब्राह्मण मुलीने मुस्लीम आणि तेही वयस्क सुमार व्यक्तीशी लग्न केलं. बरं, मुलगी ही अतिशय देखणी. सर्वच प्रकार आम्हाला भीतिदायक वाटला. पंडितांवर करणी जादूटोणा झाला की काय?

''लोकक्षोभ उसळला.

''बातमी वृत्तपत्रात आली. ब्राह्मण मंडळी खडबडून जागी झाली. निषेध आणि आरडा-ओरड सुरू झाला. अनेकांनी पंडितांना जाब विचारला. अगदी राजकीय मंडळींपासून गल्लीतल्या दादा लोकांपर्यंत. परंतु पंडित शांत होते. सोनपरी शांत होती.

''आमचं पंडितांच्या घरी जाणं बंद झालं.''

आईसाहेब सर्वांकडे शांतपणे पाहत होत्या. त्या पुढे बोलू लागल्या. ''प्रकरण

पुढे चालू राहिलं.

"अनेक लोकांनी जाब विचारायचा प्रयत्न केला. परंतु काही लोक त्या मुसलमानाला घाबरले. तो काही काळी जादू करेल म्हणून. परंतु वृत्तपत्रांतून आरडाओरड चालू होती. आता मुंबई-पुण्याच्या वृत्तपत्रांनी अधिकच रस घ्यायला सुरुवात केली. पोलिसांनीही लग्न योग्य प्रकारचं झालं किंवा कसं, याची चौकशी सुरू केली. दबाव किंवा इतर काही बाबी होत्या का? यांचा तपास सुरू केला.

"पंडिताची घरची शिकवणी बंद झाली आणि ते वाड्यातही यायचे बंद झाले.

"आम्ही सोनपरी प्रकरण विसरण्याचा प्रयत्न करू लागलो. परंतु ते समोरच होतं. वृत्तपत्रांतून सतत डोळ्यांसमोर सलत होतं. एक दिवस बातमी आली – पंडितांच्या खुनाची आणि आम्ही सर्व जाम घाबरलो. तलवारीचे वार करून पंडित आणि त्यांच्या बायकोला मारण्यात आलं होतं. पोलीस चौकशी झाली. परंतु त्यांना खुनी मिळाला नाही. पुढे त्याचं काय झालं, ते समजलं नाही.

"सोनपरी आणि तिचा तो मुसलमान नवरा कोल्हापूर सोडून गेले. परंतु त्यांचं काय झालं, ते समजलं नाही. प्रकरण इतकं भयानक होतं, की आम्हाला ती आठवण आणि त्याबद्दल चर्चाही नकोशी वाटायची. कधीकधी आम्ही मैत्रिणी एकमेकांच्या थट्टामस्करी करण्यासाठी संगीत शारदामधील ते नाट्यगीत विडंबन करून म्हणत असू.

पाऊणशे वयमान अवघे,
नन्रा म्हणती मान
सोनपरीला मिळाला बाई
एकदाचा जरठ महान

"आम्ही एकमेकींची थट्टा करत हसत होतो. पण कुचेष्टाही आम्ह मैत्रिणींना जिव्हारी लागायची. ती सोनपरी पुन्हा-पुन्हा डोळ्यांसमोर येत होती. माझ्या डोळ्यांतून पाणी यायचं."

आईसाहेबांच्या चेहऱ्यावर दुःखाची छटा दिसत होती. सर्व जण त्यांच्याकडे पाहत होते.

"परंतु आईसाहेब शेवटी मुख्य गोष्ट राहिलीच."

"हा हातातील शिक्का होय ना?"

"हो!"

"सोनपरीचं लग्न झाल्यावर तिच्या गळ्यात असाच शिक्का पाहिला होता. अगदी अशीच अक्षरं संस्कृत आणि उर्दूमधली. मी तिला याबद्दल विचारलंही होतं. तुझ्या गळ्यात मंगळसूत्र दिसत नाही. कारण काही ठिकाणी मुसलमान स्त्रिया हिंदूप्रमाणे मंगळसूत्र घालतात. तिने त्या वेळी मला सांगितलं, हेच माझं मंगळसूत्र.

मग मी ते जवळून न्याहाळून पाहिलं. त्या वेळी तिने फक्त मलाच ते आपल्या गळ्यातून काढून पाहायला दिलं होतं.

"तिच्यावरील त्या संस्कृत अक्षरांचा अर्थ मला लागत होता. परंतु सोनपरी त्याबाबत माझ्याशी बोलायला तयार व्हायची नाही. कधीतरी तुला याबद्दल सांगेन, एवढंच म्हणायची. परंतु तिने ते कधीच सांगितलं नाही.

"ला इला इलाल्ला
ला इला इलाल्ला
अल्ला हो अकबर
अकबर हो अल्ला
दिने ईलाही
दिने ईलाही
इदं खलविंद
तत् त्वं असी
तत् त्वं असी
ओम शांती
ओम शांती
ओम शांती!"

आईसाहेब त्या शिक्याकडे निरखून पाहत होत्या. परंतु आठवून-आठवूनही त्याचा गुंता सुटत नव्हता.

"काही कळत नाही. तिला मला ते शेवटपर्यंत सांगता आलं नाही."

"पंडितांच्या बोलण्यात कधी ही अक्षरं किंवा या ओळी आल्या नव्हत्या. त्या वेळी त्या घटना थोड्या भीतिदायक होत होत्या. शक्यतो जास्त चौकशी न केलेली बरी. त्यात तशा आम्ही लहान होतो. त्या मुसलमानाच्या काळी जादूची आणखीन भीती. सर्वांत जास्त भीती आमच्या घरी पसरली. इनामदाराच्या मुलीच्या लग्नात घोटाळा नको. आमच्या आई महाराज आणि दादामहाराज दोघांनीही विषय कुठेही काढायचा नाही, म्हणून आम्हाला रागावून सांगण्यात आलं. पुन्हा मी घराबाहेर गेले नाही. आमच्यावर जास्तच बंधनं आली. त्या वेळी मॅट्रिक चांगल्या मार्कांनी पास झाले. परंतु कॉलेजचं नाव नाही. इनामदाराची मुलगी चुकून जास्त शिकायची आणि नवरा मिळवताना अडचण नको. आम्ही त्यानंतर दिवाणखान्यात पाऊल टाकलं, ते मलकापूरकरांनी वधू म्हणून पसंत केलं त्या वेळी."

आईसाहेबांच्या चेहऱ्यावर गुलाबी स्मितरेषा तरळली.

कर्नल विचारात पडले. दिने ईलाही, दिने ईलाही.

"आईसाहेब ही अक्षरं एवढंच सांगतात की, सम्राट अकबराने स्थापन केलेल्या

दिने ईलाही धर्माबाबत आहेत. परंतु ही अक्षरं आणि हा शिक्का एकदम आकाशातून टपकल्याप्रमाणे आता समोर आहेत. त्यात तुमच्या माहितीवरून ही वस्तू मंगळसूत्राप्रमाणे गळ्यात वापरली जाते. एवढीच माहिती समजून येते. परंतु पुढचं काय? याची खूप चौकशी करावी लागेल, असं दिसतंय. मुख्य म्हणजे आता ज्याच्याकडे ही वस्तू मिळाली, त्याच्यावर खुनी हल्ला झाला आहे. वस्तू मोठी रहस्यमय आहे, यात वाद नाही.''

सर्व गंभीर झाले.

आईसाहेबांच्या कथेने तर सारेच चक्रावून गेले.

''कधीकधी वाटतं, ती मला कधीतरी भेटेल आणि मनातील तो धूसर पडदा दूर होईल. परंतु आतापर्यंत ती फक्त आशाच राहिली. दूरचे दिवे कधीच जवळून पाहता न येणारे...'' आईसाहेबांच्या बोलण्यात हताशपणा होता.

खूप रात्र झाली होती. अमिताने स्वत:ची आवराआवर केली. अमिताला रात्री मुक्काम करून सकाळी जाण्याबाबत सुचवलं, परंतु अमिता तयार झाली नाही. मग तिला सोडण्यासाठी सर्व जण बाहेर पडले. मलबार हिलपर्यंत जाताना पुढे राजे बसले होते. कर्नल ड्रायव्हिंग करत होते, तर मागे आईसाहेब आणि अमिना बसली होती.

परंतु बोलण्याच्या मूडमध्ये कोणीच नव्हते.

रात्रीच्या धूसर वातावरणात वरळी सीफेसवरून गाडी जात होती. थंड हवा समुद्रावरून येत होती. रात्रीचे अनेक लोक शेवटचा फेरफटका मारण्यासाठी हाजी अलीच्या त्या रस्त्याच्या कडेला फिरत होते. कोण आईसक्रिम खात होते, कोण भेळ खात होते, कोण चहा पित होते, कोण चणे-भटुरे खात होते. मुंबईकर रात्र एन्जॉय करत होते.

त्या गाडीत मात्र सर्व जण गंभीर होते... बोलण्याच्या अवस्थेमध्ये कोणीच नव्हते.

३१

कर्नलने आईसाहेब आणि राजे यांना हाजी अलीला घरी सोडले. तिघे जण अमिताला तिच्या घरी सोडून आले होते. रात्र बरीच झाली होती. रात्रीचे बारा वाजून गेले होते.

''प्रकाश, मुक्काम इथेच करा. सकाळी जा तुम्ही.'' आईसाहेब.

''नाही आईसाहेब, फक्त या शिक्क्याचं वाचन करण्याच्या उद्देशाने मी आलो होतो. परंतु तुम्ही त्याबाबतची गोष्ट सांगितली आणि आता हेच प्रकरण गंभीर दिसू लागलं आहे. मी याकडे फारसं लक्ष दिलं नव्हतं. परंतु एक गोष्ट ध्यानात ठेवा. याबाबत काही आठवत असेल, तर नक्की लगेच कळवा. विशेषत: ते पंडित आणि त्यांचं घर-वाडा तुम्ही खूप दिवस जात होता. याबाबत तुम्हाला विचार करता आला तर पाहा.''

कर्नलला हे सांगणे नकोसे वाटत होते. आईसाहेबांचे वय झाले होते. विनाकारण गतजीवनातील – तेही हायस्कूलमधील जीवन आठवण्याबाबत मानसिक ताण देणे योग्य वाटत नव्हते.

''मी काही आठवलं, तर कळवेन.''

प्रकाशला रात्री राहण्याबाबत राजेंनीही आग्रह केला. परंतु कर्नलचे लक्ष आता हॉस्पिटलकडे लागले होते. कर्नलला खूप झोप आली होती. जेवण चांगले झाले होते. सुस्तीही आली होती.

दिने ईलाही, दिने ईलाही.

विमानतळावरील गोळीबारापासून सर्व घटना पुन्हापुन्हा डोळ्यांसमोर येत होत्या.

कर्नलची गाडी वरळी नाक्यावरून प्रभादेवीच्या दिशेने जात होती. रात्रीच्या वातावरणात गाड्यांची वर्दळ कमी होती. आजूबाजूची दुकाने, ऑफिसेस बंद होती. अंधारात मुटकळून बसली होती. रस्त्यावरील दिव्यांचा प्रकाशही कमी वाटत होता.

त्यामुळे रस्त्यावरून धावणाऱ्या गाड्यांच्या हेडलाइटच्या प्रकाशात फक्त रस्ता न्हाऊन निघाल्यासारखा वाटत होता.

कर्नलची गाडी भर वेगाने जात होती. टॉप स्पीडमध्ये.

गाडीचा वेग आणि रात्रीची नीरव शांतता, कर्नल 'कर्नल' राहत नव्हता. दृष्टिभ्रम, विचारभ्रम, आयुष्यभ्रम!

भ्रम भ्रम भ्रम.

कर्नलने मोबाइल हातात घेतला.

''कॅप्टन, हॉस्पिटलची परिस्थिती?''

''सर, बॅड न्यूज, ही इज डेड.''

कर्नलचा चेहरा गंभीर झाला.

मोबाइल बंद केला.

कर्नलची नजर समोर होती. काही गाड्या भर वेगाने जवळून जात होत्या. बहुधा एअरपोर्टवर जाण्याची घाई असावी किंवा पार्टीला जाण्याची उत्सुकता.

कर्नल विचारांच्या जाळ्यात खोलवर जात होता.

कर्नलची गाडी दादर शिवाजी पार्कवरून जात होती. समुद्रावरील थंड हवेचा भपकारा चेहऱ्यावर येत होता.

दिने ईलाही, दिने ईलाही

तो सावध होता.

तो सैनिक होता.

तो लढण्यास तयार होता.

३२

जागा ठरली. दिवस ठरला. वेळ ठरली... आणि टेबल टॉपला सुरूंग लागला.

राजेंना वाटले नव्हते, पुढे असे काही होईल. ''बापा केमिकलमधील आगीबाबत टेबल टॉप सिनरी चेंबुरला घ्यायचं.'' राजेंनी डिशमधील सहकाऱ्यांद्वारे जाहीर केले. राजेंना खात्री होती, हा कार्यक्रम आपण नक्कीच यशस्वी करू. परंतु सुरूंग लागला. बापा केमिकलच्या व्यवस्थापनाने ऑफिसला कळवले होते.

'या टेबल टॉपमध्ये सहभागी होऊ शकत नाही.' कारण कळवले नाही.

बापा केमिकल घरचीच कंपनी होती. भावी वधूची, भावी सासऱ्याची. त्यांनीच कार्यक्रमाला खो घातला.

''अमिता!''

''अमिता!''

राजे मोबाइलवर बोलत होते. राजेंची नजर खिडकीतून बाहेर ऑफिसमधून मातीच्या डोंगराकडे जात होती. दक्षिण मुंबईत मातीचा डोंगर तेवढा एकच शिल्लक राहिला होता. मलबार हिलच्या बाजूला. वरळीच्या बाजूला राजेंनी पाय सरळ सोडले होते. खुर्चीत ऐसपैस बसले होते. समोर कोणीही नव्हते.

राजे आपल्या ऑफिसमध्ये एकटेच होते.

''अमिता!''

''काय झालं?''

''अरे, तुम्ही कोठे आहात? बिझी आहात?''

''नाही.''

''मग एवढा वेळ झाला, प्रतिसाद येत नाही.''

''मी घरीच आहे.''

"काही तरी घोटाळा दिसतो."

"कसला?"

"तुमची नाराजी का? नाही सांगायचं, तर नका सांगू"

"फोन बंद करू का?"

"अहो, पण आम्ही कशाबद्दल नाराज आहोत, असं वाटतं?"

"बापा केमिकलने माझ्या कार्यक्रमात भाग घ्यायचा नाही, असं कळवलं आहे."

"ओ आय सी! तुम्ही एवढे सिरिअस का?"

"अरे, कमाल आहे! माझा हा कार्यक्रम माझ्या दृष्टीने अत्यंत महत्त्वाचा आणि तुम्हीच त्याला नकार देता आहात."

"तुम्ही पप्पांशी का नाही बोलत?"

"का? तुम्हाला काही बोलायचं नाही का? तुम्हाला बोलू नका म्हणून पप्पांनी सांगितलंय!"

"तुम्ही गैरसमज करून घेऊ नका आणि रागावूही नका."

"अरे, पण मला समजून तरी घ्या."

"अहो, असं काय करता? तुम्ही कार्यक्रम ठेवला आहे. यामध्ये आमच्या कंपनीचं कोणीही सहभागी होऊ शकणार नाही."

"म्हणजे?"

"अहो आमच्या विरुद्ध उच्च न्यायालयात केस आहे. अशा लोकांसोबत हा कार्यक्रम कसा करू?"

"कसली केस!"

"अरे, कमाल आहे."

"का?"

"का काय?" ती पलीकडे राजेंना हसल्यासारखी वाटली. "चेंबूर ॲक्शन ग्रुपची केस शिरगोपीकरांनी घातली आहे."

"शिरगोपीकरांनी!"

"मग काय तर!"

"तुम्ही नक्की खरं सांगता आहात?"

"मग, मी काय कसली कॅसेट लावून सांगते आहे?"

"अरे, मग जरी कोर्टकेस असली, तरी माझा कार्यक्रम हा सर्वांना एकत्रित करणारा आहे. तो अपघाताशी संबंधित आहे. या वेळी शत्रू-मित्र असं काही नाही. एक शेजारी म्हणून तुम्ही कार्यक्रमात सहभागी व्हायचं आहे."

"तो तुमचा कार्यक्रम, तुमचा शेजारधर्म आणि तुम्ही ते पप्पांना सांगा, आम्ही

कोणीही या कार्यक्रमात भाग घेऊ शकणार नाही. पुन्हा ते शिरगोपीकर असतील, तर इतरही कोणत्या ठिकाणी तुम्ही कार्यक्रम घेतला, तरीही आम्ही येणार नाही.''

ती भावी वधू बोलत होती. ठसक्यात बोलत होती. अमिता पटेल. राजेंनी डोके खाजवायला सुरुवात केली. मोठी अडचण होती. डोळ्यांसमोर झर्रकन पुढचा सिनेमा उभा राहिला. कार्यक्रम रद्द. शासनाच्या सर्व टॉप ब्रॉसला कामाला लावायचे ठरवले होते. परंतु कशाचे काय! सगळे मुसळ केरात.

टेबल टॉप हवेतच राहणार, असे दिसत होते.

''मी उद्या घरी येतो.''

''का?''

''पप्पाशी बोलायला.''

''पप्पा खूप नाराज होतील.''

''मला पाहू दे, किती नाराज आहेत ते.''

''परंतु तुम्हाला शिरगोपीकरांना वगळून कार्यक्रम करता येणार नाही का?''

''जाऊ दे, मी उद्या घरी येतो, मग आपण बोलू.''

''जेवण करायलाच या मग!''

''अहं!''

''का नाराज?''

''नाही. मी घाईत आहे. आणि सकाळी लवकरच येईन, ऑफिसला जाण्याअगोदर.''

''मग ब्रेकफास्ट तयार ठेवते.''

''ठीक आहे.''

अमिताचा आवाज थोडा खाली आल्यासारखा वाटला. परंतु एकंदरीत शिरगोपीकर प्रकरणावरून पटेल कुटुंब भलतेच उखडलेले दिसत होते.

वेळ सकाळची होती.

ब्रेकफास्टची वेळ. परंतु थोडे उशिरा ऑफिसला जाण्यापूर्वी राजे आले होते. घरी सर्व जण हजर होते.

अमिता खूश होती.

राजेंनी रसिकभाईंना वाकून नमस्कार केला आणि कोचावर बसले. रसिकभाईंच्या चेहऱ्यावर स्मित होते. परंतु त्यापलीकडे चेहऱ्यावर आतली नाराजी होती.

सकाळच्या गप्पा सुरू झाल्या राजकारण, समाजकारण आणि घरच्या गप्पा. मध्येच अमिताच्या आईने बाहेर येऊन हजेरी लावली. वातावरण थोडे मनमोकळं झाल्यासारखे दिसत होते.

शेवटी भावी जावई घरी आले होते.

सकाळची न्याहारी टेबलवर मांडण्यात आली. एरवी नोकरांकडून मांडला

जाणारा ब्रेकफास्ट आज अमिता स्वत: पुढे येऊन ठेवत होती. तिच्यामधील बदल घरच्या सर्वांना जाणवत होता.

रसिकभाईंबरोबर सर्व जण ब्रेकफास्टला हजर होते. खाकरा, ढोकळा, फाफडा, कचोरीबरोबर उपमा आणि इडली, डोसा – टेबलावर ठेवला होता.

''मी ब्रेकफास्टला आलो आहे.''

''मग आम्ही तुम्हाला ब्रेकफास्टच देत आहोत.''

''एवढं सगळं कसं काय खाणार?''

''अरे, तुम्ही कोल्हापुरचे, हे खाणं काय जास्त नाही.''

''छे!'' राजेंनी एका प्लेटमध्ये हवे तेवढेच घेतले.

''घरी ब्रेकफास्ट करून आला नाहीत ना?''

''नाही. मी ब्रेकफास्टलाच येणार, म्हणून सांगितलं होतं.'' राजे अमिताकडे पाहत म्हणाले.

''यांना तिखट खायची सवय, गोड सकाळी सकाळी खायला जास्त होणार नाही. तरीही आम्ही गोड काही ठेवलं नाही.''

''मी पुरेसं घेतलं आहे,'' राजे खात खात म्हणाले.

कॉफी मसालेदार होती. वेगळीच चव होती. ''कॉफी छान आहे.''

''आणखी थोडी देऊ?''

''पुरे.'' राजेंनी हसून म्हटले.

ब्रेकफास्ट झाला, राजे घड्याळाकडे पाहत होते.

''पप्पा, मी एक कार्यक्रम ठेवला आहे. अपघातासंबंधी – आगीच्या.''

''होय!''

''राजे, अमिताने तुम्हाला सांगितलंच असेल. आमचं त्यामध्ये सहभागी होणं योग्य नाही.''

''तुम्ही सहभागी होणार नाही, याचं कारण समजलं. माझ्या कार्यक्रमाचं एक वैशिष्ट्य सांगतो. जेव्हा अपघात एखाद्या ठिकाणी किंवा एखाद्या कारखान्यात होतो, तेव्हा आपत्कालीन परिस्थिती तयार होते तेव्हा कारखान्यातील सुरक्षा यंत्रणा, मॅन पॉवर यांबरोबर कारखान्याबाहेरून मिळणारी मदत ही खूप महत्त्वाची बाब आहे. लोकल अथॉरिटी म्हणजे बीएमसी, पोलीस, हॉस्पिटल, एनजीओ; यांच्याबरोबर शेजारचे कारखाने, विभागातील इतर कारखाने यांचीही मदत महत्त्वाची आहे. आमची याबाबत एक संकल्पना आम्ही राबवतो. म्युच्युअल एड रिस्पॉन्स ग्रुप (मार्ग). यांमध्ये म्हणजे या ग्रुपमध्ये विभागातील सर्व कारखाने यांना सामावून घेण्यात येतं. या कारखान्यांना एकमेकांच्या कारखान्यात वापरण्यात येणारे धोकादायक पदार्थ, साठा यांबाबतची माहिती आपत्कालीन वेळी वापरायचं मास्क या अनुषंगाने

कोणती मदत करता येईल, याबाबतही हा ग्रुप मदत करतो.''

''राजे, मार्गची संकल्पना मला माहीत आहे. आय नो इट. परंतु आमच्या कंपनीला नाहीसं करण्यास निघालेल्या व्यक्तीशी या कार्यक्रमासाठी हातमिळवणी करणं आम्हाला योग्य वाटत नाही.''

''मलाही आपला विस्तारीकरण प्रकल्प योग्य वाटत नाही. परंतु ही बाब झाली न्यायालयीन. यामध्ये न्यायालय जो काही निर्णय देईल, तो कायदेशीर असेल. एवढ्यावरून माझ्या कार्यक्रमात सहभागी न होणं उचित नाही, असं वाटतं.''

''राजे, हा धंदा आहे. इथे कायदेशीर योग्य-अयोग्य अशा गोष्टी ज्याने त्याने आपल्या तत्त्वानुसार ठरवायच्या आहेत. आमचं उद्दिष्ट विस्तारीकरण प्रकल्प राबवण्याचं आहे. उद्योग वाढवायचा आहे. नफा मिळवायचा आहे. त्याला न्यायालयीन आडकाठी ही धंद्याच्या दृष्टीने वजाबाकी आहे.''

राजे विचारात पडले.

''तुम्ही संचालक या पदावरून जे काही करत आहात, त्याला आमचा विरोध नाही. नियमानुसार तुम्ही करा. आमचं काहीही म्हणणं नाही, परंतु त्यापलीकडे आम्हाला आमच्या पद्धतीने राहावं लागेल.''

''शिरगोपीकरांचा तुम्हाला खरोखर एवढा विरोध आहे का?''

''राजे, राजकारणी लोकांचे खायचे दात वेगळे, दाखवायचे दात वेगळे. त्यांनी आम्हाला दोन्ही दात दाखवले. त्यांना संपूर्ण कारखाना आणि परिसर बळकावायचाच आहे. आम्हाला खूप मोठी लढाई द्यावी लागत आहे. ते शेअर बाजारातून कंपनी ताब्यात घेण्याचा प्रयत्न करत आहेत. त्यांनी आम्हाला ऑफर दिली आहे. त्यांनी दोन नंबरच्या लोकांकडून दबाव आणला आहे. राजकीय दबावही आणला आहे. या सर्वांसमोर हे तुम्हांला सांगावं लागत आहे. आम्हाला शिरगोपीकर म्हणजे खूप मोठा धोका आहे.''

''आम्ही त्यांच्या दोन नंबरच्या लोकांशी झगडतो आहोत. आम्ही न्यायालयीन लढाईला तोंड देत आहोत. यासाठी आम्हाला सतत दिल्लीपर्यंत धाव घ्यावी लागत आहे. याकरता किती आर्थिक ताकद खर्च होत असेल, याचा तुम्हीच विचार करा. राजकीय लोकही हुशार आहेत. आमचं उद्योगधंद्यातलं स्थानही वादातीत आहे. परंतु हे राजकारणातले लोकही आमच्यासारख्यांना झुलवत ठेवतात. न्यायालयीन प्रकरण हे त्यांच्या दृष्टीने पर्वणी आहे. ते प्रकरण त्यांना बंद करायचं नाही आणि निर्णयही होऊ द्यायचा नाही. त्याच्या भीतीवर आणि राजकीय दबावावर आपली पोळी भाजून घ्यायची. आम्ही त्यांच्या दृष्टीने सोन्याची अंडी देणारी कोंबडी आहोत.''

रसिकभाई हसत पुढे म्हणाले ''गोल्ड माइन!''

राजेंना त्यांनी निरुत्तर केले होते. ''मी यामध्ये शिरगोपीकरांशी बोललो, तर

तुमची हरकत नाही.''

"अहं! आमचा तो दुबळेपणा होईल. दिल्लीपर्यंतच्या फेऱ्या आम्हाला वाढवाव्या लागतील. मानहानीकारक!''

रसिकभाईंच्या या वाक्यावर सकाळचे वातावरण तणावपूर्ण झाले. गंभीर झाले.

सर्वांचे चेहरे गंभीर दिसत होते. राजेंनी अमिताच्या चेहऱ्याकडे पाहण्याचे टाळले. ''पप्पा, मी एवढंच सांगतो, शिरगोपीकरांशी बोलेन, पण मानहानीकारक किंवा तुम्हाला आर्थिकदृष्ट्या फटका बसेल, असं काही करणार नाही.''

रसिकभाई काही बोलले नाही.

तुम्ही बसा मी तयार होतो. रसिकभाई आतमध्ये निघून गेले. अमिताची आईही आतमध्ये गेली.

अमिताने राजेंना तिच्या बेडरूममध्ये बोलावले.

अमिताला जवळ घेतले.

''काळजी करू नका,'' अमिताने काही न बोलता राजेंच्या छातीवर डोके टेकले. राजे गंभीर झाले.

३३

पुन्हा सकाळ. राजे अमिताच्या घरी आज लवकर हजर होते. ब्रेकफास्टला सुरुवात करण्यापूर्वी राजेंनी त्यांना सांगितले होते. शिरगोपीकर घरी येणार आहेत. पटेल कुटुंबीयांना भेटण्यासाठी.

वातावरण तणावपूर्ण होते. सर्वांचे चेहरे काळजीने माखलेले होते. राजे काहीच बोलायला तयार नव्हते. राजे शांत होते. राजे सकाळचे पेपर वाचण्यात मग्न झाले होते. अमिता आत-बाहेर करत होती. परंतु बोलण्याच्या मन:स्थितीत कोणीच नव्हते. शिरगोपीकरांसाठी चहाबरोबर काय काय ठेवायचे, एवढीच चर्चा राजेंबरोबर अमिताला करता आली. आदल्या दिवशी राजेंनी कोणतीच कल्पना दिली नव्हती. शिरगोपीकरांचे येणे अचानक होते. सर्वच गोंधळून गेले होते. राजे शांत होते. अकरा वाजून गेले, सर्वांची उत्सुकता ताणली गेली होती. परंतु अधिक चौकशी करण्यापूर्वीच शिरगोपीकर येत असल्याचे ड्रायव्हरने इंटरकॉमवरून कळवले.

शिरगोपीकर आले. त्याच साध्या ड्रेसमध्ये. पांढरा सदरा. पांढरी विजार, डोक्यावर गांधी टोपी.

''अरे तुमचे चिरंजीवही,'' राजे शिरगोपीकरांच्या चिरंजीवांकडे पाहत म्हणाले. ''या, या वेलकम!!''

रसिकभाईंनी शिरगोपीकरांचे पुढे होऊन हातात हात घेतले आणि आदराने खुर्चीवर बसवले. शिरगोपीकरांच्या मुलाने पुढे होऊन भली मोठी फुलांची परडी रसिकभाईंना दिली. नोकराने पुढे होऊन सर्वांना पाणी दिले. शिरगोपीकरांची नजर सर्वांकडे भिरभिरत होती.

''तुम्ही आमच्या घरी आलात, आम्ही आभारी आहोत.''

शिरगोपीकरांनी स्मित दाखवत मान डोलावून त्यांना दाद दिली. ती राजकारणी व्यक्ती होती. प्रत्येक हालचालीत जणू काय राजकारण भरलेले दिसत होते. त्यांनी

कोणतेही सुरुवातीचे संकेत किंवा शिष्टाचार न ठरवता बोलण्यास सुरुवात केली.

"माझी काल राजेंशी भेट झाली. राजेंनी पटेलांच्या घरची मुलगी पसंत केल्याचं ऐकून आम्हाला थोडं आश्चर्य वाटलं. खरं म्हणजे कोल्हापुरचे मलकापूरकर म्हणजे यांची आम्हाला थोडीफार कल्पना आहे. त्यामुळे कोल्हापूरच्या इनामदारांनी मुंबईत येऊन गुजराथी मुलगी पसंत केली, हे आम्हाला धक्कादायक वाटलं. गैरसमज करून घेऊ नका. राजेंची पसंती ही नक्कीच योग्य असणार. आम्हाला त्याची खात्री आहे. परंतु आता आम्ही आलो आहोत, ते मुलगी पाहायला. तुमचो, काही हरकत नसेल, तर राजेंची या गोष्टीला हरकत नाही."

रसिकभाई गोंधळले, ते राजेंकडे पाहू लागले.

"पप्पा त्यांची इच्छा आहे. अमिताला पाहण्याची."

"तुमच्यात अशी काही पद्धत नाही ना, इतरांनी मुलगी पाहू नये. म्हणजे बुरखा वगैरे असं काही?"

रसिकभाई एकदम गोंधळून गेले.

"अहो, असं काही नाही. आमची मुलगी अगदी मनमोकळं फिरणारी आहे, आधुनिक आहे. आमच्या घरी बुरखा वगैरे असा काही प्रकार नाही."

"नाही, म्हणजे यांच्या कोल्हापूरच्या बाजूला अजूनही काही घराणी त्याच पद्धतीने राहणारी आहेत. म्हणून आम्ही थोडे साशंक होतो. त्याची खात्री करावी, म्हणून बोललो."

"आमची काही हरकत नाही."

मुलगी पाहण्याचा कार्यक्रम पुन्हा सुरू झाला. अमिताला राजे पाहायला आले, त्या वेळी अमिता एवढी तणावाखाली नव्हती. परंतु शिरगोपीकरांसमोर उभे राहताना मात्र एकदम थरथरते का काय, असे तिला वाटत होते.

अमिताने सलवार आणि कमीज घातला होता. आयत्या वेळी तिला बाहेर यावे लागल्याने तिला साडी नेसणे घाईचे वाटले असावे. तरीही दुपट्टा तिने डोक्यावर घेतला होता. दुपट्टा गुलाबी होता. ड्रेस सिल्कचा होता. राजेंचे लक्ष तिच्या सफेद हातावरील काळ्याभोर घड्याळाकडे जात होते.

अमिता हळूहळू पुढे येऊन अधोमुखी उभी राहिली

"अहो, घाबरू नका. आम्ही फक्त राजेंची पसंती पाहायला आलो आहोत."

शिरगोपीकरांनी अमिताला धीर दिला. तिला प्रेमाने खुर्चीवर बसण्यास सांगितले. अमिता संकोचली होती.

शिरगोपीकरांनी अमिताला त्यांच्या व्यवसायात मदत करता का नाही, एवढा एकच प्रश्न विचारला. परंतु अमिताला ते पूर्णपणे न्याहाळत होते. ती नजर विषारी नव्हती. ती नजर समजूतदार विश्वासू नजर होती. अमिता घाबरल्यासारखी वाटत

होती. राजेंना आश्चर्य वाटले. मुलगी पाहण्याचा कार्यक्रम झाला.

रसिकभाई गोंधळून गेले होते.

नोकराने मोठ्या ट्रेमधून खाद्यपदार्थ आणले.

राजे आणि रसिकभाई एका कोचवर बसले होते, तर शिरगोपीकर आणि त्यांचा मुलगा दुसऱ्या कोचवर बसले होते. दोन्ही कोचांसमोरील टीपॉयवर प्लेट ठेवण्यात आल्या.

शिरगोपीकर अगदी मनमोकळेपणे पदार्थ खात होते. शेवटी चहा झाला. शिरगोपीकर म्हणाले,

''राजे, तुमची निवड तुमच्या घराण्याला शोभणारी आहे. योग्य आहे.''

''आम्ही दोघांनी एकमेकांना पसंत केलं होतं. परंतु या घरात येईपर्यंत मी त्यांना पाहायला आलो होतो, हे आमच्या आईसाहेबांनी आणि अमितानी दोघींनीही पत्ता लागू दिला नाही. मी त्या वेळी खूप काळजीत होतो.''

''तुमच्या आईसाहेबांनी तुम्हाला चांगलंच बनवलं म्हणायचं तर.''

''अहो, मलाही काही माहीत नव्हतं. मला तर काही बोलूही देत नव्हते.''

रसिकभाई म्हणाले.

''शेवटी मुलगी घरच्या मंडळींना पसंत पडणं फार महत्त्वाचं.''

''मी आता तुमचा जास्त वेळ घेत नाही. रसिकभाई, तुमची आमच्याबाबतची नाराजी आम्हाला समजली.''

शिरगोपीकर थोडे थांबत पुढे म्हणाले,

''चेंबूर ॲक्शन ग्रुपने तुमच्या विरुद्ध न्यायालयात घातलेली केस मागे घेण्याबाबत कार्यवाही करण्यात येईल. तुमच्या कंपनीवर आमच्याकडून कोणत्याही प्रकारचा दबाव आणला जाणार नाही, अशी आम्ही हमी देतो. या बदल्यात आम्हाला जे हवं आहे, ते आम्ही राजेंकडून वसूल करू, परंतु तुमच्याकडून नाही. आमचे तुमच्याशी यापुढे मित्रत्वाचे संबंध राहतील, याची आम्ही काळजी घेऊ.''

रसिकभाई शिरगोपीकरांच्या या सांगण्यावरून एकदम अबोल झाले.

''अहं, आता आभार मानू नका. याची भरपाई आम्ही राजेंकडून करून घेणार आहोत.''

राजेंकडे रसिकभाई प्रश्नार्थक नजरेने पाहत होते.

''पप्पा, सर्व काही ठीक होईल. तुम्ही काळजी करू नका, शिरगोपीकरसाहेब आम्हाला वडीलधारी आहेत.''

रसिकभाईंनी पुढे होऊन शिरगोपीकरांचे हात हातात धरले.

परंतु शिरगोपीकरांनी त्यांना बळेबळेच आलिंगन दिले. रसिकभाईंना सद्‌गदित झाल्यासारखे वाटले.

''कधी शक्यं झालं तर आम्हालाही तुमच्या मित्रांबरोबर क्लबवर बोलवा, ज्युस पिण्यासाठी.''

शिरगोपीकर जाता-जाता म्हणाले. रसिकभाईनी त्यांचा हात हातात घेऊन प्रेमभराने दाबत त्याला मूकसंमती दिली. शिरगोपीकर आणि त्यांच्या चिरंजीवांना सोडण्यासाठी गाडीपर्यंत राजे आणि रसिकभाई गेले.

परत येताना राजे आणि रसिकभाई आपापल्या विचारात होते.

सर्व जण बाहेरच्या दिवाणखान्यात बसले होते. आता अमिताची आईही बाहेर आली होती. सर्वांच्या चेहऱ्यावर सुटकेचा निःश्वास होता. रसिकभाई आणि पटेल कुटुंब डोक्यावरील हजारो वर्षांचे ओझे निघून गेल्यासारखे दिसत होते. तरीही चेहऱ्यावर साशंकपणा होता.

''मग सर्व काही ठीक?''

कोणीच बोलत नव्हते.

सर्व जण रसिकभाईंकडे पाहत होते.

''पप्पा?''

''राजे त्यांच्या बोलण्याचा अर्थ कळला नाही आम्हाला!''

''काय?''

''आम्हाला त्यांनी आभारही मानू दिले नाहीत. त्याची किंमत आम्ही पुरेपूर तुमच्याकडून वसूल करू, असं म्हणाले.''

सर्व जण राजेंकडे पाहत होते.

''तुम्ही त्यांना कोणता शब्द दिला का, आणखी काही ठरलं आहे?''

रसिकभाईंच्या बोलण्याने सर्वांच्या चेहऱ्यावर काळजी साठू लागली. अमिताचा चेहरा काळवंडून गेला होता.

''पप्पा, मी तुम्हाला अगोदरच सांगितलं होतं. मी त्यांच्याशी बोलेन, तुम्हाला मानहानीकारक किंवा आर्थिक फटका बसेल असं काही करणार नाही.''

''आम्हाला नाही, पण तुम्ही आमच्यामुळे अडचणीत यावं, अशी आमची इच्छा नाही.''

''परंतु मी कुठे अडचणीत आलो आहे?''

''पण त्यांनी तुमच्याकडून वसुली करायचं ठरवलं, त्याचं काय?''

राजे थोडा वेळ थांबले आणि सर्वांकडे पाहत म्हणाले.

''माझ्या लग्नात माझ्याकडून मलकापुरकरांनी काही खर्च करायचा नाही. सर्व खर्च शिरगोपीकर करतील, हीच त्यांची वसुली आहे.''

सर्व जण चकित झाले.

''असं का!''

राजे बेफिकीरपणे पुढे म्हणाले, ''शिरगोपीकरांनी तुम्हाला म्हटलंच आहे, तुमच्या मित्राबरोबर ज्यूस प्यायला बोलवा.''

''मग?''

''त्या वेळी गप्पा मारता-मारता शिरगोपीकरच तुम्हाला सांगतील.''

रसिकभाई गप्प बसले.

राजे अमिताच्या रूममध्ये आले. अमिताने राजेंना घट्ट मिठी मारली. अमिता खूश होती. अमिता सुंदर होती. राजे तिच्या चेहऱ्याकडे बराच वेळ पाहत होते.

३४

राजेंनी दुपारचे जेवण ऑफिसमध्येच घेतले होते. दुपारची जेवणाची वेळ संपली होती. मात्र दुपारनंतरची चहापानाची वेळ झाली नव्हती. राजे दुपारचे कामकाज संपवून बाहेर पडले.

तो पिकअवर नव्हता, गर्दीची वेळ नव्हती, तरी मुंबईबाहेर जाणाऱ्या वाहनांची गर्दी होती. राजेंची गाडी दादर सोडून माटुंग्यावरून चेंबूरकडे निघाली होती. दुपारची वेळ होती. हवेत उष्मा हैराण करणारा होता. घाम काढणारा होता. राजेंना सुस्ती आली होती. पेंगुळल्यासारखे होत होते.

गाडी सायनवरील फ्लाय ओव्हरवर आली आणि राजेंना डोईजड आठवला. डोळ्यासमोर त्यांच्या गाडीवर कसा गोळीबार झाला आणि डोईजड कसा घाबरला असेल, याचे चित्र डोळ्यासमोर घेण्याचा प्रयत्न करू लागले. त्या दिवसापासून सगळ्या घटना बापा केमिकलभोवती फिरू लागल्या. प्रत्येक गोष्टीत बापा केमिकल. राजेंना तर जास्तच अडचणीचे होऊ लागले. बापा केमिकल त्यांच्या गळ्यात आला होता, का गळ्याशी आला होता?

हॉटेल रत्नदीप. चेंबूर.

व्ही. एन. पुरव मार्गावरील बेझालो कॉम्प्लेक्स आणि डायमंड गार्डनमधील ते मोठे हॉटेल होते. हॉटेलमध्ये राहण्याची सोय होती. कॅफेटेरिया होता, जिम होती, स्विमिंगपूल होता, बॉल रूम, बोर्डरूम, स्क्वॅश, टेबलटेनिस, लॉनटेनिसच्या सोयी होत्या. सर्व सुविधा पंचतारांकित होत्या.

ते हॉटेल शिरगोपीकरांचे होते. भपकेबाज आणि भारदस्त.

भल्यामोठ्या पार्किंग लॉटमध्ये शासनाची गाडी ड्रायव्हर ठोंबरेने पार्क केली. राजे बाहेर पडले. राजेंच्या येण्याची वाट पाहत होते. त्यांना खास व्हीआयपी लिफ्टने नेण्यात आले. पाचव्या मजल्यावर.

संपूर्ण माळा फक्त शिरगोपीकरांसाठी होता. त्यांच्या ऑफिससह.

शिरगोपीकर उठून पुढे आले.

''नमस्कार,'' शिरगोपीकरांनी राजेंना हाताला धरून प्रेमभराने दाबले आणि त्यांना घेऊन आले. राजे भल्यामोठ्या ऑफिसटेबलला वळसा घालून पुढे आले आणि शिरगोपीकरांच्या शेजारच्या खुर्चीत बसले.

''तुम्ही लवकर आला असता, तर बरं झालं असतं. आम्हाला दुपारच्या जेवणाला सोबत मिळाली असती.''

''मी ऑफिसमध्येच जेवण घेतलं. दुपारचं काम होतं, ते उरकलं. वेळ मिळाला, म्हटलं तुम्हाला भेटावं.'' राजेंची नजर काचेपलीकडे रस्त्यावर जात होती. जमिनीपासून छतापर्यंतचा संपूर्ण भाग जाडजूड पारदर्शक काचांनी बनवलेला होता. खाली लालभडक गालिचा होता. ऑफिसमधील इंटेरिअर डेकोरेशन भडक होते. डोळ्याला दिपवणारे काचेपलीकडे पूर्व द्रुतगती महामार्ग आणि नवी मुंबई वाशीकडे जाणारे महामार्ग होते. दोन्ही महामार्ग मोठाले होते. यावरून वाहनांची अविरत वाहतूक दिसत होती. ट्रक, लॉरी, बसेस, गाड्या, टॅक्सी इत्यादी. ते दृश्य डोळ्याला मनोहारी दिसत होते. थंडगार पाणी राजे प्याले आणि त्यांनी शिरगोपीकरांकडे पाहिले. त्या भपकेबाज जागेत शिरगोपीकरांची मूर्ती एकदम विजोड वाटत होती. शिरगोपीकरांच्या पांढऱ्या गांधी टोपीकडे राजे पाहत होते.

''चला, आपण शेजारच्या खोलीत बसू.''

ती अँटीचेंबर होती. सोफा, टीव्ही आणि टीपॉय.

ती शिरगोपीकरांची खास खोली होती.

हॉटेलच्या वेटरने आणलेला चहा ते प्याले आणि राजेंनी शिरगोपीकरांकडे पाहिले.

''जंगी!''

''हं!''

''तुम्ही हायकोर्टातलं प्रकरण मागे घेणार, हे त्यांना पसंत नाही. बापा केमिकल विरुद्ध त्यांची भूमिका बदलली जाणार नाही. आमच्यामुळे तुम्हाला विनाकारण जंगीशी शत्रुत्व घ्यावं लागतं असल्यामुळे तुम्हाला त्रास होतो आहे, असं वाटतंय.''

''राजे, राजकारणात कोण जवळ येतं, कोण लांब जातं, ह्या सर्व गोष्टी तात्पुरत्या आहेत. इथं कोणी कुणाचा शत्रू नाही आणि कोण कुणाचा मित्र नाही, सर्व काही सहकार्यावर काम करायचं आहे.''

''परंतु कामगार संघटना ही एक शक्ती तुम्हापासून दूर जात आहे. तुम्हाला अडचणीत आणणारी बाब आहे, असं वाटत नाही का?''

''एखादी संघटना दूर जाते, यामध्ये नाउमेद होऊन कसं चालेल? असल्या

गोष्टी गृहीत धरूनच पुढे वाटचाल करायची. तुम्हाला ती एक शक्ती वाटते, पण असं काही नसतं. जगात मोठं असं कोणी नाही आणि छोटं असंही कोणी नाही. शेवटी वेळेला एकमेकांकडे कोण येतं, हेच महत्त्वाचं.''

राजे ऐकत होते. समोर एक राजकीय व्यक्ती बोलत होती.

''तुम्हाला त्या जंगीची किंमत माहीत आहे का?''

राजेंनी नकारात्मक मान हलवली आणि शिरगोपीकरांकडे पाहू लागले.

शिरगोपीकर रिव्हॉल्व्हिंग चेअरमध्ये बसले होते. खुर्ची एका तालात उजवी-डावीकडे हलत होती. शिरगोपीकर समोर रस्त्यावरील वाहतुकीकडे पाहत होते.

परंतु रहदारीचा आवाज ऐकू येत नव्हता.

''मुंबईच्या व्हीजेटीआयमधून अभियांत्रिकी पदवी घेतल्यानंतर इतरांप्रमाणे जंगीचं अमेरिकेत जाण्याचं स्वप्न होते. आई-वडिलांची इच्छा मुलाने भारतनातेची सेवा करावी अशी होती, तर जंगीच्या डोक्यात अमेरिका होती. हॉलिवूडच्या सिनेमातले अमेरिकेतले प्रचंड रस्ते, इमारती, मोटारींची रहदारी, निसर्ग सौंदर्य, नेवाडा लासवेगासमधील जुगारी शहराची अद्‌भुत कथा, अर्धनग्न मुली, मुक्त जीवन, प्रचंड पैसा, सुबत्ता, अमेरिकेतून येणाऱ्या भाईबंदांच्या कथा ऐकून जंगीचं स्वप्न त्याच्या मनात आणखीन रुतत होतं.

''शैक्षणिक गुणवत्तेत कमी पडायला नको, म्हणून अहमदाबाद इथून व्यवस्थापनामधील पदव्युत्तर पदवीही घेतली. कॅम्पस इंटरव्ह्यूहमध्येच जंगीची निवड व्हायची, पण दुर्दैवाने इंटरव्ह्यूहला जाण्यास उशीर झाला आणि बोस्टन विद्यापीठाच्या ग्रुपने जंगीचं नाव यादीतून बाजूला केलं. त्यानंतर जंगीला कित्येक दिवस नीट झोप लागली नाही. जंगी नाराज झाला, पण नाउमेद न होता, त्याने पुन्हा प्रयत्न सुरू केले.

''जंगी मुंबईच्या न्यू मरिन लाइन्स इथल्या अमेरिकन कौन्सुलेटमध्ये चकरा मारू लागला. सकाळी सात वाजता जाऊन रांगेत उभा राहू लागला. दोन वेळा कौन्सुलेटसमोर व्हिसाकरता उभा राहिला. परंतु कडक इमिग्रेशन नियमामुळे जंगीला हिरवा कंदील मिळेना. जंगीने दुसरा मार्ग चाचपून पाहिला. वधू-वर मेळाव्यातून अमेरिकन सिटीझन, ग्रीन कार्ड होल्डर किंवा नोकरी करणाऱ्या मुलीशी लग्न करून जाण्याचासुद्धा प्रयत्न केला. परंतु जंगीला यश मिळालं नाही. जंगीच्या आई-वडिलांनाही वाईट वाटलं. त्यांनीही जंगीसाठी प्रयत्न केले. गोरेगावच्या कंपनीतली नोकरीची ऑफर आली. नोकरी करता-करता अमेरिकेला जाण्याबाबत प्रयत्न करायचे जंगीने ठरवले, परंतु नियतीच्या मनात वेगळंच होतं.

''जंगीची आई आजारी पडली. सतत ताप येऊ लागला. निदान झालं नाही. योग्य औषधोपचार होण्याआधीच आई मृत्यू पावली. जंगीला याचा धक्का बसला.

आईच्या आजाराबाबत चौकशी करता जे काही समजले, त्यामुळे जंगीला आणखीन धक्कादायक गोष्ट समजली.

''जंगी ज्या कारखान्यात नोकरी करत होता, त्या कारखान्यातून बाहेर पडणाऱ्या सांडपाण्यामुळे संपूर्ण परिसर दूषित झाला होता. जंगीची आई त्यामुळेच मरण पावली होती. ती पर्यावरण प्रदूषणाची बळी ठरली होती. जंगीने पर्यावरणाविषयी विशेष अभ्यास केला आणि त्याने स्वत:च्या कारखान्याविरुद्ध, पर्यावरण-प्रदूषणाबाबत मोहीम उघडली. यापूर्वी नोकरीचा राजीनामा दिला. कारखान्यातल्या सांडपाण्यामुळे प्रदूषणाची किती पातळी वाढली, हे तो लोकांना प्रत्यक्ष भेट घेऊन समजावू लागला. जंगीच्याच कंपनीने त्याला साम-दाम-दंड-भेद नीतीने धमकावण्याचा प्रयत्न केला. परंतु त्यामुळे त्याची चळवळ आणखी महत्त्वाची ठरली. गोरेगावमधल्या कोळ्यांना त्यांच्या मासेमारीवर प्रदूषणाचा कसा परिणाम झाला आहे, हे समजावून सांगितलं. त्यांच्या पाठिंब्यावर जंगीने न्यायालयीन लढाई जिंकली.

''कारखाना बंद केला. त्याचं लक्ष इतर कारखान्यांकडे गेले. कागदाचे कारखाने, कापडगिरण्या, रसायनाचे कारखाने, फार्मास्युटिकलचे कारखाने, छोट्या छोट्या कारखान्यांना सळो की पळो करून सोडलं. जंगी मोठा कामगार पुढारी झाला. मुंबईच्या कारखानदारांनी हर तऱ्हेने त्याची मोहीम बंद करण्याचा प्रयत्न केला, परंतु त्यामुळे त्याची मोहीम वाढली. आणखी फोफावली. तो शक्तिमान झाला. त्याच्या हाती या चळवळीमुळे मुबलक पैसा येऊ लागला. त्याच्या संघटनेला आंतरराष्ट्रीय मदत मिळू लागली. पर्यावरण चळवळीचा भारतातला प्रतिनिधी म्हणून त्याचं नाव घेण्यात येऊ लागलं.

''जंगी बिघडला.

''त्याला बेटिंगचा नाद लागला. वाईट गोष्टींमुळे वाईट संगत वाढली. अनेक मुलं – विशेषत: गोरेगाव परिसरातल्या कोळ्यांच्या मुलांना त्याने नोकरीधंद्याला लावलं होतं. ही मुलं त्याच्यासाठी वाटेल ते करण्यास तयार होती. त्याने छोट्या -छोट्या कारखान्यांना त्रास देण्यास सुरुवात केली. पर्यावरणाच्या नावाखाली अडवणूक करण्यास सुरुवात केली. नवीन कारखाना युनिट काढायचे तर त्याला भेटल्याशिवाय कारखाना सुरू होणं अशक्य. मोठमोठे कारखाने, गिरण्या चालवणंही अशक्य होऊ लागलं.

''तो जबरदस्तीने पैसा उकळू लागला. कारखान्यातल्या कामगाराबरोबर, कामगार संघटनांबरोबर होणाऱ्या समझोत्यांमध्ये अडथळे आणू लागला. त्याच्याकडे अमाप पैसा झाला. त्याची चळवळ टोळीसदृश्य होऊ लागली. राज्यशासनाच्या नजरेस ही बाब आली. बेटिंगमध्ये मोठमोठ्या रकमा वापरू लागला. लहानपणापासून जंगीला न्यू यॉर्क कॉटनच्या बेटिंगचं आकर्षण होतं. न्यू यॉर्क कॉटन बंद झाला. त्याला

पर्याय मुंबई मटका सुरू झाला. परंतु त्याला बेटिंगची सर नव्हती.

"काही वेळा महालक्ष्मी रेसकोर्सवरही जात होता. परंतु त्यात त्याला जास्त आकर्षण नव्हतं. मात्र त्याची अस्सल गुन्हेगारी आणि राजकीय लोकांशी ओळख रेसकोर्सवरच झाली. काही लोकांनी त्याला महानगरपालिका आणि इतर मोठ्या निवडणुकांच्यावरील बेटिंगची कल्पना सुचवली आणि त्याने ती अमलात आणली. निवडणुकीच्या बेटिंगचा खेळ खेळता-खेळता क्रिकेट, फुटबॉल, हॉकी या खेळांवरील बेटिंगवर पैसा लावू लागला."

शिरगोपीकर राजेंना पाहत होते. "राजे, जंगी ढेपाळला आहे, एकदम बाद. पैशांची ताकद झेपलेली नाही. त्यामुळे कामगार संघटनाही तो जास्त काळ चालवू शकणार नाही. तुम्ही त्याची काळजी करू नका. परंतु तुम्हाला कसं काय त्याचा मूड समजला? रसिकभाईंनी तुम्हाला काही सांगितल्याचं दिसत नाही."

"पटेल कुटुंबीयांना हे माहीत नाही. मी तुमच्याकडे आलो, हेही त्यांना काही माहीत नाही. अनेक उद्योजक मला जसे ओळखतात, तशाच अनेक कामगार संघटनांशीही माझी चांगली ओळख आहे. परंतु काही कामगारांकडूनच समजलं म्हणूनच म्हटलं, तुमच्याशी याबाबत चर्चा केलेली बरी."

"जंगी, आमच्या दृष्टीने महत्त्वाचा नाही. त्याच्या संघटनेबाबतही काळजी करू नका. पटेल कुटुंबीयांना कोणताही त्रास होणार नाही. माझी तर अजिबात काळजी करू नका." शिरगोपीकर हसत-हसत म्हणाले.

"जंगीला 'जंगीचाचा' का म्हणतात?"

"ही कॉलेजमधली गोष्ट आहे. कॅन्टीनमधल्या हॅन्डफिस्टच्या गेममध्ये सर्वांत मोठा आवाज जंगीचा असायचा. जंगी गेम. जंगी गेम. आरोळ्या देण्याच्या सवयीमुळे त्याच्या दोस्तांनी त्याला 'जंगी' म्हणायला सुरुवात केली. त्याचं नाव पुढे-पुढे जंगीचाचा झालं. कामगारांना ते नाव आवडीचं झालं. लाडकं झालं. त्याचं खरं नाव रोहित, हे अनेक जणांना माहीत नाही."

राजेंच्या मोबाइलचा आवाज आला. पलीकडे कर्नल बोलत होता. राजेंनी संध्याकाळी भेटण्याचे ठरवले. "कातरवेळी तरुण मनं अस्वस्थ होतात, भेटण्यासाठी उत्सुक असतात."

"तुमचा रोख ओळखला. आम्ही संध्याकाळी एकमेकांना भेटतो. परंतु हा फोन माझ्या मित्राचा आहे. अमिताचा नाही."

"म्हणजे आम्ही बोलायला चुकलो तर?"

"नाही, असं काही नाही. पण एक गोष्ट स्पष्ट होतेय, तुम्ही राजकीय क्षेत्रातल्या लोकांना आपल्या भोवतालच्या व्यक्तींची अगदी पाळंमुळं माहिती असतात."

"राजकारणात जेवढी जास्त माहिती, तेवढी लोकांच्यावर हुकमत ठेवता येते.

राजकारण हा लोकसमूहाचा मोठा खेळ आहे. कोणी खिलाडूवृत्तीने घेतं. काहींना ती जीवघेणी स्पर्धा वाटते.''

वेळ खूप झाला होता. पुन्हा अमिताचा फोन येण्यापूर्वी सटकलेले बरे, या हिशोबाने राजेंनी आटोपते घेतले. राजे बाहेर पडले. अगोदर प्रकाशला भेटायचे का अमिताला, या द्विधा मन:स्थितीत राजे दादर-वरळी करत पेडर रोडला आले. राजेंनी गाडी मध्येच सोडली. बाबूलनाथ रोडच्या फुटपाथवरून खाली मान घालून 'एकला चलो रे'ला सुरुवात केली. रस्त्याच्या कडेला दगडी कमानीजवळ येऊन तिने मागून हाताला पकडले.

''एवढा कसला विचार करत आहात?''

''काय झालं?''

''म्हणजे मी हात केला, तर तुमचं लक्ष नाही. हॉर्न वाजवला, तुमचं लक्ष नाही. काय झालं काय? काही प्रॉब्लेम?'' अमिता थोडे त्रासिकपणे विचारत होती.

''काही नाही, माझं लक्ष गेलं नाही.'' राजे तिच्याकडे पाहत होते.

''आज एकदम वेगळ्या पेहरावात.''

''मंदिरात जायचं म्हटलं, म्हणून शर्ट-पॅन्ट घातली नाही. का ठीक नाही वाटत!''

''नाही, नाही. एकदम छान ड्रेस आहे. तसं तुम्हाला काहीही चांगलंच दिसतं.''

''पुरे झालं. पण तुम्ही नेहमी चालत का येता? मला तर दोन पावलंही चालायचं म्हटलं की जिवावर येतं. रस्त्यावरून आणि फुटपाथवरून चालायला नको वाटतं अगदी.''

''हे बरोबर नाही.''

''का?''

''तुम्हाला बायोक्लॉक माहीत आहे का?''

''त्याचा काय संबंध?''

''आपली झोप जी आहे, ती बायोक्लॉक सांभाळते. योग्य मार्गावर ठेवते. हे झालं झोपेचं. आपल्या हातात काहीच नाही, परंतु चालणं ही एक अशी क्रिया आहे, ती बायोक्लॉक आपण जागे असताना मार्गावर ठेवते. आपल्या मनातले, शरीरातले जो काही तणाव, दडपण किंवा बेफिकरपणा असतो, तो निघून जातो. भावनिक पातळीवर संतुलित राहतं.''

''आईसाहेबांनी मला सांगितलं आहे, थोडं सांभाळून राहायला.''

''मी काही चुकीचं बोललो आहे का?''

''तसं नाही, तुमची ती परफ्युमची गोष्ट आणि आईसाहेबांचं सांगणं, मला थोडा विचार करावा लागतो.''

“पण तेही काही मी खोटं बोललो नाही.”

“मग बॅरोटो रिपोर्टबाबत तेवढं खोटं बोललात काय?”

“जाऊ दे, एवढं मागे कशाला जायचं?”

“तुम्ही तो चालण्याचा विषय काढला तो?”

दोघे मंदिरात आले, शिवलिंगाला अर्धप्रदक्षिणा घालून बाहेर आले.

“तुम्ही पहिल्यापासून इथं येता?”

“मला आईसाहेब एकदा इथं घेऊन आल्या, तेव्हापासून बऱ्याच वेळा मी संध्याकाळी इथं येतो. मला इथं बरं वाटतं.”

“तुम्ही एकलकोंडे आहात!”

“का बरं?”

“का कुणास ठाऊक, मला तसं वाटतं खरं!”

“तुम्ही असताना मी एकलकोंडा कसा काय राहीन बरं? परंतु मला अजूनही शिरगोपीकरांचं बोलणं आठवतंय.”

“काय?”

“तुम्हाला त्यांनी पाहिल्यानंतर एकच प्रश्न विचारला, बाकी काहीही नाही.”

“मला तर बाई खूप टेन्शन आलं होतं.”

“का?”

“का कुणास ठाऊक.”

“पण ते काय माझी भावी वधू म्हणून तुम्हाला पाहायला आले, असं वाटलं काय?”

“ते बोलताना तर तसंच म्हणाले.”

“अहो हे लोक, बोलणं एक, करणं एक, पाहणं एक, सांगणं एक; कधीच काही एक नसतं. त्यांच्या बोलण्यातून कसलाच अर्थ निघणार नाही.”

“असं काही नाही. त्यांनी अगदी सरळ स्पष्ट सांगितलं.”

“अमिता!” राजे शब्दावर जोर देत म्हणाले. “ते काय म्हणाले, यापेक्षा त्यांनी काय विचारलं, ते पाहा.”

“तुम्ही बापा केमिकलच्या कामात रस घेता का, एवढंच विचारलं.”

“मग?”

“त्याचाच अर्थ शोधतो आहे. एकतर तुम्ही व्यवसायात किती खोलवर आहात, हे पाहत असावे किंवा –”

“किंवा?”

“त्यांच्या प्रोजेक्टवर त्यांना तुम्हाला घ्यायचं असेल.”

“छट् काही तरीच!”

“वेळेला मदत मागणं, माणसं जोडणं ही राजकारणातली एक खुबी आहे, मी काय म्हणतो, ते आता पटणार नाही.”

“मला जमेल, असं वाटत नाही.”

दोघे खाली चालत येत होते. ती त्यांचा दंड धरून चालत होती. दोघे बोलत नव्हते, शांतपणे चालत होते. “मला आता तुम्हाला सोडावं लागेल.”

“मग काय झालं? आता तुम्ही ड्रायव्हिंगला बसत जा. हे मला नाही सारखं ड्रायव्हिंग करत बोलायला जमणार.”

“मला तुमची गाडी चालविण्याची भीती वाटते.”

“ते काही नाही.” तिने हट्ट धरला.

दोघे घरी निघाले, राजे ड्रायव्हिंग करत होते. ती मस्त शेजारी बसून बाहेर पाहत होती.

राजेंच्या डोळ्यांसमोर शिरगोपीकरांबरोबर जंगीबाबत झालेले बोलणे आठवत होते. विषय काढावा का काढू नये, हे लक्षात येत नव्हते.

३५

राजेंचे घराबाहेर जाणे वेळी-अवेळी होत नव्हते. ऑफिसच्या कानाच्या अनुषंगाने कोठे अपघात झाला, आणीबाणी किंवा कामाची घाई झाली, तरच घरी यायला उशीर होत होता. एरव्ही संध्याकाळी ऑफिस सुटल्यानंतर राजे तडक घरी जात होते. मित्राबरोबर किंवा गेस्टबरोबर बाहेर जाणे फारसे होत नव्हते. मुंबईला आल्यापासून बाहेरचे फिरणे नियंत्रित झाले होते. आता मात्र अमितामुळे दैनंदिनीत फरक पडला होता. त्यात पुन्हा कर्नलची भर पडली होती. अमिता राजेंना घरी सोडून गेली आणि कर्नल हजर झाला. कर्नल जेवण करूनच आला होता.

"का रे! जेवायला माझ्याकडे यायचं होतं."

"काही सहकारी होते, त्यांच्यासोबत जेवण झालं."

राजे कर्नलकडे पाहत होते, बहुधा त्याने थोडी घेतली असावी.

"आपण बाहेर जाऊ, कुठेतरी बसू."

राजेंनी स्वयंपाकघराकडे पाहिले आणि कर्नलकडे पाहत म्हटले, "काही विशेष?"

"हो, बाहेर गेलेलं जास्त योग्य राहील."

दोघे बाहेर पडले. रात्रीची वेळ क्वॉर्टरभोवती सुनसान होते. चिटपाखरूही नव्हते. रस्ता भकास वाटत होता. मुंबईत असून रहदारी नाही, आवाज नाही, गोंगाट नाही, सर्वकाही शांत. दोघे आपल्या विचारात होते. वरळीच्या कॅफेमध्ये आले. राजेंनी आइस्क्रीम मागवले व कर्नलने कॉफी. राजे कर्नलकडे पाहत होते.

"मॉरीशसमधील दोन कंपन्यांनी बापा केमिकलच्या शेअर व्यवहारात भाग घेतला होता."

राजे त्याच्याकडे पाहत आइस्क्रीमचा तुकडा तोंडात टाकत होते.

"बाहेरच्या कंपन्यांनी शेअर व्यवहारात भाग घेणं बेकायदेशीर नाही, देशाबाहेरील

कंपन्या असल्या तरीही.''

''कंपन्यांचे शेअर्स भाव कृत्रिमरीत्या खाली आणायचे, शेअर्स खरेदी करायचे, पुन्हा भाव वर न्यायचे, ही बाब बेकायदेशीर आहे. स्टॉक एक्सचेंजवर अनियमितता आहे. इनसाइड ट्रेडिंग बेकायदेशीर आहे.''

''तसं पाहिलं, तर अनेक कंपन्या, सटोडीया, दलाल, अनेक लोक हे उद्योग करतात. भारतात अजूनही त्याबाबत म्हणावे तसे कडक कायदे नाहीत. असे व्यवहार झाले, तर त्यात नवीन काय आहे?''

''माहिती अशी आहे का, कंपन्या रसिकभाई आणि शिरगोपीकरांच्या आहेत, याकरता पैशांचा वापर हवाला पद्धतीने करण्यात आला.''

''हे कशावरून तू म्हणतोस?''

''आजकाल बँकांचे बहुतेक व्यवहार संगणकामार्फत होतात. जगात कोणताही व्यवहार कोणी कुठे कसा केला, याचा शोध घेणं सोपं झालं आहे. व्यवहार कितीही अपारदर्शक असला, तरी मोठ्या रकमांच्या हस्तांतरणाच्या व्यवहाराबाबत माहिती घेणं सोपं झालं आहे.''

राजे विचारात पडले.

''शिरगोपीकरांनी बापा केमिकलविरुद्धची केस मागे घ्यायचं ठरवलं आहे. अजून त्याची कार्यवाही पूर्ण झालेला नाही. केस मागे घेतल्यानंतर शेअर्सचे भाव वाढतील. बहुधा ही बाब कॅश करायचं ठरवलेलं दिसतंय. शेवटी रसिकभाई आणि शिरगोपीकरांनी एकमेकांना दोस्तीचा हात दिलेला दिसतोय.''

''परंतु यासाठी हवाला?''

''मोठ्या रकमांचा हस्तांतरण टॅक्स वाचवण्यासाठी केलं असणार. मॉरीशसमध्ये शेअर हस्तांतरणावर टॅक्स नाही. त्याचा फायदा त्यांना घ्यायचा असेल.''

''परंतु बापा केमिकलवर आमची नजर आहे आणि रसिकभाईवरही!''

''रसिकभाईंनी त्यांना 'गो अहेड' म्हणून सांगितलं असेल.''

''खेळ धोकादायक आहे.''

''ते व्यावसायिक उद्योगपती, त्यात शिरगोपीकरांनी त्यांना साथ दिली असेल. रसिकभाईंनी बिनधास्त उडी घेतली असेल. मग काय करायचं. पण मला हे सांग, हवाला व्यवहार संगणकावरून होत नाहीत. कोणतंही कायदेशीर चॅनेल वापरलं जात नाही. सर्व व्यवहार तोंडी केले जातात. इथं संगणकाचाही संबंध येत नाही.''

''राजे, शेवटी कितीही हवाला व्यवहार केला, तरी अंतिम निकालावरून अंदाज घेता येतो. व्यवहार बापा केमिकलमधल्या शेअरबाबत आहे. रसिकभाईंनी आपले शेअर अचानक बाजारात आणले. त्यानंतर बाजार खाली आला आणि बाहेरच्या एकाच कंपनीने एकाच वेळी सर्व शेअर उचलले. याची चौकशी करायला

वेळ लागत नाही आणि माहितीही मिळायला वेळ लागत नाही. रसिकभाईंवर आमची नजर आहे. त्यांनी आपल्या मुलीवरही नजर ठेवण्यासाठी डिटेक्टिव्ह ठेवले, त्याचंही कारण त्यांना शेअरच्या हस्तांतरणावर नजर ठेवायची होती.''

''साला स्वत:च्या पोरीवर ही नजर ठेवणाऱ्या बापाला काय म्हणायचं रे!''

कर्नल काही बोलला नाही.

३६

"**धा** धिन-धिन तक धीन
धा धिन-धिन तक धीन
धा धा धिन-धिन तक धीन तक धीन!"

राजेंच्या कानावर ते स्वर पडले. राजेंना आश्चर्य वाटले. त्यांनी दरवाजा उघडला आणि आत गेले. सोफा कोपऱ्यात ढकलेला होता. मध्ये मोठी मोकळी जागा होती. खिडकी मोकळी होती. समुद्रावरून हवा येत होती. टिपॉयवरील म्युझिक सिस्टममधून आवाज येत होता. धा धिन-तक धीन. ती त्या तालावर नृत्य करत होती. तिने सलवार आणि कमीज घातला होता. कपडे पायघोळ होते, ओढणी नव्हती. तिने घातलेला ड्रेस एकदम गडद लाल रंगात होता. तिचा चेहरा घामेजलेला होता. चेहऱ्यावर घर्मबिंदू स्पष्ट दिसत होते. ओठावर घर्मबिंदूंची ओळ होती. कपाळावर काही ठिकाणी केसाच्या बटा चिकटल्या होत्या. कपडेही काही ठिकाणी – विशेषत: कमरेमध्ये ओलसर दिसत होते. परंतु गडद कपड्यामुळे उठून दिसत नव्हते. चेहरा घामेजलेला, लालबुंद झालेला होता. ती सुंदर दिसत होती. राजेंची नजर हलत नव्हती. ते अनिमिष नजरेने पाहत होते. तिच्या ते लक्षात आले, तिने नृत्य करण्याचे एकदम थांबवले.

"शू, सरळ पाहा. कुठेतरी पाहू नका."

"मी तुमच्याकडेच पाहतो आहे, सरळ पाहतो आहे."

तरी राजेंची नजर तिच्या धपापणाऱ्या उरोजांकडे जात होती. तिथे हालचाल लयबद्ध होती.

"पुरे झालं, चावट कुठले!"

"कमाल आहे, यात चावटपणा काय केला? तुमच्याकडे पाहायचं नाही का?"

"बस्स झालं."

"मला माहीत नव्हतं, तुम्ही कथ्थक नृत्य करता ते."

"मला इतरही डान्स येतात. साल्सा, बॉल डान्स, रॉक डान्स. तुम्हाला शिकायचंय? साल्सा छान आहे."

"अंहं. साल्सा डान्स नको. तंगड्या वर नाचवणं मला नाही जमायचं. त्यापेक्षा बॉल डान्स ठीक आहे."

"एवढा आळशीपणा ठीक नाही. बॉल डान्समधल्या स्टेप्स शिकायला खूप वेळ लागतो. डान्स तसा अवघड आहे, पण तुम्ही 'बॉल डान्स'चं नाव का घेतलं, ते समजलं."

"म्हणजे?"

"तेवढंच जवळ जाता येईल, घट्ट पकडता येईल." तिने हसत म्हटले.

"होय ना?"

"आता डान्स म्हटल्यावर तेवढी जवळीक होणारच. परंतु या वेळी एकदम डान्सच्या मूडमध्ये."

"मी डान्सची प्रॅक्टिस करत नाही, माझा व्यायाम सुरू आहे. फिजिकल फिटनेस."

"ओ! चालू दे, चालू दे." राजे कोचवर बसत म्हणाले.

"तुम्ही समोर असताना ते जमणार नाही."

"का? मी अडथळा आणतोय का? मी तर इथे बसलो आहे."

"अहं! मला डिस्टर्ब वाटतंय." तिने छोट्या नॅपकीनने घाम पुसत म्हटले आणि राजेंच्या शेजारी बैठक मारली. मोबाइलचा आवाज आला.

तिने मोबाइल हातात घेतला.

"येस?"

लहान मुलाप्रमाणे तिचा चेहरा खुलला. तिच्या चेहऱ्याकडे राजे पाहत होते.

"काय झालं?"

ती त्यांच्या गळ्यात पडली.

"आपण जिंकलो."

"काय जिंकलो?"

"हायकोर्ट केस!"

"हायकोर्ट केस?"

"चेंबूर ॲक्शन ग्रुपविरुद्धची केस, लक्षात येत नाही का?"

"पण ती तर मागे घेण्यात येणार आहे."

"हो, पण त्यापूर्वीच न्यायालयीन निकाल आला, म्हणजे आम्हीच बरोबर आहोत."

''अभिनंदन! आम्ही तांत्रिक हार मानतो.''

''तुम्ही कसली हार मानता?''

''माझी भूमिका तुमच्या विरोधात होती, म्हणजे तांत्रिकदृष्ट्या माझी हारच आहे ना?''

''तुम्ही नाराज दिसता.''

''का बरं? आता ही आमचीच केस आहे ना. बरं, मग आम्हाला कोणती पार्टी मिळणार?''

तिने राजेचा गालगुच्चा घेत म्हटलं.

''तुम्ही कुठेही सांगा, आम्ही पार्टी देऊ.'' तिच्या घामाच्या चेहऱ्याने राजेंचा चेहरा ओलसर झाला. परंतु राजे खूश होते.

''आम्ही कोल्हापूरकर, पन्हाळा, महाबळेश्वर – अगदी खूप झालं तर शिमला, बंगलोर! तुम्हाला मात्र आउट ऑफ इंडिया पार्टी लागू.''

''तुम्ही कुठेही सांगा,'' त्याचा हात हातात घेत ती म्हणाली. ''बाली! सेचेलिस! मॉरीशस!''

''मॉरीशस छान राहील, स्कूबा डायविंगची मजा! सनसेट!! शुगरकेन फिल्ड!!!''

ती आतापर्यंत शांत होती, हसरी होती. सुंदर होती परंतु तिचा चेहरा एकदम बिघडला.

''तुम्हाला मॉरीशसमधलं शुगरकेन फिल्ड पाहायचयं. कोल्हापुरातही उसाची शेती आहे. तुमच्या गावी.''

तिचा चेहरावर राग दिसत होता.

''अरे पण मॉरीशसमधली उसाची शेती पाहायला मलाही आवडेल.''

''माहीत आहे, माहीत आहे. एवढं टोचून बोलायला नको.''

''मी काय टोचून बोललो?''

''तुम्हाला पपांनी थोडं जास्तच सांगितलंय, बरं का?''

राजे गप्प बसले.

''मी काय जास्त सांगितलं?'' रसिकभाई आत येत म्हणाले. राजे गोंधळले होते.

''मी फक्त मॉरीशसमधलं स्कूबा डायविंग, सनसेट आणि उसाची शेती पाहायला आवडेल एवढंच म्हटलं. यांना उसाच्या शेतीचं नाव घेतलं, तर नाराज झाल्या, मला काही समजलं नाही.''

''सांगा तुमच्या भावी जावयाला, मी चालले.''

तिने पाय आपटत खोलीच्या बाहेर प्रस्थान केले.

''पपा, हा काय प्रकार आहे? उसाच्या शेतीचा उल्लेख बरोबर नाही का?''

"बी जंटलमन!!"

"म्हणजे?"

"राजे, तुम्ही थोडं आउट ऑफ ट्रॅक गेलात. मॉरीशसमध्ये आमचीही उसाची शेती आहे. परंतु ती संपूर्णपणे बेकायदेशीर आहे. व्हेरी इल्लीगल."

"बऱ्याच गोष्टी इल्लीगल आहेत. म्हणून काय त्यावरून राग काढायचा. मी काही टोचून उल्लेख केला नाही."

"तिला वाटलं, मी सर्वकाही तुम्हाला सांगितलं. मॉरीशसमधला शुगरकेन इपिसोड एक डर्टी वर्क आहे. यावरून माझा आणि तिचा खूप वाद झाला. तिने माझ्या बिझनेसमध्ये उशिरा यायला ते एक कारण होतं. ती माझ्या कोणत्याच व्यवसायात किंवा व्यवहारात हात घालायला किंवा लक्ष घालायला तयार नव्हती. तिला तिच्या दृष्टीने सभ्य मार्गावरून जायचं होतं."

"तिने म्हणून स्वतंत्र काहीतरी करायचं ठरवलं का?"

"होय, परंतु कोठेही गेलात, तरी वाईट गोष्टी काही वेळा किंवा काही लोकांना खूप वेळा कराव्या लागतात. तिनं फॅशन, मॉडेलिंग आणि इतरही क्षेत्रांत जाण्याचा प्रयत्न केला. तिच्याजवळ ते सर्व गुण आहेत. परंतु सभ्यता सोडून अगदी खालच्या पातळीवर कधीकधी अत्यंत वाईट परिस्थितीला तोंड द्यावं लागतं. तिला थोड्या कालावधीत तो अनुभव आला. ती परत आली."

"तरीही तुम्ही तिच्यावर पाळत ठेवली?"

"राजे, त्याबद्दल मला वाईट किंवा अपराधी वाटत नाही. आता मात्र वाटतं, ती घटनाही नकोशी वाटते. कधीकधी मलाही ती चूक केल्यासारखं वाटतं, परंतु आर्थिक व्यवहारात काही पथ्यं पाळावी लागतात. बहुधा मीही थोडा जास्त रागाच्या भरात तोल गेल्यासारखं केलं असावं."

"मग मला आता तुम्हाला कायम धारेवर धरायला हातात कोलित आहे म्हणायचं."

"हे मात्र खरं! जावयानं आता कितीही लुबाडलं, तरी मला ते सहन करावं लागणार आहे." रसिकभाई राजेंकडे पाहत म्हणाले.

"परंतु अमितापासून सावध राहा. बिघडली की काही खरं नाही."

"पण मला किंवा आईसाहेबांना कधीच लक्षात आलं नाही. तसं पहिलं, तर पहिली भेट किंवा त्यांना पहिल्यांदा पाहिलं, ते रागाच्या भरातच. तसं माहीत नाही, असंही म्हणता येत नाही."

"काय आहे, आपल्या आईबरोबर राहणं आणि बायको-मुलाबरोबर राहणं, यात खूप फरक आहे."

"तुम्ही काय भीती घालताय का?"

''आता अगोदर काय आणि नंतर काय? तुम्ही पोरगी गळ्यात घेतली आहे. जे काही आहे, ते चुकवता येत नाही. आम्ही आपलं घरी आल्यानंतर गप्प बसतो. फारसं काही म्हणायचं नाही.''

''बळीचा बकरा!''

''काहीही म्हणा!''

''तुमचा सतत सल्ला घ्यावा लागणार, असं दिसतंय.''

''जरूर. परंतु न्यायनिवाडा मात्र होणार नाही. त्याची अपेक्षा करू नका.''

''पपा, तुम्ही एकदम दुबळे आहात.''

''समजेल-समजेल, घरी कधी जास्त स्मार्ट राहू नका. दुबळेच राहा, त्यामध्येच मजा आहे.''

''पपा, पण मला हे समजत नाही, शिरगोपीकरांनी केस मागे घेतली जाईल, असं आश्वासन दिलं होतं. मग केसचा निकाल लागेपर्यंत का थांबावं लागलं?''

''माझी आणि शिरगोपीकरांची यावर चर्चा झाली. आता स्पष्ट बोलायला हरकत नाही. जस्टिस पराडकरांनी याबाबत मदत करू, असं आश्वासन दिलं होतं. मग आम्हीही थांबलो.''

''पराडकरांनी एवढं आत्मविश्वासपूर्वक सांगितलं?''

''त्यांची आणि तुमची भेट झाली होती. तुम्ही आमचे भावी जावई आहात, असं सांगितलं. त्यावर त्यांनी आश्वासन दिलं.''

राजे थोडा वेळ रसिकभाईंकडे पाहत राहिले.

''का? काही शंका वाटते का?''

''अहं, नाही. पण जस्टिस पराडकर भलतेच खोडकर दिसतायंत.''

''म्हणजे?''

''तुम्हाला त्यांनी आश्वासन का दिलं, याचा मला अंदाज आला.''

''म्हणजे?''

''पप्पा, बॅरोटो रिपोर्ट! त्यांना तोच महत्त्वाचा का वाटला, हे मला आता पक्कं लक्षात आलं.''

राजेंना मध्येच थांबवत रसिकभाई मध्येच म्हणाले.

''राजे, मला वाटतं हा विषय इथंच थांबवावा. तुमचं सहावं इंद्रिय खूपच तिखट आहे. शंकाच नाही. तो रिपोर्ट बोगस रिपोर्ट आहे. तुम्ही अगदी बरोबर ओळखता. तो प्रसारमाध्यमांत आम्हीच प्रसिद्ध केला. त्या केसमधल्या इतर तांत्रिक अहवालांचं महत्त्व कमी करण्यासाठी. परंतु जस्टिस पराडकरांनी तुमच्याशी चर्चा केली आणि न्यायालयातल्या सुनावणीमध्ये तो फारसा चालणार नाही, याची आम्हाला खात्री झाली. तोपर्यंत तुम्ही शिरगोपीकरांकडून आश्वासन घेतलं. परंतु

तुम्ही जावई होणार आहात, म्हटल्यावर पराडकरांनी पुन्हा त्याच बॅरोटो रिपोर्टवर अवलंबून राहायचं ठरवलं आणि न्यायालयीन निर्णय दिला.''

''का?''

''कारण त्यांना माहीत होतं. या रिपोर्टबाबत विरोधी मत पूर्ण शासकीय कारणांसह तुम्हीच देऊ शकत होता. तुम्ही तर आता आमच्या बाजूचे झालात, त्यामुळे मीडियामधलं कोणी आलं, तर त्याला तुम्हीच सांभाळू शकता.''

''अमिताला हे समजलं तर?''

''आमची तेवढीच विनंती आहे. तिला हे कळू देऊ नका. अगोदरच तिचा माझ्यावर राग आहे. त्यात पुन्हा या रिपोर्टकरता तिचा वापर केला गेला, हे समजलं, तर तिचा माझ्यावरील राग आणखीन वाढेल. तुमच्यावरील रागावरून त्याचा अंदाज घ्या.''

राजे रसिकभाईंकडे पाहत राहिले. लोक पैशांकरिता कोणत्या थरापर्यंत जातात, याच विचाराने मन सुन्न झालं. आता पुन्हा या डर्टी टॅक्टटिक्स येथून पुढे पाहाव्या लागणार, या विचाराने राजेंचे मन आणखीन सुन्न झाले.

समोर रसिकभाई नावाची व्यक्ती उभी होती. जरी तो भावी सासर असला, तरी पैशांकरता वाटेल तो प्रकार करणारा! राजे काही बोलले नाहीत.

३७

तो जंगी होता. काहींचा तो जंगीचाचा होता. काहींचा जंगीखान होता. काहींचा जंगीभाई होता, काहींचा जंगीफादर होता. परंतु तो सर्वांचा जंगी होता. जंगीची सभा होती शिवाजी पार्क दादरला. ते शक्तिप्रदर्शन होतं. राजकीय शक्ती, लोकशक्ती, कामगार शक्ती याचे प्रदर्शन, यांची ताकद दाखवण्याचे ठिकाण होते. शिवाजी पार्क. शिवाजी महाराजांच्या अश्वारूढ पुतळ्याच्या पायाशी उभे राहून शक्ती प्रदर्शन करणे म्हणजे काहींना प्रतिशिवाजी झाल्याचा भास होई. काहींची ती इच्छा होती, महत्त्वाकांक्षा होती.

कामगार शक्ती दाखवण्याचे ठिकाण. चांगले ठिकाण.

शिवाजी पार्क.

वेळ संध्याकाळची, परंतु वेध दुपारपासून लागले होते. पोलीस बंदोबस्त कडेकोट होता. सकाळपासून शिवाजी पार्कमध्ये बांबूचे रेलिंग, बॅरिकेड तयार करण्यात आले होते. सकाळपासून पोलीसवाले कामात होते. आणि जंगीखानची युनियनही.

पोलिसांची नजर. पोलीसवाटा तयार केल्या जात होत्या. राखीव पोलीस दल, पोलीस गाड्या आणि ॲन्टी रॉयट स्क्वॉड तयार केले जात होते. पोलीस सहआयुक्तांच्या नियंत्रणाखाली. प्रत्येक गोष्टीवर पोलीस आयुक्त क्रॉफर्ड मार्केटजवळच्या मुख्यालयातून नियंत्रण ठेवत होते. पोलीस यंत्रणा कार्यान्वित होती. सावध होती. पोलीस गाड्यांची धावपळ सुरू होती.

ती सभा जंगीची होती. जंगीची युनियन दोन दिवसांपासून शिवाजी पार्कवर तळ ठोकून होती. त्यांना शक्तिप्रदर्शन करावयाचे होते. जंगीचे मोठे कटआउट शिवाजी पार्कच्या त्या मैदानात शिवाजी महाराजांच्या अश्वारूढ पुतळ्याच्या दोन्ही बाजूला उभारण्यात आले होते. त्याशिवाय दादर स्टेशनपर्यंत जंगीचे मोठे कटआउट

कोपऱ्या-कोपऱ्याला लावण्यात आले होते. चेंबूर विभागात तर सार्वत्रिक निवडणुकीच्या प्रचाराप्रमाणे जंगीचे कटआउट युनियनच्या नावासह लावण्यात आले होते. खाली जंगीच्या सभेचे ठिकाण, तारीख, वेळ देण्यात आली होती.

'जंगीभाई हम तुम्हारे साथ है।

एक नारा जंगी हमारा ।'

दिवस शुक्रवारचा होता. दुपारपासून जंगीच्या युनियनमधील लोक शिवाजी पार्ककडे येत होते. दादर स्टेशन ते शिवाजी पार्क – जंगीच्या अनुयायांची गर्दी वाढत होती. गोखले रोड, रानडे रोड भरून जात होते. वातावरणात तणाव वाढत होता. आता शिवाजीपार्ककडे येणारे कामगारांचे गट वाढत होते.

निरनिराळ्या कंपन्या, आस्थापना, कारखान्यांमधील कामगार. झेंडे आणि युनियन यांच्या नावाचे कापडी फलक घेऊन आरडाओरड करत शिवाजी पार्ककडे जात होते. जंगीचा मुंबईच्या कामगारविश्वावरील जरबेचा, पाशवी शक्तीचा तो विखारीपणा होता.

वातावरण भेसूर होत होते.

रस्त्यावरून चालणारे सर्वसामान्य आता रस्त्यावरून चालत नव्हते. सर्व फूटपाथवर उभे राहून ते कामगारांची झुंड पाहत होते. सर्वांचे चेहरे भीतियुक्त नजरेचे होते. त्यांना कोणी अडवत नव्हते. सर्व जण त्यांना वाट काढून देत होते. रस्ता मोकळा करून देत होते. डिसिल्वा हायस्कूल ते प्लाझावरून माहीम्ला जाणारा तो रस्ता आता क्षणोक्षणी जाम होत होता. आता काही कामगार ट्रक, टेंम्पो आणि मोठ्या गाड्या यांमधून येत होते. वीर सावरकर रोड हळूहळू जाम होण्याच्या मार्गावर होता. परंतु कामगारांच्या मुख्य गर्दीचा लोंढा होता, तो दादर स्टेशन ते शिवाजी पार्क. याच रस्त्यावर गर्दीने परिसीमा गाठली होती. ट्रॅफिक पोलिसांची दमछाक होत होती.

आता कामगारांचे लोंढे वाढत होते. ते बेफाट होते. दादर स्टेशनमधून बाहेर पडताना त्यांचे ताळतंत्र सुटत होते. ते आता चहाची टपरी, वडापावच्या गाड्या, फेरीवाले, विक्रेते यांना दमदाटी करत होते. वातावरणात तणाव वाढत होता.

त्यांनी आता आरडाओरडीला सुरुवात केली. स्टेशनमधून बाहेर पडतानाच ते घोषणाबाजी करू लागले. त्यांना शिस्त नव्हती. मोठ-मोठे गट बेशिस्तपणे आरडाओरड करत होते.

''रसिकभाई मुर्दाबाद.''

''रसिकभाईला लावा घोडा.''

ते बापा केमिकलचा उद्धार करत होते.

''घेतल्याशिवाय राहणार नाही.''

''रसिकभाईला सोडणार नाही.''

वेगवेगळ्या ठिकाणी वेगवेगळ्या घोषणा येत होत्या.

''जंगीचाचा जिंदाबाद!''

''जंगीभाई जिंदाबाद!''

''हमारी युनियन हमारी ताकद!''

''जब तक सूरज चाँद रहेगा, जंगी तेरा नाम रहेगा।''

जंगी त्यांना देवासमान झाला होता. सर्वेसर्वा होता.

''जंगी का नाम लेगा, मिट्टी में मिल जायेगा।''

''दादागिरी नहीं चलेगी, नहीं चलेगी, नहीं चलेगी!''

''रसिकभाई, भाई नही, कुत्ता है कुत्ता।''

''छगनलाल मगनलाल
रसिकभाई भाग भाग।''

''चढके दिखा देंगे, चढके दिखा देंगे
जंगी तुझपर चढ के दिखादेंगे।''

शिव्यांची लाखोली आणि गलिच्छ भाषा – शिवाजीपार्कचा तो परिसर गढूळ झालेला होता. वातावरण रासवट झाले होते. ती कामगारांची झुंड होती. गलिच्छ झुंड.

कामगारांची आरडाओरड वाढत होती. आता त्याला फिल्मी स्वरूप येत होते. टीव्ही चॅनेलवाले त्यांच्या कॅमेऱ्यात ते बंदिस्त करण्याचा प्रयत्न करत होते. काहींचे कॅमेरे हिसकावले जात होते. परंतु तरीही काही चॅनलवाले चिवटपणे त्यांचे चित्रीकरण करत होते. काही प्रत्यक्ष आँखो देखा हाल टीव्हीवरून देण्याचा प्रयत्न करत होते.

कामगारांची कृती बेफाट होत होती. आता ते आजूबाजूची दुकाने, हॉटेल्स यांना दमबाजी करत होते. त्याला वेळ लागला नाही. पटापट हॉटेल्स, दुकाने बंद झाली. फेरीवाले, विक्रेते गायब झाले. वडापावच्या गाड्या, चहाच्या टपऱ्या बंद झाल्या. वातावरण स्मशानवत झाले. सर्वसामान्य लोक फुटपाथवर उभे राहून त्यांच्याकडे पाहू लागले. परंतु काठ्या हातात घेतलेले पोलीस जसे वाढू लागले, तसा तणाव वाढू लागला. लोकांनी घरचा रस्ता पकडला. फुटपाथ ओस पडू लागले.

रस्ता मात्र कामगारांच्या झुंडीने भरून गेला होता. संध्याकाळचे सहा वाजायला आले होते. शिवाजीपार्कवरील ते मैदान कामगांराच्या हजेरीने भरून गेले होते. तुडुंब भरले होते. मधूनमधून जनसागरात कामगारांचे झेंडे फडकावले जात होते. विळा कोयता. लाल रंगातील ते झेंडे वातावरणात जोश आणत होते. कामगारांच्या घोषणा दणाणून दिल्या जात होत्या.

जंगी अजून यायचा होता.

भल्या मोठ्या स्टेजवर कामगार संघटनांचे पदाधिकारी कामगारांना शांतता राखण्याचे आवाहन करत होते. परंतु त्यात काही दम नव्हता. उलट घोषणा आणखीन जोरजोरात दिल्या जात होत्या.

''जंगीभाई जिंदाबाद, रसिकभाई मुर्दाबाद!''

शिवाजीपार्कच्या पलीकडे आकाश लालसर होत होते. सूर्य अस्ताला गेला होता. परंतु आकाश आणि वातावरण पांढुरके होते. धूसर होते. आता शिवाजी पार्कवरील त्या भल्यामोठ्या स्टेजवरील दिवे प्रखर दिसत होते. मोठमोठे सर्च लाइटचे दिवे संपूर्ण शिवाजीपार्कचे मैदान उजळून टाकत होते. मध्येच कामगारांच्या धसमुसळेपणामुळे शिवाजी पार्कमधील धूळ उडत होती. वातावरण धुळीने लालसर झाले होते. दररोज संध्याकाळी शिवाजी पार्कला फिरायला येणारे तरुण-तरुणी, म्हातारे पेन्शनर यांनी शिवाजीपार्कला पाठ फिरवली होती. शिवाजी पार्कचे सगळे कठडे ओस पडले होते. शिवाजी पार्कच्या पलीकडे चौपाटीवरील गर्दी कमी होत होती. चणा-भेळपुरीवाले धंदा बंद करून कठड्यावर येऊन बसले होते. सूर्य अस्ताला गेला होता. आकाश काळसर दिसत होते. दूरवर समुद्राच्या लाटा हळुवार किनाऱ्यावर येत होत्या. पाणीही काळसर दिसत होते. मलीन दिसत होते. आत मैदानातही अंधार वाटत होता. फक्त स्टेजवर प्रखर प्रकाश दिसत होता.

वेळ संध्याकाळची होती.

कोठूनतरी आवाज आला. सर्व जण उठून उभे राहिले. वातावरणात एक प्रकारची उत्कंठा होती. ते जंगीची वाट पाहत होते. क्षणोक्षणी तणाव वाढत होता. घोषणा वाढत होत्या. बरोबर सातच्या ठोक्याला येण्याची तुतारी वाजली. तशी कामगारांची हालचाल माजली. एकजात सर्व जण उठून उभे राहिले. सर्वांच्या उठण्यामुळे वातावरणात धुळीचे लोट उडाले. अनेक संघटनांच्या नावाचे कापडाचे फलक हवेत फडकले.'

'जंगी... जंगी जिंदाबाद!

जंगीचाचा जिंदाबाद!

एक नारा जंगी हमारा!'

घोषणा वाढत होत्या. तुतारीचा आवाज पुन्हा पुन्हा येत होता. जंगी आपला चष्मा सांभाळत स्टेजवर येऊन सर्वांकडे हातवारे करत होता. त्याची नजर अभिमानाने संपूर्ण शिवाजी पार्कवर फिरत होती. सर्वांना अभिवादन करून जंगी आपल्या आसनावर जाऊन बसला. सभा सुरू झाली.

संध्याकाळचे सात वाजून गेले होते.

दिवेलागणी झाली होती.

राजेंच्या घरात एकदम शांतता होती. अमिता होती, राजे होते, अमिताची आई होती, आईसाहेब होत्या. कोणीही बोलत नव्हते. सर्वांचे चेहरे गंभीर होते. सर्वांच्या नजरा टीव्हीवरील वातावरणाकडे जात होत्या. टीव्हीवरील बातम्या पाहून सर्वांचे चेहरे सुन्न होत होते. उदास होत होते. अमिताला सहन होत नव्हते. तिच्या डोळ्यांत अश्रू येत होते. अमिताची आई उठू लागली. परंतु आईसाहेबांनी त्यांना थांबवले. आईसाहेब स्वत: उठल्या आणि अमिताजवळ गेल्या.

अमिताच्या डोक्यावरून हात फिरवला.

अमिताला राहवले नाही. आईसाहेबांच्या कुशीत शिरून मुसमुसुन रडू लागली. राजे शांतपणे पाहत होते.

''एवढं वाईट मानून का घेता? ते त्यांच्या मार्गाने जातायेत.''

''आईसाहेब, तसं नाही. त्यांमधील प्रत्येकाशी मी भावनिक नात्यानं जवळ गेले. मी त्यांना समजून घेतलं होतं. परंतु एका नेत्याच्या सांगण्यावरून एवढी प्रतारणा. मला त्यांनी चिखलातच फेकलं.''

''प्रत्येक जण आपल्या विचाराने जातो. त्यांना त्यांचं वागणं योग्य वाटतं. त्याबद्दल एवढे अश्रू कशाला?''

ती उसळून बोलू लागली. ''मला खरं तर जायचंच नव्हतं. मी म्हणूनच तिथे जायचं टाळलं. परंतु पपांचा आग्रह. कंपनीत लक्ष घालावं, मी काय पांढऱ्या पायाची आहे का?''

''शू! इतकं वाईट बोलायला नको काही.''

''मग मी तिथं गेल्यानंतरच हे उद्भवलं. आतापर्यंत कसं ठीक होतं. तो विस्तारीकरणाचा प्रोजेक्ट हाती घेतल्यापासून सर्वकाही बदललं, असं मला वाटतं.''

राजे आता मध्येच बोलले,

''अमिता, उगाच कोठेतरी काहीतरी जोडण्याचा प्रयत्न करू नका. जंगीने कामगारांना भडकावलं आहे. तुम्ही काही बोलताय, याचा काही संबंध नाही. जंगीला यश येणार नाही.''

''कामगार तर सगळे त्याच्याच बाजूने आहेत.''

''कामगार त्याचे झाले, म्हणजे सगळा कारखाना त्याचा झाला, असं होत नाही. ही केमिकल फॅक्टरी आहे, इतकं सोपं नाही. तिथं कामगारांचं स्किल नाही किंवा महत्त्व नाही.''

''त्यांनी आमच्या घरादाराचा उद्धार केला, निंदानालस्तीही. त्याला काही मर्यादा आहेत. हे आम्हाला पाहावं लागतं.''

राजेंनी उसासा सोडला आणि टीव्ही बंद केला.

कोणी काही बोलले नाहीत.

"सर्वांना मी चहा करते," म्हणून आईसाहेब उठल्या. पाठोपाठ अमिताची आईही किचनमध्ये गेली. राजे उठून अमिताजवळ गेले. शेजारी खुर्ची ठेवली आणि अमिताचा हात हातात घेतला. अमिता काही बोलली नाही. तिने आपला हात राजेंच्या हातावर ठेवला. दोघेही शून्यात पाहत होते. रसिकभाई मुंबईत नव्हते, दिल्लीत होते. परंतु त्यांची सर्वांना आठवण येत होती. कोणीतरी वडीलधारे तिथे हवे होते. राजेंना ती पोकळी भरून काढणे शक्य नव्हते. राजे हताश होते. अमिताला ते समजावू शकत नव्हते. तो त्यांचा हताशपणा होता का दुबळेपणा होता. राजे आपल्याच विचारात खोलवर जात होते.

मोबाइलचा आवाज आला, तसे राजे भानावर आले. टीपॉयवर राजेंचा मोबाइल वाजत होता. राजे उठले, त्यांनी मोबाइल घेतला. तो शिरगोपीकरांकडून आला होता.

"येस?"

"राजे?"

"नमस्कार!"

"तुम्ही कुठे आहात?"

"घरीच."

"पटेल फॅमिली त्यांच्या घरी असेल का? मी त्यांच्याशी संपर्क केला नाही."

"अमिताचे वडील दिल्लीला आहेत. अमिता आणि त्यांची आई इथेच माझ्याकडेच आहेत. का?"

"गुड!"

"काय झालं?"

"त्यांना काही दिवस मुंबईबाहेर राहावं लागेल."

"का?"

"थोडी सावधगिरी!"

"शिवाजी पार्कच्या सभेवरून बोलत आहात का? काही बातमी तुमच्याकडे आहे?"

राजे अमिताकडे पाहत होते. अमिताचा चेहरा सावध झाला होता. ती राजेंकडे रोखून पाहत होती.

"हा बातमीचा किंवा सभेचा भाग नाही. परंतु सध्याची परिस्थिती पाहता मला त्यांनी मुंबईत थांबणं योग्य वाटत नाही."

"अमिताच्या पपांना मी बोलावून घेतो. आपण याबाबत ठरवू."

"अहं! मी त्यांना आत्ताच बाहेर हलवण्याबाबत बोलतोय."

"एवढी घाई?"

"हां!"

राजे विचारात पडले. ''पण आता बाहेर पडायचं, तर दादरहून बाहेर पडावं लागेल. दादर-चेंबूरमध्ये आता तणावाचं वातावरण आहे. उद्या सकाळपर्यंत थांबलात तर.''

''मला योग्य वाटत नाही.''

राजेंच्या चेहऱ्यावर काळजीचे जाळे पसरू लागले. शिरगोपीकर एवढे स्पष्टपणे बोलत होते म्हणजे अमिता आणि तिच्या आईला मुंबईबाहेर हलवणे भाग होते. राजे विचार करत होते.

''काय झालं?''

राजेंनी तिला 'बोलू नको' म्हणून सांगितले. ''मी थोडा वेळ विचार करतो आणि आपल्याशी बोलतो.''

''मी माझी माणसं आपल्यापर्यंत पाठवतो, तोपर्यंत ठरवू काय करायचं. परंतु बाहेर जाण्याची तयारी करण्यास सांगा. तुम्हीही त्याच्याबरोबर राहा.''

राजेंनी मोबाइल बंद केला.

राजेंनी ओठ आवळले आणि शांतपणे येरझारा घालू लागले. अमिता राजेंकडे पाहत होती. परंतु तिला आता जास्त वेळ बसवेना.

तिने पुन्हा विचारलं. ''काय झालं?''

आता तिने राजेंचा दंड घट्ट पकडला होता. राजेनी दंड सोडवून घेतला.

''फोन शिरगोपीकरांचा होता.'' राजे तिच्याकडे पाहत म्हणाले.

''तुम्ही आणि तुमच्या मम्मींनी काही दिवस बाहेर राहावं, असं ते सांगतायंत. मलाही तुमच्या बरोबर जायला ते सांगतायंत.''

अमिता मटकन बसली.

''पपांशी बोलू या, ते काय म्हणतायंत. उद्या सकाळपर्यंत ठरवू आपण.''

''शिरगोपीकर म्हणतात, आताच तुम्हाला हलवणं आवश्यक आहे.'' अमिताची आई आणि आईसाहेब बाहेर आल्या. आईसाहेबांनी अमिताला आणि राजेंना चहा दिला. दोघांच्या चेहऱ्यावर गंभीरता पाहून विचारले.

''काय झालं?''

अमिताने फोनवरचे बोलणे सांगितले. आईसाहेब राजेंकडे पाहत म्हणाल्या,

''राजे, खरोखरच एवढी घाई जरुरी आहे का? हवं तर पोलीस संरक्षण मागवू.''

''आईसाहेब, शिरगोपीकरांनी त्याचाही विचार केला असेल. एकंदर परिस्थिती पाहून ते बोलतायंत. त्यांची काही माणसही आता इथं येतायेत. तोपर्यंत विचार करू.''

आईसाहेबांच्या हातचा चहा, परंतु अमिताला तो प्यायची इच्छा होईना. चहा तिने कसाबसा संपवला.

सर्वांचे चेहरे सुन्न झाले.

दरवाज्यावरील बेलचा आवाज आला, तसे राजेंसकट सगळे दचकून एकमेकांकडे पाहू लागले. राजे शांतपणे उठले, त्यांनी दरवाजा उघडला. बाहेर शिरगोपीकरांचा मुलगा उभा होता. शिरगोपीकरांचा मुलगा उभा पाहून राजेंना परिस्थितीची गंभीरता लक्षात आली.

''या, आत या.''

शिरगोपीकरांचा मुलगा कॉलेज युवकाप्रमाणे दिसत होता. परंतु त्याची नजर भिरभिरती होती. खुरटी दाढी आणि टोकदार नाक. त्याने आपल्या आईचा चेहरा घेतला होता. केस मात्र शिरगोपीकरांप्रमाणे होते. त्याने सर्वांकडे पाहिले.

''मी थांबत नाही, मी खाली गाडीतच आहे. बाबा आणि तुम्ही ठरवाल, त्याप्रमाणे पुढे पाहू या.''

''चहा घेऊन जा.''

''नको, पाणी द्या. मी चहा घेत नाही.'' आईसाहेबांनी पाण्याचा ग्लास हातात दिला.

तो शांतपणे पाणी प्याला आणि बाहेर जाऊ लागला. त्याच्या चालण्यात घाई नव्हती. राजे त्याच्या पाठोपाठ बाहेर गेले. जिन्यावरून उतरता उतरता तो राजेंना सांगत होता.

''बाहेर टेन्शन आहे. जेवढं लवकर निघता येईल, तेवढं योग्य राहील. मी कंपाउंडजवळ गाडीत आहे. त्याशिवाय एक ॲम्ब्युलन्स कोपऱ्यात आहे. तशी काळजी करायचं कारण नाही.''

राजे समजून गेले. राजे त्याला गाडीपर्यंत सोडून वर आले. गाडीत ते चौघे होते. ॲम्ब्युलन्समध्ये आणखीन काही लोक असावेत. ते पूर्ण तयारीनिशी आले होते.

राजेंनी आल्या-आल्या थोडा विचार केला आणि फोन उचलला.

ते बराच वेळ बोलत होते. परंतु कोणाशी बोलत होते, याचा अंदाज येत नव्हता. बोलणे पूर्ण झाल्यानंतर त्यांनी रसिकभाईंना फोन लावल. मुंबईतील थोडक्यात परिस्थिती सांगितली आणि पुढे काय करणार, याचा अंदाज दिला.

राजे पुन्हा खाली आले. त्यांनी शिरगोपीकरांच्या मुलाला काही सूचना दिल्या.

बरोबर आठ वाजून पंचवीस मिनिटांनी दोन गाड्या राजेंच्या क्वार्टरपुढे आल्या. एका गाडीवर लाल दिवा होता. गाडी व्हीआयपी होती.

गाडीतून तो नकटा खाली आला आणि राजेंच्या घरी आला. त्याने राजेंना आणि आईसाहेबांना वाकून मुजरा केला. अमिता राजेंकडे प्रश्नार्थक नजरेने पाहत होती. त्याची अमिता आणि अमिताच्या आईबरोबर ओळख करून दिली.

"गुलाबबाबत नंतर सांगेन." असे सांगितले.

"सर्व जणांनी औरंगाबादला जायचं ठरवलं आहे."

"आत्ता?"

"होय."

"तुम्ही दोघींनीही घरी जायचं नाही, इथूनच जायचं ठरलं आहे."

अमिता आणि तिच्या आईला राजे म्हणाले.

"परंतु कपडे तरी घ्यायला नको का?"

"तुम्ही, आईसाहेबांचे कपडे थोडे जादा घ्या. बाकी औरंगाबादला खरेदी करा."

"पण घरी जाऊन आलं तर."

"नको." राजेंनी ठामपणे सांगितले.

एकच बॅग भरण्यात आली.

"राजे तुमची बॅग!"

"मी बरोबर येत नाही, बरोबर गुलाब असतील."

"पण तुम्ही एकटं इथं राहणं योग्य राहील का?"

"शिरगोपीकरांचे लोक आहेत. पुन्हा उद्या दोन्ही घरांकडे आणि कारखान्याकडे लक्ष द्यावं लागेल."

"एवढी परिस्थिती धोकादायक असताना तुमचं राहणं योग्य राहील का?"

"आईसाहेब, काळजी घ्यायची आहे. ती अमिता आणि मम्मीची. तुम्ही त्याच्याबरोबर आहातच, माझी काळजी करू नका. मला एकट्याला सांभाळणं काही अवघड नाही. उद्या पुन्हा प्रकाश येईलच."

आईसाहेब मनातून चरकल्या होत्या. त्यांना राजेंना सोडून जाणे नको वाटत होते.

"प्रकाशला कळवलं आहे का?"

"मी एसएमएस केला आहे. तो कलकत्याला कुठेतरी आहे. पण उद्या सकाळपर्यंत येईल, असा निरोप पाठवला आहे."

"तुम्हीही आमच्याबरोबर या ना!" अमिता आग्रह करत होती.

"नको, सर्व जण घाबरून पळून गेले, असं चित्र तयार होईल. ते योग्य नाही. माझं इथं थांबणं आवश्यक आहे."

सर्व जण बाहेर पडले. शिरगोपीकरांच्या मुलाला सूचना देण्यात आल्या. त्या दोन गाड्यांच्या मागे शिरगोपीकरांचा मुलगा गाडी घेऊन येत होता. त्याच्या मागे काही अंतरावर ॲम्ब्युलन्स होती. सर्व गाड्या महालक्ष्मी रेसकोर्सच्या दिशेने जात होत्या. गाड्या वीस मिनिटांत रेसकोर्सवर आल्या. कोठेही मध्ये न थांबवता गाड्या हेलिपॅडजवळ आणण्यात आल्या. रात्रीचा अंधार. वरळी सीफेसवरून थंडगार हवा

येत होती. दूरवर मुंबईचे झगमगीत दिवे दिसत होते. सर्व जण शांतपणे उभे होते. बोलण्याच्या मूडमध्ये कोणीही नव्हते. हेलिकॉप्टरच्या आवाजाची घरघर ऐकू आली. तसे सर्व जण सावध झाले.

हेलिकॉप्टरमध्ये चढेपर्यंत सर्व जण राजेंकडे पाहत होते. आईसाहेबांना तर काही सुचत नव्हते. राजे अमिताचा हात धरून दोघींना सांभाळून राहण्याबाबत सूचना देत होते. रात्रीच्या अंधारात हेलिकॉप्टरने आकाशात झेप घेतली. वरळी सीफेसवरून हेलिकॅप्टरचे लाल दिवे दिसेनासे होईपर्यंत राजे हेलिपॅडवर उभे होते.

प्रदूषण मंडळाचा चेअरमन गुलाब होता. कोल्हापुरात अत्यंत हलाखीच्या काळात राजेंच्या कुटुंबीयांनी त्याला मदत केली होती. तोच गुलाब मराठवाड्यात शिक्षकाचा पेशा करण्यासाठी गेला. पुढे राजकारणात गेला आणि प्रदूषण मंडळाचा चेअरमन झाला. परंतु राजेंनी त्याचा कधी फायदा घेतला नाही. कोणाला त्याच्याबाबत सांगितलेही नाही. आजची परिस्थिती मात्र आणीबाणीची होती.

गुलाब तत्काळ मदतीला धावला.

३८

राजेंच्या आयुष्यातला प्रथम प्रसंग होता, त्यांनी अशा परिस्थितीत आईसाहेबांना कधीही सोडले नव्हते. राजेंना खचल्यासारखे वाटत होते. त्यांना आता दोन घरांची राखण करायची होती. मलकापुरकरांचे घर आणि पटेलांचे घर. भावी वधूचे घर अशा रीतीने सांभाळण्याची पूर्ण जबाबदारी येईल, असे वाटत नव्हते.

हेलिपॅडपासून घरी येईपर्यंत राजेंचे विचारचक्र घुमत होते. काही सुचत नव्हते. समोर जंगीचा व्यासपीठावरील आवाज, कामगारांची आरडाओरडा आणि ती गलिच्छ भाषा. पटेल कुटुंबीय राजेंच्या गळ्याशी आले होते.

राजेंच्या डोळ्यासमोर अमिता पुन्हा पुन्हा येत होती. श्रीमंती राहणी, श्रीमंती जीवन काटेरी होते, खडतर होते, कष्टदायक होते. सुखासीन नव्हते. राजेंना त्याची सुरुवात झाली होती. राजे प्रकाशशी संपर्क साधण्याचा प्रयत्न करत होते. परंतु संपर्क होत नव्हता. एसएमएसवरून फक्त मेसेज मिळत होता. उद्या मुंबईला येत असल्याबाबत. राजेंनी प्रयत्न केला, परंतु अमिताच्या वडिलांचाही पुन्हा फोन लागत नव्हता. मोबाइल कव्हरेजच्या बाहेर दाखवत होता.

राजे निराश झाले.

शिरगोपीकरांच्या मुलाला घेतले, हाजी अलीच्या घराला कुलूप लावले. काही लोक हाजी अलीला थांबले आणि राजे मलबार हिलला गेले. पटेल कुटुंबीयांचे कोणीही घरी नसताना घरी जाणे विचित्र वाटत होते. संकोचित झाल्यासारखे वाटत होते. घरी नोकर होता आणि किचन सांभाळणारी मुलगी होती. दोघांना घरी कसे राहायचे, याच्या सूचना दिल्या. राजेंनी मोबाइलवर काही अडचणी आल्या, तर कळवण्यास सांगितले आणि शिरगोपीकरांचे दोन लोक खास ठेवण्यात आले. राजे बाहेर पडले. राजे आणि शिरगोपीकरांचा मुलगा छत्रपती शिवाजी स्थानकाकडे गेले. डॉकयार्ड रोडवरून चेंबूरला आले. मागे ॲम्ब्युलन्स होतीच. खास पहाऱ्यात त्या

हॉटेलवर आले.

हॉटेल रत्नदीप.

ते शिरगोपीकरांचे हॉटेल होते. रात्रीचा मुक्काम त्या हॉटेलात होता.

मुंबई महानगराच्या लोकल रेल्वेच्या तीन सेवा, पश्चिम रेल्वे, मध्य रेल्वे, हार्बर रेल्वे. यांपैकी मध्य आणि हार्बर रेल्वे एकमेकांत गुंतलेल्या. पश्चिम रेल्वेचा संबंध येतो, तो दादर स्थानक येथेच. हार्बरचा संबंध फक्त मध्य रेल्वेशी येतो, तो कुर्ला आणि सॅन्डहर्स्ट रोड स्थानकावरच. सॅन्डहर्स्टपासून छत्रपती शिवाजी स्थानकापर्यंत रेल्वे लाइन एकच जाते. कुर्ला आणि परळ ही दोन स्थानके ही गिरणी कामगारांची. तसेच या दोन्ही स्थानकांभोवती गिरण्यांची आणि कामगारवस्तीची गर्दी. या ठिकाणी पश्चिम रेल्वेचे एलफिस्टन आणि लोअर परेल स्थानक लागते. एकंदर कामगार वस्ती आणि कारखान्याच्या परिसराशी जास्त संबंध मध्य रेल्वे आणि हार्बरचाच येतो.

पश्चिम रेल्वेच्या तुलनेत मध्य रेल्वे आणि हार्बरमधील लोकांच्या गर्दीच्या वेळा वेगळ्या, मॉबचा ओढा आणि एकंदरीत चालणे-बोलणेही वेगळे. पश्चिमभाग कार्यालयीन कामकाजाच्या प्रभावाखाली, तर मध्य आणि हार्बर कारखाना व्यापारी प्रभावाखाली.

कुर्ला स्थानक.

वेळ सकाळची. ऑफिसला जाणाऱ्या, छत्रपती शिवाजी स्थानकाकडे जाणाऱ्या अप गाड्या तुडुंब भरलेल्या खचाखच होत्या, तर मुंबईच्या बाहेरच्या दिशेने जाणाऱ्या डाउन गाड्या तेवढ्याच रिकाम्या होत्या. चित्र विरोधाभासाचे होते. प्रत्येक स्थानकावर फक्त छत्रपती शिवाजी स्थानकाकडेच जाणारे प्लॅटफॉर्म माणसांच्या गर्दीने भरलेले होते. परंतु मुंबईबाहेर जाणाऱ्या प्लॅटफॉर्मवर माणसांची गर्दी अजिबात नव्हती. त्यामुळे त्या बाजूचा वापर बरेच चाकरमानी गप्पा मारण्यासाठी, चहा पिण्यासाठी, सामानाची ने-आण करण्यासाठी करत होते. वेळ सकाळची होती. कुर्ला स्थानकाला मध्य रेल्वेचे सहा प्लॅटफॉर्म, हार्बरचे दोन प्लॅटफॉर्म. संपूर्ण मुंबईत जास्त प्लॅटफॉर्म असलेले एकमेव जंक्शन म्हणजे कुर्ला होते.

सकाळच्या अत्यंत गर्दीच्या वेळी प्लॅटफॉर्म क्रमांक एकवरून काही लोकांची धावपळ उडाली. कोण कोणासाठी धावत होते, याचा अर्थ कोणालाच लागेना. बऱ्याच वेळा पाकिटमाराला पकडण्यासाठी किंवा एकदा विनातिकीट प्रवासी टी.सीच्या तावडीतून सुटका करून घेण्यासाठी प्लॅटफॉर्मवरून धावपळ करी. त्यामुळे सर्वांच्या नजरा सतर्क होत होत्या. परंतु प्लॅटफॉर्म क्रमांक एकवरील धावपळ ही वेगळी होती. ना पाकिटमार किंवा ना विनातिकीट प्रवाशांकरिता. काही चाकरमानी काही लोकांच्या मागे लागले होते. बापा केमिकलच्या कामगारांच्या मागे.

सकाळी सकाळी जे कर्मचारी-कामगार बापा केमिकलमध्ये कामाला जात होते,

त्यांना धमकावण्याचे सत्र सुरू झाले होते. ते जंगीचे लोक होते. जंगीच्या युनियनचे लोक बापा केमिकलच्या कर्मचारी-कामगारांना कामावर जाण्यापासून रोखत होते. त्यांनी कुर्ला स्थानकामध्येच हैदोस घालायला सुरुवात केली. जे जे कामगार दिसत होते, त्यांना शोधून शोधून मारत होते. जे ऐकत नव्हते, जुमानत नव्हते, त्यांना प्लॅटफॉर्मवरच मारहाण केली जात होती. ती दहशत होती.

कामगारशक्तीची दहशत होती. प्रकार नवीन होता. जंगी आता रस्त्यावर आला होता. दहशतीचे सत्र प्रत्येक स्थानकावर सुरू केले होते. याची सुरुवात आदल्या दिवसापासून केली होती. जंगीची सभा तुफान झाली होती. पन्नास हजारांचा मॉब समोर होता. शिवाजी पार्क तुडुंब भरले होते. जंगीच्या सभेने सर्वांना हुरूप आला होता. जंगीने रसिकभाईंना आव्हान दिले होते. जंगीला कारखाना बंद करायचा होता. त्याला आपल्या मुठीत आणायचे होते. बापा केमिकलच्या विस्तारीकरणाच्या प्रकल्पाला कचऱ्यात टाकायचे होते. जंगीला सर्व आपल्या हातात हवे होते.

मध्यस्थी नाही,
चर्चा नाही,
समेटाची बोलणी नाही.

जंगीने नियम, कायदा बाजूला ठेवून नोटीस दिली होती. संपाची नोटीस. जंगीला सर्व काही त्याच्या पद्धतीनुसार हवे होते. बापा केमिकलचे व्यवस्थापन त्याच्या पायाशी हवे होते.

कारखान्याबाहेरील कामगार आणि युनियनला हाताशी धरून तो ते साध्य करू पाहत होता. सभा संपल्यानंतर पोलिसांना न जुमानता कामगारांनी वाटेत तोडफोड केली. ते घरी जाताना सरळ गेले नाहीत. दादर स्थानकापर्यंत वातावरण तणावपूर्ण होते. ते वातावरण त्यानंतरही राहीले. काही कामगाराचे गट लोकांच्या घरी जाऊन दमबाजी करू लागले. त्या कामगारांना दुसऱ्या दिवशी कारखान्यात न जाण्याबाबत आदेश देऊ लागले. ज्यांचा कारखान्याशी संबंध नाही, असे लोक धमकावू लागले. तो मुद्दामपणा होता. मुजोरपणा होता.

परंतु जंगीला धक्का मिळवायचा होता.

त्या फक्त ॲम्ब्युलन्स होत्या. त्यांनी प्रत्येक स्थानकावर त्या ठेवल्या होत्या. चेंबुरपासून कुर्ला स्थानकापर्यंत काही ठरावीक ठिकाणी ठेवल्या होत्या. त्यांनी मोक्याच्या जागेवरून टेहळणी सुरू केली होती. हा सर्व प्रकार पहाटे-पहाटे सुरू केला होता. त्याची तयारी त्यांनी अगोदरच केली होती. परंतु सुरुवात केली नव्हती. सावज नजरेच्या टप्प्यात येण्याची वाट ते पाहत होते.

कुर्ला स्थानकामध्ये धमकीसत्र सुरू झाले. त्यांना इशारा मिळाला. त्यांनी फक्त त्यांच्या म्होरक्यांना पकडले आणि स्थानकाबाहेर आणले. त्याला ॲम्ब्युलन्समध्ये

घेतले आणि पार्श्वभागावर शिक्का मारला. तो शिक्का कमीत कमी दोन महिने घरी बसवणारा होता. तो वेदनामय होता.

जखम खोलवर होती. कमीत कमी पाव इंचाची. धारदार वस्तऱ्याची पार्श्वभागावरील ती जखम. तो शिक्का कायमची आठवण होती. त्यांचा कार्यक्रम सुरू झाला होता. जंगीचे लोक, खास लोक आणि निवडक लोक यांची धरपकड केली जात होती. हॉटेल, रस्ता, रेल्वेस्थानक, घर, ऑफिस – जिथे दिसेल, तिथे त्यांना पकडले जात होते. शिक्के उमटवले जात होते. वेदनेची निशाणी. त्यांचे ऑपरेशन पद्धतशीरपणे चालू होते. बारा वाजेपर्यंत सर्व ऑपरेशन पूर्ण केले. जंगीच्या धमकीतील हवा निघून गेली होती.

जशास तसे उत्तर होते.

त्याचा अंदाज जंगीला फार उशिरा आला होता.

वेळ निघून गेली होती. जंगीच्या खास लोकांनी, कामगारांनी माघार घेतली होती. आदल्या दिवशीच्या शिवाजी पार्कवरील सभेत मिळालेले सगळे मातीमोल झाले होते. शासनदरबारी, पोलिसांत याचा मागमूसही नव्हता. पोलिसांच्या खाती फक्त जंगीची धमकी, दमदाटी आणि बदनामी होती. जंगीला बापा केमिकलची लढाई महाग पडली होती. संपाची नोटीस दिली, जाहीर सभेत, परंतु कामगारांना मेसेज मिळाला शिक्क्याचा.

शिरगोपीकरांनी बाजू उलटवली होती. कामगार कारखान्यावर येत होते. वेळ दुपारची होती. परिस्थिती तणावाची होती. राजे फक्त पाहत होते. त्यांची नजर शिरगोपीकरांकडे होती. हॉटेल रत्नदीप आता युद्धाच्या वॉररूमप्रमाणे होते. तिथे नकाशे नव्हते, परंतु मुंबईतील प्रत्येक रस्त्यावरील घटना ते आपल्या खास शैलीत काबूत ठेवत होते. तिथे बंदुका, तोफा, रणगाडे यांच्या ताफ्याला सूचना, आदेश दिले जात नव्हते; परंतु ते युद्ध होते.

एक कामगार नेता होता. एक राजकीय नेता होता.

शिरगोपीकर आणि जंगी. जंगी शेवटची हाराकिरी करत होता. त्याची नांगी ठेचण्याचे काम केले जात होते. कोठे तलवारीचा हल्ला, कोठे काठ्या आणि कोठे मॉबचा वापर करावा, याच्या सूचना दिल्या जात होत्या. मुंबईच्या रस्तोरस्ती तणाव वाढत होता. भडका होता. ते छुपे युद्ध होते. शिरगोपीकर विरुद्ध जंगी. शिरगोपीकर शांत होते. मुरलेल्या सेनापतीप्रमाणे ते टेबलावरील टेलिफोन आणि मोबाइलकडे पाहत होते. त्या दालनात मोजकेच लोक होते. परंतु सर्व मुंबईवर त्यांचे नियंत्रण होते.

''तुम्हाला तणावपूर्ण वाटत नाही ना? टेन्शन वाटतं?'' शिरगोपीकर शांतपणे राजेंना विचारत होते.

''हा माझा पहिलाच प्रसंग आहे. अशा सिच्युएशनमध्ये मी कधी नव्हतो.''

''काही वेळा याही गोष्टी कराव्या लागतात. तयारी करावी लागते. राजकारण. मुंबईचं राजकारण कधीकधी गलिच्छ होतं.''

''पण तुम्ही त्यांना अगोदर समजावण्याचा प्रयत्न केला होता का?''

''हो. केला, परंतु तो हेकेखोर निघाला.'' राजेंना तो विषय लांबवायचा नव्हता.

''परंतु मला कधीकधी आश्चर्य वाटतं.''

''कोणतं?''

''तुमच्या हाती एवढी मसल पॉवर असताना पटेलांना नमवण्यासाठी न्यायालयीन मार्ग तुम्ही का धरला? पटेल गुजराथी. त्यांना फक्त धमकावलं असतं, तरी मला वाटतं काम झालं नसतं का?''

''तुम्ही माझी चाचपणी करत आहात की काय?''

''नाही. नाही. तुम्ही आणि पटेल यांच्यात काही अंतर राहिलं नाही. परंतु तुमची राजकीय आणि कार्यकर्त्यांची ताकद पाहिली, तर कंपनी ताब्यात घ्यायला काही अवघड नव्हतं.''

''जंगीही याच विचारात होता. परंतु मला ते योग्य वाटलं नाही.''

राजे काही बोलले नाहीत.

''राजे, पटेल जरी गुजराथी असले, तरी त्यांची आर्थिक ताकद मोठी आहे.''

राजेंना आश्चर्य वाटलं.

''आर्थिक ताकद! मला तरी तसं काही दिसून आलं नाही.''

शिरगोपीकर हसत म्हणाले, ''तुमचे भावी सासरे खरोखरच मोठी आर्थिक शक्ती आहे. त्याचा अंदाज मला आला नाही. मी दिल्लीपर्यंत त्यांच्या मागे गेलो होतो. परंतु ते माझ्यापुढे खूप खूप आहेत. देशाचं आर्थिक धोरण बदलण्याची त्यांच्यात ताकद आहे.''

''म्हणजे राजकीयदृष्ट्या ते तुमच्यापेक्षा वरचढ आहेत का?''

''मी तसं म्हटलं नाही. आर्थिक धोरणाबाबत राजकीय मोठी शक्ती असायला पाहिजे, असं काही नाही. ते स्वत:ही प्रभावशाली आहेत. त्यांच्या पाठीशी तेवढेच लोक आहेत.''

''तुम्ही म्हणता म्हणजे ते एकटे नाहीत.''

शिरगोपीकर काही बोलले नाहीत.

''म्हणजे मी तुमच्याकडे आलो, ही तुम्हाला मोठी संधी वाटली का काय?''

''राजे ती सुवर्णसंधी होती. जंगीला मी समजावण्याचा प्रयत्न केला. परंतु त्याने ऐकलं नाही. तो आपल्या कर्माने आता जाईल.''

दुपारचे जेवण उशिरा झाले. संध्याकाळपर्यंत राजे बसून होते. कोणीही हॉटेलबाहेर गेले नाही.

३९

तो सोहळा होता. सांस्कृतिक कार्यक्रम होता. ते स्नेहसंमेलन होते. शाळा, कॉलेज, विद्यार्थ्यांचे नव्हते.

ते माजी सैनिकांचे होते. पुण्याच्या खडकी कॅन्टोन्मेंट भागात.

ते वार्षिक स्नेहसंमेलन होते. सैनिक कल्याण केंद्रामार्फत भरवण्यात येत होते. शिपाई, हवालदार, सुभेदार, जमादारापासून कमिशन ऑफिसरपर्यंतचे सेवानिवृत्त सैनिक हजर राहत होते. सहकुटुंब.

एकच दिवसाचा कार्यक्रम, पण सर्वांना आपल्या जुन्या सहकाऱ्यांना भेटण्यात आनंद वाटत होता. पूर्वीचे सैनिक जीवन आठवण करून देणारे. सर्वांच्या चेहऱ्यावर आनंद, उत्सुकता दिसत होती.

कर्नल प्रकाश फक्त एकच व्यक्ती प्रत्यक्ष ॲक्शनमधील होती. कर्नल आपल्या गावकऱ्याला भेटायला आला होता. जाता-जाता सहज.

कर्नल कार्यक्रमाच्या ठिकाणी आला, तेव्हा भाषणाचा कार्यक्रम सुरू होता. म्हणून कर्नल प्रेक्षकांमध्ये बसला. कार्यक्रम नेहमीच्या पद्धतीने चालला होता. बहुतेक वक्ते पुन्हा पुन्हा एकच मुद्दा परत परत आळवत होते. प्रत्येक माजी सैनिकांना घरांसाठी सरकारने जागा उपलब्ध करून द्यावी, पेन्शन वाढ व मुलांसाठी नोकरीत आरक्षण. बराच वेळ झाला. वक्त्यांची भाषणे झाली आणि काही मुलांचा, काहींनी ७५ वर्षे पूर्ण केल्याबद्दल त्यांचा सत्कार करण्यात आला. काहींनी वेगवेगळ्या क्षेत्रात प्रावीण्य मिळवल्याबद्दल त्यांचा सत्कार करण्यात आला. कर्नल शांतपणे पाहत होता.

"काय प्रकाशराव?" शेजारी बसून त्या व्यक्तीने म्हटले.

"नमस्कार बापू, तुम्हालाच शोधत होतो. म्हटलं, हा कार्यक्रम होऊ दे."

"चला, आपण बाहेर जाऊ."

“हो. चालेल.”

दोघे बाहेर आले. चहा आणि नाष्ट्याचा स्टॉल तयार करण्यात येत होता. दोघांनी प्लॅस्टिकच्या ग्लासमधून चहा घेतला आणि एका बाजूला उभे राहिले.

“बापू, तुमची प्रकृती कशी आहे?”

“छान.”

दोघांच्या गावाकडील गप्पा सुरू झाल्या. कर्नलला गावी जाता येत नव्हते. यामुळे या बापूकडूनच चौकशी सुरू होत होती.

“तू गावाकडे येणार नाही. सुट्टी नाही मिळत.”

“येत्या उन्हाळ्यात सुट्टी घेण्याचा विचार आहे.”

“तू फारच घाईत दिसतोयंस?”

“होय, मी आता रजा काढून येणार होतो. परंतु मुंबईला थोडं कामात अडकलो. त्यामुळे रजा थोडी लांबणीवर पडली.”

“नमस्ते सर!”

“सुभानसिंग इकडे कुठे?”

“काही नाही. मित्रमंडळींना भेटायला आलो होतो. आपण कसे आहात,सर?”

“वा छान. तू सध्या मुंबईत आहेस, ऐकलं होतं.”

“होय.”

सुभानसिंग गबाळ्या वेषात होता. टक्कल पडले होते. डोक्यावर केस अस्ताव्यस्त होते. अंगात ढगळ कपडे होते. बुश शर्ट आणि पॅन्ट. हाफशर्टमध्ये हात जाडजूड वाटत होते. हातावर एकही केस नव्हता. तुळतुळीत शरीर होते. वयस्कर असूनही चेहऱ्यावर केस विरळ वाटत होते. चेहरा सुजल्यासारखा वाटत होता. मधूनमधून त्याचा हात तोंडातील लाळ पुसण्यासाठी जात होता. त्याच्या चेहऱ्यावर पिण्याचे व्यसन स्पष्ट दिसत होते.

कर्नलशी त्याची ओळख करून देण्यात आली. त्याच्या पाठमोऱ्या आकृतीकडे पाहत बापू नावाची व्यक्ती म्हणाली,

“हा पुण्याचाच, परंतु मुंबईला असतो. बायको आणि एकुलता एक मुलगा अपघातात मृत्यू पावले. आता एकाकी वेड्यासारखा फिरत असतो. मुंबईत कोठेतरी स्टुडिओत काम करतो, असं ऐकलंय.”

“कौटुंबिक जीवन उद्ध्वस्त झाल्यावर, संसार नाहीसा झाल्यावर सगळं काही शून्य वाटत असेल. तो तरी काय करणार?” कर्नल म्हणाला.

“आमच्या प्लॅटुनमधला बेस्ट मार्कसमन होता. राजस्थानच्या वाळवंटातला उंट होता. मैल न् मैल एकटाच जायचा. कुठून कुठून माहिती घेऊन यायचा, कसा जात होता, देव जाणे. पण आमच्या चेकपोस्टवर वेळेवर यायचा. नो मॅन्स लॅन्डची

त्याला कधी काळजी वाटली नाही. नकाशाबरोबर घ्यायचा नाही. परंतु पाकिस्तानी युनिटची कोणती कंपनी कुठे आहे, बरोबर सांगायचा. अडचण एकच होती, पिणं खूप होतं. बायको-मुलं मेली, तरी चेहऱ्यावर दुःख दाखवलं नाही. सर्व काही दारूत लपवलं, खूप वाईट वाटतं.''

कर्नल काही बोलला नाही.

''तुमची मुलं कशी आहेत?''

''सगळी आता मार्गाला लागले आहेत. मी आता भजनी मंडळात असतो. ते लोक कुठे कुठे घेऊन जातात. फिरत असतो. मुलं त्यांच्या व्यापात आहेत. कोणीतरी तुझ्यासारखं लष्करात जावं, असं वाटत होतं. परंतु नाही झालं. आता त्याचंही काही वाटत नाही. घरी काही निरोप द्यायचा आहे का?''

''ठीक आहे सांगा. मात्र उन्हाळ्याच्या सुट्टीत येणार आहे, याबाबत कल्पना देऊ नका. रजा चुकून कॅन्सल व्हायची आणि त्यांना हिरमुसलं व्हायचं.''

''खरं आहे, आपल्या लोकांचं रजेबाबत काही खरं नाही. तरीही काही महत्त्वाचं असलं, तर मोबाइलवर कळवत जा. माझ्याशी बोलत जा. पूर्वी सारखी चौकशी करावी लागायची, काही समजायचं नाही. आता प्रत्यक्ष भेटता येत नाही, परंतु मोबाइलवर बोलता येतं. हे खूपच आहे नाही का?''

''हे खूपच बरं वाटतं. गावाकडची माणसं लांब असली, तरी रात्रीचं बोलताना बरं वाटतं. पण मी येथे पुण्याला भेटलो, याबद्दल शक्यतो बोलू नका. विनाकारण त्यांचा गैरसमज व्हायचा. जवळ येऊन भेटायला येत नाही, असं वाटायला नको.''

''नाही सांगत. पण तू तुझी काळजी घे.''

प्रकाश सरळ बाहेर पडला. सरळ पुण्याच्या कॅम्पमध्ये आला. जोरहाट, कलकत्ता, पुणे येथे सगळीकडे धावपळ झाली होती. पुण्यातील काम अजूनही झाले नव्हते. कर्नलला कंटाळा आला होता.

४०

संपूर्ण मुंबई लोकवस्तीने गजबजलेली. पाय ठेवण्यास जागा नाही. जागेला सोन्याचा भाव होता. दिसेल तिथे झोपडपट्टी, सोसायटी आणि मोठाल्या इमारती. मुंबई काठोकाठ भरली होती. याच मुंबईतील तो भाग निर्मनुष्य होता, तो घाटकोपरपासून ठाण्यापर्यंत खाडीलगतचा भाग होता. राहण्यास निरुपयोगी, मिठागरे आणि खारफुटीची दाट झाडी यांमुळे या जागेचे आकर्षण फक्त कोळ्यांच्या होड्यांना आणि परदेशी पाहुण्यांना म्हणजे पक्ष्यांना. अगदी वडाळ्यापर्यंत पक्ष्यांचे थवे खाडीलगत किडे आणि सूक्ष्म जीव यांवर पोट भरताना दिसत होते. फ्लेमिंगो, फ्लेमिंगो आणि फ्लेमिंगो. भांडूपजवळच्या मिठागराजवळ त्यांची भेट निश्चित झाली होती.

वेळ दुपारची होती.

त्याने डोळ्याला काळा गॉगल लावला होता. हाफशर्ट घातला होता आणि पॅन्ट काळी होती. शर्ट पॅन्टमध्ये खोचलेला नव्हता. पायात शूज होते. परंतु एकंदर वेशभूषा साधी होती. त्यामुळे डोळ्यावरील फक्त गॉगलच किमती वाटत होता. हातामध्ये घड्याळ नव्हते. त्याने गाडी ऐरोली ब्रिजच्या टोलनाक्याजवळ ठेवली होती. तो मिठागराच्या बांधावरून चालत होता. मिठागरांचे मोठमोठे वाफे समुद्राच्या पाण्याने भरले होते. काही वाफ्यांतून पांढुरके पाणी दिसत होते. अनेक ठिकाणी मिठाचे पांढरे ढिगारे तिथून हलवण्यासाठी वाट पाहत होते. बराच भाग निर्मनुष्य होता. मिठागरावर काम करणारे कामगारही दिसत नव्हते. हिरवेगच्च शेत नसलेल्या, पीक नसलेल्या वाफ्यांच्या कडेने जाताना त्याला कसेतरी वाटत होते. त्याची सवय नव्हती. ती मिठागरे होती. शेतवाडी नव्हती. तिथे खाडीच्या चिखलाचे काळे रेताड बांध होते. वातावरण भकास होते, उदास होते.

वेळ दुपारची होती.

खाडीशेजारील खारफुटीच्या झाडाखाली त्याने ठाण मांडले. त्याला सिगारेट,

पान, तंबाखूचे व्यसन नव्हते. परंतु कोणत्याही परिस्थितीत वाट पाहण्याची सहनशीलता त्याच्याकडे होती. तासन् तास उभे राहण्याची क्षमता त्याच्याकडे होती. अशा परिस्थितीला तोंड देणे त्याला अंगवळणी पडले होते. तो एकटाच होता, परंतु पूर्ण तयारीनिशी आला होता.

वेळ दुपारची होती.

ते दोघे होते. एकाला त्याने एकदाच पाहिले होते. परंतु त्याला लगेच ओळखले. त्याची लाळ पुसण्याची लकब त्याच्या चांगलीच लक्षात होती. परंतु त्याला त्याबाबत घृणा वाटत नव्हती. त्याचे त्याला आश्चर्य वाटत होते. परंतु त्याबाबत चेहऱ्यावर त्याने नापसंती दाखवली नव्हती.

''गुड आफ्टरनून सर.''

''गुड आफ्टरनून.''

त्याने त्याची ओळख करून दिली. अस्सल मुस्लीम चेहरेपट्टी, काळसर चेहरा. डोक्यावर स्कलकॅप, लहान चौकड्यांचा भडक लाल रंगीत शर्ट होता. खाली मळकट पँन्ट होती. तो बराच प्रवास करून आला होता.

''मी याला खूप दिवस ओळखतो. सिनेमात काम करण्याचो हौस, खूप लांबवरून आला आहे. काही सिनेमात किरकोळ रोल मिळाले आहेत, परंतु अजूनही मॉब हिरोच आहे. स्ट्रगलर.''

''त्या लाइनला स्ट्रगल बराच आहे. कोणीतरी गॉडफादर असल्याशिवाय ब्रेक मिळत नाही, हे खरं आहे.''

''मी त्याच्यासाठी खूप प्रयत्न केला. आवाज चांगला आहे. परंतु तकदीर अजूनही साथ देत नाही.''

त्याने खिशातून आखाती चॉकलेटे बाहेर काढली. त्या दोघांनाही खायला दिली. तो त्याच्याकडे शांतपणे पाहत होता. त्याने लाळ गाळणाऱ्याल मानेने होकार दिला. त्याने बोलायला सुरुवात केली. दोन्ही हात पॅन्टच्या खिशात घालून तो बोलणे ऐकत होता.

ओरांगी.

त्याने आपली कहाणी सुरू केली. ओरांगीपासून, कराचीपासून तो त्याचा शब्द न् शब्द ऐकत होता. ओरांगी. गेले अनेक दिवस तो प्रवास करत होता. भिवंडी, ठाणे, मुंबई. त्याने मुंबईतील अनेक स्टुडिओ पालथे घातले होते. फिल्मिस्तान, मेहबूब, नटराज, गोरेगावची फिल्मसिटी – मात्र कुर्ल्याच्या राज स्टुडिओने त्याला हात दिला. आसरा दिला.

तो मॉब हिरो होता. एक्स्ट्रामध्ये जीव लावून काम करत होता. कोणतेही काम, कसलेही काम, सिनेमा त्याचे स्वप्न होते. त्या स्वप्नात वावरणे त्याला स्वर्गमय

वाटत होते. स्पॉटबॉय, क्लॅपरबॉय, वॉटरबॉय कोणतेही काम करण्यास तयार होता. कोणालाही साहाय्यक म्हणून काम करत होता. राज स्टुडिओतील शफी वॉचमनची त्याला मदत मिळत होती. तो ब्री ग्रेडमध्ये होता. परंतु त्याचे त्याला दुःख नव्हते.

सिनेमात काम करायला मिळत होते, याचाच त्याला आनंद होता.

ओरांगी.

सिनेमा निर्माते आणि सिनेआर्टिस्ट यांच्यामधील ती संघटना एक दुवा होती. सिनेआर्टिस्टांची आधार होती. रोजीरोटीचा आधार होता. सिनेआर्टिस्ट संघटना त्याचे हित सांभाळणारी होती. कामाचे तास, सुट्ट्या, पगार, इतर आर्थिक लाभ यांबाबत संरक्षण देणारी, मागणी करणारी. संघटनेचे लोक निर्मात्यांवर नजर ठेवून होते. तरीही सिनेआर्टिस्टवर अन्याय होत होता. त्यांची फसवणूक बऱ्याच वेळा होत होती. कमी पगार, अमर्याद काम अशा घटना घडत होत्या. असोसिएशनकडील नोंदणीकृत कलाकाराशिवाय इतर कोणालाही काम दिले जात नव्हते. तरीही निर्माते नियम तोडत होते. वाकवत होते. सिनेमाच्या क्वालिटीसाठी. ओरांगीला या संघटनेची जरब होती. ओरांगी नोंदणीकृत कलाकार नव्हता. म्हणून तो कलाकारांच्या उच्च वर्गात येण्यासाठी धडपडत होता. उच्च वर्गात गेल्यानंतर त्याला संघटनेची भीती राहणार नव्हती.

ओरांगी.

तो तरुण होता. पंचविशीत होता. धारदार नाक, पिंगट डोळे, खुरटी दाढी, राकट केस, काळसर ओठ, डोळ्यावरील भुवया वक्राकार होत्या. निमगोरा ओरांगी मध्यम बांध्याचा, मध्यम उंचीचा होता. तो कुलाब्याला आला. वखारवाला त्याचे नाव. तो एजंट होता. दिवसभर कुलाब्यात फिरणे आणि स्टुडिओला निरनिराळे फुटकळ हिरो पुरवणे त्याचे काम होते. वखारवाला तिखट नजरेचा होता. अनेक स्टुडिओंना मुली डान्सकरता, छोट्या छोट्या कामाकरता पुरवल्या जात होत्या. कॅरेक्टर ॲक्टर, दुय्यम हिरोही पुरवले जात होते. ससून डॉकजवळ तो राहत होता. म्हणजे त्याचे ते ठिकाण होते. ओरांगी वखारवाल्यासमोर उभा राहिला. वखारवाला तोंडातील पान चघळत त्याच्याकडे पाहत होता.

''तो तुम्हे अच्छा रोल चाहिये?''

''जी!''

''तुमने ॲक्टिंग कोर्स किया है?''

''नहीं लेकिन बहुत सारे फिल्म में छोटामोटा काम किया है।''

''हां हां वो ठीक है, लेकिन ॲक्टिंग वगैरे का कुछ कोर्स किया, है तो अच्छा होता। ठीक है, तुम्हारा अच्छासा फोटो हो, तो दे दो।''

ओरांगीने खास काढलेला फोटो दिला.

"ठीक है, अगले हप्ते में या दो-चार दिन बाद कॉन्टेक्ट करना, कुछ काम निकला तो बोल देता हूँ।"

तो बाहेर आला. जिन्यातून खाली येताना लोक एकमेकांची नजर चुकवून जा-ये करत होते. काही खोलीतील दारे उघडी होती. काही ठिकाणी मुली बसल्या होत्या. चेहऱ्याला रंगरंगोटी करून. त्या वेश्या होत्या. कुलाब्यात एके काळी वेश्यागृहे होती. ब्रिटिश गेले, तसे कुलाब्याचे महत्त्व कमी झाले. वेश्यागृहे ही गिरगाव-ग्रॅन्ट रोडकडे गेली. काही तुरळक वेश्यागृहे कुलाब्यात होती. त्यांपैकी ते वेश्यागृह होते. ओरांगीचे काम वखारवाल्याकडे होते. वखारवाल्याचे ऑफिस वेश्यागृहातच होते.

साशंक विचारात ओरांगी कुलाब्याचा रस्ता तुडवत व्हीटीच्या दिशेने निघाला. तो फुटपाथवरून चालत होता. फुटपाथ विक्रेत्यांनी गच्च भरला होता. फुटपाथवरून सरळ चालता येत नव्हते. शोभेच्या वस्तू, इलेक्ट्रिकल वस्तू, घड्याळे, कॅमेरा, कॅलक्युलेटर, कपडे, किचनवेअर, दिवाणखान्यातील शोभेच्या वस्तू, चप्पल, शूज, लहान मुलांची खेळणी, चॉकलेट, कारपेन्टरच्या वस्तू, पुस्तके, गाण्यांच्या सिडी – सर्व काही होते. विक्रेते महाराष्ट्रीयन होते, दाक्षिणात्य होते, उत्तर भारतीय होते. फुटपाथचा इंच नी इंच त्यांनी वापरला होता. गर्दीतील ग्राहक जास्त करून विदेशी होते. ते गटागटाने फिरत होते. त्यांचे विंडो शॉपिंग सुरू होते.

मुंबई रंगीबेरंगी होती. डोळ्याला विलासीपणा आणणारे ते दृश्य होते. फुटपाथवरील चालणे-फिरणे एक और मजा होती. ओरांगी ते सर्व डोळ्यांत, कानांत साठवत होता.

अचानक ओरांगीला मनाची घालमेल झाल्यासारखे झाले. तो एकटाच होता. त्याच्या ओळखीचे त्याच्या घरचे कोणीच नव्हते. त्याचे सर्व लोक खूप दूरवर होते. सातासमुद्रापार.

ओरांगी एकटा होता. ओरांगी सद्गदित झाला. कोणीतरी आपले म्हणणारे जवळ हवे होते. बोलण्यासाठी चौकशीसाठी. तो एकटा होता. त्याचे आई-वडील, बहीण-भाऊ, सगे-सोयरे कोणीच जवळ नव्हते. तो खूप दूरवरून आला होता. ओरांगी पाकिस्तानी होता.

त्याला घरची आठवण येत होती. सिनेमात काम करायचे, या एकाच ध्येयाने, तळमळीने तो मुंबईला आला होता. बॉलिवूडला आला होता.

चालण्याच्या नादात त्याचे मन भटकत होते. मागे जात होता. कराचीच्या ओरांगी टाऊनचा तो होता. त्याचे नाव ओमर होते. ओमरला सिनेमाचे वेड होते. सिनेमातील प्रसंग अभिनयासह करून दाखवायचा. लोकांची शाबासकी मिळत होती. घरचे दारिद्र्य, ओरांगी कराचीच्या कच्ची आबादीमध्ये राहत होता. वास्तव

विसरत होता.

ओरांगी शिकण्यासाठी मदरशात जात होता. परंतु शिकवणारे प्रेमाने शिकवण्यापेक्षा मनगटाची ताकद वापरत होते. ओमरला ते क्लेशदायक होते. चाबकाचे फटके मारल्यासारखे शिक्षक शिक्षा करत होते. ओमरचे सिनेमाचे स्वप्न आणखीन घट्ट, मोठे होत होते. मदरशातील छळ, घरचे दारिद्र्य, मोहल्ल्यातील वातावरण. ओमरचे मन यातून बाहेर पडण्यासाठी धडपडत होते.

तो काळा दिवस होता की, सोनेरी दिवस होता, काहीच सांगता येत नव्हते. परंतु त्याच्या आयुष्यातील ती मोठी घटना होती.

कराची, भुकेलेले लांडगे बाहेर पडले आहेत. त्यांना भक्ष्य हवे आहे.

अंध:काराचे राक्षस पुढे येत आहेत.

त्यांना काळोख हवा आहे.

रक्तपिपासू टोळधाड येत आहे.

कराचीच्या रस्तो-रस्ती हिंसाचार होता. संभ्रम, गोंधळ आणि अफवा यांनी शहराला ग्रासले होते. कराची पेटली होती. अल्-असीफ चौक, बनारस, कैदाबाद तो त्यांचा भाग होता. मुहाजिरांचा-उर्दू बोलणाऱ्यांचा. तो वांशिक हिंसाचार होता. कराची सर्वांची होती. परंतु ते त्यातील नव्हते. ते त्यांचे नव्हते. ते पश्तुन होते. रानटी होते. त्यांची टोळधाड होती.

ते आले, त्यांनी त्यांना प्रेम दिले.

परंतु त्यांच्या हातात बंदूक होती.

ते आले, त्यांनी त्यांना पोटाला अन्न दिले.

परंतु त्यांच्या मनगटात पाशवी ताकद होती.

ते आले, त्यांनी त्यांना आसरा दिला.

परंतु त्यांच्या टाचेत सत्तेचा राक्षस होता.

कराचीवर त्यांनी बलात्कार केला.

ते पश्तुन होते.

त्यांनी कराचीची झोपडपट्टी बळकावली, कारखाने बळकावले, वाहतूक बळकावली, त्यांनी गुन्हेगारी जग बळकावले.

ते पश्तुन होते.

टोळधाड उत्तरेकडून आली होती. पंजाब-पेशावरच्या पलीकडून. अफगाणिस्तान मधील यादवी निर्वासितांचे लोंढे पाकिस्तानात घुसत होते. परंतु परत न जाण्यासाठी. ते हजारोंच्या संख्येने येत होते. लाखोंच्या संख्येने येत होते. पाकिस्तानची भूमी दलदल झाली होती. ती आणखीन चिखलमय झाली. सर्वांना अडचणीत आणत होती. कराची, सिंधी कराचीवाल्यांची होती. भारत-पाकिस्तान फाळणीनंतर बिहार-

उत्तरप्रदेशामधील मुस्लीम आले, ते मुहाजिर होते. उर्दू बोलणारे. ती भूमी आता त्यांची झाली. परंतु त्यांना धक्का बसला. आदिवासी-मागासलेल्या-अडाणी निर्वासितांच्या लोंढ्याने. मुहाजीर-पश्तुन संघर्ष पेटला. कराची रक्तरंजित झाली.

ते पश्तुन होते.

ते अडाणी होते. आदिवासी होते. लढाऊ होते. अफगाण-रशिया युद्धात त्यांना बंदुका, मिसाइल, आधुनिक युद्धाची ओळख झाली होती. ते त्यांनी आत्मसात केले होते. छुपे युद्ध, प्रगट युद्ध ते सर्व कराचीला घेऊन आले. कराची युद्धभूमी झाली होती.

हिलपार्क, वॉटरपार्क, सफारी, क्लिफ्टन बीच, क्रिसेंट बीच, बिलावल चौरंगी – कराची रंगीन होती. आकर्षक होती. परंतु त्याला गालबोट लागले होते. कराची पेटली होती. जाळपोळ, लुटालूट, अत्याचार. ओमर मदरशाकडे निघाला होता. तो जुम्माचा दिवस होता. दिवस शाळेचा दिसत नव्हता. वाटेवर बंदुकीच्या फैरींचे आवाज झाले. गोळ्या लागून पादचारी रस्त्यात मरून पडत होते. ओमर घाबरला. जीव वाचवण्यासाठी, शेजारच्या घरात घुसला. त्यांनी घराला आग लावली. ओमर जीव वाचवण्यासाठी पाठीमागून बाहेर पडला. त्याला घराकडे जाता येत नव्हते. ओमर वेडावाकडा धावत होता. संपूर्ण शहर तणावाखाली होते. भीतीखाली होते. तो जीव तोडून धावत होता. तो कोठे आला, समजले नाही. तो क्लिफ्टन बीचवर आला होता. ओमर रेल्वे यार्डात लपून राहत होता. किती दिवस काढले माहीत नाही. त्याला घरी जाण्याची इच्छा राहिली नाही.

तो त्याच्यासारखाच होता. बीचवर फुटकळ कामे करणारा कंटाळा आल्यानंतर गाढवाची रेस पाहणारा. यार्डात लपून राहणारा. त्याने त्याला आपलेसे करून घेतले. ते आता दोघे होते, त्याला आधार होता. ते मायी कोलाची रोडला आले. कोळ्यांच्या बोटीवर काम करू लागले. ते लपून राहत होते.

कोळ्यांच्या बोटी समुद्रात जात होत्या. मासेमारीसाठी जात होत्या. काही परत येत होत्या. काही बेपत्ता होत होत्या. नाही, त्या बेपत्ता होत नव्हत्या. भारतीय हद्दीत गेल्यानंतर पकडल्या जात होत्या. तो संघर्ष होता. पाकिस्तानी आणि भारतीय कोळ्यांमधील मासेमारीचा. परंतु होड्या भारतीय हद्दीत जात होत्या. संघर्ष होत होता.

आशेचा किरण.

ओरांगीला ती संधी वाटत होती. मुंबई गाठण्याची संधी. सिनेमाचे स्वप्न पूर्ण करण्याची संधी. तो आशावादी होता. वाटेल ती मेहनत घेण्याची तयारी होती. तो ओरांगी होता. त्याने संधी घेतली. तो मुंबईत आला.

आणि त्याने जिहादींना पाहिले.

तो जिहाद होता, परंतु तो हल्ला नव्हता. मात्र त्याचे उत्तर पूर्ण नव्हते. तो फक्त

जिहाद होता. परंतु तोही भयानक होता. कारण ते युद्ध होते. ते योद्धे होते. ते सर्व तयारीनिशी आले होते. अत्याधुनिक हत्यारांनिशी आले होते. त्याने त्यांची जागा ऐकली, त्याचा थरकाप उडाला. तो लष्करी पेशाचा असूनही काळजाचा ठोका चुकल्यासारखे त्याला वाटले. घशातील चघळणारे चॉकलेट घशातून बाहेर येईल की काय, अशी अवस्था झाली. त्याला त्याच्या चेहऱ्यावरील भाव सांभाळणे कठीण जात होते.

''मला प्रथम खरं वाटेना, परंतु मी त्यांना प्रत्यक्ष पाहिलं.''

''प्रत्यक्ष पाहिलं?''

''होय!''

''हे तर भयानक आहे!'' तो असे म्हणाला. पण त्याचा खरा अर्थ फक्त त्यालाच माहीत होता.

''त्यांचा हल्ला करण्याचा किंवा कारवाईची जागा मुंबईत नाही, बाहेरच कुठेतरी आहे. त्याबाबत कळलं नाही.''

त्याचा त्या बोलण्यावर विश्वास बसला नाही.

''मला ते खरं वाटत नाही. परंतु एक प्रश्न विचारतो, तू हे का सांगतो आहेस? यात तुला काय फायदा?''

''साब, ते जिहादी नाहीत. सच्चा मुसलमान नाहीत. ते नापाक आहेत. काफर आहेत.''

''परंतु तो त्यांचा जिहाद नाही का?''

''ये नहीं हो सकता। वो दार-अल्-इस्लाम को दार-अल्-हर्ब बनाना चाहते है।''

''कौनसा दार-अल्-इस्लाम कौनसा दार-अल्-हर्ब।''

''साब हिंदुस्थानला दार-अल्-इस्लाम मानत नाहीत. वो काफिरों का देश मानते है। परंतु इथेही इस्लाम आहे. मुसलमान आहेत, ते आपला धर्म पाळतात. याला मी तरी 'दार-अल्-इस्लाम' म्हणतो.''

''परंतु अनेक उलेमा ते मानायला तयार नाहीत.''

''उलेमांना कोणी हक्क दिले? जिहादी म्हणवणारे कोठून आले? पाकिस्तानातून. त्यांनी आपलं घर सांभाळावं. पाकिस्तान पाक राहिलेला नाही. अमन नाही. इस्लाम नाही. आम्हीच इस्लामाला शांतीपूर्ण वातावरणात जगू देत नाही. पहिल्यांदा मोहाजीर आले. आता पश्तुन आले. त्याबरोबर लढा आला. जिहाद नाही. दहशतवाद!! तो दहशतीचा लढा आहे. जिहादचा नाही.''

''संपूर्ण पाकिस्तानातून इस्लामाच्या संरक्षणाकरिता जत्थे येताहेत. तो जिहादच आहे, असं ते म्हणतायंत.''

''मी सच्चा मुसलमान आहे. इथला मुसलमान कसा राहतो, ते पाहतोय.

कराचीपेक्षाही इथला मुसलमान चांगलं इस्लामाचं आयुष्य जगतोय. माझा तर असा विश्वास आहे. इस्लामाला दिक्र करायला हिंदूनंच शिकवलं. तुम्हीहो जप करता, आम्ही दिक्र करतो. परंतु त्यात वेगळं काही वाटत नाही. तुमची भाषा वेगळी, आमची भाषा वेगळी. परंतु साधना एकच आहे.''

त्याला त्या अध्यात्मामध्ये फारसा रस नव्हता.

''ठीक आहे, तू हा प्रकार कधीपासून पाहतो आहेस.''

''गेले दोन महिने.''

''प्रत्येक वेळी किती लोकांचे ग्रुप किंवा गट येतात?''

''चार ते पाच, परंतु प्रत्येकाचं येण्याचं ठिकाण वेगळं आहे. मी मिठापुरहून आलो. काही राजस्थान, काही पंजाबमधून येतात.''

''परंतु प्रत्येकाला पासपोर्टची सोय करून दिली जाते?''

''नाही.''

''का?''

''जिहादी म्हणवणारे एका गटाचे नाहीत.''

४१

ऑपरेशन स्नेक लाइन.

काळ्या ड्रेसमधील कमांडो. टेलिस्कोपिक गन्स आणि तोंडाला मास्क, त्यांनी आठवड्यातील मधला दिवस पकडला होता. बुधवार, सुट्टीचा किंवा रविवारचा नाही. नेहमीचा दैनंदिन दिवस. आजूबाजूचे सर्व उद्योग, कारखाने नेहमीच्या दैनंदिन कार्यक्रमाप्रमाणे सुरू होते.

बापा केमिकल्स, चेंबूर.

वेळ रात्री तीनची.

राजे आणि कर्नल यांनी गोडाउनसमोरील इमारतीवर ठाण मांडले होते. सकाळी बारा वाजल्यापासून ते दोघे तिथे होते. कर्नल सूचना देत होता. त्यांनी पाळत ठेवली होती. परंतु ते काम अनेक ठिकाणाहून होत होते. कॉरिडॉर रोड, चेंबूरकर मार्ग, माहूल रोड – मोठे नेटवर्क तयार करण्यात आले होते. गोडाउनपासून कंटेनर यार्डपर्यंत प्रत्येक मोक्याच्या ठिकाणी कॅमेरे लावण्यात आले होते. त्यांनी चढाईची तयारी केली होती. धोका मोठा होता. बुचर आयलंड, इलिफंटा आयलंड, क्रॉस आयलंड सगळीकडून नाकेबंदी करण्यात आली होती.

मुंबईच्या सिव्हिल किंवा पोलिसांना याची कल्पना देण्यात आली नव्हती. परंतु सर्व विभागप्रमुखांना हेडक्वार्टरला हजर राहण्याच्या सूचना देण्यात आल्या होत्या. प्रत्येक हॉस्पिटलमधील यंत्रणा सतर्क ठेवण्यात आली होती.

ऑपरेशन स्नेक लाइन.

कारवाई सुरू करण्याचा इशारा देण्यात आला. प्रत्येक कमांडो दिलेल्या सूचनेनुसार कंटेनर यार्डकडे जात होते. गोडाउनची पूर्व बाजू आतमध्ये जाण्यास योग्य नव्हती. कंपांउंडची भिंत खूप उंच होती. त्यांनी दक्षिण बाजूने प्रथम सुरुवात केली.

काहीही करून कंटेनरपेक्षा गोडाउनला संरक्षण देणे गरजेचे होते. प्रथम ते कव्हर करण्यात आले. पश्चिम बाजूने त्यांनी सरळ आत प्रवेश केला आणि पूर्व बाजूला आले. सर्वत्र शांतता होती. गोडाउनमधील पिवळसर प्रकाशात वातावरण काळसर पिवळसर दिसत होते. त्यांनी पश्चिमेकडून येण्याचे धैर्य दाखवले. प्रत्येक कंटेनरच्या मागे प्रत्येक जण आपली जागा सांभाळून राहत होते. त्यांच्या दृष्टीने कोपऱ्यातील एकच कंटेनर महत्त्वाचा होता. कंटेनर निळ्या रंगातील होता. परंतु रात्रीच्या अंधारात काळसर दिसत होता. वुल्फ लाइन कंपनीचा कंटेनर वापरात नव्हता. बापा केमिकलची ती काळरात्र होती. ते दोघे पुढे गेले. आता उलट दिशेकडूनही दोघे आले होते. त्यांनी एकमेकांना सांकेतिक खुणांनी इशारे दिले. ते हळू-हळू पुढे जात होते. कंटेनरच्या दरवाज्यांना प्लायवूडचे दरवाजे लावले होते. आतल्या जागेचा अंदाज घेत ते दोघे पुढे आले. तो समोरून हल्ला होता. सरळ हल्ला होता. प्लायवूडमधून गोळ्या सरळ आत जात होत्या. कोणालाही संधी दिली नाही. कोणालाही जिवंत ठेवायचे नाही, असे सक्त आदेश होते. एकंदर नऊ व्यक्ती त्यांना हाताशी आल्या. सर्व प्रेते बाहेर काढण्यात आली. तो कंटेनर खाली करण्यात आला. आता तिथे चोवीस तास पहारा ठेवण्यात येणार होता. इतर सर्व कंटेनरांची चौकशी करण्यात आली. कर्नलचे लक्ष फॉसजिन ठेवलेल्या गोडाउनकडे जात होते. त्याने ती सर्व गोडाउन पुन्हा तपासून पाहिली. सर्व नळकांडी पूर्ववत होती.

''राजे, ही नळकांडी आता कोणत्याही परिस्थितीत हलवणं भाग आहे.''

''अरे, पण त्यांचं प्रोसिजर पूर्ण करावं लागेल. पोलीस रिपोर्ट, गुजरातची टीम, शासनाची परवानगी, स्फोटक पदार्थ ॲथॉरिटीचा रिपोर्ट. हे सर्व घेऊन काम करावं लागेल.''

''समोरची परिस्थिती पाहता आता या सर्व प्रोसिजरला फाटा द्याव लागेल.''

''ते धोकादायक आणि बेकायदेशीर होईल.''

''ते करावं लागेल, दुसरा मार्ग नाही.''

४२

त्यांनी चेंबूर सोडले नव्हते. ते दोघे आता बापा केमिकलच्या ऑफिसमध्ये बसले होते. रात्रभरच्या जागरणामुळे आणि आदल्या दिवशी सकाळी बारा वाजल्यापासून एकाच जागी बसून राहिल्याने अंग अवघडले होते. गोडाउनच्या तणावामुळे एक प्रकारचा सुस्तपणा आला होता. ती कमांडो कारवाई पुन्हा पुन्हा डोळ्यासमोर येत होती.

बापा केमिकल.

''मला अमिताबरोबर लग्न करावं का पुढे ढकलावं लागेल, याचा विचार करावा लागेल, असं वाटतं.''

''का?''

''अरे प्रत्येक गोष्ट कोठेतरी खोल गर्तेत घेऊन जातेय, असं वाटतंय. कारण निव्वळ बापा केमिकल!''

''पण निव्वळ बापा केमिकल, असं का म्हणता?''

''म्हणजे!''

''डिशच्या संचालकामुळे प्रत्येक गोष्ट तिरकी होतेय, असं पटेल कुटुंबीयही म्हणू शकेल.''

''उगाच काहीतरी बोलू नको. ही नळकांडी. हे जिहादी. याच्याशी डिशचा काही संबंध नाही आणि माझाही नाही.''

''मी कुठं म्हटलं, तुमचा संबंध आहे. परंतु त्यांचाही संबंध नाही. नळकांडी पटेल कुटुंबीयांनी ठेवली नाही. ती पूर्वीपासूनच आहेत. जिहादशी त्यांचाही संबंध नाही.''

''तुला काय म्हणायचंय?''

''राजे, उगाच कुठंतरी आडवळणाला जायचं. वडाचं तेल वांग्यावर काढू नका.

पटेल कुटुंबाशी तुमची जन्मगाठ बसलेली आहे. ती आता सुटणार नाही. त्याबाबत वेडंवाकडं बोलून त्यांचा गैरसमज करू नका.''

''परंतु हे साला जिहादी इथंच कसे काय आले?''

''कंटेनर यार्ड आणि त्यातही निरुपयोगी कंटेनर यांपेक्षा सर्वांत सुरक्षित जागा कुठे मिळणार? कोणत्याही बेकायदेशीर व्यक्तीला राहायला सगळ्यात चांगली आणि सुरक्षित जागा!''

''इथंही मुसलमान असताना कसला जिहाद करतायंत, काही समजत नाही. पाकिस्तान विनाकारण जिहादच्या नावाखाली राजकीय कुरापत काढतंय, असं मला वाटतंय. जिहादचा धार्मिक बाबीशी काही संबंध आहे, असं वाटत नाही; त्या जीनाला एक वर्ष जरी थोपवून धरलं असतं, तर या देशाची फाळणी झाली नसती. हे भिजकं घोंगडही राहीलं नसतं. काश्मीरच्या नावाखाली नुसती रडारड करतायंत.''

''जिहाद हा दार-अल्-हर्ब आणि दार-अल्-इस्लामचा चोर-शिपायाचा किंवा ऊन-पावसाचा किंवा पिंगपाँगचा खेळ आहे.''

''म्हणजे?''

दरवाजातून शिपाई आत आला. त्याने चहाची किटली ठेवली. दोघांना चहा दिला. चहा प्यालावर राजेंना जरा बरे वाटले.

खरेतर तिथेच झोपून टाकायची इच्छा झाली होती. कर्नल मात्र ताजेतवाना दिसत होता.

''प्रकाश साला, तुला झोप किंवा थकवा येत नाही का रे?''

''आम्हाला याची सवय करावी लागते. एका रात्रीच्या जागरणाने थकवा येऊन कसं चालेल? बरं ते जाऊ दे,मी तुम्हाला जिहादचा प्रकार सांगतो ऐका.''

''मला थोडीफार माहिती आहे.''

''ठीक आहे, तरी ही माझी माहिती तरी ऐका.''

''ओ. के.'' राजे कोचावर अंग सैल सोडून बसले.

''पण झोपू नका.''

''नाही रे, तू चालू कर.''

''राजे बाराव्या शतकात भक्तिमार्गाची लाट आली. वैष्णव संप्रदाय आणि त्यांचा भक्तिमार्ग याने हिंदुस्थानभर मोहिनी घातली. याला कारण हिंदू धर्माला आलेलं अतिकर्मकांडाचं स्वरूप आणि नवव्या-दहाव्या शतकापासून होणारी मुस्लीम आक्रमणं. बाराव्या शतकापर्यंत मुस्लिमांनी हिंदुस्थानवर बराच प्रभाव टाकला होता. मुसलमानांचं सिंधवर प्रथम आक्रमण झालं. फक्त हेच आक्रमण अरबी मुसलमानांचं होतं. त्यानंतर हिंदुस्थानवर राजकीय नियंत्रण प्रस्थापित केलं ते तुर्कांनी. तुर्क हे बाटलेले-मागासलेले मुसलमान होते. ते नवीन धर्म घेऊन आले. हिंदू धर्म पूर्णत्वास

आलेला. त्यासमोर राजकीय आधारावरील इस्लाम. तुर्कांच्या आक्रमणानंतर दोन्ही धर्मांचा एकमेकावर कसा परिणाम झाला, याचा हिशेब करणं अवघड आहे. हिंदू संस्कृती राजकीय प्रभाव टिकवू शकली नाही. परंतु हिंदू धर्माचा प्रभाव इस्लामवर नक्की झाला. कारण त्या वेळी अरबांचा मूळ इस्लाम आणि हिंदू धर्माचा संबंध आलाच नाही. धर्माच्याबाबत हिंदू विचारप्रणालीचा इस्लाम घेऊन येणाऱ्या तुर्कांवर जास्त परिणाम झाला. अगदी मोगल कालापर्यंत. अरबी मूळ धर्म इस्लाम, त्यामधील कुराण आणि शरियत याची ज्यांना चांगली ओळख होती; त्यांना ही गोष्ट लक्षात आली. भारतात आलेल्या या तुर्की इस्लामच्या शुद्धीकरणाची गरज त्यांना वाटू लागली. तोपर्यंत दिने-ईलाहीसारखा धर्म मुस्लीम सम्राटामुळेच उभा राहिला होता. इस्लाममध्येच या इस्लामावर हिंदूधर्मातील नवीन प्रवाहाची, भक्तिमार्गाची मोहिनी पडली आणि सूफी पंथाचा उदय झाला. संपूर्ण भारतभर भक्तिसंप्रदायाची – विशेषत: वैष्णवांची लाट जोरात होती. त्यामुळे सूफी पंथाची बैठक तयार झाली. मागास इस्लामाला तात्त्विक आधार मिळाला. संपूर्ण भारतभर सूफी पंथाचा प्रसार झाला. त्यामुळे शरीयत बाजूला पडला.

''सूफीला विरोध झाला, त्याची सुरुवात केली, सम्राट अकबराचा समकालीन सय्यद अहमद सरहिंदी, ज्यांना मुजरिस-ई-आलम-ई-सानी म्हणून ओळखलं जातं.

''सूफी विचारधारांमध्ये भगवान किंवा अल्लाशी समरस होण्याच्या मार्गाला तारिकत म्हणतात. तारिकतवरील टप्प्यांना मुकामत म्हणतात. हे मुकामत तारिकतवरील प्रवासाला मार्गदर्शन करतात. सूफी पंथामुळे तारिकतला महत्त्व आलं. त्यांच्या प्रभावामुळे वाहदत-उल-वुजुद ही शास्त्रीय बैठक महत्त्वाची ठरली.

''म्हणून मुजदीदनी सुफीला विरोध केला. शरीयतचा आग्रह धरला. अल्ला स्वयंभू आहे. इतर सर्व अल्लाने तयार केले. भक्तिमार्गाने भगवानकडे न जाता शरीयतच्या आधारे पापापासून मुक्ती मिळवा. याकरता कुराण आणि हादीस यांचे अर्थ खुलासा पुढे आणला पाहिजे. याला त्यानी बिदत-ई-हस्ना म्हटलं.

''सय्यद अहमंद सरहिंदी यांची चळवळ मर्यादित होती. परंतु अठराव्या शतकात दिल्लीच्या शहावलीउल्ला यांनी ही चळवळ जोमाने पुढे नेली. ही चळवळ ब्रिटिश काळात बिहारमधील मीरकासीम आणि दक्षिणेतील टिपूच्या आधारावर वर येण्याचा प्रयत्न करत होती. परंतु ब्रिटिशामुळे अपयश आलं. त्यामुळे लोकांचं लक्ष सुधारणावादी धर्मगुरूंकडे गेलं आणि उलेमांना महत्त्व आलं. ब्रिटिश काळात जिहादची संकल्पना फोफावली.

''जिहाद आला तो वहाबीमुळे. वहाबी आले सय्यद अहमद बरेवलीमुळे. या सय्यद अहमद बरेवली याने बायतची पद्धत आणली. त्यांचं म्हणणं शरीयतला दोन मुखवटे आहेत. आतला हा आत्म्याशी संबंधित आणि बाहेरचा हा दैनंदिन धर्मपालनाशी

संबंधित. सूफी पंथ हा पूर्णत: आतल्या मुखवट्याशी एकरूप झाला. सय्यद अहमद यांच्या अहमदीने दोन्ही मुखवटे अमलात आणले. त्यासाठी मुहम्दी संप्रदायाने नियम घातले. त्यांनी वहाबीजम स्वतंत्र आणला नाही. त्यांनी स्वत:ला प्रेषित म्हणवलं नाही. वहाबी हे मुसलमान आहेत. त्यांच्यानुसार अल्ला हा एकच आहे. सूफी पंथाप्रमाणे अल्लाशी समरस होणं, ही संकल्पना त्यांना मान्य नाही. इज्जतेहादचा अधिकार प्रत्येक मुसलमानाला आहे. शरियतमध्ये नसलेल्या गोष्टी उदा. कबर-पीर-पूजा, अमर्याद हुंडा, उधळेपणा मान्य नाही.

''सय्यद अहमद यांचा हज यात्रेमुळे अरेबियातील वहाबींशी संबंध आला आणि भारतात जिहाद चळवळ सुरु झाली.''

''वहाबी आणि इस्लाम यांच्यात फरक केला जातो, मग जिहादशी संबंधित फक्त वहाबी आहेत का?''

''जिहाद हा सर्वसाधारण शब्द आहे. वहाबी त्यांची कडवी बाजू आहे. वापर करणारी. जिहादचा अर्थ असा आहे. इस्लाम जिथं शांतपणे पालन केला जातो, तो दार-अल्-इस्लाम; परंतु इस्लाम जिथं पालन केला जात नाही, अटकाव केला जातो, इस्लामविरुद्ध अत्याचार केला जातो, तो भाग दार-अल्-हर्ब म्हणजे जिहाद. हा याच ठिकाणी पुकारावा.''

''मग भारत काय दार-अल्-हर्ब?''

''भारताबाबत नंतर सांगतो. इंग्रजींचं सक्तिकरण, ख्रिश्चन धर्मप्रसार आणि डुकराची चरबी या प्रकारांमुळे सय्यद अहमद यांनी ब्रिटिश अमलाखालील प्रदेशाला दार-अल्-हर्ब ठरवलं आणि सर्व मुसलमानांना भारत सोडण्याचं आवाहन केलं. संपूर्ण उत्तर भारतातून लोक पेशावरकडे जात होते. हजारो कुटुंबंच्या कुटुंब स्थलांतरित होत होती. हे सर्व पेशावरच्या पुढे आले.

''या वेळी पंजाबमध्ये रणजीतसिंहांचं राज्य होतं. इंग्रजांनी रशियन आक्रमणाला थोपवण्यासाठी रणजीतसिंहाशी करार केला. या करारानुसार ट्रान्ससतलज भाग रणजीतसिंहला दिला होता. या भागात शिखांकडून मुसलमानांचा छळ होत होता. सय्यद अहमद यांच्या वहाबींनी ट्रान्ससतलज भागाला दार-अल्-हर्ब ठरवलं आणि शिखांपासून हा प्रदेश मुक्त करण्यासाठी युद्ध केलं. परंतु वहाबींचा जिहाद पूर्ण झाला नाही. बालाभाटच्या लढाईत सय्यद अहमद ठार झाला. वहाबींची ही चळवळ पाटणाच्या सादिकपूर कुटुंबातील विनायत आणि इनायत यांनी पुढे चालवली. परंतु ब्रिटिशांनी ही चळवळ मोडून काढली.''

''मग आता भारतात ही आग येण्याचं कारण?''

''तुम्ही मघाशी म्हटल्याप्रमाणे जीनांचं कर्तृत्व. त्यांना पाकिस्तान वा इस्लामी राष्ट्राच्या नावाखाली स्वत:चं राज्य हवं होतं. जीनाराज्य. त्यांचा इस्लामवर विश्वास

नव्हता. त्यांना त्याचा फक्त आधार हवा होता. कारण त्याशिवाय फाळणी होऊ शकत नव्हती. त्यांना स्वत:ला सर्वेसर्वा होता येत नव्हतं. त्या वेळी, इस्लामराष्ट्र व्हावं असं वाटणाऱ्या भारतातील संघटनांना, पाकिस्तानची स्थापना झाल्यानंतर जीनांनी वाऱ्यावर सोडून दिलं.''

''मग मुस्लीम लीगला कडवा विरोध का झाला नाही? हिंदू-मुस्लीम एकत्र आजही राहतायंत. पाकिस्तानी मुस्लीम आणि भारतीय मुस्लीम यांच्याबरोबर हिंदू शांततेने राहिले असते; तर फाळणीच्या जखमा, रक्तपात आणि कटुता राहिली नसती.''

''या सर्व जरतरच्या गोष्टी आहेत. शेवटी वास्तव डोळसपणे पाहावं लागतं आणि ते मान्य करावं लागतं. मुस्लीम लीगला बाजूला सारणं शक्य झालं नाही, हे वास्तव आहे.''

''परंतु मुस्लीम लीग सर्व मुसलमानांचं प्रतिनिधित्व करत नव्हती.''

''त्यांच्या पाठीशी ब्रिटिश होते, त्यांची राजकीय खेळी वेगळी होती.''

''म्हणजे?''

''ब्रिटिशांना त्यांचा प्रभाव सोडायचा नव्हता. भविष्यातही त्यांना इथं हस्तक्षेप करायचा होता. इंग्रजी साम्राज्यवादाची दुफळीची बीजं ही त्यांची नीती होती. पाकिस्तान आणि भारत ही दोन राष्ट्रं तयार झाली, तर ब्रिटिशांना राजकीय हस्तक्षेप सोपा होईल.

''मुस्लिमांच्या मागासलेपणामुळे आर्थिक नाड्या परकीय शक्तीच्या हाती राहतील. पाकिस्तान इंग्रज आणि रशिया यांच्यातील राजकीय खेळाची साठमारी होईल. भारत-पाक वादाचा फायदा इंग्रजांना होईल.''

''प्रत्यक्षात असं काही झालं नाही. असंच ना?''

''झालं ना, नाही कसं?''

''कसं काय? दुसऱ्या महायुद्धात ब्रिटिशांचा साम्राज्यवाद मोडीत निघाला. ते कर्जबाजारी झाले.''

''असं नाही. ब्रिटिशांच्या साम्राज्यवादाची धुरा जरी घेतली नाही तरी जगाच्या राजकीय नेतृत्वाची माळ अमेरिकेकडे गेली. जे इंग्रजांनी केलं, तेच पुढे अमेरिकेने पाकिस्तानात चालवलं.''

राजे गप्प बसले.

''जीनांनी आणि त्यांच्या मुस्लीम लीगने दुसऱ्या महायुद्धात ब्रिटिश साम्राज्यवादाचा पाठपुरावा केला आणि भारताच्या संपूर्ण एकसंध स्वातंत्र्याच्या मागणीला विरोध केला. जीनांनी स्पष्टपणे म्हटलं, भारताच्या फाळणीनंतर लष्करी सेना आणि परराष्ट्रव्यवहार नव्याने निर्माण होणाऱ्या राष्ट्रात शांतता आणि सलोखा निर्माण

होईपर्यंत ब्रिटिशांच्या अखत्यारीत राहील.''

''मुस्लीम लीगशिवाय इतर संघटनांनी याला कडवा विरोध करायला हवा होता.''

''केला ना, परंतु यातही मुस्लीम लोकांत दुफळी होती. एकमत नव्हतं. मुस्लीम लीगने भारताच्या फाळणीची मागणी १९४०च्या लाहोर अधिवेशनात केली होती. जामियत-उल्-उल्मा आणि इतर संघटनांनी विरोध केला. मुस्लिमांच्या दोन विचारधारापैकी देवबंदी येथील जामियत-उल्-उल्मा-ई-हिंद यांनी एकसंध भारतीय राष्ट्रीयत्वाची (मुजाहिदाद कॉमियान) मागणी केली. मौलाना हुसेन अहमद मदानी यांनी याबाबत आवाज उठवला. त्यांनी म्हटलं होतं, हिंदू-मुस्लीम धार्मिक, सांस्कृतिक आणि वैयक्तिक वेगळेपणा दोघांच्या एकत्रित सांस्कृतिक संयुक्त संघटनेला बाधा आणू शकत नाही. दोघांचं ऐक्य देशाची प्रगती आणि समृद्धीसाठी आहे. म्हणून एकसंध भारतासाठी लढा देईल.''

''तरीही मुस्लीम लीगचा अंकुश राहिला.''

''देवबंदीच्या मागणीला मुस्लीम लीगने विरोध केला आणि त्याला भक्कम पाठिंबा दिला, अलिगड मुस्लीम युनिव्हर्सिटीने मुजाहिदिन-ई-पाकिस्तानचा मार्ग धरला.''

''म्हणजे अलिगड हे शेवटी गद्दार निघाले.''

''अलिगड नेहमीच ब्रिटिशांची पिलावळ ठरली. अगदी सर सय्यद अहमदापासून. ब्रिटिशांनी फाळणीसाठी यांचाच वापर केला. सर सय्यद यांनी मुस्लीम धर्मात आधुनिकता आणण्यासाठी ब्रिटिशांचा पाठिंबा घेतला, परंतु कट्टर मुस्लिमांना ते मान्य झालं नाही. देवबंदीनी म्हणून विरोध केला. शेवटी जीनांनी लीग आणि अलिगड यांना हाताशी धरून पाकिस्तान मिळवलं, परंतु ते काही मुस्लीम पाकिस्तान झालं नाही. ते होणारच नव्हतं. ते मुसलमानांसाठी नव्हतंच. जीनानी मुस्लीम आणि हिंदू ही दोन राष्ट्रं आहेत, असा आग्रह धरला. त्यात त्यांनी धर्म शब्द वापरला नाही. हिंदू प्रभावाच्या भीतीखाली त्यांनी आपली मागणी आग्रही ठेवली. 'स्वतंत्र भारत स्वतंत्र इस्लाम.'

''परंतु जेव्हा फाळणी झाली, त्यानंतर त्यांनी स्पष्ट केलं म्हणजे पाकिस्तानी जनतेला सुनावलंच – तुम्ही कोणत्याही धर्माचे, जातीचे किंवा वंशाचे असला, त्यांच्याशी पाकिस्तानला काही देणं घेणं नाही. कालचक्राच्या वाटेवर हिंदू, हिंदू राहणार नाही. मुस्लीम, मुस्लीम राहणार नाही. कारण धर्म ही वैयक्तिक बाब आहे. मात्र तुम्ही सर्व पाकिस्तानचे नागरिक आहात.

''थोडक्यात जीनांच्या दृष्टीने राजकीय वेगळी चूल महत्त्वाची होती. कोण हिंदू, कोण मुस्लीम, महत्त्वाचं नव्हतं. पाकिस्तान हे इस्लाम पाकिस्तान नाही, ते राजकीय

पाकिस्तान आहे. सात कोटी मुस्लिमांना राजकीय वेगळी चूल देण्यासाठी हिंदू विभागातील दोन कोटी मुस्लिमांना त्यांनी वाऱ्यावर सोडलं.''

''पाकिस्तान. मुस्लीम पाकिस्तान नाही, जीनांचं राजकीय पाकिस्तान आहे. हे एवढं स्पष्ट असताना, इथंही मुसलमान शांततेने राहत असताना, जिहाद कशासाठी? पाकिस्तान काश्मीरच्या नावाखाली पुन्हा राजकीय संघर्ष का तयार करतंय?''

''काश्मीर हा दाखवायचा मुद्दा आहे. बांगलादेशामधील पराभव आणि पाकिस्तानमधील राजकीय बेशिस्त हे खरं कारण आहे. पाकिस्तानवर वर्चस्व आहे, ते लष्करी प्रशासनाचं. पाकिस्तानमधील राजकीय नेतृत्व दुबळं आहे. लोकांना आदर आहे तो लष्करी शिस्तीला. अगदी नागरी प्रशासनही लष्करी प्रभावाखाली आहे. आर्थिक स्थिती नाजूक, त्यामुळे सतत अमेरिकेच्या प्रभावाखाली राहावं लागतं. राजकीय संघर्ष सतत पेटत राहिला, तरच पाकिस्तानचं अस्तित्व अन्यथा दिवाळखोर.''

''पण हे असं किती दिवस?''

कर्नल काही बोलला नाही.

४३

ती अस्वस्थता होती.

अस्वस्थता वेळेची होती. अस्वस्थता परिस्थितीची होती. अस्वस्थता मनाची होती. राजेंना ती नको होती.

वेळ रात्रीची होती.

चेंबूर.

तो परिसर दिवसभराच्या धावपळीनंतर आणि गजबजटानंतर आत रात्रीच्या वेळी एकदम निर्जन वाटत होता. सुनसान, मुंबई गोदीच्या लालसर पिवळसर प्रकाशात भकास वाटत होता. डोळ्यांसमोर नेहमीचे बकाल औद्योगिक रस्ते, रस्त्यावरील टँकर, धुराडे आणि ओंगळ धुळीचे वातावरण यांमुळे असेल; पण तो भाग डोळ्यांना सुखावह नव्हता. रात्रीच्या वातावरणातही तो तसाच दिसत होता. किंबहुना जास्त मन उदास करणारा.

रात्रीच्या त्या उदास वातावरणात, हिरवट, लाल, निळसर अशा विविध रंगांच्या कंटेनरनी भर घातली होती. प्रत्येक कंटेनरमध्ये सर्व सैनिक होते, परंतु साध्या वेशात होते.

कर्नल प्रकाशच्या देखरेखीखाली बापा केमिकलच्या गोडाउनमधील फॅसजीनची नळकांडी हलवण्याचे काम सुरू होते. राजे स्वत: ते पाहत होते. वातावरण तणावाचे होते. नुकत्याच झालेल्या सैनिक कारवाईमुळे हा सर्व प्रकार कधी एकदा संपून जातो, असे झाले होते. राजेंच्या चेहऱ्यावर काळजी होती. गोडाउनमधील सैनिक कारवाईत मारलेले ते जिहादी, त्यांचे चेहरे आठवून मनाचा थरकाप होत होता. राजेंच्या डोळ्यासमोर कमांडो येत होते. पुन्हा पुन्हा डोळ्यांसमोर येत होते. नाइटव्हीजन बंदूक, काळे पर्का, पॉलिरेयॉनच्या काळ्या पॅन्टस्, काळे गॉगल्स, पायातील टॅक्टिकल बूट आणि डोक्यावरील कॅप. ती विशिष्ट काळ्या निळसर

रंगातील त्यांची ठेवण आणि रात्रीच्या अंधारातील ती कारवाई जीवघेणी होती, परंतु त्यांनी ती यशस्वी केली होती. त्या धोकादायक परिस्थितीत कर्नल प्रकाश मात्र अविचलित होता. त्याला ते नवीन नव्हते, परंतु राजेंना सर्व धक्कादायक होते.

सर्व प्रकार पटेल कुटुंबीयांपासून गुप्त ठेवण्यात आला होता. फक्त रसिकभाईंना कल्पना देण्यात आली होती. त्या वेळी चेंबूरमध्ये मात्र राजेच हजर होते. डिशचे काही अधिकारी होते.

फॉसजीनची नळकांडी खास थर्मोकोलच्या आधारावरील लाकडी पट्टीवर ठेवण्यात आली होती. नळकांडी हलवण्याबाबतच्या कारवाईबाबत मुंबई पोलीस आयुक्तांना पूर्वकल्पना देण्यात आली होती. त्यांचे खास युनिट साध्या वेषात त्यांच्याबरोबर ठेवण्यात आले होते. रात्री सर्व ताफा टिळकनगर, घाटकोपर, कलिना मार्गे कलीना कँपमध्ये आणण्यात आला. कॅम्पमध्ये ती नळकांडी चोवीस तास सक्त पहाऱ्याखाली ठेवण्यात आली.

पहाट झाली होती.

विमानतळावरील रहदारी जोरात होती. देशाबाहेरील वाहतूक पिक अवरला होती. सर्व मुंबई काळोखात झोपली होती. मुंबई विमानतळ झगमगत होत. बापा केमिकलमधील फॉसजीनचे दुखणे रस्त्यावर आले होते. सांताक्रूझ क्षेत्रात, मुंबईच्या भर मध्यवस्तीत, मिलिटरी संरक्षणात. परंतु राजेंची काळजी कमी होणार नव्हती. जोपर्यंत त्याची विल्हेवाट लागत नाही. महाराष्ट्राच्या सीमेपार गुजरातमध्ये ती नष्ट होत नाहीत, तोपर्यंत.

कलीना कॅम्पच्या परेड ग्राउंडवर ते कंटेनर दुर्लक्षल्याप्रमाणे उभे होते, परंतु त्यावर सर्वांची नजर होती. नळकांडी खाली उतरवण्यात आली नाहीत. गोडाउनमध्ये ठेवणार का तशीच उभी ठेवणार, राजेंना काहीच माहीत नव्हते.

पहाटेच्या त्या वातावरणात दोघे मेसच्या वऱ्हांड्यात उभे होते. दोघांच्या हातात मिलिटरीचे चहाचे मग होते. चहाचे घुटके घेत ते शांतपणे उभे होते.

"कर्नल, ट्रक असेच उभे राहणार?"

"पुढील आदेशापर्यंत."

"अरे, पण गोडाउन नाही. पुढील आदेशापर्यंत म्हणजे चोवीस तास पहारा. उभा उभा?"

"राजे, काळजी करू नका. ट्रकना खास संरक्षण देण्यात येईल."

"पण असं किती काळ? ती सर्व नळकांडी फारच जुनी आहेत. किती वर्षांची कोणालाच माहीत नाही."

"घाई करू नका, सर्व काही योजनाबद्ध होईल."

"मला बाकी काही काळजी नाही. एकदा ही ब्याद महाराष्ट्राच्या बॉर्डरबाहेर

गेली, म्हणजे निदान आपली काळजी तरी मिटेल.''

"परंतु ती पूर्णतः नष्ट होईपर्यंत मिलिटरीची जबाबदारी आहे. महाराष्ट्र, गुजरात आम्हाला सारखंच आहे.''

"असं किती वेळ लोंबकळत राहणार कोणास ठाऊक?''

कर्नलने काही उत्तर दिले नाही.

पोलिसांना लेखी अहवाल देण्यात आला. डिशमधील दोघांना ठेवण्यात आले, बाकीच्यांना रजा देण्यात आली.

राजे आणि कर्नल दोन दिवसांच्या झालेल्या प्रकाराबाबत बोलत बसले होते. रात्रभर जागरण करूनही दोघांच्या डोळ्यांवर झोप नव्हती. राजेंना थकल्यासारखे वाटत होते, परंतु ते बोलून दाखवत नव्हते.

सकाळी नऊ वाजता राजे वरळीला आले. चहा वगैरे काही न घेता सरळ बेडरूममध्ये गेले आणि झोपून टाकले. ऑफिसला दांडी मारण्याचा विचार करत.

४४

दक्षिण मुंबईच्या जे.जे. हॉस्पिटलजवळच्या जे. जे. चौकातील तो टपोरी होता. तो त्या अल्पवयीन टोळक्यातील होता. त्या टोळक्याने माझगाव ते ग्रँट रोडपर्यंतच्या दुकानदारांना हैराण केले होते. चाळीतील मुलींना हैराण केले होते. रस्त्यावरील फेरीवाले-विक्रेत्यांना हैराण केले होते. त्यांची गुंडगिरी सर्वांनाच त्रासदायक झाली होती. कोणीतरी पोलिसात तक्रार केली. त्यांना रिमांड होममध्ये धाडण्यात आलं.

हमीद.

त्याची पोलीस आणि रिमांड होममधील ती पहिली ओळख होती. त्याचा प्रवास सुरू झाला. पोलीस स्टेशन. रिमांड होम.

त्याच्या आयुष्याची वाटचाल होती. खडकाळ, काटेरी, धोकादायक, त्याची शाळा बंद झाली. हायस्कूल बंद झाले. मदरसा बंद झाली. तो मशिदीत जात होता. नमाज पडण्यासाठी तो लहान होता. परंतु तरुण होता. त्याला समज आली होती. त्याची गाठ मोठ्या टोळक्याशी पडली. छोट्या-मोठ्या चोऱ्या. मालाची ने-आण, धमक, खंडणी – त्याचा अनुभव वाढत होता. त्याची टोळी मोठी होत होती.

भेंडीबाजारात गुन्हेगारी जगात त्यांची ओळख मोठी झाली होती. मोठमोठ्या बिल्डिंगमधील भाडेकरूंना हुसकावून बिल्डींग रिकामी करण्यात तो तरबेज झाला. झोपड्या जाळून जागा रिकामी करून बिल्डरला देण्यातही तो तरबेज झाला. जमिनीच्या मोठ्या प्रकरणात तो भाग घेऊ लागला. त्याने इतर मोठ्या व्यवसायात हातपाय पसरले. परंतु मालाची ने-आण करण्यात त्याने विशेष प्रावीण्य दाखवले. त्याने आपले साम्राज्य त्यातच उभे केले. मुंबईतील मालवाहतूक त्याने पूर्ण ताब्यात घेतली. त्याने बोगस कंपन्या स्थापन केल्या. अन्नधान्य, भाजीपाला, कारखान्यांचा कच्चा माल, तयार माल यांची ने-आण सर्व प्रकारच्या वाहतुकीवर त्याने आपला

प्रभाव वाढवला. मुंबईच्या दारात आल्यापासून प्रत्येक मालावर त्याचे नियंत्रण होते.

त्याचे पोलीस, राजकारणी, कारखानदार, व्यावसायिक यांच्याशी लागेबांधे होते. मोठमोठ्या व्यापाऱ्यांशी त्याचे संधान होते. ऑक्ट्राय चुकवण्यात त्याचा हात धरणारा कोणी नव्हता. गोदीतून माल कसा काढायचा, ऑक्ट्राय कसे चुकवायचे, याचे त्याच्याकडील मार्ग बिनधास्त होते. छुपे होते.

हमीदभाई एकाकी होता. परंतु तरबेज होता.

गोदीतील वाहतूक करता करता तो इतर देशातील लोकांच्या संपर्कात आला. चांगल्या आणि वाईट आखाती देशांबरोबर त्याचे लागेबांधे चांगले तयार झाले. तो कट्टर मुस्लीम होता. आपसूकच त्याचा संबंध कट्टर पंथियांशी आला. तो त्यांचा आधारस्तंभ झाला. इराण-इराक युद्ध, अफगाण युद्ध, पुन्हा इराक युद्ध. अमेरिकेचा कट्टर विरोधक झाला. अतिरेकी त्याचे साथीदार झाले. अतिरेकी संघटनांचा तो मित्र झाला. त्याने आपल्या साम्राज्याची व्याप्ती वाढवली. माणसे वाढली. त्याचे नेटवर्क मोठे झाले.

जे.जे. हॉस्पिटलजवळच्या त्या मशिदीतून ते नमाज पडून बाहेर आले. वार शुक्रवार होता. नमाजाचा विशेष दिवस. जुम्मा का दिन. सहसा सर्व जण सलाम करून आपआपल्या उद्योगाला निघून जात. परंतु त्या दिवशी त्यांना थांबवण्याबाबत सूचना आली. वेळ संध्याकाळची होती. अंधार पडायला लवकर सुरुवात झाली होती. त्या छोट्याशा हॉलवजा खोलीत सर्व जण आले. ती इमारत बेकरीची होती. पहिल्या मजल्यावरील तो हॉल बहुधा बेकरीचा माल पॅकिंग वगैरे होत असावा. आज तिथे एका ओळीत प्लास्टिक खुर्च्या ठेवण्यात आल्या होत्या. सर्वांच्या समोर काही खुर्च्या आणि एक टेबल ठेवण्यात आले होते. छोट्याशा समारंभासारखे टेबलवर गुलाबाचा गुच्छ होता.

त्यांना जास्त काळ वाट पाहायला लागली नाही.

शेरवानीमधील ती व्यक्ती काही लोकांबरोबर तिथे आली.

मौलाना आसिफ.

ते नुकतेच हैदराबादहून आले होते. खास भेटीकरता. त्यांना भेटण्यासाठी काही निवडक जनाबी लोकांना तिथे बोलविण्यात आले होते. महत्त्वाची सभा होती. मर्यादित लोकांची. त्यांच्या ओळखीचा कार्यक्रम झाला. अल्लाचे नामस्मरण करून त्यांनी बोलायला सुरुवात केली.

मौलाना बोलत होते. मुसलमान लोकांची सध्याची भारतातील आणि आखाती देशामधील राजकीय आणि आर्थिक स्थितीची माहिती द्यायला सुरुवात केली. पाश्चिमात्य राष्ट्रांकडून होत असलेल्या दबावावर त्यांनी भाष्य केले. सर्वसाधारणपणे राजकीय लोक ज्या आवाजात बोलतात, त्याचप्रमाणे त्याचे भाषण सुरू होते.

अचानक बोलण्याचा रोख त्यांनी इत्तेहादून मुसलमानांकडे वळविला. हैद्राबादमधील स्वातंत्र्यपूर्व काळातील इत्तेहादून मुसलमानांच्या चळवळींचा इतिहास थोडक्यात सांगितला.

त्यांच्या बोलण्याचा रोख समोरच्या लोकांना, श्रोत्यांना लक्षात येईना. समोर बसलेले सर्व जण सुशिक्षित व्यावसायिक, उद्योगपती आणि इस्लामाबाबत कट्टर अभिमान बाळगणारे होते. परंतु ते कडवे नव्हते.

आता त्यांच्या बोलण्यात त्वेष आला. विखारीपणा आला.

''इत्तेहादून मुसलमान म्हणजे मुसलमानांचे ऐक्य. इत्तेहादे बैतुल मुस्लिमीनचे, इत्तेहादू मुस्लिमीन झाले. इत्तेहादून मुस्लिमीन हैद्राबादमधील मुसलमानांच्या राजकीय आणि सांस्कृतिक हक्काचं प्रतीक होतं. कारण मुसलमानांनी हैद्राबाद जिंकून मिळवले. मुसलमानांनी दक्षिण भारतात मुसलमानांची राज्यं उभारली. ते नेते होते. मुसलमानांनी उत्तर भारतात मुसलमानांची राज्यं उभारली. ते नेते होते. मुसलमानांनी काफिरांवर राज्य केलं. शतकानुशतकं ते नेते होते. मोगलाई आणि निजामशाही ह्या मुसलमानांच्या कर्तृत्वाच्या, अस्मितेच्या विजयी पताका आहेत. कारण ते नेते होते.

''परंतु त्या विजयी पताका काफिरांच्या पायाशी गेल्या. त्याचा पालापाचोळा झाला. याला कोण जबाबदार? मी विचारतो याला कोण जबाबदार? राज्यकर्ते म्हणून ज्यांनी राज्य केले, त्या प्रत्येक मुसलमानाने आपले सर्वस्व आत्मसमर्पण केले. तो मुसलमान आता उघडानागडा झाला आहे. त्याला जबाबदार कोण? जिहाद पुकारावा लागला. याचे आत्मपरीक्षण होणं गरजेचं आहे.''

जिहादचा विषय आला, तसे सर्वांचे लक्ष त्यांच्याकडे गेले. प्रत्येक जण एकाग्रतेने ऐकू लागला. ''आपण काफिरांना दोष देता कामा नये. आपण आपल्याकडे पाहिलं पाहिजे.

''आर्य समाजाने हैद्राबादमध्ये नगर किर्तन घ्यायचं ठरवलं आणि इत्तेहादनं त्याला कडवा विरोध केला. इत्तेहाद मुस्लिमीनने राजकीय उग्र स्वरूप धारण केलं. मुसलमानांचे राजकीय प्रेमसंबंध पाहणारी इत्तेहाद राजकीय बनली. परंतु त्याचा फायदा त्या वेळी कोणी घेतला.

''निजाम उस्मान अली.

''काफिरांना विरोध करण्यासाठी काफिरांची भीती सर्वांसमोर ठेवून निजामाने इत्तेहादला जवळ केलं. दाणापाणी दिला. निजाम उस्मान अली कारस्थानी होता. महत्त्वाकांक्षी होता. लालची होता. मुसलमान होता. कट्टर मुसलमान. परंतु तो कट्टर होता, हे शेवटी. तो प्रथम वैयक्तिक स्वार्थी निजाम होता. मुसलमानांमध्ये भारतात सर्वांत मोठे राजे आपणच आहोत, भारतातील सर्व मुसलमान राज्यांचे राजे आपणच होऊ शकतो, असा त्यांचा आत्मविश्वास होता. परंतु तो निव्वळ वैयक्तिक स्वार्थ

होता. तो मुसलमानांसाठी नव्हता. फक्त निजाम उस्मान अलीसाठी होता. तो मुसलमानांचा निजाम नव्हता. तो फलुकनामाचा निजाम होता.

"काफिरांची चळवळ उग्र झाली. हैदराबादला धोका वाढू लागला. तसं निजामाने रजाकारच्या जैशनी ताकद वाढवण्याचा प्रयत्न केला. परंतु निजाम हरला. हैदराबादवर काफिरांनी विजय मिळवला. हिंदुस्थानमधलं मुसलमानांचे शेवटचं राज्य नाहिसं झालं. मी आणखीन थोडे मागे जातो. मोगलांचं राज्य. मोगल तख्तासन इंग्रजांनी संपवलं. १८५७ च्या लढाईत. ती लढाई. तो जिहाद शेवटचा जिहाद होता. या ठिकाणचा. तो सम्राट शेवटचा होता. मुसलमानांचा खरा शेवट त्याच वेळी झाला. सर्व मुसलमान मातीमोल झाले, त्याच वेळी. परंतु त्याची पायाभरणी त्याच्याही पूर्वी झाली. सम्राट अकबराच्या काळात.

"निजाम उस्मान अली स्वार्थी होता. त्याचा स्वार्थ फक्त संपत्ती जनवण्यात होता. संपत्ती, संपत्ती आणि संपत्ती. सम्राट अकबर स्वार्थी होता. अज्ञाणी होता. त्याला राजा व्हायचं होतं. सम्राट व्हायचं होतं. धर्म हवा होता स्वतःसाठी. मुसलमानांचा इस्लाम नाहीसा करणारा, नष्ट करणारा आतापर्यंतचा एकच मुसलमान होता. एकच राजा होता. एकच सम्राट होता. हा अकबर. या हिंदुस्थानातला खरा काफीर तोच होता.

"धर्म नष्ट करण्यासाठी, मुसलमानांच्या इस्लामाचं अधिराज्य नष्ट करण्यासाठी त्याने सर्व काफिरांना गोळा केलं. इबादतखान्यात सर्वांना मुजरा घातला आणि इस्लामाचं थडगं तयार केलं. दिने ईलाही. या सम्राटाला मुसलमानांचा इस्लाम योग्य वाटत नव्हता. त्याला काफिराचा जैन हवा होता. त्याला काफिरांचा ख्रिश्चन हवा होता. त्याला काफिरांचा हिंदू धर्म हवा होता. इस्लामचं हे केवढं दुर्दैव!

"शेकडो वर्षं आपण हे दुःख उराशी ठेवत आलो आहे. पण आपण काही करू शकत नाही. हे मी पुन्हा पुन्हा सर्वांना ओरडून सांगत आहे, कारण काफिर सम्राटाचा दिने ईलाही संपलेला नाही. तो पुन्हा उभा राहत आहे. तुमच्या डोळ्यासनोर सम्राट अकबराचा दिने ईलाही नव्या जोमाने उभा राहत आहे. माझी विनंती आहे, त्याला विरोध करा, काफिरांच्या नया मोडला पायबंद घाला. हा धोका मोठा आहे. हा इस्लामला धोका आहे."

मौलाना त्वेषाने बोलत होता. त्याच्या आवाजाची पट्टी उच्च स्वरात आवाज देत होती.

सर्व जण सुन्न होऊन ऐकत होते.

"याला उपाय काय. हो उपाय आहे. प्रत्येक मुसलमानाकडे उपाय आहे. जिहाद हवा. याला जिहाद हाच एक मार्ग आहे. कारण हा इस्लामाचा धोका आहे.

"मी आता पुन्हा निजाम उस्मान अलीच्या कारनाम्याकडे वळतो. हा निजाम

लालची होता. महत्त्वाकांक्षी होता. याने इत्तेहादून मुस्लिमीनला दाणापाणी खिलवलं. मदत केली. परंतु याची ताकद कमी वाटू लागली. म्हणून रजाकारच्या जैशला मोठं करण्याचा प्रयत्न केला होता. परंतु रझाकारला मोठं करण्यात मोठा हात कोणाचा होता? बहादूर यार जंगचा. जंगने रझाकारच्या शाखा गावोगावी, खेडोपाडी. तालुक्यात, जिल्ह्यात, शहरात उभारल्या. सालाद तयार केले. सालादे सगीर तयार झाले. सालादे कबीर तयार केले. रझाकार संघटना घट्ट केली. ताकदवान केली. परंतु बहादूर यार जंगचं यात काय झालं? विषप्रयोग, हुक्यातून विषप्रयोग, याच्या पाठीशी कोण? संशयाची सुई पुन्हापुन्हा जात होती. निजाम उस्मान अलीच्या राजमहालावर, फलुकनाम्यावर. केवढा हा विश्वासघात! याला कारण काय?

''अनल मलिक.

''बहादूर यार जंग सच्चा मुसलमान होता. बहादूरनी सर्व हैदराबादच्या मुसलमानांना समजावून सांगितलं. प्रत्येक मुसलमान राजा आहे. राज्यकर्ता आहे. मग निजाम कोण? निजामाचा रोष बहादूरवर आला. बहादूरची लोकप्रियता निजामाच्या डोक्यात सलू लागली.

''अनल मलिक

''बहादूर यार जंगचा मृत्यू झाला नाही. विषप्रयोगाने खून झाला.

''आज याची आठवण का करतो आहे. दिने ईलाहीला विरोध करा, उठा. जागे व्हा. अनल मलिक व्हा. प्रत्येक मुसलमान राजा आहे. राज्यकर्ता आहे. इस्लामाला वाचवणं, काफिरांपासून संरक्षण करणं, प्रत्येक मुसलमानाचं कर्तव्य आहे.''

'अनल मलिक'

'अनल मलिक'

सर्व बसलेले थिजलेल्या डोळ्यांनी पाहत होते. मौलानाचा चेहरा घामाने चमकत होता. परंतु आवाजातील जोश कमी होत नव्हता. मौलानाचा चेहरा त्वेषाने थरथरत होता. सर्वांच्या अंगावर रोमांच उभे राहत होते.

'अनल मलिक'

'अनल मलिक'

मौलानाने आरडिएक्सला डिटोनेटर लावला. आत्तापर्यंत सर्व जण जळणारे आरडिएक्स पाहत होते. त्याचा स्फोट पाहिला नव्हता. मौलानाच्या भाषणाचा रोख सर्वांना समजत नव्हता. परंतु त्यांनी तो स्फोट केला.

''दिने ईलाहीने डोके वर काढले आहे. तो कुंभकर्ण जागा झाला आहे. तो इस्लामला धोका आहे. त्याला ठेचून काढा. या काफिरांचा नाश करा.'' सर्वांना त्याचा अर्थ समजला. तसे सर्वांच्या चेहऱ्यावर आश्चर्य आले. आत्तापर्यंत कोणीच दिने ईलाहीचे नामोनिशाण ऐकले नव्हते. पाहिला नव्हता आणि आता अंधारातील

राक्षसाकडे मौलाना बोट दाखवत होते.

मौलाना पुढे बोलत होता आणि त्या खोलीतील संपूर्ण समुदाय एका नव्याने उभारलेल्या इस्लामाच्या शत्रूची ओळख करून घेत होते.

दिने ईलाही. दिने ईलाही.

तो जिहाद होता. ती जिहादची मोहीम होती.

परंतु आत्तापर्यंतच्या जिहादला संपूर्णतः वेगळे स्वरूप देणारा जिहाद. मोहीम पूर्णतः गुप्त स्वरूपाची होती. परंतु गनिमी कावा नव्हता. ते त्यांना शोधून काढत होते. मागावर होते. दिसेल तिथे नाहीसे करत होते. गावो-गावी, शहरो-शहरी. जैश मागे होते. फिरत होते. निओ रझाकार. ते आता हैद्राबादपुरते राहिले नव्हते. ते सार्वत्रिक झाले होते. सर्व भारतभर फिरत होते.

दिने ईलाहीचा माग काढत होते.

त्याची मोहीम गुप्त होती. ऑपरेशन डियर हंट!

४५

गडद हिरवट काळसर रंगाची शेरवानी. डोक्यावर सफेद रंगाची स्कल कॅप आणि गुबगुबीत गोल चेहऱ्यावर भरगच्च दाढी. नैसर्गिक मेंदी लावलेली मौलानाची ती प्रतिमा. त्याच्या डोळ्यांसमोर पुन्हा पुन्हा येत होती.

अनल मलिक.

ते त्याच्यातील इस्लामाला आवाहन होते. अल्लाची हाक होती. दिल की कुर्बानी. त्याला प्रथमच ते जाणवले. अब्बाजाननंतर आपल्या जिव्हाळ्याचे आयुष्यात प्रथमच कोणीतरी भेटल्याचा त्याला भास झाला. त्याचा ऊर भरून आला होता. तो आपल्याच विचारात मग्न होता.

अनल मलिक.

मौलाना त्याची जबाबदारी समजावत होता. तो कोण होता, याची अभिमानाने जाणीव करून देत होता. त्याची कुर्बानी मागत होता. सच्चा मुसलमान होण्याचे आवाहन करत होता. इस्लामाचा धोका. इस्लामावर हल्ला कोण करतेय, याकडे बोट दाखवत होता. तो जैश होण्याचे आवाहन करत होता. काफिरांना धडा देण्यासाठी तो जिहादचे महत्त्व सांगत होता.

तो अनल मलिक होण्याचे आवाहन करत होता.

त्याचा आवाज हमीदभाईच्या कानात भिरभिरत होता. रक्तामध्ये घुमत होता. धमन्या-धमन्यांतून फिरत असल्याचा त्याला भास होत होता. ती चेतावणी होती. ते स्फुल्लिंग होतं. तो त्वेष होता.

जैश जैश.

त्याने ते आवाहन स्वीकारले. त्याने ते आत्मसमर्पण आनंदाने स्वीकारले. आपले आयुष्य या कुर्बानीकरताच आहे, तोच खरा आनंद आहे. खरी कुर्बानी आहे. अल्लापुढे नतमस्तक होण्याची कुर्बानी.

जैश जैश.

हमीदभाईला नेतृत्वाची गरज नव्हती. तो स्वत:चा नेता होता. नायक होता. त्याच्याकडे सर्व काही होते. त्याच्या शक्तीला एक संकल्प मिळाला होत. त्याच्या डोळ्यासमारे शत्रू ठेवला होता. आता एकच ध्येय होते. दिने ईलाहीचा शेवट. अल्लाला खरी कुर्बानी तीच होती.

जैश जैश.

भेंडीबाजारामध्ये बैठकांच्या फेऱ्या होत होत्या. हमीदभाईचे स्वत:च्या धंद्याकडे दुर्लक्ष होत होते. परंतु त्याची त्याला फिकीर नव्हती. तो त्या एकाच ध्येयाने पछाडला होता. तडफडला होता. त्याचे वाहतूक व्यवसायाचे जाळे घट्ट होते. त्यांनी प्रशिक्षित सैनिक तयार करायचे ठरवले. परंतु त्या अगोदर त्यांनी प्रशिक्षित सैनिक शोधून काढले. पाकिस्तान, अफगाणिस्तान, सौदी अरेबिया मिळेल तेथून त्यांनी तिथे तयार केले. त्याला दार अल हर्ब आणि दार अल इस्लामाचा अर्थ कळला होता.

त्यांनी भारतखंडाचा दार-अल-हर्ब केला होता. दिने ईलाही त्यांचा एक नंबरचा शत्रू होता. त्यांचा नाश हा अल्लाचा खरा विजय होता. मुंबई त्यांनी अनेक केंद्रांपैकी एक केंद्र केले होते. परंतु मुख्य केंद्र होते हैद्राबाद. तो मौलानाचा इलाखा होता. त्याने मुंबईचा तळ उत्कृष्टपणे उभारला.

बापा केमिकलचे त्याकडे लक्ष नव्हते. परंतु ती जागा ते गोडाउन त्यांनी बापा केमिकलला विकण्याचा घाट घातला आणि त्यांच्या मुंबईच्या केंद्राला धोका तयार झाला. हेवर्थ इंडस्ट्रिजकडे जोपर्यंत ते गोडाउन होते, तोपर्यंत जैशचे तेथे तात्पुरता रहिवास म्हणून हेवर्थ इंडस्ट्रिजच्या त्या गोडाउनचा वापर करत होते. तो शहरयार होता. एके काळी अफूच्या व्यवसायातून प्रचंड पैसा मिळवलेला तो शहरयार होता. त्याच्याशी त्याचे सख्य होते. परंतु त्याला दगा दिला – त्याला न सांगता, न कळवता. गोडाउनच्या विक्रीचा व्यवहार बापा केमिकलबरोबर केला. त्यांना त्याचा पत्ता लागला नाही. गोडाउन बापा केमिकलचे झाल्यानंतर गोडाउनला जेव्हा टाळे लागले, तेव्हा त्याला समजले. तोपर्यंत खूप उशीर झाला होता. त्यांना त्याच्याविरुद्ध हालचाल करणे आवश्यक होते. तोपर्यंत जैशचे जथ्याचे अस्तित्व बेकायदेशीर होते, त्यांना जपून राहावे लागणार होते. ती जागा त्यांच्या दृष्टीने महत्त्वाची होती. त्याने चाचपणी सुरू केली.

हमीदभाईला लवकरच मार्ग मिळाला.

जंगीचाचा.

जंगीचाचाशी त्याची रेसकोर्सवर ओळख झाली आणि त्याने मोठा गेम तयार केला. बापा केमिकलवर टाच आणण्याचे ठरवले. बापा केमिकल कंपनी ताब्यात

घेण्याची मोहीम आखली. त्यांनी त्यासाठी आणखीन एक साथीदार मिळवला. शिरगोपीकर – त्याचा आत्मविश्वास वाढला. त्याला खात्री होती. बापा केमिकल लवकरात लवकर ताब्यात येईल. परंतु कोठेतरी गल्लत झाली. काफिरांनी पेचात पकडल. त्यांनी ऐन वेळी जंगीचाचाला बाजूला केले. बापा केमिकल ताब्यात घेण्याची मोहीम अयशस्वी झाली. शिरगोपीकर गद्दार निघाला. त्याने उलट जंगीचाचालाच अडचणीत आणले.

त्याच्या अंगाचा तिळपापड झाला. त्या हरामखोरांना शिक्षा करण्याचा त्याने निश्चय केला. त्याने शोध घेतला.

जंगीबरोबर बैठक झाली.

बापा केमिकलबाबतची ती खलबते होती.

त्यांनी जागा निश्चित केली होती. ते हॉटेल नव्हते. कोणता बंगला नव्हता. खासगी फ्लॅट नव्हता. कुलाब्यापासून पाच नॉटिकलवरील नांगरलेल्या आलिशान बोटीत ते एकत्र आले.

''मला अधिक बोलायचं नाही. हायकोर्ट आणि या सर्व प्रकारात आपण एवढे गाफिल कसे काय राहिलो?''

''भाई, शिरगोपीकरांनी माघार घेतली.''

''आपण एवढं समजावूनही?''

''तो डायरेक्टर मध्ये आला. उलट मलाच रसिकभाईबरोबर मांडवली करण्याचा सल्ला दिला. मी मानलं नाही. परंतु त्यानं माघार घेतली.''

''तो डायरेक्टर एवढा का महत्त्वाचा वाटला?''

''रसिकभाईंचा तो आता जावई होणार आहे. त्यानं शिरगोपीकरांना फिरवलं.''

''अच्छा, असं आहे, तर. ठीक आहे. या डायरेक्टरचाच गेम करू. त्याशिवाय त्याला आपण कोण, ते समजणार नाही.''

''माझ्या संघटनेत त्यांनी दहशत निर्माण करण्याचा प्रयत्न केलाय. पण मी हटणार नाही. माझी युनियनची ताकद त्याला दाखवल्याशिवाय राहणार नाही.''

''जंगी, मी तुमच्या पाठीशी आहे. तुला जी काही मदत लागेल ती देण्यास मी तयार आहे. परंतु बापा केमिकल ताब्यात घ्यायचीच. हे माझं अंतिम उद्दिष्ट आहे. त्यात मी अजिबात माघार घेणार नाही.'' हमीदभाई.

जंगीने मान हलवली. मूकपणे.

४६

औरंगाबादहून परभणीला जाण्यासाठी दोन मार्ग होते. राज्यमार्ग. एक जालनाहून आणि दुसरा गेवराई-माजलगावमार्गे. दुसरा मार्ग मोठा फेरा टाकून जाणारा होता. म्हणून त्यांनी जालनामार्गे जाणे पसंत केले. त्यांची गाडी लाल रंगाची स्कॉर्पिओ होती. गाडीत दोघेच होते. कर्नल आणि राजे.

कर्नलने खरे तर नांदेडमार्गे जाण्याबाबत सुचवले होते – मुंबईहून नांदेडपर्यंत खास विमानाने. परंतु राजेंनी औरंगाबादला जायचा आग्रह धरला. शेवटी ते औरंगाबादहून निघाले. जालना ते सेलु प्रवास पूर्णपणे एकाकी होता. रस्त्यावर वाहने कमी दिसत होती. भाग मागासलेला वाटत होता. बहुतेक ठिकाणी कापूस आणि हलकी पिके दिसून येत होती. ऊस आणि इतर नगदी पिकांची वानवा दिसत होती. सेलूला चहा घेऊन ते पुढे निघाले. कोथालाच्या पुढे ते रस्त्यातच काही काळ थांबले.

मोठ्या झुडपांच्या जाळीमागून कर्नल बाहेर आला. परंतु रस्त्यावर यायला तयार होईना. वाट पाहून राजे रस्त्याच्या कडेला आले.

"अरे किती वेळ? काय पाहतोयंस?"

"काही नाही."

"हा काय कोल्हापूरचा भाग नाही. एवढं रमायला."

"राजे, तो प्रश्न नाही. परंतु मला गावची आठवण झाली."

"शेताच्या बांधावर उभं राहिल्यावर गावची आठवण होईल नाही, तर काय?"

"राजे, लहानपणाचं सगळं विसरलं जात नाही."

मोठमोठ्या आवाजातील गलका कानावर आला, तसे ते दोघे कान टवकारून पाहू लागले. जालना बाजूने आवाज येत होते. दोघे रस्त्यावर आले. कर्नल सावध झाला.

तो मॉब होता. आठ-दहा लोक हातात काठ्या घेऊन धावत येत होते. दोघेही

आता गाडीजवळ आले.

"कर्नल, परिस्थिती गंभीर दिसतेय."

"राजे, शांत राहा. तुम्ही गडबड करू नका, मी पाहीन."

राजेही शासनाचे अधिकारी होते. परंतु मॉबसमोर दोन हात करणे अवघड होते. कर्नलचा हात खिशात होता. राजेंचे लक्ष तिकडे गेले. राजे गप्प बसले.

त्यांच्यातील म्होरक्या पुढे आला.

बहुतेक सर्व तरुण मुले होती. काही मध्यमवयीन होती. मात्र कर्नल त्यांच्यासमोर ठामपणे उभा राहिला. त्या दोघांना पाहून त्यांचा म्होरक्या म्हणाला,

"आम्ही इथल्या गावचे लोक आहोत. तुम्ही इथनं कोणाला जाताना किंवा धावत जाताना पाहिलं का?"

सर्वांनी राजे आणि कर्नलभोवती कडे केले.

"आम्ही दोघेही समोरच्या शेतात होतो. लघुशंकेसाठी. त्यामुळे त्या काळात कोणी गेलं असेल, तर माहीत नाही. आम्ही तुमचा आवाज ऐकून आता रस्त्यावर आलो." कर्नलने आपली आणि राजेंची ओळख करून दिली.

दोघेही अधिकारी. एक राज्यशासनाचा. एक लष्कराचा. ते शांतपणे निघून गेले.

दोघे बराच वेळ त्याच्या वाटेकडे पाहत होते.

"साला, या गावच्या लोकांचं काही खरं नाही. कधी काठ्या कुऱ्हाडी घेऊन मागे लागतील. एकटा वगैरे दिसला तर वाटच लागायची."

"जाऊ दे राजे. आपल्या वाटेला कोण लागायचं नाही. चला."

दोघे गाडीत बसले. कर्नलने गाडी सुरू केली. बरोबर पंधरा मिनिटांनी कर्नलने गाडी थांबवली आणि रस्त्याच्या एका कडेला घेतली. राजे कर्नलकडे प्रश्नार्थक नजरेने पाहत होते.

"काय झालं?"

कर्नल गाडीतील आरशात पाहत म्हणाला.

"ए सरळ बैस!"

राजे दचकले. हा साला. मला सरळ बैस म्हणतो.

"कर्नल?"

"राजे, तुम्हाला नाही म्हटलं. पाठीमागे पाहा."

राजेंनी पाठीमागे पाहिले. दोन्ही सीटच्या मध्ये अंग चोरून बसलेली ती व्यक्ती हळूहळू सरळ होण्याचा प्रयत्न करत होती. राजेंनी पाहिले आणि कर्नलचा आवाज येताच ती व्यक्ती आजूबाजूला पाहत तिथेच बसली. मान वर न करता.

"तू कोण?"

"मी महात्मा."

आता राजे आणि कर्नल दचकले. महात्मा?

"महात्मा फुले? महात्मा गांधी? कोणता महात्मा?"

"महात्मा दंडेलीकर."

"हे नाव आहे का आम्हाला मूर्ख बनवतोयंस?"

"सर! खरंच ते माझं नाव आहे."

त्याचा 'सर' म्हणण्यामुळे कर्नल आणि राजे थोडे शांत झाले.

"पण तू कोण?"

त्याला खूप धाप लागली असावी. कारण तो खूप दम धरून बोलत होता. सावळ्या रंगाचा. काळी पॅन्ट. साधा चौकड्यांचा विटलेला फुलशर्ट आणि भुरकट केस, दाढीही भुरकट होती. तोंड लाल होते. पान-तंबाखू खायची सवय असावी. ओठ लालसर होते. शर्टाची वरची दोन बटने उघडी होती, अंगात बनियन नव्हते.

त्याचे नाव महात्मा दंडेलीकर. परंतु ते त्याचे खरे नाव नव्हते. परंतु तो त्याच नावाचा वापर करत होता. तो त्या गावचा ग्रामसेवक होता. त्याचे नाव सिराज दंडेलीकर. तो परभणीजवळचा होता. परंतु नोकरीमुळे तो त्या गावात होता.

"काय रे बाबा. गावाचा विकास करायचा सोडून काही भानगडी केल्यात का? पैशाच्या? पोरीच्या? एवढा मोठा मॉब तुझ्या मागे लागलाय."

"सर, सगळं सांगतो." त्याने एकवार आजूबाजूला नजर फिरवली.

"काळजी करू नको. गाववाले खूप मागे गेले आहेत. परंतु पोलिसात जाण्याची जर पाळी आली, तर आम्ही तुझ्या इथेच मुसक्या बांधू."

"साहेब, मी कोणताही गुन्हा केलेला नाही. पैशाची किंवा बाईची भानगडही नाही."

"मग एवढे लोक तुझ्या मागे लागले, ते काय वेडे होते का?" कर्नल अस्सल गावरान भाषेत बोलू लागला, तसा तो महात्मा दचकला.

"साहेब, मी सगळं सांगतो मग तुम्हीच काय ते ठरवा. सर, पाटगावचा उंबरठा १५०० चा. मला तिथं जाऊन दोन वर्षं झाली. गावच्या लोकांचा विकास व्हावा, म्हणून मी अनेक कार्यक्रम राबवले आणि मी नवीन संकल्पना राबवली. झीरोची."

"झीरोंची?"

"होय सर, तुम्ही पाहिलं असेल, हा भाग सपाट. डोंगर-दऱ्या नाहीत. त्यामुळे पाणी साठवणूक नाही. नद्या उथळ. त्यामुळे पाणी नाही. जमिनीचा पोत हलका. त्यामुळे चांगली पिकं घेता येत नाहीत. कापूस एकच नगदी पीक. परंतु तेही बेभरवशाचं. बाकी कडधान्य आणि इतर हलकी पिकं. भाजीपाला क्वचित."

तो भाषण देण्यात पटाईत असावा. राजेंना त्याचे बोलणे रटाळ वाटले.

“मी मग विकासाचा कार्यक्रम राबवला झीरो वीज. झीरो पाणी. झीरो खत.”

“सगळं झिरो पुढे.”

“झीरो म्हणजे सगळं झीरो नाही. प्रत्येक गोष्टीचा माफक, अगदी मर्यादित वापर. चांगला विकास करायचा तर वीज, पाणी जपून वापरा. खतं योग्य आणि किमान वापरा. घरांची मांडणी उभारणी माफक आवश्यक ठेवा. जनावरांना सार्वजनिक गोठा, खत आणि ट्रॅक्टर यांसारख्या मोठ्या वस्तू ठेवण्यासाठी सार्वजनिक इमारत. या सर्व गोष्टी केल्या, लोकांना फायदा झाला, परंतु...’

“परंतु काय?”

“मी नको त्या गोष्टीला हात घातला. रस्त्यांचा विकास. गावातले रस्ते सुधारण्याचा कार्यक्रम घेतला आणि मी फसलो.”

“म्हणजे?”

“सर, रस्ते बांधायचे, तर अतिक्रमण हलवणं आलं. मला त्यांचा अंदाज आला नाही. काही ठिकाणी अतिक्रमण हलवणं आवश्यक होतं, परंतु ती नेमकी गावच्या म्होरक्यांची होती. त्यामुळे रस्ते होत नव्हते. अतिक्रमण हलवणं आवश्यक होतं.”

“ग्रामसेवक म्हणून तू हे केलं, हे बरोबर आहे, त्याच्यात चुकीचं काय? परंतु महात्मा हा काय प्रकार.”

“सर, मी एवढी सुधारणा केली. सर्व काही कोणताही दबाव किंवा धाकटपटशा न दाखवता. त्यामुळे मला सगळे गावकरी महात्मा म्हणतात.”

“सगळे गावकरी महात्मा म्हणतात. मग बिघडलं कुठे?”

“सर, गावात राजकीय पक्ष खूप. साळी, कोष्टी, तेली, मराठा-मुसलमान यांचे गट वेगळे पुन्हा. शहराकडचे, गावचे यांचे गट वेगळे. गावातली ग्रामसभा भरली. त्यात कोणीतरी खोडसाळपणे अतिक्रमणाचा विषय आणला. बाकीचा विषय मागे पडला. यावरून सर्वांच्यात वाद झाला. काहींना वाटलं, महात्माने हा विषय मुद्दाम आणला. काहींना वाटलं, महात्मा हा विषय येऊ देत नाही.

“सर, दोनशे गावकऱ्यांचा जमाव होता. पाहता पाहता सगळे आरडाओरड करू लागले. गावच्या पारावर मी बसलो होतो. सरपंच होते. गावातल्या ज्येष्ठांची पंचायत होती. पहिल्यांदा मला काही वाटलं नाही, परंतु पोरं आणि काही गट, विशेषत: ज्यांची अतिक्रमणं अडचणीत होती, त्यांची माथी भडकली. हे काम या ग्रामसेवकाचंच आहे, म्हणून माझ्या नावानं शंख केला. काही पाठीमागचे लोक उभे राहिले. मला ते दिसत होत. कुठून तरी दगड भिरकावला आणि माझ्या जवळच्या एका म्हाताऱ्याला लागला.

“सर, ते आता सर्व जण उभे राहिले. रोख माझ्यावर होता, त्या गावात तसा

मी उपराच. माझा कोणाशीच संबंध नाही. मला काय करावं, ते सुचेना, मी दणकन उडी घेतली आणि सरळ गावाबाहेरचा रस्ता धरला. त्यांना प्रथम कळेना, तोपर्यंत मी महामार्गाला लागलो होतो. मी कॉलेजमधला चांगला धावपटू आहे सर. नजरेच्या टप्प्यापलीकडे मी गेलो.''

''तू कॉलेजचा विद्यार्थी, तुझं शिक्षण?''

''सर, मी एम.एस्सी. (ॲग्री) आहे. त्याशिवाय संगणकाची पदविका आहे. व्यवस्थापनामधली पदविका आहे. बी.एड.ला मला ॲडमिशन मिळाली नाही. परंतु प्रयत्न चालू आहे. तोपर्यंत मला ही नोकरी मिळाली, मी स्वीकारली.''

त्याची शिक्षणाची शेपूट पाहून राजे उडाले.

''अरे, एवढं शिकलास आणि ग्रामसेवक.''

''सर, त्यामुळे लोकसेवा होते.''

आता राजेंनी कपाळाला हात मारून घ्यायचं राहिलं होते.

''मग आता काय करणार?''

''जिल्हा परिषदेत जाऊन भेटून सांगेन सर. पण सर, मी तुमचा खरोखर जन्माचा आभारी आहे.''

''का?''

''त्यांनी आज मला ठारच मारलं असतं. ते त्या तयारीनेच आले होते. मला तशी सूचना मिळाली होती, परंतु मला वाटलं नव्हतं, खरोखर माझ्यावर ते हल्ला करतील.''

''अरे, पण तू शासकीय कर्मचारी, तुझ्यावर कशाला प्राणघातक हल्ला करतील?''

''सर, हा मराठवाडा आहे. इथे सर्व काही अस्वस्थ आहे.''

''का बरं?''

''प्रत्येक गोष्टीचा तुटवडा. मुळात परिस्थितीच तशी आहे.'' त्याने मध्येच विचारले. ''तुम्ही कोणीकडे निघालात? या भागातले दिसत नाहीत.''

''हा रस्ता कोणीकडे जातो?'' कर्नल.

''परभणीला.''

''मग आम्ही परभणीलाच चाललो आहोत. तुझं गांव कोणतं?''

''सर, माझं गाव तसं परभणीजवळच आहे. पण माझं सगळं आयुष्य परभणीतच गेलं.''

''म्हणजे तू परभणीकर आहेस तर.''

''होय सर.'' त्याचा चेहरा खुलला. बहुधा शहरातील आहे, म्हणून सांगण्याचा त्याचा अट्टाहास असावा.

“परभणीला हॉटेल कोणतं चांगलं आहे?”

“सर काळजी करू नका. मी तुम्हाला चांगलं हॉटेल शोधून देतो. तुम्ही कोणाला भेटायला आला आहात का काही कामानिमित्त.”

“ग्रामसेवक असून तुझी चौकशी जास्त दिसते. का गावाकडच्या माणसाला ती सवयच?”

“सर, राग मानू नये. औपचारिकता म्हणून विचारलं.”

“बरं, ते जाऊ दे. जेवण चांगलं मिळतं का हॉटेलमध्ये? का त्याला बाहेर जावं लागेल?”

“सर, नॉनव्हेज हवं असेल, तर धाब्यावर चांगलं मिळतं. तसं बाहेरचं जेवण धाब्यावर चांगलं मिळतं, परंतु व्हेज हवं असेल तर हॉटेलमधलं ठीक आहे. आणखीन काही सोय हवी?”

“आणखीन सोय?” राजे प्रश्नार्थक नजरेने त्याच्याकडे पाहत म्हणाले.

“तुम्ही बाहेरून आला आहात. शौकीन असाल, तर त्याची सोय नांदेडपेक्षा इथे चांगली आहे.”

“साला, ग्रामसेवक, पण लोकसेवा करण्याच्या अनेक कला तुझ्याजवळ आहेत, असं दिसतंय.”

“सर जिल्ह्याचे, मुंबईकडचे लोक येतात. मग त्यांना काय हवं, काय नको, विचारावं लागतं; नाहीतर लोक नाराज होतात.”

“आम्ही काही तुझ्यावर नाराज होणार नाही. आम्हाला मुजरा किंवा डान्स पाहायचा नाही.”

दुपार व्हायला आली. ते परभणीत आले, तेव्हा सिराजमुळे त्यांना हॉटेल शोधावे लागले नाही. सिराजने जेवण त्यांच्याबरोबरच घेतले. दोघेही थोडे रिलॅक्स झाले. तोपर्यंत सिराज जिल्हापरिषदेत त्याच्या वरिष्ठांना भेटून आला.

संध्याकाळ परभणी.

ते मोठे गाव होते. खेडेगाव. पण आजकाल टीव्ही, संगणकामुळे आधुनिकता सगळीकडेच होती. परभणीमध्ये नवीन इमारती होत्या, परंतु मोठ्या गावचा ठसा अजूनही गेलेला नव्हता. बाजार शॉपिंग आणि एक-दोन मोठे रस्ते हीच परभणी शहराची ओळख. बाजाराचे ठिकाण शहरातील मोठ्या भाजीमार्केटप्रमाणे वाटत होते.

त्यांना परभणीत चक्कर मारायला जास्त वेळ लागला नाही. त्यांची हजेरी जास्त लक्षात येऊ नये, म्हणून त्यांनी गाडी हॉटेलवरच ठेवली होती.

दोघांनी सिराजबरोबर हॉटेलात चहा घेतला.

“सिराज तुझं घर परभणीत आहे का गावी?”

"गावी."

"म्हणजे. परभणीत तुझं घर नाही."

"माझे नातेवाईक इथं आहेत. परंतु मी गावी जाईन, अर्ध्या तासाचा रस्ता आहे. तुम्हाला माझी काही मदत हवी?"

कर्नल सिराजकडे रोखून पाहत होता.

"सिराज, आम्हाला माहिती हवी आहे."

"मी मदत करेन."

"परभणीच्या स्मशानांची माहिती हवी आहे."

सिराज दचकला.

"आम्ही काही लोकांचा तपास करत आहोत. परंतु त्यासाठी आम्हाला परभणीच्या स्मशानाची माहिती हवी आहे. हिंदू आणि मुस्लीम दोन्हींची. याशिवाय आणखीन काही ठिकाण असल्यास त्यांचीही माहिती हवी."

सिराज संशयाने पाहू लागला.

"आम्ही चौकशी करत आहोत, त्याचा संबंध नरबळी, करणी, भानामती किंवा अशा वाईट चाली-रूढींबाबत नाही. आम्हाला एका व्यक्तीच्या अनुषंगाने त्याच्या घराण्याचा इतिहास शोधायचाय."

"पण तुम्हाला हिंदू-मुस्लीम दोन्ही स्मशानभूमी का शोधायची आहे? त्या व्यक्तीच्या नावावरून तो हिंदू किंवा मुस्लीम आहे, हे पाहता येईल. इथल्या तहसीलदार कार्यालयात किंवा जर कोणत्या गावचा असेल, तर ग्रामपंचायत कार्यालयात त्याचा ठावठिकाणा मिळेल."

"तोच प्रश्न आम्हासमोर आहे. त्या व्यक्तीच्या नावावरून तो हिंदू आहे का मुस्लीम, हे स्पष्ट होत नाही."

"असं कसं. नावावरून तर अगदी स्पष्ट होतं."

"त्याचं नाव अनीस देशपांडे आहे. अर्धं हिंदू, अर्धं मुस्लीम. तुझंही नाव असंच अर्धवट आहे. परभणीतल्या लोकांना अर्धवट नावं आवडतात काय?"

सिराज काही बोलला नाही.

"म्हणून आम्हाला स्मशानात जायचं आहे."

"पण तिथे तुम्हाला ठावठिकाणा कसा काय लागेल?"

"प्रथम आम्हाला कळू दे तरी, स्मशानभूमी कुठेकुठे आहेत त्या."

सिराजच्या चेहऱ्यावरील संशय काही कमी झाला नाही.

एके काळच्या प्रकरणामुळे परभणी जिल्हा खूप गाजला होता.

मानवत प्रकरण.

गुप्त धनाच्या शोधासाठी अनेक निरपराध्यांचा बळी देण्याचा कार्यक्रम झाला

होता. त्या क्रौर्यपूर्ण प्रकरणामुळे मानवत आणि परभणी दोन्ही नावे पोलिसांच्या काळ्या यादीत गेली होती. गोष्ट खूप जुनी होती. परंतु सिराज समोरच्या दोघांना पाहून त्यामुळेच संशयाने पाहत होता. कारण या घटना पुन्हा पुन्हा होत होत्या.

रात्रीचा कार्यक्रम मुंबईबाहेरचा होता. राजे मनमोकळे होते. त्यांनी ड्रिंकचा मनापासून स्वाद घेतला. त्यानंतर नांदेड रोडवरील धाब्यावर गावरान कोंबडीचा रस्सा. ते कोल्हापूरकर होते. ज्वारीची गरम भाकरी आणि कोंबडी. जेवणावर खूश होते.

मात्र मुजरा कार्यक्रमाला त्यांनी काळी फुली मारली. राजेंसमोर अमिता दिसत होती. कर्नल त्याबाबत आग्रही नव्हता. गप्पांच्या ओघात रात्र खूप झाली.

सकाळी सात वाजता ते तयार होते. हॉटेलवाल्याला पूर्ण जाग आली नव्हती. त्यामुळे त्यांना फक्त चहा मिळाला. त्यांनी गाडी बाहेर काढली. आदल्या दिवशी त्यांनी दोन्ही ठिकाणे पाहिली होती. मुस्लीम स्मशानभूमी-कबरस्तान हट्टा रोडवर होती, तर हिंदू स्मशानभूमी रेल्वे स्टेशनच्या बाजूला होती.

त्यांनी सुरुवात मुस्लीम स्मशानभूमीवर केली. त्यानी प्रत्येक कबरीवरील संदर्भ पाहायला सुरुवात केली. त्यांचे काम तासाभरात संपले. दोघेही दहा वाजेपर्यंत हॉटेलवर आले, सिराज त्यांची वाट पाहत होता. दोघांनी अंघोळ केली आणि ब्रेकफास्टला बसले. त्यांच्या जोडीला सिराज होता. प्लेट भरलेले कांदेपोहे. भरपूर शेंगदाणे टाकलेले होते. बरोबर इडलीही होती. न्याहारी शाकाहारी होती. चहा प्याले आणि स्थानिक वृत्तपत्र पाहिले, सगळ्या बातम्या मराठवाड्यातील होत्या. चोऱ्या-माऱ्या आणि राजकीय स्वरूपाच्या.

कर्नलने सिराजकडे पाहिले.

"सिराज, आम्ही दोन्ही ठिकाणी गेलो होतो. आता या ठिकाणाशिवाय आणखीन कुठे स्मशानभूमी आहे का?"

"नाही."

"बरं. हिंदू-मुस्लीम सोडून इतर म्हणजे, या भागात आदिवासी लोकही खूप आहेत. तसेच भटके लोकही खूप आहेत. या लोकांची स्मशानभूमी किंवा दफनभूमी वेगळी आहे, का याच स्मशानभूमीचा वापर करतात?"

सिराज विचारात पडला.

"सर, आदिवासी लोक खूप आहेत. भटकेही खूप आहेत. यांच्या दफनभूमी किंवा स्मशानभूमी काही विशिष्ट ठिकाणी आहेत. आता सगळ्या समाजाची नावं मला माहीत नाहीत. बहुतेक आता हिंदू स्मशानभूमीचा वापर करतात. दफनभूमी मात्र निश्चित जागा नाही. कोणता समाज दफन करतो, याबाबत मला माहीत नाही. बहुतेक समाजाची कोणती तरी देवी किंवा देव हे स्थान असतं. त्या ठिकाणी ते यात्रेनिमित्त किंवा पंचायतीसाठी किंवा कौल लावण्यासाठी किंवा पंचप्रतिनिधी निवडण्यासाठी

एकत्र येतात. परंतु त्याच्या जागा वेगवेगळ्या आहेत. तुम्हाला अनिस देशपांडे शोधायचा असेल, तर प्रत्येक समाजाला विचारत जावं लागेल.''

''ते काम अवघड आहे.''

''आणखी काही खूण किंवा त्यांची ओळख आहे का?''

कर्नल विचारात पडला.

''सिराज, तुला इतिहास थोडाफार माहीत असेल?''

''होय.''

''सम्राट अकबर तुला माहीत आहे.'' कर्नलने त्याच्या उत्तराची वाट न पाहता पुढे बोलणे चालू ठेवले. ''या सम्राटाने दिने ईलाही हा धर्म स्थापन केला होता. या धर्माशी संबंधित कोणी इथे आहेत का, त्या लोकांना आम्हाला शोधायचं आहे. हा देशपांडे त्यांपैकी एक असावा, असं आम्हाला वाटतं.''

सिराज एकदम सावध झाला. आतापर्यंत तो मिळून मिसळून बोलत होता. परंतु कर्नलच्या या खुलाशाने तो चिंतेत पडला.

''तुला काही माहिती आहे का?''

सिराजच्या चेहऱ्यावर प्रश्नचिन्ह होते.

रात्रीचा कार्यक्रम परभणी शहराबाहेर होता. राजे मनमोकळे होते. रान्मोकळे होते. त्यांचा वाटाड्या सिराज होता.

परभणीपासून ७-८ कि.मी.वरील नांदेड रोडवरील त्या धाब्याकडे त्यांनी आगेकूच केली. तो धाबा हायवेवरील धाब्याप्रमाणे नव्हता. शेतामधील घराचे रूपांतर धाब्यात केलं होतं. घरासमोर मोठी पडवी होती, त्यामध्ये प्लस्टिकच्या खुर्च्या टाकल्या होत्या. समोर प्लॅस्टिकचे लडबडणारे टेबल होते. परंतु जागा हवेशीर होती. कर्नल आणि राजे खूश होते. धाब्याचा मालक दिसायला गरीब वाटत होता.

गावरान कोंबडी आणि ज्वारीची भाकरी यांची खास ऑर्डर सिराजने दिली. धाबा-मालकाने तितरही असल्याचे सांगितले. कर्नलने लगेच त्याला 'होय' म्हटले. धाबा मालकाने ड्रिंकसाठी सोय असल्याचे सांगितले, परंतु ती सोय स्वत:च केली होती. बाहेर डुप्लिकेट प्यायची नव्हती.

बाटली उघडली आणि ग्लास भरण्यात आले. आता दोघांच्या साथीला सिराजही होता.

त्यांचा पहिला राउंड संपत आला होता. धाबा मालकाने उकडलेली अंडी आणि चणा-पापड आणून ठेवले होते. त्याचबरोबर गाजर-मुळा आणि काकडीही टेबलवर ठेवली होती. परंतु कर्नल सॅलडला हात लावत नव्हता. कर्नल फक्त पापड खात होता, ड्रिंकबरोबर.

''काय रे सॅलड खाल्लंस, तर जास्त चढत नाही का.''

''राजे, पहिल्यापासून सवय नाही सॅलड खायची. कधी-कधी स्नॅक्स हा प्रकारच नसायचा. अर्धवट जेवणावर उठावं लागत होतं.''

''परंतु खाणं पिण्याबरोबर व्यवस्थित हवं रे...''

''खरं आहे, पण सवय चटकन बदलता येत नाही.'' सिराजकडे पाहत कर्नल बोलू लागला.

''मग सिराज, आता उद्या परत कसा काय नोकरीवर जाणार?''

''सर, आता काही दिवस जिल्हापरिषदेत हजेरी लावावी लागेल, वरिष्ठ काय निर्णय घेतायंत, त्यावर ठरेल.''

''तुझ्या नोकरीचं काही खरं दिसत नाही.''

''नोकरीचा तो भाग आहे. सर, अशा अडचणी यायच्याच.''

कर्कश आवाज करत रस्त्यावर जीप थांबली. काळ्या-पिवळ्या रंगातील त्या गाडीतून काही लोक उतरले. काही शर्ट-पॅन्टमधील होते, काही धोतर-टोपीमधील होते. मात्र ते एका वयोगटामधील नव्हते. पडवीच्या बाहेरच सर्व जण उभे होते. त्यांमधील एक जण दाढीवाला होता. दाढी कोरलेली होती का नव्हती, कळत नव्हते, परंतु तशी वाटत होती. सावळ्या रंगातील त्या व्यक्तीने केस आधुनिक पद्धतीने बसवलेले होते. मोठ्या आवाजात धाबा मालकाकडे त्याने जेवणाबद्दल विचारले.

धाबा मालकाने त्यांच्यासाठी भराभर खुर्ची-टेबल लावले. पाण्याचा मग आणि ग्लास ठेवले. ते सर्व जण टेबलाभोवती कोंडाळे करून बसले. धाबा मालक शेजारी उभा होता. ते लोक पाणी स्वत: घेत होते. दोन टेबलवर ते आठ जण बसले होते.

राजे आणि कर्नलचे राउंड संपले होते. त्यानी आता जेवणाची तयारी केली होती. परंतु त्याला थोडा वेळ होता. त्यांच्या गप्पा सुरू झाल्या होत्या. मधूनमधून सिराज त्यांना माहिती देत होता.

शेजारच्या टेबलवरील लोकांच पिणे सुरू झाले होते. त्यांची पिण्याची पद्धत गावठी होती. ते पाणी प्याल्याप्रमाणे दारू पित होते. त्यामुळे त्याचे असंबद्ध पिणे, बरळणे आणि गलिच्छ बोलणे सुरू झाले होते.

धाबा मालक शांतपणे उभा होता.

राजे आणि कर्नलला त्यांचे पिणे उपद्रवकारक होत होते. परंतु ज्वारीची भाकरी आणि गावरान कोंबडी जेवणावर ते खूश होते. जेवण ताजे आणि चवदार होत. मराठवाड्यातील अस्सल चवीचे. मात्र रस्सा काळसर आणि जादा मसालेदार होता. तरीही कोल्हापूरकर असून त्यांना जेवण आवडले होते.

त्यांच्यातील एक जण रोखून पाहत होता. तो पुन्हा पुन्हा पाहत होता.

तो उठला. शांतपणे स्वत:चा तोल सांभाळत राजे, कर्नलच्या टेबलाजवळ आला.

"नमस्कार."

"नमस्कार."

"तुम्ही या भागातील दिसत नाही." राजेंकडे पाहत तो म्हणाला

"होय. आम्ही मुंबईहून आलो आहोत."

"शौक पुरा करायला?"

"नाही."

"अरे यार. लाजता कशाला, शर्माना नही... बिनधास्त बोलना। चाहे तो हम आपक मदद करेंगे।"

"आभारी आहे. परंतु आम्ही त्यातले नाही."

"अरे, सगळे असंच म्हणतात. मी तुम्हाला चांगला माल शोधून देतो."

तो आता अरेरावीवर आला होता.

आता कर्नल पुढे झाला.

"बाळ, तुला प्रथमच सांगितलंय. आम्हाला कशात रस नाही. तू तुझ्या मित्राकडे जा. आम्हाला काही नको."

परंतु त्याची लक्षणे ठीक दिसत नव्हती. त्याने कर्नलच्या खांद्यावर हात ठेवण्याचा प्रयत्न केला. आता मात्र प्रकरण पुढे गेले.

कर्नलने त्याचा हात पिरगळला आणि त्याला पाठीमागे ढकलून दिले. तो धडपडत जाऊन खाली पडला. तसे सर्व जण सावध झाले. त्याचे सर्व मित्र एकदम उभे राहिले.

त्यांना राग आला. त्यांच्यामधील दोघे-तिघे पुढे आले. कर्नलने त्यांना हातानेच पुढे न येण्याबाबत इशारा दिला, परंतु त्यांच्या चेहऱ्यावर मस्ती दिसत होती. प्रत्येकाने थोडी झोकल्यामुळे त्यांचे स्वतःवर नियंत्रण नसल्यासारखे दिसत होते. परंतु ते सावध होते. ते तयारीनेच पुढे आले.

आता मात्र कर्नलला हातघाईवर यावे लागले. त्यांना कळण्यापूर्वीच कर्नलने आपल्या हाताची ताकद दाखवली. तसे पुढे आलेले दोघे भुईसपाट झाले आणि कळवळू लागले. कर्नलने सर्वांना दम दिला.

"जास्त गडबड कराल, तर हॉस्पिटलमध्ये पाठवून देईन. शांतपणे खा, प्या आणि निघून जा."

परंतु ते गप्प बसण्यातील दिसत नव्हते.

राजे आणि कर्नलने धाब्यावाल्याचे बिल दिले आणि निघाले. सिराज मात्र चेहऱ्यावरून जाम घाबरल्यासारखा वाटत होता. धाबा मालकही टरकला होता.

राजे आणि कर्नल गाडीजवळ आले.

तो लष्करी अधिकारी होता. नजर तेज आणि सतत सावध, त्यामुळे गाडीकडे

येईपर्यंत कर्नल त्यांच्यावर लक्ष ठेवून होता.

गोळी गाडीच्या टपावर आदळली आणि मोठा आवाज झाला. कर्नल चटकन खाली वाकला.

"राजे, गाडीच्या पलीकडे चला, पळा." सगळे जण गाडीच्या पलीकडे गेले. रस्त्यावरून अधूनमधून वाहने जात होती. वेळ रात्रीची होती. उजेड फक्त त्या धाब्यावरून येत होता. त्यामुळे त्यांना अंधाराचे संरक्षण होते.

"कर्नल, त्यांच्याकडे पिस्तुलं आहेत वाटतं."

"काळजी करू नका."

मात्र कर्नलचे ते वाक्य जास्त काळ तग धरू शकले नाही.

"राजे, सिराज, तुम्ही गाडीत जा. आपल्या एका हत्यारावर जास्त काळ आपल्याला तोंड देता येणार नाही."

कर्नलने आपल्या जवळच्या पिस्तुलाने त्यांच्या गोळ्यांना उत्तर दिले, परंतु ते संख्येने जास्त होते. कर्नलने राजे आणि सिराज आत व्यवस्थित बसल्याचे पाहिले आणि आपले पिस्तूल चालवले. काही गोळ्या मोठ्या दिव्यांना लागल्या. ते सर्व जण खाली वाकले. कर्नलने चपळाईने गाडीचा दरवाजा उघडला आणि गाडी सुरू केली. भरवेगात वळण घेऊन गाडी परभणी रोडवर आणली. रस्त्यावर रहदारी किंवा वाहन येत नव्हते. अन्यथा अपघात व्हायला वेळ लागला नसता, त्यांचे नशीब चांगले होते.

"राजे, त्यांना तोंड देणं खरोखर अवघड होतं. पिस्तुलंही गावठी नाहीत, खास शस्त्रं वाटली मला. ते थोडे प्यालेले होते नाही, तर त्यांना तोंड देणं फारच धोकादायक झालं असतं."

"मला त्यांना पाहिल्यावर शंका येत होतीच. काहीतरी घोटाळा दिसतोय. परंतु सरळ पिस्तूल चालवतील, असं वाटलं नव्हतं."

"सिराज, राजे, तुम्हाला कुठे लागलं वगैरे नाही ना?"

"अहं, मला तर नाही, सिराज तुला?"

"मी व्यवस्थित आहे सर." त्याचा आवाज थरथरत होता.

"कर्नल, तू ठीक आहेस ना?"

"एकदम परफेक्ट."

"तू साला घेतल्यानंतरही व्यवस्थित त्यांना तोंड दिलंस. नाहीतर आम्ही मरणाचा मार खाल्ला असता. परंतु ते पाठीमागून येणार नाहीत ना!"

"पाहू या, आपल्या गाडीला गाठणं त्यांना अवघड जाईल." कर्नल गाडी वेगाने चालवत होता.

लष्करी हालचालींसाठी ब्रिटिशांनी जी पद्धत अनुसरली, तीच पद्धत अजूनही

वापरली जाते. त्याला कारण ब्रिटिशांनी जे लष्कराचे तळ उभारले, त्यांचे महत्त्व अजूनही कमी झालेले नाही. मुंबईनंतर कलकत्त्याच्या दिशेला नाशिक, बेंगलोरच्या दिशेला पुणे. हे दोन लष्कराचे मुख्य तळ होते. अजूनही आहेत. औरंगाबाद हे शहर लष्करीदृष्ट्या फारसे महत्त्वाचे ठिकाण नव्हते. परंतु जातीय आणि धर्मिक दंगली वाढल्या. राजकीयदृष्ट्या औरंगाबदचे महत्त्वही वाढले आणि मग लष्करी तुकडीची गरज भासली. लष्करी केंद्र आवश्यक झाले. परंतु त्यानंतर नक्षलवादी चळवळीने उग्र रूप धारण केले आणि तेलंगण, महाराष्ट्र, छत्तीसगडमधील रायपूर ते चंद्रपूर ते निजामाबादपर्यंतचा पट्टा संवेदनशील बनला. मग महाराष्ट्रातील नागपूर ते गडचिरोली-चंद्रपूर आणि औरंगाबाद ते नांदेड या मार्गाला महत्त्व प्राप्त झाले. लष्करीदृष्ट्या नांदेडचे महत्त्व वाढले.

सकाळी-सकाळी कर्नलने नांदेड आर्मी केंद्राशी संपर्क साधला.

कर्नल आणि राजे यांनी त्यांचे सकाळी सहा वाजताच स्वागत केले. लष्कराची जीप हॉटेलच्या दारात पाहून हॉटेल मालक गडबडून गेला. परंतु कर्नलने त्याकडे दुर्लक्ष केले. मेजर हरनामसिंगने राजेंची ओळख करून घेतली. सर्व जण बाहेर पडले. परभणीला अजूनही पुरेशी जाग आलेली नव्हती. परंतु युनिफॉर्ममधील शाळेची मुले आणि कॉलेजचे विद्यार्थी यांची धावपळ सुरू होती. भाजीपाला आणि दूधविक्रेत्यांची सकाळी-सकाळी गडबड सुरू होती. परभणीला अजूनही जाग आलेली नव्हती. व्यापारीवर्ग पुरेसा जागा झालेला नव्हता.

पुन्हा नांदेड रोड.

ते त्याच जागी आले. धाबा ओसाड होता. धाब्याचा मालक नव्हता. परंतु त्याला शोधणे अवघड नव्हते. कारण धाबा त्याच्याच शेतात होता.

पोलीस आणि मिलिटरी दोन्हीकडील अधिकाऱ्यांची हजेरी होती. कर्नल आणि राजे शांतपणे बसून होते. बंदुकीतून सुटलेल्या गोळ्या शोधण्याचे काम चालू होते. कोण कोठे बसले होते, गोळ्या कोठून मारल्या जात होत्या, याची माहिती कर्नल देत होता. सांगण्याची शैली मिलिटरीची होती, त्यांचे शोधकार्य वेगात होते. कर्नल किती अंतरावर गोळी गेली असेल, याचा अंदाज आडाखा बरोबर देत होता.

त्यांना काही गोळ्या सापडल्या. परंतु त्या आता प्रयोगशाळेत पाठवण्यात येणार होत्या. अनोळखी लोकांविरुद्ध फौजदारी गुन्हा दाखल करण्याबाबत पोलिसांनी कारवाई सुरू केली. कर्नलने लेखी अहवाल नांदेड विभागाच्या मिलिटरी कमांडला दिला. तसेच पोलिसांनाही दिला. पोलिसांना द्यायच्या रिपोर्टवर सिराज आणि राजेंनीही सह्या केल्या. दुपार व्हायला आली.

सर्वांनी परभणीमध्ये जेवण घेतले. कर्नल, राजे आणि सिराज हॉटेलवर परतले.

४७

दिने ईलाहीच्या मोहिमेला वेगळेच वळण लागले होते. आता तपासकाम अर्धवट सोडून मुंबईला जावे लागणार होते.

थोडी विश्रांती घेऊन लवकर निघायचे त्यांनी ठरवले होते.

दिने ईलाहीचे उत्तर शोधण्यात यश आले नव्हते. सगळेच उदास होते. परंतु कर्नलला जास्तच हुरहुर वाटत होती.

थोडा वेळ ते हातपाय पसरून पडले होते. सिराज त्यांच्याकडे पाहत होता.

''तुम्ही परभणीत देशपांडेंच्या नावावरून पोलिसांमार्फत शोध घेण्याचा प्रयत्न केला नाही? पासपोर्टवरून ते सहज शक्य झालं असतं.''

''परंतु तसं झालं नाही.''

''म्हणजे?''

''पोलिसांमार्फत प्रथम चौकशी केली. परंतु पासपोर्टवरून पत्ता बोगस निघाला. नावावरून संपूर्ण परभणीत शोधणं शक्य झालं नाही.''

''मग ती व्यक्ती परभणीमधील नसेलच. उगाच इथंच शोधण्याचं कारण काय?''

''फक्त पत्ता आणि पासपोर्ट बोगस निघाला. परंतु बाकी सर्व संदर्भ परभणीचे आहेत.''

सिराजने कर्नलचा आवेश पाहून अधिक खोलवर चौकशी केली नाही.

''तुम्ही जाण्यापूर्वी इथलं प्रसिद्ध केशवराज मंदिर पाहून जा. मंदिर छान आहे.''

कर्नलने सिराजकडे रोखून पाहिले.

राजे मध्येच म्हणाले.

''चला हरकत नाही. परंतु, काय रे, नवस वगैरे केलं, तर पावतो का देव?''

कर्नल काही बोलला नाही, परंतु मध्ये राजे बोलल्यामुळे नाराज मात्र झाला.

चेहऱ्यावर नाराजी दाखवली नाही, परंतु सिराजच्या लक्षात ते आले.

कर्नलकडे पाहत तो म्हणाला, "इच्छा नसेल, तर रद्द करू."

तेव्हा कोठे राजेंचे लक्ष कर्नलकडे गेले. राजेंनी चटकन विचारल, "रद्द करायचं?"

"नको जाऊ या. पण काय रे, खूप वेळ लागेल?"

"नाही."

"मग तुझं काय?"

"कोणाबरोबर तरी निघून येईन परभणीला, माझी काळजी नको. मी तुमची कंपनी, तुमचा सहवास खूपच एंजॉय केला."

"हं." कर्नल.

ते सगळे थोडा वेळ रिलॅक्स झाले. राजे व कर्नलने बॅगा भरल्या आगि बाहेर आले.

परभणीहून औरंगाबाद रोडला साधारण अर्ध्या तासाच्या प्रवासानंतर सिराजने कर्नलला कच्चा रस्ता दाखवला.

"गाडी व्यवस्थित जाईल ना?"

"सर, काही ठिकाणी रस्ता खराब आहे. परंतु गाडीला कोणताही प्रॉब्लेम होणार नाही."

गाडी खाचखळग्यातून जात होती. रस्ता खराब होता. गाडी कर्नल चालवत होता. राजेंना राहून राहून उगाचच निघालो, असे वाटत होते. औरंगाबादला जाण्याची घाई होती. परंतु या महात्मामुळे थोडा उशीर होणार होता. गाडी आता डोंगराच्या कडेने जात होती. आतापर्यंत परत जाण्याच्या विचारात असलेले राजेंच लक्ष बाहेर गेले आणि त्यांना आश्चर्य वाटले.

ते खोरे विलोभनीय होते. नजर दूरवर जात होती. निळसर क्षितिज पाहताना एक विलक्षण आनंद होत होता. डोंगर मात्र लाल पिवळ्या मातीचा होता. परंतु अनेक ठिकाणी झुडपे होती. गर्द वृक्षराजी होती. कर्नलही सगळीकडे न्याहाळून पाहत होता.

"अरे, हे तर खूप सुंदर आहे. आत्तापर्यंत फक्त सपाट प्रदेश आपण पाहत होतो. एवढं सुंदर डोंगर-दऱ्या पाहायला मिळेल, असं वाटलं नव्हतं."

"सर, या भागातला हाच फक्त सुंदर प्रदेश आहे. परंतु इथे येऊन पाहण्यासारखं आणि राहायला काहीच नाही. त्यामुळे कोणी इकडे येत नाही."

"पण तू तर म्हणाला होतास, केशवराज मंदिर सुंदर आहे. पाहण्यासारखं आहे."

"सर, मंदिरासाठी या भागातलेच लोक येतात. स्थानिक लोकांनाच आकर्षण आहे. दूरवर फारशी माहिती नाही."

राजे काही बोलले नाही.

कर्नल शांतपणे आपल्याच विचारात गाडी चालवत होता.

त्याची गाडी त्या मंदिराजवळ आली. महात्माने गाडी कोठे थांबवायची, ते ठिकाण सांगितले.

तो भाग अगदीच मागास होता. रस्ते सरळ नाही. मंदिराभोवती नेहमी दिसणारी गर्दी, मेवा-मिठाईची दुकाने किंवा बाजाराची कोणतीच गडबड दिसत नव्हती काही घरे दिसत होती. परंतु खेड्यातील घराप्रमाणे बैठी कौलारू होती. वातावरण मुंबईकडील चाळीप्रमाणे वाटत होते. रस्त्यात काही कुत्री रस्त्याच्या कडेला वास घेत फिरत होती. रस्ते धुळीने भरलेले होते. मधूनच वाऱ्याची फडफड होऊन रस्त्यातील कागद, कचरा, पालापाचोळा इतस्ततः फिरत होता. राजेंना ते पाहून एकदम मूड खराब झाला. 'साला उगाचंच या महात्माचं ऐकलं. सगळं भकास आणि भेसूर होतं. भारत खूप मागे आहे. खूप खूप मागे आहे. राष्ट्राचा विकास. अत्याधुनिक सुसज्ज राष्ट्र या गोष्टी फक्त स्वप्नातल्याच आहेत. त्यामानाने कोल्हापूर खूपच सुधारलेलं आहे.' राजेंना एकदम कोल्हापूरची आठवण झाली.

आता चूपचाप बसण्याशिवाय पर्याय नव्हता.

ते गाडीतून खाली उतरले. राजेंनी सभोवार पाहिले, आता त्यांचे लक्ष दूरवर गेले. रस्त्याच्या एका टोकाला डोंगर दिसत होता. गल्लीत गर्दी होती. राजेंना आता त्या भागातील लोकांकडे पाहता आले. राजे एकदम दचकले. आतापर्यंत ती गोष्ट लक्षात आली नाही. परंतु ते ठळकपणे दिसत होते. सर्व लोक काळे कपडे आणि कफनी घातलेले होते. कर्नल आणि राजे दोघेही प्रश्नार्थक नजरेने महात्माकडे पाहत होते.

महात्माच्या नजरेला ते लक्षात आले असावे.

"सर, हे लोक महानुभाव पंथाचे आहेत." राजे आणि कर्नल प्रथमच असे लोक पाहत होते. कोणीही व्यक्ती काळ्या कपड्याशिवाय नव्हती. अगदी स्त्रिया देखील काळ्या कपड्यात होत्या. एखाद्या मुस्लीम मोहल्यात आल्यासारखे त्यांना वाटले. परंतु इथे पुरुषही काळ्या कपड्यांत होते. ते दृश्य विचित्र वाटत होते.

महात्मा त्या महानुभाव पंथातील लोकांबाबत सांगत होता.

"सर, त्यांचं मंदिर या डोंगराच्या पायथ्याशी आहे. कपारीतला देव म्हणतात. असं म्हणतात की, चक्रधर स्वामींनी महानुभाव पंथाची स्थापना केली. चक्रधर स्वामी गुजरातमधून महाराष्ट्रात आले. ते औरंगाबादमार्गे काही काळ या परिसरात राहिले होते. अमरावती, फलटण याप्रमाणे या ठिकाणच्या स्थानाला महानुभाव पंथात खूप महत्त्व आलं. इथले उत्सव पाहण्यासारखे आहेत. नागपूर, सुरत इथपासून लोक येतात. यांची भजनं ऐकण्यासारखी आहेत."

राजेंना या लोकांबाबत फारसे माहीत नव्हते, परंतु सर्व काही नवीन, नावीन्यपूर्ण वाटत होते.

ते त्या गल्लीतून चालत निघाले. ते तिघे जण त्या रस्त्यावर विजोड वाटत होते. निव्वळ काळे कपडे नसल्यामुळे तेच तिघे आता विचित्र दिसत होते. अनेक लोक त्यांच्याकडे उत्सुकतेने पाहत होते. त्या सर्वांच्या नजरा शांत आणि धीरगंभीर दिसत होत्या. एक गोष्ट मात्र ठळकपणे जाणवली. कोठेही लहान मूल किंवा कमी वयाची मुले दिसून येत नव्हती. ती खटकणारी गोष्टी होती, परंतु एकंदर परिस्थिती पाहून राजेंना त्याबद्दल विचारायची इच्छा झाली नाही.

ते महानुभाव मंदिराजवळ आले. गर्दी नव्हती. पुजारी नव्हता. मंदिर छोटे होते. सभामंडप होता. मंदिरात गडद निळ्या रंगातील श्रीकृष्णाची मूर्ती होती. शेजारी दिवा होता, परंतु फुले किंवा प्रसाद वाहिल्याचे दिसत नव्हते.

सर्व जण नमस्कार करून बाहेर आले. एका कोपऱ्यात एक व्यक्ती बसली होती. प्रसाद देण्यासाठी. त्यांनी प्रसाद घेतला आणि बाहेर आले. राजे आणि कर्नलचा मूड गेला होता. भव्य मंदिर पाहायला मिळेल, असे त्यांना वाटत होते. प्रत्यक्षात महानुभाव पंथाचे मंदिर पाहावे लागले होते. इथे चहा किंवा स्नॅक्सही मिळण्याची खात्री नव्हती. ते मंदिराच्या पायऱ्या उतरून खाली आले.

"सर, आता इकडे जाऊ या." असे म्हणून महात्माने मंदिराच्या बाजूला असलेल्या रस्त्याकडे बोट दाखवले.

"आता तिकडे काय आहे? दर्शन झालं ना?"

"सर, चला तर खरं."

तसे राजेंना थोडी उत्सुकताच होती. कारण तो रस्ता मोठ्या दरीकडे घेऊन जाणारा होता. कमीत कमी मोठी दरी आणि भव्य निसर्ग तरी पाहावा, हा विचार त्यांच्या मनात आला.

त्यांना आता डोंगरउतारावरून खाली उतरावे लागत होते. रस्ता लोकांच्या वर्दळीमुळे तयार झाला होता. त्यांना जास्त चालावे लागले नाही. ते मोठ्या दरीकडे किंवा पायथ्याशी आले नव्हते. त्या ठिकाणी एक काळ्या कातळातील भव्य मंदिर होते. लांबूनच ते मंदिर हेमाडपंथी दिसत होते. एकदम सुरेख मंदिर, जसे जसे जवळ जाईल, तसे तसे त्याची भव्यता दिसत होती. संपूर्ण कलाकुसरीचे मंदिर होते. मंदिराभोवती एकदम स्वच्छ वातावरण होते. कडुनिंबाची झाडे होती. आंब्याची झाडे होती. हिरव्या झाडांच्या पार्श्वभूमीवर ते काळसर मंदिर उठून दिसत होते.

"सर हेच ते केशवराज मंदिर."

राजे आणि कर्नल त्या मंदिराकडे पाहून खुलले.

"एकदम छान मंदिर आहे."

“आत गेल्यानंतर आणखीन खूश व्हाल.”

सर्व जण पायऱ्या चढून आत गेले. संपूर्ण दगडी मंदिर. काळ्या जांभा दगडात होते. आरशाप्रमाणे गुळगुळीत आणि चेहरा दिसण्याइतपत दगड होते. कोठेही खराब किंवा भेगा दिसत नव्हत्या. नुकतेच तेलपाणी केल्याप्रमाणे मंदिर होते. मंदिराला काळ्या रंगाशिवाय कोणताही रंग नव्हता.

“मंदिराला काय काळा रंग दिला आहे?”

“नाही सर, हे मंदिर पूर्ण दगडी आहे. कधीही रंग दिलेला नाही.”

“आश्चर्य आहे. एकदम स्वच्छ, नितळ आणि चकचकीत आहे.”

“सर, त्याची निगा खूप वर्षं ठेवली आहे.”

ते सर्व जण आत आले. मुख्य मूर्ती केशवराजची होती, ती काळ्या दगडी प्रकारातील होती. परंतु निळ्या रंगातीलही काही छोट्या मूर्ती होत्या. फक्त कृष्णाच्या मूर्ती होत्या, इतर कोणत्याही मूर्ती नव्हत्या.

“काय रे, मंदिराला गणपती किंवा इतर कोणत्याही देवाची किंवा देवीची मूर्ती दिसत नाही.”

“सर, या मंदिराचं हेच वैशिष्ट्य आहे. इथे फक्त कृष्णाच्याच मूर्ती आहेत.”

राजे आणि कर्नलने नमस्कार केला आणि सभामंडपात आले. दोघे सर्वत्र निरखून कलाकुसर पाहत होते. मंदिराला गर्भगृहाच्या चारी बाजूला दरवाजे होते. कोपऱ्याकोपऱ्यात दिवे होते, दिवसाची वेळ असून दिवे जळत होते. उदबत्तीचा मंद सुगंध सर्वत्र पसरला होता.

मंदिर शांत होते. गर्दी अजिबात नव्हती.

काही लोक नमस्कार करून बाहेर जात होते. इथले लोकही काळ्या कफनीतच होते.

राजेंना राहवले नाही. त्यानी हळूच महात्माला विचारलं, “इथलेही लोक महानुभाव पंथाचे आहेत का?”

महात्माने हळू आवाजात सांगितले, “थोड्या वेळातच सांगतो सर्व काही.”

ते बाहेर आले, परंतु महात्माने त्याना मंदिराच्या मागे येण्यास सांगितले. मंदिराच्या मागे मोठे सभागृह होते. ही इमारत मात्र आधुनिक काँक्रिटमधील होती. ते सर्व जण आतमध्ये गेले. इटालियन टाईल्समधील ते भव्य सभागृह होते. अगदी हवेशीर, परंतु रिकामे होते. कोणीही नव्हते. ते तिघे जण एका बाजूच्या जिन्यातून वर गेले. लाकडी कलाकुसरीचा मोठा दरवाजा महात्माने उघडला, ते तिघे जण आत गेले.

आतील दृश्य बाहेरील परिस्थितीच्या मानाने थोडे विसंगत होते. धक्का देणारे होते. आत खूप लोक होते. परंतु काळ्या कपड्यात नव्हते. दृश्य ऐतिहासिक

राजाच्या दरबारातील दृश्याप्रमाणे होते. बहुतेक लोक सफेद कपड्यांत होते. आता राजेंचे लक्ष महात्माकडे गेले. त्याचाही पेहराव साधारण तसाच होता, सफेद कपड्यातील. साधारण मुस्लीम शेरवानी पद्धतीची फॅशन होती. तिथे जमलेल्या अनेक लोकांच्या दाढी होत्या, त्या कोरलेल्या होत्या. काहींच्या दाढ्या मेंदी लावलेल्या होत्या. हे लोक मुस्लीम की हिंदू, असा प्रश्न पडावा, इतका गोंधळ होत होता. त्यात महात्माकडे पाहिल्यावर आणखीन गोंधळ होत होता. काहीतरी वेगळे होते खास.

ते तिघे जण पुढे झाले. त्या कोचावर ती व्यक्ती बसली होती. सर्व जण कुर्निसात करून बाजूला होत होते. काही मराठीत बोलत होते, काही हिंदीत. काहींची भाषा समजत नव्हती. आदिवासी होती, की आणखीन दुसरी कोणती. मात्र ते स्पष्ट बोलत नव्हते आणि राजे व कर्नलपर्यंत ऐकू येत नव्हते.

त्या तिघांना जास्त वेळ वाट पाहावी लागली नाही.

महात्मा पुढे झाला आणि त्याने त्याच्या कानाशी बोलणी केली. महात्माने दोन पावले मागे येऊन त्या व्यक्तीला कुर्निसात केला. तो राजे आणि कर्नलजवळ आला.

''आपण शेजारच्या खोलीत जाऊ.''

राजे आणि कर्नल यांना कोचावरील व्यक्तीला न भेटताच मागे जायचे विचित्र वाटले. परंतु तिथे महात्मा जसे सांगत होता, तसे करणे, त्यांना क्रमप्राप्त होते. ते तिघे जण शेजारच्या खोलीत गेले.

त्यांना जास्त वेळ वाट पहावी लागली नाही.

ती व्यक्ती आत आली, बरोबर आणखी एक वयस्क व्यक्ती होती. महात्माने राजे आणि कर्नलची ओळख करून दिली. आता ते सर्व जण बसले. त्यांची बसण्याची खुर्ची मोठी होती. राजे आणि कर्नल मात्र कोचावर बसले.

पुढची सगळी बोलणी त्या व्यक्तीच्या हातात होती, एका नवीन अध्यायाला सुरुवात झाली.

''कर्नल, मी तुमचं आणि तुमच्या मित्राचं स्वागत करतो. इथं येईपर्यंत अनेक गोष्टी आपल्याला न समजणाऱ्या आणि विचित्र वाटल्या असतील, त्याचा खुलासा देतो. त्या अगोदर आपण चहापान करू. मला तुमची ओळख महात्मानी करून दिलीच आहे. परंतु कर्नल तुम्ही जरा आपल्याबद्दल आणि आपल्या मित्राबाबत माहिती द्यावी, अशी आमची इच्छा आहे.''

चहापान सुरू झाले आणि त्याचबरोबर कर्नलने आपली आणि राजेंची ओळख करून द्यायला सुरुवात केली.

कर्नलने थोडक्यात ओळख करून दिली. त्या व्यक्तीने बोलायला सुरुवात केली. ती व्यक्ती आता फक्त कर्नलकडेच रोखून पाहत बोलत होती.

''कर्नल, १५ ऑगस्ट, १९४७ रोजी भारताला स्वातंत्र्य मिळालं. त्या अगोदर १४ ऑगस्ट, १९४७ रोजी पाकिस्तानला स्वातंत्र्य मिळालं. एकाच संस्कृतीचा एकाच ठिकाणी राहणारा जनसमुदाय दोन देशांत विभागला गेला. त्याचा परिणाम पारंपरिक वैरत्व, युद्ध, वाद आणि दंगली यांत झाला. याला जबाबदार कोण? या गोष्टी कशामुळे झाल्या? यापेक्षा आणखीन एक प्रवाह तयार झाला. भरतखंड सर्वधर्मीयांचा एकजुटीने राहणारा समुदाय होता. या विभाजनामुळे हिंदू आणि मुस्लीम दोन संस्कृती उभारण्याचा प्रयत्न झाला. एकाच झाडावर, इथं एकच धर्म नाही. एकच संस्कृती नाही. इथं हिंदू आहेत, पारशी आहेत, ख्रिश्चन आहेत, शिख आहेत, जैन आहेत, मुस्लीमही आहेत. कोणताच धर्म न पालन करणारा, परंतु स्वत:च्या संस्कृतीचे वेगळेपण दाखवणारे आदिवासी आहेत, परंतु तरीही पाकिस्तान तयार करण्यात आलं.

''सर्व संस्कृती, सर्व धर्म यांनी एकत्रित राहावं. सर्वांची साधना, सर्वांना लाभ व्हावा, सर्वांचं दु:ख हलकं व्हावं, असं पूर्वी सर्वांना वाटत होतं. प्रत्येक धर्मीय आपआपला धर्म जोपासत होता. एकमेकांना मदत करत होता. राजकीय प्रवाह या सर्वाला एकरूप असावा. याचा फायदा सर्व धर्मांना व्हावा, अशी सुप्त इच्छा प्रत्येकाच्या मनात होती आहे आणि असते, याला छेद मिळाला.

''राजकीय प्रवाह विरुद्ध केला आणि वैचारिक संस्कृती निराशेत गेली.

''सर्व धर्मीयांना एकत्रित ठेवण्याची ही सुप्त इच्छा सर्व स्तरावर पूर्वीपासून होती. याचा खराखुरा उघड प्रयत्न केला गेला, सम्राट अकबराच्या कारकिर्दीत. किंबहुना सम्राट अकबरानीच याचा प्रसार केला.

''दिने ईलाही.

''ही एकच धर्मप्रणाली राजकीय स्तरावरून आतापर्यंत तयार केली. करण्यात आली.

''दिने ईलाही.

''ती एक अभिमान वाटावी अशी गोष्ट होती. एका अशिक्षित सम्राटाने ती लीलया तयार केली. वर्षानुवर्षं धर्माची तत्त्वं यांचा अभ्यास. यांची साधना करणारी मंडळी, जे करू शकली नाहीत, ते या एका व्यक्तीने केलं. जगातलं एकमेव उदाहरण. सम्राटाच्या मृत्यूनंतर याचा नामोनिशाण राहिलं नाही. त्याचं समूळ उच्चाटन करण्यात आलं. कारण ते काही स्वार्थी समुदायाला नको होतं.

''परंतु मी जास्त अधिक खोलात जात नाही.

''दिने ईलाही संपलेला नाही. तो अजूनही आहे. जसाच्या तसा आहे.''

कर्नल त्यांच्याकडे पाहत होता. त्याच्या चेहऱ्यावरील भावात यत्किंचितही फरक पडत नव्हता. सर्व जण शांतपणे पाहत होते. ऐकत होते.

“मात्र आता, सर्व जण दिने ईलाहीच्या जिवावर उठले आहेत. समूळ नाश करायचा आहे. ते कानाकोपऱ्यात शोधतायंत, फिरतायंत, तुम्ही जे काही पाहताय, त्याच्या पाठीमागे हे एक कारण आहे – छुपं कारण.”

त्याने टेबलावरील पाण्याचा ग्लास तोंडाला लावला. ती व्यक्ती आता कर्नलकडे पाहत होती. कर्नल त्याच्याकडे रोखून पाहत होता. राजेंना सर्व प्रकार ताणावाचा वाटत होता. आतापर्यंतच्या घटना पाहिल्या, परंतु ते वातावरणच मन कुठेतरी खोलवर अंधारात घेऊन जाणारं वाटत होते.

कर्नल बोलत होता.

“हे सगळं धक्कादायक आहे खरं. सम्राट अकबराचा मृत्यू होऊन जवळपास पाचशे वर्षं होऊन गेली. त्यापासून कधीही याबाबत इतिहास बोलला नाही. काही सांगत नाही. औरंगजेबच्या कालावधीत महाराष्ट्रात थोडी खळबळ होती. औरंगजेबाविरुद्ध त्याच्याच मुलाने केलेल्या बंडखोरीबाबत. पण तेवढी घटना सोडली, तर अविश्वसनीय वाटतं. इतक्या वर्षांत कधीही याचा मागमूस कसा लागला नाही.”

“तकिया. कर्नल, तकिया आमच्या परंपरागत गुप्ततेमुळे इतिहासापासून; मुस्लीम धोक्यापासून, हिंदू धोक्यापासून आम्ही गुप्त राहू शकलो. आमची संस्कृती टिकवता आली.”

“पण हे कसं काय शक्य आहे.”

“त्यांना आम्ही आहोत, हे माहीत आहे. आम्ही जिवंत आहोत, हेही माहीत आहे. परंतु उघडपणे ते आवाज करू शकले नाहीत, कारण त्यांना भीती होती. या संस्कृतीला सर्वंकष पाठिंबा मिळेल. हिंदू, मुस्लीम दोन्हीलाही ते नको होतं. आमची संस्कृती सतत शिख आणि महानुभावांच्या छायेत वावरत होती. पिढ्यानपिढ्या याची गुप्तता हीच मुख्य गोष्ट होती. याला प्रथम तडा गेला, तो पेंढाऱ्यांनी आमच्या विरुद्ध केलेल्या कारवाईमुळे. त्याला मोगलांचा पाठिंबा होता. पेशव्यांचा पाठिंबा होता. परंतु इंग्रजांनी आम्हाला आधार दिला, वाचवलं. त्यानंतर गोंधळ झाला जीनांमुळे आणि रझाकारमुळे. रझाकार आमच्या मागे लागले आणि जवळजवळ उघडे झालो, परंतु ऑपरेशन पोलोमुळे आम्ही पुन्हा वाचलो.”

“मग आता तर तुम्ही ओळख करून देत आहात. काय कारण?”

“आता सर्वच बदललं आहे आणि आम्हीही आता संख्येने चांगली संघटना करून लढा देण्याच्या अवस्थेत आहोत. परंतु पाकिस्तानमधल्या विविध संघटनांनी निव्वळ आमच्यासाठी संपूर्ण भारताला आता दार-अल-हर्ब केलं आहे. एक सर्वंकष मोहीम उघडली आहे. त्यांनी आमच्यातल्या काहींना ओळखलं आहे. हीच आमची चिंतेची बाब झाली आहे.”

“मग आता?”

“आता एकच ध्येय. लढा आणि लढाई.”

“परंतु आमच्याकडून काय अपेक्षा आहे.”

“त्यांनी हैद्राबाद मुख्य केंद्र केलं आहे. आमचं देवबंदी आणि अलिगडमधलं अस्तित्व त्यांनी ओळखलं आहे, त्याला चाप लावला आहे. हैद्राबादविरुद्ध पुन्हा लढाई होणार आहे. आम्हाला आधार हवा आहे. राजकीय आधार. देशपातळीवरील आधार.” कर्नलसमोर प्रस्ताव आला होता. कर्नलच्या शक्तीबाहेरचा. कर्नलला पुढे बोलू न देता त्यांनी सांगितलं,

“आमचा प्रस्ताव आपण देशाच्या सर्वोच्च शक्तीसमोर सादर करावा, एवढीच इच्छा आहे.”

चहापान संपले, परंतु भेट संपली नाही. कर्नल आणि राजे यांना त्यांनी भजन ऐकवले. आतापर्यंत तसे नृत्यरूपी भजन त्यांनी कधी पाहिले नव्हते, ऐकले नव्हते. सूफी भजन नृत्य आणि गरबा यांचा मिलाप होता. मात्र गरबा काठ्यांशिवाय होता. त्या मधोमध स्वतः भोवती गिरक्या घेणाऱ्या व्यक्तीने भजन म्हणून दाखवले. लयबद्ध नृत्य आणि भजन. ऐकायला आणि अर्थ समजण्यास कठीण होते. परंतु मनाला आनंद देणारं होते.

सर्वांचे चेहरे गंभीर होते. तिथून परत येताना राजे आणि कर्नल काहीही बोलत नव्हते. ते फक्त दोघेच होते. परंतु आपल्याच विचारात होते. राजेंना आईसाहेब आठवत होत्या. त्यांनी सांगितलेली सोनपरीची कथा आठवत होती.

दिने ईलाही. दिने ईलाही.

राजे आणि कर्नल औरंगाबाद महामार्गावर आले, तेव्हा दुपार होऊन गेली होती. हवा गरम होती. सर्वत्र सपाट प्रदेश दिसत होता. कर्नल गाडी वेगात चालवत होता.

४८

बापा केमिकल कारखान्यात राजे सकाळी लवकर आले. मुख्य कार्यक्रम उशिरा होता. सकाळची पहिली शिफ्ट सुरू होती. कामगार-कर्मचारी आपल्या कामात व्यग्र होते. मात्र राजेंकडे सर्व जण उत्सुकतेने पाहत होते. राजे त्यांचे चेहरे न्याहाळत होते. राजे चेअरमनच्या केबिनकडे न जाता मुख्य प्रशासकीय इमारतीकडे जात होते. त्यांच्याबरोबर सेफ्टी ऑफिसर होता. डिशमधील काही अधिकारीही होते.

टेबल टॉप.

कारखान्यातील आपत्कालीन योजनेनुसार आपत्कालीन स्थितीमध्ये कोणत्या कृती करायच्या, कोणी करायच्या, कशा पद्धतीने करायच्या, याबाबत चर्चा करण्यासाठी ते चर्चासत्र होते. याकरता काही ठरावीक व्यक्तींना आमंत्रित करण्यात आले होते. कार्यक्रम प्रशासकीय इमारतीमधील कॉन्फरन्स रूममध्ये ठेवण्यात आला होता. जंगीचाचाने केलेल्या गडबडीमुळे शिरगोपीकर बापलेक या कार्यक्रनापासून दूर राहिले होते.

कार्यक्रमाला अजूनही पुष्कळ वेळ होता. कार्यक्रमाकरता डिशमधील सहकारी आणि बापा केमिकलमधील अधिकारी हजर होते. कॉन्फरन्स रूममध्ये तयारी सुरू होती. गोलाकार टेबलभोवतालच्या सर्व खुर्च्या रिकाम्या होत्या.

राजेंनी सर्वत्र एकवार नजर फिरवली. चेंबूरचे सहसंचालक पुढे झाले.

''सर, सर्व तयारी झाली आहे.''

राजेंनी मान हलवून होकार दिला. दहा वाजता कार्यक्रमाशी संबंधित आमंत्रित लोक हजर होते. राजेंचे लक्ष डॉ. निरगुडकर यांच्या येण्याकडे होते. डॉक्टर निरगुडकर अकराला पाच मिनिटे कमी असताना आले आणि राजेंच्या चेहऱ्यावर हास्य आले.

''मला उशीर झाला नाही ना?''

''नाही सर. अगदी योग्य वेळी आलात.''

डॉ. निरगुडकर काळे सावळे. मध्यम उंचीचे. थोडे बुटकेच दिसत होते. कपाळ डोक्यावरील विरळ केसामुळे भव्य वाटत होते. लाल स्ट्रिपचा टाय आणि तपकिरी ब्लेझर. निरगुडकर शांत स्वभावाचे दिसत होते. डॉक्टरांच्या डोळ्यावर चष्मा नव्हता.

सर्व जण कॉन्फरन्स रूममध्ये आले. डॉ. निरगुडकर येताच सर्व जण जागेवर उभे राहिले. डॉक्टरांनी सर्वांना मस्तक झुकवून अभिवादन केले.

सुरुवातीचा स्वागताचा औपचारिक भाग संपला आणि राजेंनी बोलण्यास सुरुवात केली.

''सन्माननीय मान्यवर!!!

''मी आजच्या विशेष कार्यक्रमाला आपणा सर्वांचं स्वागत करत आहे. कारखान्यातल्या आपत्कालीन घटनेच्या वेळी तयार होणाऱ्या परिस्थितीला तोंड देण्यासाठी विविध विभाग, संस्थांमधल्या महत्त्वाच्या व्यक्तींनी समन्वय आणि परिस्थिती हाताळण्याबाबत एका चर्चात्मक कार्यक्रम करण्यात येतो, त्याला सर्वसाधारणपणे 'टेबल टॉप कार्यक्रम' म्हटलं जातं. या कार्यक्रमाकडे येण्यापूर्वी कारखान्यातल्या अपघाताबाबत आपण थोडक्यात आढावा घेऊ.

''कारखान्यातले अपघात आणि कारखान्यातली सुरक्षितता हा महत्त्वाचा विषय आहे. कारखान्यातल्या अपघाताकडे गांभीर्याने आणि तांत्रिक दृष्टिकोनातून पाहण्याची आवश्यकता निर्माण झाली, ती काही अपघातांमधली धोकादायक परिस्थितीमुळे याबाबत जनजागृती निर्माण झाली.

''मोठ्या अपघाताचं मूळ कारण मोठ्या प्रमाणातल्या धोकादायक पदार्थांची साठवणूक, कारखान्यातल्या उत्पादन प्रक्रियेत होणाऱ्या तांत्रिक चुका किंवा मानवी चुका.

''गेल्या काही वर्षांतल्या अपघाताचा आढावा घेतला, तर अपघात मुख्यत: आग, गॅसगळती, स्फोट यांमुळे झाल्याचे दिसून येतात. गॅसगळती व आगीमध्ये मनुष्यहानी आणि वित्तहानी प्रमाणात जास्त होतांना दिसून येतात.

''मुख्य कार्यक्रमाकडे येण्यापूर्वी सर्वांना एक विनंती करतो. कारखान्यातली सुरक्षितता ही महत्त्वाची बाब आहे. या ठिकाणी संबंधित बहुतेक सर्व महत्त्वाच्या व्यक्ती हजर आहेत. म्हणून आपण सर्व जणांनी सुरक्षा शपथ घेऊ या आणि त्यानंतर पुढील कार्यक्रमाला सुरुवात करू.''

राजेंनी सर्वांकडे पाहिले आणि सर्वांना उभे राहण्याची विनंती केली. सर्व जण उभे राहिले.

''मी सुरक्षा शपथ वाचून दाखवेन, त्याप्रमाणे तुम्ही शपथ घ्यायची आहे. तयार!''

राजेंनी सुरक्षा शपथ वाचण्यास सुरुवात केली.

"मी स्वत: सुरक्षितता, आरोग्य व पर्यावरणाच्या बचावासाठी वाहून घेईन व त्यासाठी असलेले नियम, कायदे व कार्यपद्धतीचं पालन करीन. ही उद्दिष्टं साध्य करण्यासाठी योग्य वर्तन व सवयींचा अंगीकार करीन. मला पूर्ण जाणीव आहे की, अपघात व आजार हे देशाच्या अर्थकारणाचा ऱ्हास करतात आणि याचं पर्यवसन अपंगत्व, मृत्यू, मालमत्तेचं नुकसान, सामाजिक पीडा व पर्यावरणाचं खच्चीकरण यांमध्ये होतं. अपघात व व्यावसायिक आजार टाळण्यासाठी आणि पर्यावरणाच्या बचावासाठी मी सर्वतोपरी प्रयत्न करीन. ज्यायोगे मी, माझं कुटुंब, माझा समाज आणि परिणामी माझा देश यांचं हित साधेन."

सर्वांनी एकसुरात शपथ घेतली आणि खाली बसले. राजे मात्र उभे होते.

"मी आता आजच्या मुख्य कार्यक्रमाकडे येतो. 'टेबल टॉप' कार्यक्रम आपत्कालीन योजनेची तयारी, त्याची चाचणी, त्याचा सराव आणि त्याचा परिणाम पाहण्याची एक पद्धत आहे. या कार्यक्रमामुळे आपत्कालीन परिस्थितीत एकसूत्रीपणा, समन्वय यांच्याशी संबंधित वेगवेगळ्या व्यक्तींची जबाबदारी स्पष्ट होते. आपत्कालीन योजनेची तयारी ही सततची प्रक्रिया आहे. यामध्ये नियोजन, प्रशिक्षण आणि सराव या महत्त्वाच्या आणि मुख्य बाबी आहेत. हा कार्यक्रम कमी खर्चाचा आणि कमी वेळ घेणारा आहे."

राजेंनी प्रत्येकाची ओळख करून दिली.

"सर्व प्रतिनिधींची मी ओळख करून दिली आहे. प्रत्येकासमोर टेबल टॉप संबंधी आवश्यक बाबी ठेवल्या आहेत. बापा केमिकल कारखाना आणि परिसराचा नकाशा समोरच्या स्क्रिनवर पाहता येईल. टेबल टॉपमधल्या तांत्रिक बाबींचा खुलासा करतो. टेबल टॉपमध्ये प्रत्येक प्रतिनिधी हा 'खेळाडू' आहे. या कार्यक्रमावर नियंत्रण ठेवण्यासाठी 'नियंत्रक' आहे. आजच्या कार्यक्रमात हे काम मी करेन. सहसा हा कार्यक्रम खेळाडू आणि नियंत्रक पार पाडतात. मात्र आजच्या कार्यक्रमाकरता आम्ही डॉ. निरगुडकरना सहभागी होण्याची विनंती केली आहे. या कार्यक्रमात डॉ. निरगुडकर 'निरीक्षक' म्हणून काम पाहतील. आमच्या डिशमधल्या काही अधिकाऱ्यांना या कार्यक्रमात सहभागी करण्यात आलं आहे."

राजेंनी डिशमधील अधिकाऱ्यांची ओळख करून दिली.

"माझे सहकारी इव्हॅलुटरचे काम पाहतील. मात्र हे अधिकारी प्रत्यक्ष कार्यक्रमात सहभागी असणार नाहीत. कार्यक्रमाच्या मूल्यमापनाचं काम ते नंतर करतील.

"सर्व खेळाडूंनी हा कार्यक्रम मुक्त, तणावविरहीत आणि उत्साहीपणे पार पाडायचा आहे. प्रत्येकाला या कार्यक्रमाची माहिती, यामधला आपला रोल याबाबत सविस्तर खुलासा आमच्या अधिकाऱ्यांनी यापूर्वी वैयक्तिकरीत्या आपल्याला केला

आहे. आजचा कार्यक्रम आपण निश्चितपणे यशस्वी करू, याची मला खात्री वाटते.''

राजेंनी सर्वांकडे पाहिले आणि पुढे बोलू लागले.

''आजचा टेबलटॉप कार्यक्रम आगीबाबत आहे. या ठिकाणी एका प्रसंगाचे वर्णन करण्यात येईल. तो प्रसंग जसजसा पुढे जाईल, त्यामध्ये प्रत्येकाने आपली भूमिका करायची आहे. मी प्रसंग सांगितल्यानंतर आपल्याला एक तासाचा अवधी देण्यात येईल.''

सर्वांच्या समोर स्नॅक्स आले. राजेंनी सर्वांना स्नॅक्स आणि चहापान यांबाबत विनंती केली. चहापानाच्या वेळी सर्व जण एकमेकांशी बोलत होते. काही टेबलवरील कागदपत्रे पाहण्यात दंग होते. राजे डॉ. निरगुडकरांशी दिलेल्या सूचनेबाबत आणि कार्यक्रमाच्या पुढील तयारीबाबत चर्चा करत होते.

चहापान संपले. राजे पुन्हा उभे राहिले.

''सर्वांना इकडे लक्ष देण्याची विनंती करतो. आगीबाबतचा प्रसंग सांगितल्यानंतर या प्रसंगावर आपण सर्वांनी सराव करायचा आहे. आग नियंत्रणाबाबत त्याला कसे तोंड देता येईल, याबाबत –''

''ठीक आहे?''

सर्वांनी मूक संमती दिली.

राजे मोठ्या आवाजात बोलू लागले,

''टेबल टॉप सिनरी.''

''मुंबईतली चेंबूरमधली बापा केमिकल ही कंपनी उत्पादन प्रक्रियेकरता, वापराकरता वेगवेगळी रसायनं कारखान्याच्या ठिकाणी साठवते आणि त्यांचा वापर करते.

''बापा केमिकल कंपनी चेंबूर औद्योगिक वसाहतीमध्ये आहे. या भागात स्थानिक उपयोगाचा मोठा स्टील प्लान्ट आहे, तेलशुद्धीकरण कारखाना आहे, औषधी उत्पादनाचा कारखाना आहे. पूर्वेला मोठा डोंगर आहे. दक्षिणेला खाडीचा भाग आहे. पश्चिमेला माहुल परिसर आहे. त्यानंतर वडाळा, शिवडी, माटुंगा हा लोकवस्तीचा गजबजलेला भाग आहे. गवाणपाड्यातून कॉरिडॉर रोड हा महत्त्वाचा आणि रहदारीचा मोठा रस्ता आहे. पूर्व द्रुतगती महामार्गाला कुर्ल्याजवळ मिळतो. पश्चिमेला हा रस्ता माहुल रोडला मिळतो. पूर्वेला हा रस्ता सह्याद्रीनगरमधून मानखुर्दला मिळतो. बापा केमिकलभोवती गवाणपाड्यापासून सह्याद्रीनगर, वाडवली गावापर्यंत मोठी झोपडपट्टी आहे.

''हवेतलं तापमान ३४ अंश अधिकतम. हवामान दमट, आर्द्रता ६० टक्के. कायदा व सुव्यवस्था परिस्थिती नॉर्मल, चेंबूर विभागातली दैनंदिन परिस्थिती शांत आहे. औद्योगिक आणि कामगार यांच्यातली परिस्थिती नॉर्मल आहे. चेंबूरकरांचा तो नेहमीचा दिवस आहे.

“आगीची घटना.

“रात्रीचा एक वाजला आहे. हार्परलाइन ऑइल कंटेनरमधनं नॅप्था बापा केमिकलच्या स्टोअर टाकीमध्ये भरण्याचं काम स्वयंचलित यंत्रणेमार्फत सुरू आहे. स्टोअर टाकी क्र. बी-१, बी-२ आणि बी-३ यांपैकी बी-३ टाकीमधल्या नॅप्थाच्या साठ्याची सद्य:स्थिती तपासण्यात आली. या वेळी कोणतीही अनियमितता आढळून आली नाही. साधारण पहाटे चार वाजल्यानंतर टाकी क्र. बी-३मध्ये नॅप्था भरण्याचं काम सुरू होतं. सकाळी सहा वाजेपर्यंत नॅप्था टाकीमध्ये पूर्ण भरून टाकीमधलं नॅप्थाचं पंपिंग आपोआप बंद व्हायला हवं आणि नॅप्थाची पातळी दाखवणारा दर्शक उच्चतम पातळीवर दिसायला हवा. परंतु ऑटो शट ऑफ सुरू झालं नाही. सहा वाजल्यानंतरही टाकी भरण्याचं काम चालू राहिलं. त्यामुळे नॅप्था टाकीच्या एका बाजूने हवेत खाली पडू लागला. नॅप्था हवेशी मिसळून त्याचं मिश्रण टाकीच्या आसपास जमा होऊ लागलं.

“युवर टाइम स्टार्टस! नाउ!”

राजेंनी सर्वांकडे पाहत टाळी वाजवली आणि दोन्ही हातांची ओंजळ उघडी केली.

“फक्त एक तास फोरमन!”

फोरमन : स्टोअर टाकी क्र. बी-३च्या बाजूला नॅप्था ओव्हरफ्लो होत असल्याचं पाहिलं. नॅप्था भरण्याचं काम बंद करणारा स्वीच बंद केला.

राजे : स्वीच बंद झाला नाही?

फोरमन : मॅन्युअल हॅन्डपंप ऑपरेट केला.

राजे : मॅन्युअल हॅन्डपंप ऑपरेट करता आला नाही? पुढे.

फोरमन : तातडीची परिस्थिती पाहून सायरन वाजवण्यात आलं.

राजे : परंतु सायरन बंद होता. मग काय कराल?

फोरमन : एकंदर परिस्थिती पाहून मोबाइलवरून प्लान्ट-इन-चार्जला टाकी ओव्हरफ्लो होत असल्याचं कळवलं.

राजे : प्लान्ट-इन-चार्ज पुढे काय कराल?

प्लान्ट-इन-चार्ज : मोबाइलवरून निरोप मिळताच तात्काळ स्टोअर टाकीकडे धाव घेतली.

राजे : नॅप्थाच्या हवेतल्या मिश्रणाच्या उग्र वासामुळे पुढे जाता आलं नाही. वाटेतल्या बेशुद्ध कामगारांनाही मदत करता आली नाही.

प्लान्ट-इन-चार्ज : स्टोअर विभाग आणि आसपासच्या सर्व कामगारांना आरडाओरड करत बाहेर जाण्याबाबत धोक्याची सूचना केली.

राजे : सायरन न वाजल्यामुळे इतरांना धोक्याची सूचना मिळाली नाही. याबाबत

काय कराल?

शिफ्ट-इन-चार्ज : कंट्रोलरूममधून सिक्युरिटी, मेडिकल, फायर विभागांना टेलिफोनवरून कळवलं. जनरल मॅनेजरला फोन केला.

राजे : जनरल मॅनेजर जागेवर नाही. घरी आहे?

शिफ्ट-इन-चार्ज : घरचा फोन डिरेक्टरीतून पाहून घरी फोन केला.

राजे : डिरेक्टरी मिळाली नाही.

शिफ्ट-इन-चार्ज : माझ्या मोबाइलमधून फोन केला.

राजे : सिक्युरिटी-इन-चार्ज?

सिक्युरिटी-इन-चार्ज : शिफ्ट-इन-चार्जचा फोन येताच कारखान्याचा मोठा दरवाजा उघडला. फायर पंप सुरू केला.

राजे : फायर ऑफिसर?

फायर ऑफिसर : पाण्याचा पंप आणि फायर इंजीन सुरू ठेवलं.

राजे : फायर इंजीन सुरू झालं नाही?

फायर ऑफिसर : शेजारच्या कारखान्यातल्या फायर ऑफिसरला फोन केला. बी.एम.सी.च्या फायर ब्रिगेडला कळवलं आणि नॅप्थाच्या गळतीच्या ठिकाणी धाव घेतली.

राजे : नॅप्थाच्या उग्र वासामुळे पुढे जाता आलं नाही.

फायर ऑफिसर : ब्रिदींग ॲपरॅटस स्टोअररूममधून घेतली. स्वत: घातली आणि काही ॲपरॅटस घेऊन नॅप्थाच्या टाकीकडे धाव घेतली.

राजे : मेडिकल ऑफिसर!

मेडिकल ऑफिसर : ॲम्ब्युलन्स तयार ठेवली.

राजे : ॲम्ब्युलन्सचा ड्रायव्हर जागेवर नाही.

मेडिकल ऑफिसर : कामगारांपैकी ज्याला ड्रायव्हिंग येतं, त्याला ड्रायव्हिंग व्हीलवर बसवलं आणि दुसऱ्या कामगाराला ड्रायव्हरला शोधण्यास पाठवलं. स्ट्रेचर घेतलं आणि नॅप्थाच्या गळतीच्या ठिकाणी धाव घेतली.

राजे : ऑन साइट इमरर्जन्सी मॅनेजमेंटमधले लोक, फायर ऑफिसर, मेडिकल ऑफिसर, शिफ्ट-इन-चार्ज नॅप्थाच्या गळतीच्या ठिकाणी एकत्रित आले, पुढे?

शिफ्ट-इन-चार्ज : गळतीच्या ठिकाणाहून बेशुद्ध कामगारांना प्रथम 'सेफ' एरियात हलवण्याबाबत सूचना केली. बेशुद्ध कामगारांना ऑन साइट इमर्जन्सी मॅनेजमेंटमधले लोक बाहेर काढत असताना मेडिकल ऑफिसरला त्यांना स्ट्रेचरवरून बाहेर काढण्याबाबत सूचना केली.

फायर ऑफिसर : बेशुद्ध कामगारांना 'सेफ' एरियात हलवलं जात असताना शिफ्ट-इन-चार्जच्या सूचनेनुसार, कारखान्यातल्या सर्व प्लान्ट-इन-चार्जना आपआपले

विभाग बंद करून सर्वांना सेफ एरियात जाण्यासाठी मदत केली.

राजे : बेशुद्ध कामगारांना कोणती वैद्यकीय मदत दिली?

मेडिकल ऑफिसर : प्राथमिक उपचार आणि कृत्रिम श्वासोच्छवासाने बेशुद्ध कामगारांना शुद्धीवर आणलं.

राजे : बेशुद्ध कामगाराची संख्या वाढू लागली. कृत्रिम श्वासोच्छवास देऊन कामगारांना शुद्धीवर येण्यास वेळ लागू लागला.

मेडिकल ऑफिसर : ऑन साइट इमर्जन्सी मॅनेजमेंटमधल्या लोकांच्या मदतीने कामगारांना शुद्धीवर आणण्याचा प्रयत्न करण्याऐवजी, हॉस्पिटलमध्ये तातडीने हलवण्याबाबत काम सुरु केलं. शेजारच्या कारखान्यातल्या मेडिकल ऑफिसरला मदतीकरता बोलावलं.

राजे : बेशुद्ध कामगारांना सेफ एरियात आणण्यासाठी आणि हॉस्पिटलमध्ये नेण्यासाठी ब्रिदींग ॲपरॅटस कमी पडू लागली.

मेडिकल ऑफिसर : ब्रिदिंग ॲपरॅटसचा वापर करून प्रथम बेशुद्ध कामगारांना ॲम्ब्युलन्सपर्यंत हलवलं. त्याची ब्रिदिंग ॲपरॅटस पुन्हा इतर बेशुद्ध कामगारांना हलवण्यासाठी वापरलं. सर्व बेशुद्ध कामगारांना हॉस्पिटलमध्ये नेण्यात आलं.

राजे : नॅप्थाची परिस्थिती गंभीर झाली?

शिफ्ट-इन-चार्ज : फायर ब्रिगेड, पोलीस, हॉस्पिटल, बीएमसी, जिल्हाधिकारी यांना नॅप्थाच्या गळतीबाबत फोनवरून कळवलं. कारखान्यातले सर्व कामगार-कर्मचारी इथे एकत्र झाले का, याबाबत खात्री करण्यासाठी रोल कॉल घेतला. कोणी कारखान्यात मागे राहिलं का, याबाबत खात्री केली आणि सर्वांना कारखान्याबाहेर जाण्याबाबत सूचना केली.

राजे : जनरल मॅनेजर, पुढे काय कराल?

जनरल मॅनेजर : कारखान्यात आल्यानंतर शिफ्ट-इन-चार्जकडून कंट्रोल रूमचा ताबा घेतला. ऑन साइट इमर्जन्सी योजनेची अंमलबजावणी पुढे चालू ठेवली. शेजारच्या कारखान्यातील सेफ्टी ऑफिसरकडून अधिक मास्क मागवले. मार्गच्या टीमला तातडीने मदत देण्याबाबत कळवलं.

राजे : नॅप्थाच्या टाकीला आग लागली. पुढे काय कराल?

जनरल मॅनेजर : अधिक फोमची आवश्यकता विचारात घेऊन शेजारच्या कारखान्यातून फोम मागवला. फायर संरक्षक चिलखतही मागवलं.

राजे : फायरब्रिगेड!

फायर ब्रिगेड : नॅप्थाच्या टाकीला आग लागल्याचं पाहून आगीचा अंदाज घेतला. फोम वापरून आग विझवण्याचा प्रयत्न केला. कारखान्यातली तुषार प्रणाली सुरू केली. आग इतरत्र पसरू नये, याकरता टाक्यामधल्या एकमेकांना

जोडणारे पाइप तोडून टाक्यांमधला नॅप्थाचा प्रवाह बंद केला.

राजे : पाण्याचा साठा कमी पडू लागला.

फायर ब्रिगेड : कारखान्यातला आणि शेजारच्या कारखान्यातला पाण्याचा साठा आग विझवण्यासाठी वापरला.

राजे : पोलीस विभागाने कोणता हस्तक्षेप केला?

सहआयुक्त : आग कारखान्याबाहेर जाण्याची शक्यता विचारात घेऊन सर्व कामगारांना कारखान्याबाहेर काढलं. कारखान्याबाहेर पोलिसांचं कॉर्डन तयार केलं. कारखान्यात जाण्यास सर्वांना प्रतिबंधित केलं.

राजे : पोलीस फोर्स कमी पडू लागला?

सहआयुक्त : दादर, वडाळा, भायखळा येथून अधिक पोलीस कुमक मागवली. ट्रॅफिक पोलिसांना सूचना देऊन कॉरिडॉर रोड बंद केला.

राजे : वाहतुकीची कोंडी झाली.

सहआयुक्त : (स्क्रिनवरील नकाशावर काठीने खुणा करून) माहुल रोडची वाहतुक कॉरिडॉर रोडकडे जाण्यास बंद केली. आगीबाबत पोलीस व्हॅनमधून माईकवरून सूचना देण्यात आल्या.

राजे : गवाणपाडा ते चेंबूरपर्यंत लोकांना आगीबाबत कसं कळवाल?

सहआयुक्त : टीव्ही चॅनेल, एफ.एम. रेडिओ आणि पोलीस व्हॅनमधून इशारा देण्यात आला.

राजे : आजूबाजूच्या झोपडपट्टी, वस्ती, कॉलनीमधील रहिवाशांमध्ये घबराट निर्माण झाली.

सहआयुक्त : जनतेमध्ये घबराट व गोंधळ निर्माण होऊ नये, यासाठी आजूबाजूच्या झोपडपट्टीमधल्या लोकांना तात्काळ शेजारच्या आरसीएफच्या मैदानावरील मोकळ्या जागेत हलवलं.

राजे : कारखान्यातील आग कारखान्याबाहेर पसरू लागली.

सहआयुक्त : कारखान्याबाहेर आग पसरत असल्याचं दिसल्यानं शेजारच्या कारखान्यातले प्रक्रिया विभाग बंद करण्यात आले. शेजारच्या कारखान्यातील सर्व कामगार-कर्मचारी कारखान्याबाहेर सेफ विभागात हलवलं.

राजे : आग कारखान्याबाहेर पसरली आणि फायरब्रिगेडची मदत अपुरी पडू लागली.

फायर ब्रिगेड : दादर, भायखळा, मुलुंड, बांद्रा इथनं आगीचे बंब अधिक संख्येने मागवण्यात आले. शेजारील कारखान्यातल्या आग प्रतिबंधक यंत्रणेचा वापर करण्यात आला.

राजे : जिल्हाधिकारी वेळेवर आले नाहीत.

निवासी जिल्हाधिकारी : जिल्हाधिकारी कार्यालयात नसल्याने आणीबाणीची कारवाई सुरू केली. ऑफ साइट इमर्जन्सी योजना अमलात आणली. सर्व लोकांना कारखान्यापासून दूर राहण्याबाबत पोलिसांमार्फत सूचना दिल्या. आग नियंत्रणात आणण्याच्या उपाययोजना सुरू केल्या.

राजे : इमर्जन्सी कॉल ऑफ कसा केला?

निवासी जिल्हाधिकारी : चार तासांनी आग आटोक्यात आली. इमर्जन्सी कॉल ऑफ करण्यापूर्वी जिल्हाधिकाऱ्यांची परवानगी घेतली. कारखान्यात कोठेही स्फोटक, ज्वालाग्रही पदार्थ किंवा विषारी वायूची गळती नाही, याची तपासणी केली.

राजे : आगीचं कारण शोधलं का?

निवासी जिल्हाधिकारी : आगीचं कारण शोधलं. नॅप्था का ओव्हरफ्लो झाला, याचा तपास केला.

राजे : आगीमुळे झालेल्या नुकसानीबाबत काय कराल?

फायर ब्रिगेड : आगीमुळे कारखान्यातील खराब, मोडकळलेला भाग काढून टाकण्यात आला. कामगार-कर्मचाऱ्यांना जाण्या-येण्यास सुरक्षित करण्यात आला.

राजे : याचा अहवाल कोण करेल?

सेफ्टी ऑफिसर : कारखान्यात कामगार-कर्मचाऱ्यांना काम करण्यायोग्य सुरक्षित परिस्थिती असल्याबाबत अहवाल निवासी जिल्हाधिकाऱ्यांना सादर केला.

निवासी जिल्हाधिकारी : सेफ्टी ऑफिसरचा अहवाल तपासण्यात आला. या अहवालाच्या आधारे जिल्हाधिकाऱ्याच्या आदेशाने ऑफ साइट इमर्जन्सी प्लान मागे घेण्यात आला. अहवाल पोलीस, फायरब्रिगेड यांना देण्यात आला.

राजे : कारखान्यातलं काम पुन्हा कधी सुरू केलं?

जनरल मॅनेजर : निवासी जिल्हाधिकाऱ्यांनी ऑफ साइट इमर्जन्सी योजना मागे घेतल्यानंतर कंट्रोलरूममधून सूचना देण्यात आल्या 'ऑल क्लिअर' चा सायरन देण्यात आला. सर्व कामगार कर्मचारी यांना आपआपल्या कामाच्या ठिकाणी जाण्यास सांगितलं.

राजेंनी टाळ्या वाजवल्या आणि घड्याळाकडे पाहत म्हटले,

"एक तास वीस मिनिटं. नॉट बॅड. व्हेरी गुड."

सर्वांनी टाळ्या वाजवून प्रतिसाद दिला. राजे खुर्चीत बसले आणि पाण्याचा ग्लास ओठाला लावला. सर्व रिलॅक्स मूडमध्ये होते.

डॉ. निरगुडकर बोलण्यास उभे राहिले, परंतु राजेंनी त्यांना बसूनच बोलण्याची विनंती केली. डॉक्टर खाली बसले.

"वेल, मी प्रथमत: सर्वांचं अभिनंदन करतो. हा महत्त्वाचा कार्यक्रम यशस्वी केल्याबद्दल! कारखान्यातील होणारे संभाव्य अपघात आणि आपत्कालीन परिस्थिती

यांना तोंड देण्यासाठी सामूहिक प्रयत्नांची आवश्यकता लागते.

''टेबलटॉप ही राजेंनी सांगितल्याप्रमाणे कमी खर्चाची, कमी वेळ घेणारी आणि अचूक सराव देणारी पद्धत आहे. या संदर्भात इतरही पद्धती आहेत. फंक्शनल एक्सरसाईज, फुल स्केल एक्सरसाईज, मॉक ड्रिल. परंतु या पद्धती खर्चिक आणि मोठी व्याप्ती असणाऱ्या आहेत. परंतु टेबलटॉप ही सोपी आणि साधी, परंतु परिणामकारक सराव देणारी पद्धत आहे. मॉक ड्रिलसारख्या कार्यक्रमाला मनुष्यबळ आणि साधनं खूप लागतात. टेबलटॉप हा त्यामानाने कमी खर्चात होतो.

''अपघाताबाबतच्या काही संज्ञा सध्या प्रचलित आहेत, परंतु त्यांचे अर्थ बरेच गैरसमज करणारे आहेत. यामध्ये एक आहे ती! आपत्ती व्यवस्थापन!! आपत्ती आल्यानंतर सर्व काही उद्ध्वस्त होतं. तिथं काहीच शिल्लक राहत नाही. त्सुनामी, ज्वालामुखी, भूकंप या मोठ्या आपत्तीनंतर तिथं काहीच शिल्लक राहत नाही. त्यामुळे या ठिकाणी व्यवस्थापन किंवा याकरता पूर्वतयारी या बाबी अनाठायी आणि निरर्थक ठरतात. वित्तहानी ही पुन्हा उभा न करता येण्यासारखी होते. त्यामुळे याची कितीही तयारी केली, तरी उपयोग काहीच होत नाही. त्यामुळे ही संज्ञा अयोग्य आहे. परंतु कारखान्यातल्या अपघातात ही संज्ञा मर्यादित स्वरूपातच वापरता येते. कारण आपत्तीनंतर एकच कार्यक्रम उरतो, तो म्हणजे पुनर्वसनाचा.

''मात्र आपत्तीच्या वेळी या परिस्थितीला तोंड देण्याकरता मानवाला आवश्यक बाब आहे; ती म्हणजे धैर्य, सर्तकता आणि स्वत:ला सावरण्याची जिद्द. या गोष्टींचा पाठपुरावा करण्यासाठी प्रशिक्षण हवं.

''कारखान्यात जेव्हा आपत्कालीन परिस्थिती तयार होते, त्या वेळी सर्व कामगार, कर्मचारी एकाच मानवी पातळीवर येतात. सर्वांना सारख्याच परिस्थितीला तोंड द्यायचं असतं. या वेळी कोण मोठा कोण छोटा, हे महत्त्वाचं राहत नाही. प्रत्येकाचं हातापायांनी धडधाकट जिवंत राहणं महत्त्वाचं ठरतं. अशा वेळी प्रत्येक जण एखाद्या नायकाप्रमाणे असतो, हिरो असतो. कारण प्रत्येकावर इतराचं भवितव्य अवलंबून राहतं. कोणी स्वत:ला मोठं समजू नये. कोणी छोटं मानू नये. 'सामान्य माणूस असामान्य होतो. सामान्य कामगार, कर्मचारी नायक होतो.''

राजे पुन्हा उभे राहिले.

''कार्यक्रमाचा मुख्य भाग समाधानपूर्वक पूर्ण केल्याबद्दल मी पुन्हा एकवार सर्वांचं अभिनंदन करतो. डॉ. निरगुडकर बीएआरसी आणि अंतराळ संशोधन संस्थेबरोबर बराच काळ कार्यरत होते. त्यांचं आजचं मार्गदर्शन, हा माहितीचा मोठा ठेवा आपल्याला मिळाला आहे.

''कारखान्यातली सुरक्षितता आणि आपत्कालीन परिस्थितीला तोंड देण्यासंदर्भात टेबलटॉपचा कार्यक्रमाचा आपण इथे सराव केला. हा टेबल टॉप इतर विभागांनाही

उपयोगी ठरतो. उदा. बांधकाम सुरक्षितता, आरोग्य सुरक्षितता, वैद्यकीय सुरक्षितता; परंतु ही परिस्थिती वाहन सुरक्षिततेबाबत शक्य होत नाही.

"वाहतूक अपघाताबाबत थोडा अधिक खोलवर विचार करू. टेबलटॉपच्या अनुषंगाने कारखान्यातली परिस्थिती आणि कारखान्याबाहेरील परिस्थिती यांचा अंदाज थोडाफार करता येईल.

"इथे बापा केमिकलच्या वाहतूक विभागाच्या अधिकाऱ्यांना बोलवण्यात येईल."

असे बोलून राजेंनी बापा केमिकलच्या सेफ्टी ऑफिसरकडे पाहिले. शेजारच्या दरवाजातून वाहतूक विभागाचा अधिकारी आत आला. त्याच्याबरोबर एक व्यक्ती होती. बापा केमिकलच्या कर्मचाऱ्यांपैकी असावी. परंतु राजेंचे त्यांच्याकडे लक्ष नव्हते. वाहतूक विभागाच्या अधिकाऱ्याने त्याला पुढे येऊन बसण्यास सांगितले. त्याचं नाव मोमीन होते. परंतु तो दाढीधारी नव्हता. काळासावळा ढेरपोट्या होता. राजेंना बऱ्याच वेळा आश्चर्य वाटायचे, ड्रायव्हर लोक ढेरपोटे का असतात? परंतु त्याचे ड्रायव्हिंग कौशल्य वाखाणण्यासारखे असते. ते दोघे जण पुढे आले. त्यांच्याकडे पाहत राजे म्हणाले.

"हे बापा केमिकलचे वाहतूक विभागाचे आहेत. ज्वालाग्राही, रासायनिक, किंवा धोकादायक वायूची वाहतूक करणारे ड्रायव्हर, त्यांची गाडी या खूप महत्त्वाच्या बाबी आहेत. त्यामुळे त्यांचं प्रशिक्षणही महत्त्वाचं ठरतं. प्रशिक्षित ड्रायव्हर ठेवण्याबाबत नियम आहेत. परंतु प्रत्यक्षात असं होत नाही. शिकाऊ नवखे ड्रायव्हर ठेवले जातात. अतिस्फोटक किंवा अतिधोकादायक पदार्थांची वाहतूक करताना मागे-पुढे वॉर्निंग कार किंवा सोबतीला गाडी ठेवावी लागते. काही वेळा पोलीस संरक्षणही, परंतु असं होत नाही. या वाहतुकीसाठी ठेवलेल्या गाड्याही तांत्रिकदृष्ट्या योग्य नसतात. त्यामुळे अपघाताची शक्यता जास्त राहते. नियमांचं उल्लंघन बेधडकपणे केलं जातं. आता आपण याच लोकांकडून धोकादायक पदार्थांची वाहतूक कशी होते, याची माहिती घेऊ."

असे म्हणून राजेंनी पाणी पिण्यासाठी वाकून पाण्याचा ग्लास हातात घेण्याचा प्रयत्न केला, परंतु त्यांना जमले नाही. फट्फट् आवाज करत बंदुकीची गोळी त्यांच्या खांद्याला घासून गेली. दुसऱ्या गोळीने त्यांच्यासमोरील ग्लास फुटला. गोळ्या वेड्यावाकड्या आल्या होत्या, काही पाठीमागील स्क्रीनवर गेल्या. काही छतामध्ये.

सर्वांना थोडा वेळ काहीच समजले नाही.

नंतर मात्र गोंधळ उडाला. जो तो स्वत:ला सावरण्याचा प्रयत्न करू लागला. यातून चटकन भानावर आले, ते सहपोलीस आयुक्त. त्यांना काय झाले, याची कल्पना आली आणि त्यांनी गोळीबार ज्या दिशेने झाला, तिकडे पाहिले.

खरे म्हणजे सर्वांचे लक्ष त्या दोघांकडेच होते, कारण चर्चा वाहतूक विभागाच्या लोकांबाबतच होती. परंतु त्यांच्याबरोबरच्या त्या व्यक्तीने गोळ्या झाडल्या, हे लक्षात यायला वेळ लागला. तोपर्यंत ती व्यक्ती आलेल्या दरवाजातून मागे वळून धावली.

सहपोलीस आयुक्त आणि मेडिकल ऑफिसर दरवाजाच्या दिशेने धावले. मागे आणखी काही लोक धावले. त्याला पकडण्यासाठी सर्वांची धावपळ सुरू झाली.

राजे उठून उभे राहिले. तोपर्यंत त्यांच्या खांद्यातून वेदना सुरू झाल्या. त्यांनी शर्टाकडे पाहिले. त्यांचा शर्ट लाल झाला होता. खांद्यातून रक्त येत होते. त्यांना गोळी लागली होती. काही लोकांचे राजेंकडे लक्ष गेले.

''राजेंना गोळी लागली,'' कोणीतरी मोठ्याने ओरडले. सर्वांचे लक्ष राजेंकडे गेले. गोळी मारणाऱ्याकडे धावण्याऐवजी मग बरेच जण राजेंकडे धावले. राजे टेबलचा आधार घेत पुन्हा खुर्चीत बसले. खांद्यातून वेदना वाढत होत्या. गोळी कितपत लागली, याचा अंदाज येत नव्हता. परंतु रक्तस्राव सुरू होता.

काही राजेंकडे पाहत होते. काही बंदुकधारीच्या मागे धावले होते. कॉन्फरन्स रूममध्ये गोंधळ उडाला होता. त्या कार्यक्रमाला गोळीबाराचे गालबोट लागले होते. टेबल टॉप रक्तरंजित झाला होता.

बातमी वेगाने पसरली. बापा केमिकल कारखान्याच्या बाहेर गेली. काही वेळातच चॅनेलवर, टीव्ही आणि रेडिओवर बातमी आली. बापा केमिकल अगोदरच कामगारांच्या आंदोलनामुळे प्रसारमाध्यमासमोर होती. त्यामुळे गोळीबाराची घटना टीव्ही वर पुन्हा येत होती. बातमी भडकपणे दिली जात होती.

तो त्या कार्यक्रमाला आला नव्हता. मॉक ड्रिलसारखा आगीबाबत कार्यक्रम होता, एवढेच त्याला माहीत होते. त्याला काळजी कायदा आणि सुव्यवस्थेबाबत होती. काही दिवसांपूर्वीच्या जंगीच्या सभेमुळे कारखान्यात तणाव होता. काही वेडेवाकडे होऊ नये, म्हणून तो सहज आला होता. पुन्हा कार्यक्रमाला हॉलमध्ये तो आला, तेव्हा कार्यक्रम सुरू होता. तो लक्ष देऊन ऐकत होता. अचानक दरवाजातून गोळ्या आल्याचे त्याने पाहिले. त्याने सर्वांना ओरडून खाली बसण्यास सांगितले. सर्व जण भांबावून त्याच्याकडे पाहत होते. सर्वांना त्याची सूचना कळायस उशीर झाला. परंतु उशिरा का होईना, सर्व जण खाली बसले. त्यानंतर उभे राहण्याचा प्रयत्नही त्यानेच केला. तो आणि सहपोलीस आयुक्त सावध झाले होते.

सर्व जण उभे राहिले आणि गोंधळ सुरू झाला.

त्याचे लक्ष दरवाजाकडे होते. हाफ चौकड्यांचा शर्ट घातलेला मध्यम उंचीचा तो दाढीवाला होता. चेहरा निमगोरा, परंतु मळकट वाटत होता. त्याने झटकन स्वत:ला सावरले आणि मागील दरवाजातून निघून गेला. त्याने ओझरते त्याला

पाहिले, परंतु त्याचा चेहरा त्याने ठसठशीतपणे मनावर कोरला होता.

तो थांबला नाही, विचार न करता त्याच्यामागे धाव घेतली. कॉन्फरन्स हॉल दुसऱ्या मजल्यावर होता. तो धावत गेला, परंतु लिफ्टकडे न जाता जिन्यातून खाली गेला. तो प्रशासकीय इमारतीच्या बाहेर आला. त्याने कारखान्याच्या गेटकडे पाहिले दाढीधारी गेटकडे धावत होता. त्याने स्वत: ला सावरले आणि कमरेचे पिस्तूल बाहेर काढले. रेंजचा अंदाज घेतला आणि फायर केले.

गोळी चुकली.

नाही, गोळी चुकली नाही. त्या दाढीधारीला लागायच्या ऐवजी मध्ये आलेल्या कारखान्यातील कामगाराला लागली. गोळीच्या आवाजाने सर्व सावध झाले. तो ड्रेसवर होता. इन्स्पेक्टर समीर काटकर, चेंबूर पोलीस स्टेशन. त्याला कोणी बोलले नाही. परंतु सर्व जण खाली पडलेल्या कामगाराकडे धावले. इन्स्पेक्टर त्या कामगाराजवळ आला. त्याच्या हातात पिस्तूल होते. परंतु त्याला पाहून कोणी हलले नाही. त्याने एकवार त्या पडलेल्या कामगाराकडे पाहिले आणि दाढीधारीच्या मागे धावला.

तो गेटमधून बाहेर पडला होता. पाठलाग सुरू झाला.

कॉरिडॉर रोड.

वेळ गर्दीची होती. टँकर, लॉरी, बसेस, टॅक्सी, खासगी वाहने यांनी रस्ता तुडुंब भरला होता. माणसाची गर्दी तेवढीच होती. वेळ गर्दीची होती.

तो धावत होता. त्याचे लक्ष पुढे होते. वाहने आणि रहदारीमधून लोकांच्या गर्दीतून वाट काढणे जिकिरीचे होते. परंतु तो ड्रेसवर होता, लोक बाजूला होऊन वाट काढून देत होते. लोकांचा आरडाओरडा होत होता. दाढीवाला त्याच्या नजरेच्या टप्प्यात होता, परंतु पिस्तुलाच्या नव्हता.

पाटील मार्गावर तो आला. तोपर्यंत त्याची बरीच दमछाक झाली होती. त्याने त्याला नजरेबाहेर जाऊ दिले नाही. काळजी फक्त एवढीच होती, पिस्तूल चालवताना इतरांना कोणाला गोळी लागू नये. सिव्हिलियनला गोळी लागल्यानंतर त्याची चौकशी खूप भारी पडते. चेंबूरकर मार्गावर तो आला. झोपडपट्टीत घुसला, तर पकडणे किंवा गोळी घालणे आणखीन अवघड होणार होते. परंतु आता त्या दाढीधारीचीही दमछक झाल्याचे दिसत होते. दोघांमधील अंतर कमी होत होते.

वाशी नाक्याच्या कोपऱ्यावरच त्याने त्याला गाठले. तो त्याच्या पूर्ण टप्प्यात आला होता. त्याने ओरडून थांबवण्याबाबत वॉर्निंग दिली, परंतु तो थांबण्याच्या मन:स्थितीत नव्हता. त्याने धावण्याचा वेग वाढवला आणि थांबून पिस्तूल रोखले.

त्याने वेळ वाया घालवला नाही.

नेम धरून संधी घेतली.

तो रस्त्यातच पालथा पडला.

राजेंना गोळी लागली होती. परंतु ती जीवघेणी नव्हती, प्राणघातक नव्हती. रक्तस्राव अजूनही सुरू होता. कारखान्याचा मेडिकल ऑफिसर पुढे आला. तातडीने प्राथमिक उपचार मागविण्यात आला. राजेंची जखम कॉटनच्या कपड्याने घट्ट बांधण्यात आली. राजे हादरले होते. एकंदर प्रकार ते प्रथमच अनुभवत होते. त्या प्रसंगाने ते थरारले होते. भीतीची एक लाट संपूर्ण शरीरभर जात होती. अंग थरथरत होते. जवळ आधाराला कोणीच नव्हते. सगळेच अनोळखी वाटत होतं.

राजे बेशुद्ध पडले.

ॲम्ब्युलन्स तयार होती. राजेंना शुद्धीवर येण्यास वेळ लागला. परंतु त्यांची बोलण्याची मन:स्थिती अजिबात नव्हती. त्यांना बापा केमिकलच्या लोकांनी स्ट्रेचरवरून ॲम्ब्युलन्समध्ये हलवले.

ॲम्ब्युलन्स चेंबूरकर मार्गावरून हॉस्पिटलकडे निघाली. वाटेत वाहतुकीची गर्दी, त्यातच चेंबूरकर मार्गावर दाढीधारीला मारल्यामुळे ट्राफिक जाम झाले होते. ॲम्ब्युलन्स सायरन वाजवत पुढे काढण्यात आली.

राजेंना तासाभरात हॉस्पिटलमध्ये आणले आणि सरळ ऑपरेशन थिएटरकडे हलवले.

४१

कर्नलच्या मोबाइलवर मेसेज आला, तेव्हा कर्नल सांताक्रूझला होता. वेळ सकाळची होती. कुलाबा हेडक्वार्टरला जाण्याचा विचार होता. औरंगाबाद-नांदेड संपूर्ण प्रकरण डोळ्यासमोर येत होते. प्रकरण गंभीर होत चालले होते. भीतिदायक होत होते. परंतु त्याला तोंड देणे आवश्यक होते. लढाई मोठी होती. वर्षानुवर्षे चालत आलेली. न संपणारी लढाई.

दिने ईलाही.

कर्नलने मेसेज पाहिला आणि ताडकन उभा राहिला. राजेंना गोळी लागली, ही बातमीच धक्का देणारी होती. गोळी कितपत लागली, कुठे लागली, कशी लागली – सर्व प्रश्नांची उत्तरे नव्हती. कोणीच उत्तर द्यायला तयार नव्हते. परंतु नंतरचा मेसेज मात्र डोके ठिकाणावर आणणारा होता.

राजे सुखरूप होते.

परंतु गोळी कितपत लागली. धोका होता की नाही, सद्य:स्थिती कशी होती?

कर्नलची गाडी जात होती. गाडी चालवणे कठीण जात होते. एका तासात कर्नल चेंबूरला आला, तेव्हा प्रथम तोच हॉस्पिटलमध्ये आला होता. पटेल कुटुंब किंवा आईसाहेब आल्या नव्हत्या.

एकंदर परिस्थितीचा अंदाज घेतला आणि कर्नल कामाला लागला. राजे आता बरेच सावरले होते. बऱ्यापैकी बोलत होते.

"राजे, आता तुम्ही काहीही बोलू नका. फक्त एवढेच सांगा, तुम्हाला तुमची प्रकृती कशी वाटते?"

"प्रकाश, मी आता ठीक आहे. दंडात थोडी जखम आहे. गोळी आतमध्ये घुसलेली नाही."

कर्नलनी डॉक्टरशी बोलणी केली.

''ही इज ओके. काळजी करण्याचं कारण नाही. गोळी दंडाला घासून गेली, त्यामुळे रक्तस्राव थोडा जास्त झाला. खरं म्हणजे त्यांना पॅनिक झाल्यानेच ते बेशुद्ध पडले, नाहीतर ते अगदी ठणठणीत आहेत. संध्याकाळपर्यंत ते घरी जाऊ शकतील.''

कर्नल डॉक्टरकडे रोखून पाहत म्हणाले, ''प्लीज डॉक्टर, यांच्या प्रकृतीबाबत तुम्ही कोणालाही काहीही सांगू नका. अगदी पोलिसांनाही. ही माझी सूचना आहे. विनंती आहे. आदेश आहे, काहीही समजा. मी यांना आता लगेच हलवणार आहे.''

''कुठे?''

''कुलाबा मिलिटरी हॉस्पिटल.''

''परंतु यांना आता तेवढी गरज राहणार नाही. संध्याकाळपर्यंत ते ठीक होतील.''

''डॉक्टर, आता काळजी त्याच्या प्रकृतीबाबत घेत नाही. त्यांच्या संरक्षणाबाबत पुढची पावलं घ्यावी लागतायंत. म्हणून मी तुम्हाला सांगतोय, याबाबत कुठेही काहीही सांगू नका. मिलिटरी हॉस्पिटलमध्ये निव्वळ त्यांना संरक्षण देण्यासाठी हलवतोय.''

डॉक्टरने कर्नलकडे पाहत मान हलवली.

कर्नलने पुढची तयारी तात्काळ केली. राजेंना कुलाब्याला हलवले. त्यांना पुन्हा ॲम्ब्युलन्समध्ये घालण्यात आले आणि गाडी कुलाब्याला पिटाळली. गाडी डॉकयार्ड रोडमधून जात होती.

राजेंवरील हल्ल्याबाबतची बातमी बापा केमिकलमधून पटेलांच्या घरी गेली तेव्हा सर्व घरीच होते. औरंगाबादहून नुकतेच आल्यामुळे खरेतर सर्व विश्रांतीच्या मूडमध्ये होते. परंतु राजेंवर गोळीबार झाल्याचे समजताच घरात गोंधळ उडाला. रसिकभाईंनी स्वत:ला सावरले आणि राजेंची चौकशी केली. अमिताने आईसाहेबांना घरी तयार राहण्यास सांगितले, परंतु राजेंना गोळी लागल्याचे सांगितले नाही. सर्व जण बाहेर पडले. अमिताने स्वत:ची गाडी काढली. ती वरळीला आईसाहेबांना आणण्यास गेली. रसिकभाई आणि अमिताची आई तिच्या मागोमाग येत होते.

अमिताने आईसाहेबांना गाडीत घेतले आणि गाडी बाहेर काढली, तोपर्यंत कर्नलचा मोबाइलवर फोन आला.

''अमिता, तुम्ही चेंबूरला येऊ नका.''

''का?''

''राजेंना मी कुलाब्याला मिलिटरी हॉस्पिटलमध्ये हलवत आहे. तुम्ही तिकडेच या.''

''त्यांची तब्येत ठीक आहे ना?''

''होय!''

“मग कुलाबा हॉस्पिटलकडे का?”

“तुम्ही आल्यानंतर सांगतो. राजे एकदम सुखरूप आहेत. किरकोळ जखम आहे. काळजी करू नका.”

परंतु अमिताला खात्री वाटेना.

“काय झालं?” आईसाहेबांनी विचारले.

“राजेंना गोळी लागली. परंतु त्यांची तब्येत ठीक आहे, असं कर्नल सांगतायंत.” अमिता रडवेली होऊन एका हाताने डोळे पुसत होती.

“अमिता शांत राहा. प्रकाश सांगतो, म्हणजे काळजी करण्याचं कारण नाही. तुम्ही गाडी व्यवस्थित चालवा. लक्ष द्या.”

अमिताने आईसाहेबांकडे पाहिले आणि तिला धीर आला. ‘आईसाहेब एवढे शांतपणे मनावर नियंत्रण ठेवतायंत आणि आपण मात्र वेड्यासारखं मन अस्थिर करतो आहोत!’ अमिता स्वत:ला समजावत होती.

“परंतु त्यांना कुलाब्याला हॉस्पिटलमध्ये का हलवलंय?”

“तिथं गेल्यानंतर समजेल. विनाकारण काळजी करू नका.”

आईसाहेब शांतपणे बोलत होत्या.

अमिताने पपांना मेसेज दिला. परंतु त्यांना अगोदरच मेसेज मिळाला होता. सर्व आता कुलाब्याच्या दिशेने जात होते. सर्व काळजीत होते. राजेंवरील गोळीबाराचा हल्ला. बातमी भीतिदायक होती.

५०

बापा केमिकलमधील गोळीबाराची घटना. परंतु प्रसारमाध्यमांना बातमी पूर्ण मिळाली नाही. राजेंवरील गोळीबाराबाबत कोणतीही माहिती त्यांना मिळाली नाही. पोलिसांनाही माहिती मिळाली नाही. पोलीस अधिकाऱ्यांना गोळीबाराची घटना माहिती होती. परंतु त्याचा अहवाल सादर होण्यास थोडा विलंब झाला.

प्रसारमाध्यमाला बातमी हवी होती. ती त्यांना मिळाली. बापा केमिकलमधील गोळीबारात एक कामगार मृत्युमुखी पडला होता आणि एक अनोळखी व्यक्ती. प्रसारमाध्यमाला सुतावरून स्वर्ग कसा गाठायचा, ते माहीत होते.

वृत्तपत्रात बातमी दिली.

त्यांनी बातमी दिली कामगाराच्या मृत्यूबाबत. त्यांनी अनोळखी व्यक्तीच्या मृत्यूबाबत बातमी दिली. इन्स्पेक्टर समीर काटकरने झाडलेल्या गोळ्यांमुळे दोघांचा मृत्यू कसा झाला, याची ठळक बातमी दिली. परंतु राजेंवरील गोळीबाराच्या हल्ल्याची बातमी अर्धवट आली. संपूर्ण वृत्तान्त प्रसारमाध्यमाला देता आला नाही.

जंगीचाचा.

शिरगोपीकरांनी त्याचा आवाज बंद केला होता. तो बिळात बसला होता. परंतु कामगाराच्या मृत्यूची बातमी बाहेर आली आणि त्याने आरडाओरड करावयास सुरुवात केली. कामगारावरील अन्याय, कामगार चळवळीविरुद्ध दडपशाही. त्याने ठेवणीतील अस्त्र बाहेर काढले.

जंगीचाचाची आरडा-ओरड.

सर्वांनी त्याच्याकडे दुर्लक्ष केले. परंतु तो चॅनेलवर, पत्रकारांसमोर ओरडत राहिला. गोंधळ घालत राहिला.

जंगीचाचा.

त्याने कामगारांना भडकावण्याचा उद्योग सुरू केला. बातमीचा विपर्यास केला.

कामगार भडकले. बापा केमिकलचे कामगार भडकले. मुंबईतील इतर कारखान्यांतील कामगार भडकले. कामगार संघटना भडकल्या.

जंगीचाचाने फायदा उठवला.

त्याने संधी घेतली.

बापा केमिकलमधील गोळीबाराच्या घटनेनंतर दुसरे दिवशी कंपनीतील वातावरण शांत होते. नीरव शांत. पण वृत्तपत्रामधील वातावरण गोंधळाचे होते. आरडाओरडीचे होते. कामगार मेल्याचा बाऊ करण्यात आला होता. वृत्तपत्रे आणि टीव्ही यांवरील बातम्यांवरून वातावरण तणावाचे होते. परंतु कंपनीतील वातावरण शांत होते.

दुसरे दिवशी कंपनीतील कामकाज सुरळीत सुरू होते. तणाव दिसून येत नव्हता. परंतु कामगाराच्या मृत्यूमुळे कामगारांमध्ये नाराजी दिसून येत होती. सावधगिरी म्हणून बंदोबस्त ठेवण्यात आला होता परंतु त्यामुळे एक प्रकारची अस्वस्थता तयार झाली होती. संपूर्ण दिवसभर कोणताही अनुचित प्रकार घडला नव्हता. बापा केमिकलने कामगाराच्या मृत्यूबाबत कोणतीही प्रतिक्रिया व्यक्त केलेली नव्हती.

५१

चेंबूर पोलीस स्टेशनमध्ये इन्स्पेक्टर समीर काटकर दिवसभराचा तणाव कमी करत डोके धरून खुर्चीत बसला होता. समोर हवालदार पिस्तुलामधील गोळ्यांचा हिशेब लावत बसला होता. समीर मधून-मधून डोके वर करून त्याच्याकडे पाहत होता. वर फॅनचा आवाज होत होता. डोके तापले होते.

समीरला आता वाटत होते, साला उगाचच त्या बापा केमिकलच्या कारखान्यात गेलो. जर कारखान्यात गेलो नसतो, तर ही आफत आली नसती. दाढीवाल्याला मारल्याबाबत त्याला काही वाटत नव्हते. तो त्याच्या ड्युटीचा भाग होता. परंतु तो कामगार साला मध्येच कडमडला आणि फुकट त्याच्या गोळीने मेला. गोळीही बरोबर त्याच्या छातीवर वर्मी लागली.

सगळेच जण त्याच्याकडे पाहत होते, पण कोणी बोलत नव्हते. दुपारपासून पंचनामा, डेड बॉडीची विल्हेवाट आणि पोलीस रिपोर्ट या धावपळीत दिवस गेला होता. आता यापुढे चौकशी, कोर्टबाजी आणि डिपार्टमेंटची चौकशी. सगळा डोक्याला ताप.

बुटकी पहिलवान छापाची ती व्यक्ती त्याच्यासमोर येऊन उभी राहिली, तरी त्याचे लक्ष नव्हते.

"इन्स्पेक्टर समीर?"

समीरने मान वर केली. त्याच्याकडे रोखून पाहिले आणि मानेनेच होकार दिला. समीरला आता कंटाळा आला होता. घरी जाऊन ही शांतता मिळणार नव्हती. मित्राबरोबर बारमध्ये बसून डोके शांत करण्याशिवाय उपाय नव्हता.

"येस?"

"मी कर्नल प्रकाश, प्रकाश पाटील."

आता हा कर्नल कशाला आला! समीरने त्याची अधिक चौकशी न करता,

त्याला पुढे बोलू न देता एकदम म्हटले, ''काही तक्रार आहे का? प्रथम त्या हवालदारला भेटा.''

समीरने त्याला वाटेला लावण्यासाठी हवालदाराकडे बोट केले.

''नाही, मला तुमच्याशी बोलायचंय.''

समीरने त्याच्याकडे प्रश्नार्थक नजरेने पाहिले.

''मला सकाळच्या गोळीबाराबाबत बोलायचंय.''

समीरने त्यांच्याकडे नाराजीने पाहिले.

''तुम्ही कुठून आलात?''

कर्नलने त्याच्याकडे पाहत आपल्याजवळचे कार्ड दाखवले. आता समीरचे लक्ष कर्नलबरोबरच्या इतर दोघांकडे गेले. 'साला ही मंडळी आता माझीच चौकशी करायला आलीत.' तरीही समीरने हेका सोडला नाही.

''मी माझा रिपोर्ट माझ्या सिनियरला दिला आहे. आपण हवं, तर त्यांना भेटा''

''आम्ही त्यांच्याशी बोलूनच तुमच्याकडे आलो आहोत.''

''परंतु मला त्यांनी काही सांगितलं नाही.''

परंतु तोपर्यंत त्याच्या मोबाइलवर पोलीस सहआयुक्तांचा मेसेज आला, तसा समीर सरळ बसला. कर्नलने पुढे बोलण्याचा प्रयत्न केला, परंतु समीरने हातानेच त्याला थांबवले.

''आपण आतल्या खोलीत बसू या.''

सर्व जण बाजूच्या खोलीत गेले.

सकाळपासून गोळीबार, धावपळ, अहवाल आणि आता ही कर्नलची उलट तपासणी. कर्नलने सकाळचा प्रसंग काय झाला, हे एकवार पुन्हा सांगण्यास सांगितले. समीरने सर्व प्रसंग कर्नलला सांगितला, हवे तर रिपोर्टची प्रतहो देण्यास तयार झाला. शेवटी ते लोक मिलिटरीचे होते, ही ब्याद पुन्हापुन्हा यायला नको. परंतु कर्नलने रिपोर्टची प्रत घेतली नाही आणि अधिक प्रश्नही विचारले नाही. समीरने हुश्श् केले. ते चालते झाल्याचे पाहून समीरला सुटल्यासारखे झाले. परंतु समीर आता एकदम मोकळा झाला. त्याला या सर्व गोष्टीची कुठेतरी राग काढायची खुमखुमी आली. समीरने हवालदारकडे पाहत म्हटले,

''साला, त्या दिने ईलाहीला आतमध्ये घ्या रे.''

कर्नल आणि त्याच्याबरोबरचे दोघे जण दरवाजापर्यंत गेले होते. समीर खुर्चीतून उठत होता. कर्नल गर्रकन मागे वळला आणि त्याने समीरकडे पाहिले. समीर खुर्चीतून हळूहळू उठून उभा राहत होता. पाठीमागे वळून पाहणाऱ्या कर्नलकडे प्रश्नार्थक नजरेने पाहिले आणि तिथेच उभा राहिला.

कर्नल हळूहळू पुढे येत होता. त्याच्या चेहऱ्यावर आश्चर्याचे भाव होते.

''दिने ईलाही कोण? मला जरा समजेल का?''

कर्नल परत टेबलाकडे आलेला पाहून समीर नाराज झाला. 'साला काय बोललो आणि या कर्नलला याची काय उत्सुकता लागली.' समीरने कर्नलला दुपारच्या गोळीबारानंतर चेंबूरच्या वाशी नाक्याजवळ पकडलेल्या त्या व्यक्तीबद्दल सांगितले,

''मला त्याला पाहायचंय.''

''अवश्य सर!''

सर्व जण पहिल्या मजल्यावरील कोठडीतील त्या व्यक्तीला पाहायला गेले. हवालदाराने त्या कोठडीतील घोळक्यामधून त्याला बाजूला काढले.

आता सर्व जण त्याला घेऊन बसले.

कर्नलने इन्स्पेक्टरकडे पाहत म्हटले,

''इन्स्पेक्टर, नो थर्ड डिग्री.''

समीरने होकारार्थी मान हलवली.

एका शब्दामुळे घोळ वाढेल, याची समीरला कल्पना आली नाही. आता संध्याकाळची वाट लागली होती. कर्नलला वेळ घालवायचा नव्हता.

त्यानी तात्काळ पुढची तयारी केली. कर्नलने तेथूनच पोलीस सहआयुक्तांना फोन केला आणि बोलावून घेतले. मामला गंभीर होता. चूक होता कामा नये. रात्र झाली नव्हती, परंतु त्यांना जास्त वेळ थांबायचे नव्हते. पोलीस विभागाचा कारवाईकरता महत्त्वाचा स्टाफ घेतला आणि सर्व जण भेंडीबाजारकडे निघाले.

सर्वांना सूचना देण्यात आल्या. शक्यतो त्यांना जिवंत पकडण्याच्या मटण गल्लीची सगळीकडून नाकेबंदी करण्यात आली. सर्व टीम आपआपल्या ठिकाणी तयार झाल्याचे इशारे मिळाले आणि कारवाई सुरू झाली.

त्यांना उशीर झाला होता. पक्षी पळाले होते. धाड टाकण्यात कोणतीही चूक झाली नव्हती. परंतु त्यांना हाती काहीही लागले नाही.

''सर्व निसटले, व्हेरी बॅड.'' कर्नल.

''आय ॲम सॉरी, सर, असं बऱ्याच वेळा होतं. वाट पाहावी लागते, परंतु हाती काहीही येत नाही.''

''खरंय, परंतु आज तरी असं व्हायला नको होतं. ते आता सावध झाले, हीच यातली वाईट गोष्ट.'' कर्नल हताशपणे म्हणाला.

हैद्राबादी मौलवी किंवा त्यांचा कोणताही साथीदार त्यांना मिळाला नाही. त्या बेकरीच्या मालकाची चौकशी सुरू करण्यात आली, परंतु फारशी माहिती मिळाली नाही. सर्व हात हलवत परत निघाले.

५२

पुढील दिवस.

सकाळचे अकरा वाजून गेले होते. मुंबईकर दिवसभराच्या कामाला जुंपले गेले होते, मेहनत करायला, घाम गाळायला सुरुवात केली होती. दैनंदिन व्यवहार सुरू झाले होते. रस्त्यातून वाहनांचे, लोकांचे लोंढे वाटचाल करत होते. तो मुंबईचा विकास वाटचाल करत होता. चेंबूर परिसर ओंगळवाणा वाटत होता. भेसूर वाटत होता. बापा केमिकलमधील वातावरण मात्र थंडगार होते. शांत होते. स्मशानवत होते. कारखान्यातील सर्व यंत्रणा थंडगार होती. काम बंद होते.

सर्व कामगार गेटवर उभे होते. आपल्या युनियन लिडरबरोबर, जंगीचाचाबरोबर. व्यवस्थापन आणि प्रशासनातील काही मोजके अधिकारी आणि कर्मचारी तणावग्रस्त चेहऱ्याने कामगारांच्या घोळक्याकडे पाहत होते.

समेटाची वा समझोत्याची बोलणी सुरू नव्हती.

राजे कुलाब्याच्या हॉस्पिटलमध्ये होते, परंतु त्यांना जशी कामगारांच्या गेट मिटींगची आणि काम बंदची बातमी समजली, तसे ते हॉस्पिटलमधून बाहेर पडले.

सर्व कामगार गेटवर उभे होते. कामगार एकसुरात घोषणा देत होते. त्यांनी गेटवर ठाण मांडले होते. कामगारांची झुंड पाहून सरकारी यंत्रणा कामास लागली होती. पोलिसांची विशेष तुकडी तैनात करण्यात आली होती. पोलीस आता लोखंडी जाळी आणि काठी घेऊन कारखान्याच्या गेटवर कॉलम करून उभे होते. त्यांनी कारखान्याला संरक्षक कडे तयार केले होते.

पोलीस संरक्षणात काही अंतरावर पोलिसांची जीप उभी होती. दोन-तीन व्हॅन उभ्या होत्या. व्हॅनमध्येही काही पोलीस बसले होते. वायरलेसवरून कारखान्यांतील परिस्थितीबाबत अहवाल पाठविण्यात येत होता. अनेक वृत्तपत्रांचे फोटोग्राफर, बातमीदार गर्दी करत होते. कामगारांचे वेगवेगळ्या कोनातून फोटो काढले जात

होते. तणाव वाढत होता.

समेटाची वा समझोत्याची बोलणी सुरू झालेली नव्हती.

स्थानिक राजकीय नेतेमंडळी, टीव्ही चॅनेलवाले आले; तसा गोंधळ वाढू लागला. कामगारांच्या घोषणांचा आवाज वाढू लागला. कामगारांचे घोळके वाढू लागले. गट वाढू लागले. जंगीचाचाने इतर कारखान्यांतील कामगारांना चिथावणी दिली, तसे इतर कारखान्यांतील कामगारांचे गट येऊ लागले. वेगवेगळ्या गटांचे म्होरके भाषण देऊ लागले. तणाव वाढत गेला. पोलिसांना गर्दीवर नियंत्रण ठेवणे कठीण जाऊ लागले. पुन्हा समेटासाठी किंवा समझोत्यासाठी जंगी पुढे येत नव्हता. पोलीस किंवा स्थानिक नेत्यांचे ऐकत नव्हता.

पोलिसांनी जादा मदतीची मागणी केली.

कामगारांचा अतिउत्साह वाढू लागला.

तणाव वाढत होता. घोषणाबाजी आणि भाषणबाजी सुरू होती.

काही कामगारांनी पोलिसांचे कडे तोडण्यात यश मिळवले. त्यांनी कंपनीच्या गेटकडे धाव घेतली आणि कंपनीमध्ये घुसण्याचा प्रयत्न करू लागले. पोलीस सहआयुक्तांनी वेळ घालवला नाही. त्यांनी लाठीमारीचे आदेश दिले.

लाठीमार सुरू झाला. गोंधळ सुरू झाला. पोलिसांनी कमरेच्या खाली लाठीमार करण्यास सुरुवात केली. संरक्षणार्थ लोखंडी जाळी पुढे धरली होती. पुढे येणाऱ्याला लाठीचा मार घ्यावा लागत होता, परंतु कामगारांची संख्या पोलिसांच्यापेक्षा जास्त होती. पोलिसांची कुमक अपुरी पडत होती. कामगारांचा दबाव वाढत होता. पोलिसांच्या जाळीमागून फोटोग्राफर, टीव्ही चॅनेलवाले कव्हरेज घेण्याचा प्रयत्न करत होते.

पोलिसांची दुसरी फळी पुढे येत होती. पोलीस सहआयुक्तांनी आदेश दिले. धुराची नळकांडी फेकण्यात आली. गोंधळ वाढला. कामगार आणखीन भडकले. याच वेळी शेजारच्या गल्लीतून पाण्याचा बंब आणण्यात आला. चुकीचे आदेश दिले गेले. पाण्याचा मारा खास पाइपमधून कामगारावर करण्यात आला. कामगारांना कारखान्यापासून दूर हटवण्यासाठी. परंतु त्यामुळे अश्रुधुरांची नळकांडी टाकण्याचा पोलिसांचा उद्देश सफल झाला नाही. पाण्याचा मारा चुकीचा होता. पोलीस सहआयुक्तांच्या लक्षात आले. त्यांनी पाण्याचा मारा बंद करण्याबाबत आदेश दिले. परंतु त्यामुळे कामगारांकडे दुर्लक्ष झाले. पाण्याचा मारा थांबला आणि अश्रुधुराचा माराही थांबला. कामगार बेफाट झाले. मोकाट सुटले.

कामगारांची गर्दी गेटपर्यंत आली. पोलिसांची शक्ती कमी पडू लागली. पोलिसांची लाठीमार करणारी फळी पूर्ण कोलमडली. कामगारांचा जोर गेटवर वाढला, तणाव वाढला.

पोलीस सहआयुक्तांनी पुढची पावले उचलली. त्यांनी गोळीबाराचा आदेश दिला.

हवेत गोळीबाराची फैरी झाडली गेली.

परंतु उशीर झाला होता. परिस्थिती कामगारांच्या ताब्यात गेली होती. जंगीचाचा म्होरक्या होता. सर्व काही त्याच्या नियंत्रणात होते. परंतु जंगी पुढे नव्हता. कामगार बेशिस्त झाले. कामगारांचा जोर वाढला.

कामगारांना काबूत ठेवणारे पोलीस नव्हते, जंगी नव्हता, आता सर्व काही कामगार होते. कामगार गेटवरून आत घुसले. त्यांचे गट कारखान्यात सैरावैरा धावू लागले. आरडाओरड वाढली. त्यांनी कारखान्याची नासधूस करण्यास सुरुवात केली. बापा केमिकलचा कारखाना कामगारांच्या दंगलीत अडकला.

कारखान्यातील दंगलखोर कामगारांची संख्या वाढू लागली. पोलीस हतबल होऊन पाहत होते. कामगार मोकाट झाले. बेफाट झाले. हवेतील गोळीबाराचा काहीही परिणाम झाला नाही. कामगारांची आरडाओरड होत होती, धावधाव होत होती. एवढ्यात कोणीतरी ओरडत गेटकडे धावत गेलं.

''गॅस लिक झाला! गॅस लिक झाला!!''

थोडा वेळ कोणाला काही कळेना; मात्र जसे लक्षात आले, तसे सर्व जण गेटकडे धावू लागले. प्रत्येक जण गेटकडे धावत होता. आता पोलीस आणि कामगार सर्वच धावू लागले. गेटच्या बाहेर पळापळ सुरू झाली. जो-तो स्वत:ला वाचवण्यासाठी धावत होता.

गेट बंद होते. उघडण्याचे कोणालाच भान नव्हते. तरीही प्रत्येक जण धावत होता.

बातमी गेटच्या बाहेर गेली. सर्वत्र धावाधाव सुरू झाली. कारखान्यातील लोकांची पळापळ सुरू झाली. काय करायचे, कोणालाच कळेना.

राजे डॉकयार्ड रोडवरून चेंबूरला आले. त्यांना फक्त कामगारांनी गेट निटींग घेऊन आंदोलन सुरू केल्याचे माहीत होते. परंतु बापा केमिकलच्या कारखान्यापर्यंत येईपर्यंत गॅस लिक होऊन कारखान्यात पळापळ सुरू झाली होती. सर्वांचीच घबराट झाली होती.

राजेंना बापा केमिकलच्या कारखान्याकडे जाता येईना, ते जवळच्या हेवर्थ इंडस्ट्रीजमध्ये गेले.

''काय झालं?''

हेवर्थचे लोक त्यांना ओळखत होते. त्यांनी फॅक्टरी मॅनेजरच्या केबिनमध्ये प्रवेश केला.

''सर, वाईट बातमी, गॅस लिक झाला.''

राजे दचकले. ते फॅक्टरी मॅनेजरकडे पाहत होते. त्यांनी बापाच्या सेफ्टी ऑफिसरला फोन केला. सेफ्टी ऑफिसर कॉरिडॉर रोडवरच होता.

''सर, गॅस लिक झाला आहे. सर्व कारखाना खाली झाला आहे. आतमध्ये कोणीही नाही.''

''तुम्ही कोठे आहात?''

''सर, कॉरिडॉर रोडवरच आहे. मी पोलीस सहआयुक्त यांच्याबरोबर आहे.''

''तुम्ही हेवर्थ इंडस्ट्रीजमध्ये या. मी तुमची तिथेच वाट पाहतोय.''

''होय सर.''

राजेंना जास्त वेळ वाट पाहावी लागली नाही. साधारण दहा-पंधरा मिनिटांतच सेफ्टी ऑफिसर शहा आणि पोलीस सहआयुक्त दोघेही आले. राजेंना पाहून त्यांना धीर आला. राजेंनी शांतपणे त्यांना काय झाले, ते सांगण्यास सांगितले. शहांनी सकाळपासूनची परिस्थिती आणि गॅस लिकबाबत सांगितले. पोलीस सहआयुक्तांनी कामगारांच्या दंगलीबाबत सांगितलं. दोघेही पुढे काय करायचे, याबाबत राजेंकडे पाहत होते.

''ठीक आहे. फायरब्रिगेडला कळवा.''

त्यांनी हेवर्थच्या फॅक्टरी मॅनेजरकडे पाहत म्हटले, ''आता सर्व परिस्थितीचे इथूनच नियंत्रण करू या.''

फॅक्टरी मॅनेजरने मान हलवली.

''गॅस क्लोरिन आहे. कारखान्यात कोणी बेशुद्ध आहे किंवा कोणाला वैद्यकीय मदत आवश्यक आहे का, ते प्रथम पाहू या. तोपर्यंत गॅसचा परिणाम कोठपर्यंत जाईल, याचा अंदाज घेऊन तिथपर्यंत पोलिसांचं कॉर्डन करण्यास सांगू. तुमची हेवर्थमधील इमर्जन्सी रिस्पॉन्स टीम तयार करा. याअगोदर प्रथम गॅस मास्क आणा.''

राजे उभे राहिले. दंडावर बँडेज होते, परंतु त्याकडे लक्ष दिले नाही. गॅस मास्कसह खास ड्रेस आणण्यात आला. राजे, शहा आणि हेवर्थच्या दोघांनी ड्रेस चढवले. ते बाहेर पडेपर्यंत पोलीस सहआयुक्तांनी काही पोलिसांना बोलावले. हेवर्थच्या लोकांनी गॅसचा प्रभाव कुठपर्यंत जाईल, याचे गणित करून प्रभावक्षेत्र निश्चित केले. सर्व जण हेवर्थच्या कारखान्याबाहेर पडले. रस्त्यातून चालताना जड ड्रेसमुळे चालताना अवघडल्यासारखे होत होते. कारखान्यापर्यंत जाण्यासाठी पोलीस सहआयुक्त आणि काही पोलीस मदत करत होते. परग्रहावरील किंवा अंतराळात जाणाऱ्या अंतराळवीराप्रमाणे त्यांचे पोषाख दिसत होते.

राजे आणि त्यांचे मदतनीस कारखान्याजवळ आले, तेव्हा शुकशुकाट होता. कोणीही दिसत नव्हते. गेटचा दरवाजा उघडला आणि आत आले. त्यांनी आता चालणे भराभर ठेवले. क्लोरिनच्या टाक्या टँकयार्डमध्ये होत्या. कोणती टाकी लिक

झाली, याची सद्य:स्थिती पाहणे आवश्यक होते. क्लोरिन गॅसगळती नियंत्रित करणे आवश्यक होते. सर्वप्रथम ते काम महत्त्वाचे होते. परंतु त्यांना वाटेतच अडथळे आले.

अनेक कामगार बेशुद्ध पडल्याचे दिसत होते. राजेंनी एकंदर परिस्थिती पाहिली आणि फक्त शहांना बरोबर येण्यास सांगितले. हेवर्थच्या इतर लोकांना बेशुद्ध कामगारांना बाहेर काढण्याबाबत हातानेच खूणा करून सूचना केली.

राजे आणि शहा पुढे गेले. वेळ जात होता. परिस्थिती गंभीर होत होती. दोघे टँकयार्डजवळ आले. धूसर वातावरणात क्लोरिनची टाकी त्यांना सापडण्यास वेळ लागला. परंतु त्यांना पुढे जाता आले. त्यांनी समोर पाहिले. पिवळसर-हिरवट धूर येत होता. तो भाग धूसर झाला होता. क्लोरिनची मोठी गळती होती. कोणीतरी क्लोरिनची टाकी फोडण्याचा प्रयत्न केला होता. परंतु त्यामध्ये गळती होऊन क्लोरिन बाहेर आला होता. दोघे जण तिथेच पडले होते. राजेंनी कारखान्याची स्प्रिंकलर वॉटर सिस्टम चालू करण्याचा प्रयत्न केला, परंतु त्यांना यश आले नाही. शहानेही प्रयत्न करून पाहिला, त्यालाही शक्य झाले नाही.

पिवळसर हिरवट धूर नागाच्या फण्याप्रमाणे वेडावाकडा इतस्तत: हळूहळू जात होता. गॅस जमिनीलगतच फिरत होता. वातावरण धुरकट पांढरट-पिवळसर दिसत होते. डोलणाऱ्या नागाकडे पाहावे, तसे राजे त्या पसरणाऱ्या गॅसकडे पाहत होते. समोरचे चित्र शरीरावर सर्रकन काटा उभे करणारे होते. शहारे आणणारे होते. राजे भानावर आले.

राजे आणि शहा यांनी त्या दोघा कामगारांना ओढत-ओढत बाहेर आणले आणि इतर मदतनिसांकडे सोपवले. राजे थांबले नाहीत, शहाला खूण करून बाहेर जाण्याबाबत सूचना केली. शहा कामगाराला हलवण्याबाबत खूण करत होता. परंतु राजेंनी गॅस मास्कच्या टाइमकडे लक्ष वेधले आणि येण्याबाबत खूण केली. दोन्ही मास्कची वेळ संपत येत होती, वेळ कमी होता. कारखान्याबाहेर जाणे आवश्यक होते. सर्व जण बाहेर आले.

तोपर्यंत दहा कामगारांना बाहेर काढण्यात यश आले होते. राजे हेवर्थच्या कारखान्यात आले. परंतु त्यांनी मास्क आणि ड्रेस उघड्यावरच काढला. सर्वांचे कपडे पाण्याच्या नळाखाली ठेवण्याबाबत सांगितले.

ते परत येईपर्यंत आणखीन मास्क आणि सेफ्टी ड्रेस तयार करण्यात आले. आता राजेंनी कमांड सेंटरचे नियंत्रण हाती घेतले. राजेंनी दोन टीम तयार केल्या एका टीमकडे वळून म्हणाले,

"तुम्ही शहाबरोबर जा आणि क्लोरिन ॲबसॉरप्शन सिस्टीम चालू करा. तुम्ही फक्त एवढंच काम करायचं इतर कुठेही लक्ष देऊ नका. तुमचं काम व्यवस्थित झालं, तर क्लोरिन गॅसगळती नियंत्रणात येईल. आपलं काम लवकर संपेल."

''शहा यांना घेऊन जा.'' राजेंनी सांगितलं.

क्लोरिन लिक ॲबसॉरप्शन सिस्टीम हा न्युट्रलायझेशन टँक बरोबर असतो. या सेफ्टी डिव्हाईसमुळे क्लोरिन गळती हवेत पसरत नाही. याचे सिलिंडर १००० कि.ग्रॅ. पर्यंत असतात. बापा केमिकलने सुरक्षितता कार्यक्रमाखाली ती लावली होती. परंतु क्लोरिनच्या मोठ्या गळतीमुळे राजे आणि शहा या दोघांना ते सुरू करता आले नाहीत. म्हणून हेवर्थच्या टेक्निकल लोकांबरोबर राजेंनी शहांना पुन्हा पाठवले होते.

शहाने पुन्हा तो ओला ड्रेस घातला. नवीन मास्क घेतला. आता मोठी जबाबदारी शहांची होती, ॲबसॉरप्शन सिस्टीम चालू करण्याची. परंतु एक्सपर्टही त्यांच्याबरोबर होते. ते सर्व प्लंबिंगचे साहित्य बरोबर घेऊन निघाले.

राजेंनी दुसऱ्या टीमकडे वळून म्हटले.

''तुम्ही सर्व यांच्या पाठोपाठ जा. परंतु यांना मदत न करता तुम्ही फक्त कारखान्यातले जेवढे कामगार बेशुद्ध असतील, त्या सर्वांना कारखान्याबाहेर काढा. बाकी इतर कोणत्याही गोष्टीकडे लक्ष देऊ नका. कामगारांची संख्या जास्त आहे, घाई करा.''

राजेंना दोन्ही टीमना सूचना देईपर्यंत फायरब्रिगेडचे लोक आले होते. महानगरपालिकेची मेडिकल टीमही आली होती. राजेंनी फायरब्रिगेडच्या लोकांना क्लोरिन गॅस गळती कोठे आणि कितपत होती, याची माहिती दिली.

''तुमचे पाण्याचे होज पाइप चालू करू नका. कुठेही पाण्याचा फवारा सुरू करू नका. त्याऐवजी तुषार फवारा कारखान्याच्या गेटमधून आतमध्ये उंचावरून खाली पडेल, अशा प्रकारे जाऊ द्या.''

फायरब्रिगेडचे लोक माहितगार होते. क्लोरिन गॅसलिकबाबत त्यांना माहिती होती. त्यांना राजेंच्या सूचना लक्षात आल्या. मुख्य फायरमन कामाला लागला.

राजेंनी थोडा दम घेतला आणि कलेक्टर ऑफिसला फोन लावला. कलेक्टर ऑफिसला बातमी गेली होती. तरीही राजेंनी कारखान्यातील परिस्थिती थोडक्यात सांगितली आणि ऑफ साइट इमर्जन्सी प्लान अमलात आणल्याचे सांगितले.

पोलीस सहआयुक्तांशी चर्चा केली आणि कॉरिडॉर रोड वाहतुकीला बंद केला. माहुल रोडवरील वाहतुकीलाही कॉरिडॉर रोड बंद केला. दोन पोलीस व्हॅनमधून चेंबूर गवाणपाडा परिसरातील लोकांना गॅसलिकबाबत सूचना दिली. त्याचबरोबर सावधगिरी म्हणून आरसीएफच्या मैदानात जाण्याबाबत सूचना देण्यात आल्या. पोलिसांनी व्हॅनमधून सूचना द्यावयास सुरुवात केली. पोलिसांची कुमक तयार करण्यात आली. वाशीनाक्यापासून कॉर्डन तयार करण्यात आल्या. चेंबूर, भायखळा, कुर्लापर्यंतच्या पोलीस स्टेशन, रेल्वे स्टेशनवर सावधगिरीच्या सूचना देण्यात आल्या.

कारखान्यातील गंभीर परिस्थिती पाहून आजूबाजूच्या झोपडपट्टीतील आणि

कॉलनीतील लोकांना बाहेर उघड्यावर, घराचे दरवाजे व्यवस्थित बंद करून येण्याबाबत पोलिसांनी सूचना दिल्या. पॅनिक न करता आरसीएफ मैदानाकडे जाण्याबाबत सांगण्यात आले. वाऱ्याच्या विरुद्ध दिशेला आरसीएफ मैदान होते. गॅसगळतीची दिशा मैदानाच्या बाजूला नव्हती.

कारखान्यातील बेशुद्ध कामगारांना मेडिकल टीम, हॉस्पिटलमध्ये हलवण्याचे काम करत होती. कामगार संख्या जास्त होती. खासगी वाहने यांचा वापरही करण्यात येत होता. गॅस लिक अजूनही नियंत्रणात आलेली नव्हती.

राजे तणावाखाली येत होते. मध्येच शहा काय करतो, ते पाहण्याची तीव्र इच्छा झाली. परंतु राजेंनी मनावर नियंत्रण ठेवले.

निवासी उपजिल्हाधिकारी गवाणपाड्यात आले, तेव्हा फायरब्रिगेडच्या आणखीन गाड्या आल्या होत्या. तुषारचे फवारे वाढू लागले होते.

उपजिल्हाधिकाऱ्यांनी आपत्कालीन कार्यवाही सुरू केली. क्लोरिन गॅसगळतीची परिस्थिती पाहून ऑफ साइट इमर्जन्सी प्लान पुढे चालू ठेवला.

गॅस लिक अजूनही नियंत्रणात आलेली नव्हती.

राजेंनी आता गॅस मास्क इतर कारखान्यांतून मागवले. कामगारांना बाहेर काढणाऱ्यांपैकी काहींना शहांकडे पाठवण्यात आले. राजे शहांच्या परिस्थितीबाबतच्या कामाची वाट पाहत होते.

बरोबर एक तासांनी शहांना ॲबसॉरप्शन सिस्टीम चालू करण्यात यश आले, तोपर्यंत शहा दोन वेळा मास्क बदलण्यासाठी येऊन गेला होता.

ॲबसॉरप्शन सिस्टीम चालू झाल्यावर राजेंना हायसे वाटले. त्यांनी पोलीस सहआयुक्तांकडे पाहत म्हटले,

''काळजी करू नका, आता पूर्ण कंट्रोल होईल. फक्त जो गॅस बाहेर आला आहे, तो वॉश आउट व्हायला जरा वेळ लागेल. परंतु दोन तासात परिस्थिती नॉर्मलला येईल.''

बरोबर दोन तासांनी गॅसगळती पूर्ण नियंत्रणात आली. सर्व बेशुद्ध कामगारांना हॉस्पिटलमध्ये हलवले होते. मात्र पोलिसांनी उभारलेला कॉर्डन मात्र तसाच ठेवला होता. कामगारांची झुंड पुन्हा येऊ नये, कायदा व सुव्यवस्थेची काळजी घेणे आवश्यक होते.

बापा केमिकलचा कारखाना बंद होता. निर्मनुष्य होता.

बापा केमिकलमधील गॅसगळतीमध्ये साठ कामगार बेशुद्ध पडले होते. अकरा अत्यवस्थ होते. पंधरा कामगार मेले होते. प्रसंग भयानक झाला होता. बातमी मोठी होती. कामगारांची गेट मिटींग, दंगल, निषेध मागे पडला होता.

दिवसभराच्या ताण-तणावाने राजे पुन्हा बेशुद्ध पडले.

५३

पक्षी पळाले होते. परंतु त्यांनी कारवाई थांबवली नाही. कर्नलने नाकाबंदी आणि धाडीसत्र यांची आखणी केली. मुंबई पोलिसांना कामाला लावले. इन्स्पेक्टर समीर घरी जाण्याची वाट पाहत होता. परंतु रात्री उशिरापर्यंत सुटका झाली नाही. त्यांना पहाटेपर्यंत काहीही हाताशी लागले नाही. कर्नल पहाटे सांताक्रुझला गेला. विश्रांती मिळाली नाही. कर्नल नाराज होता. हातातोंडाशी आलेला घास गेल्यासारखे वाटत होते.

सकाळी-सकाळी विश्रांती न घेता कर्नल एअरपोर्टवर आला. विमानात थोडीफार झोप घेत आली, परंतु पुरेशी नाही. परंतु तेवढीही झोप त्याला आधाराला होती.

झिरो माईल्स.

नागपूर.

दिल्लीच्या कॅनॉटप्लेसमधील आनंदपर्वत इमारतीमधले गुप्तचर विभागाचे-रॉचे कार्यालय नाही. रायलसीमेच्या नॉर्थ ब्लॉकमधले संरक्षण मंत्रालयाचे कार्यालय नाही. त्यांनी झिरो माइल्स परिसरात एकत्र येण्याचे ठरवले होते. ती बैठक निव्वळ कर्नलसाठी होती.

त्यांना कर्नलचा अहवाल हवा होता.

पिवळ्या लाल रंगातील इमारत दगडी होती. बैठी होती. गर्द झाडींच्या छायेत होती. नागपूरचा परिसर अलीकडे नागरी सुविधांमुळे सुधारला होता. पूर्वीचे मोठ्या खेड्यांचे स्वरूप बदलले होते. धुळीचे रस्ते नव्हते. मोठाले रस्ते आणि आधुनिक वाहनांची गर्दी. नागपूर आधुनिक झाले होते. वेगवान झाले होते.

झिरो माइल्स.

त्या इमारतीला सेंट्री होता, परंतु ती लष्कराची इमारत नव्हती. बैठी बराकवजा इमारत होती. परंतु अस्वच्छ नव्हती. त्यांना पहिल्या मजल्यावर जिन्याने नेण्यात

आले. खोली मोठी होती. साधी होती. फर्निचर लाकडी होते. संपूर्ण खोलीभर सफेद पडदे होते. खुर्चीला आवरणही सफेद कपड्यांचे होते. संपूर्ण खोली बाहेरच्या सूर्यप्रकाशामुळे झगझगीत दिसत होती. कर्नलने अहवाल द्यायला सुरुवात केली. संपूर्ण अहवाल बापा केमिकलभोवती होता. सर्व जण शांतपणे ऐकत होते. प्रत्येकाच्या मनात एकच मुद्दा होता दिने ईलाही!

"हा जिहाद खरोखरच दिने-ईलाही विरुद्ध आहे का?"

"सध्यातरी तसंच दिसतंय. परंतु एकत्र हल्ले आणि घटना पाहिल्या, तर त्यांची ही लढाई खूप मोठी वाटते."

"त्यांचा प्रस्ताव सरकारने मदत करावी, असा आहे. परंतु त्यासाठी समोर येऊन उभं रहायला हवं."

"ते किती आहेत, त्यांची ताकद किती आहे, आतापर्यंत ते कसे काय टिकून राहिले, जिवंत राहिले; याबाबत काहीच माहिती नाही."

"आपल्याला यावर विचार करायला हाताशी बरीच माहिती लागेल. शेवटी हा आपल्या सुरक्षिततेचाही भाग आहे. भारतीय भूमीचा परकीय युद्धासाठी वापर करत असतील, तर तेही योग्य नाही."

"मी त्यांच्याशी बोलताना मला हे सर्व नवीन आणि अविश्वसनीय वाटत होतं."

"दिने-ईलाही आणि जिहाद! परंतु खरोखरच असं काही आहे का? इतकी वर्षं न ऐकलेली इतिहासातील जवळ-जवळ पाचशे वर्षांनंतरची गोष्ट एकदम समोर उभी आहे."

"त्यांनी तकियाचं कारण दिले. शीख संप्रदाय आणि महानुभाव पंथाचा त्यांनी आधार घेतला. परंतु आतापर्यंत कधीही छोटीशी बाबही ऐकायला मिळाली नाही."

"ऑपरेशनचा कोडवर्ड तरी नाही ना?"

"मी परभणीच्या त्या लोकांशी प्रत्यक्ष भेटलो आहे. त्यामुळे ते सर्वकाही नाही, असं म्हणता येत नाही, तिथे केशवराज मंदिर अजूनही आहे. मला तर एकदम मोगलकालात गेल्यासारखं झालं. आता ऑपरेशनचा कोडवर्डचा विचार करायचा झाल्यास, भोगट इथल्या ऑपरेशनच्या संदर्भात 'ओडीएच' याचा अर्थ अजूनपर्यंत लागत नव्हता. परंतु या लोकांच्याकडून असं समजलं की, तो शब्द ऑपरेशन डिअर हंट असा असून हे ऑपरेशन पाकिस्तानकडून चालवलं जातं. जिहादींच्या मार्फत. दिने-ईलाहीसंबंधी सर्व लोकांचा नायनाट करायचा, असं त्यांनी ठरवल्याचं दिसतं.

"आता जिहादबाबत बोलायचं, तर मटण गल्लीत आम्ही छापा टाकला, आम्हाला काहीही मिळालं नाही. म्होरक्या मिळाला असता, तर अधिक माहिती मिळाली असती. इन्स्पेक्टर समीर काटकरला याबाबत अधिक माहिती आहे. त्याच्या

बोलण्यावरून हा जिहाद त्यांच्याविरुद्ध आहे, असं सध्यातरी मानायला हरकत नाही. तोही हे सर्व बोगस समजत होता. परंतु माझ्या माहितीमुळे तोही चक्रावला आहे. आम्ही दोघेही अगदी जवळ गेलो, परंतु रहस्यभेद करता आला नाही.

''आपण परभणीला भेट दिली तर?''

''मी खरंतर येणार नव्हतो, प्रकरण गंभीर म्हणूनच मी आलो. मला आणखीन एक जबाबदारी पार पाडायची आहे.''

ते प्रश्नार्थक नजरेने पाहत होते.

''मला कॅन्टीनचा माल हलवायचा आहे.''

''परंतु अणुस्फोट किंवा अणुऊर्जा कार्यक्रमाबाबत आम्हाला कोणतीच सूचना नाही. पोखरणमध्ये सध्या कोणत्याच हालचाली सुरू केलेल्या नाहीत. ऑपरेशन शक्तीनंतर सर्व विहिरी थंडच आहेत.''

''बहुधा वेस्टर्न रिजनमधील स्थानिक बाब समजत असतील, पुढचा टप्पा अजून सुरू केलेला नसेल.''

ते सर्व कर्नलकडे संशयाने पाहत होते. कर्नलला त्यांच्या रोखलेल्या नजरांना नजर देणे कठीण जात होते.

५४

कर्नलचे विमान धावपट्टीवर उतरत होते. कर्नलने मोबाइल सुरू केला. मोबाइलवर तातडीचा मेसेज येत होता. राजे पुन्हा बेशुद्ध पडले होते. बापा केमिकलमध्ये गॅसगळती झाली होती. परंतु गॅसगळती आटोक्यात आली होती. कर्नल गडबडून गेला. सकाळपासून नागपूरच्या बैठकीत अडकल्याने मोबाइल बंद होता. परंतु तेवढ्या कालावधीत संपूर्ण मुंबईत खळबळ माजली होती.

गॅस लिक!

राजे पुन्हा बेशुद्ध!! कर्नल सांताक्रुझवरून निघेपर्यंत राजेंना कुलाब्याला हलवत होते. कर्नल सरळ कुलाब्याला गेला. हॉस्पिटलमध्ये आईसाहेब आणि पटेल कुटुंबीय हजर होते. सर्वांचे चेहरे गंभीर होते. राजे सुखरूप होते. तरीही कर्नलला राजेंशी बोलायला संध्याकाळ झाली.

''अरे, तुम्ही पुन्हा बेशुद्ध?''

''क्लोरिन गॅसलिक फार महाग पडलं असतं. पटकन सावरलं गेलं, म्हणून एवढ्यावर भागलं. तरीही काही कामगार मेलेच.''

''परंतु पोलिसांना आवरता आलं नाही, कसं काय?''

''त्या साला युनियन लिडर-जंगीने घोटाळा केला. त्याने बाहेरचे कामगार आणून गोंधळ घातला. त्यांना गॅसलिक प्रकार माहीत नव्हता, फुकट मेले. तू कुठे गायब होतास?''

''कुठे नाही, एका मिटींगमध्ये होतो.''

कर्नलने पोलीस सहआयुक्तांशी संपर्क साधला. आता सर्व परिस्थिती नॉर्मल होती. बापा केमिकलमधील परिस्थिती नियंत्रणात होती.

पोलिसांनी या वेळी घाई केली. सर्व परिस्थिती नियंत्रणात आणली.

तातडीने पत्रकार परिषद घेतली. बापा केमिकलमधील गॅसगळतीबाबत मीडियाला

माहिती दिली. बापा केमिकलमधील गॅस गळतीमध्ये मेलेले सर्व कामगार बापा केमिकलचे नसून, बाहेरील कारखान्यातील कामगार असल्याचा स्पष्ट खुलासा करण्यात आला. राजेंनी गॅसगळती थांबवण्याबाबत केलेल्या कारवाईची माहिती सविस्तर देण्यात आली. त्याकरता शेजारच्या हेवर्थ इंडस्ट्रीजमधील कर्मचारी कामगार यांनी केलेल्या मदतीचा उल्लेख करण्यात आला.

बापा केमिकलमध्ये येऊन गोंधळ घालणाऱ्या बाहेरच्या कारखान्यातील कामगारांवर कारखान्याची मालमत्ता नासधूस करणे, दहशत माजवणे, औद्योगिक उत्पादन थांबवण्याबाबत विघातक प्रकार करणे वगैरे आरोप ठेवून फौजदारी कारवाई करण्याचे पोलीस विभागाने ठरवले. जंगीचाचाविरुद्ध पकडवॉरंट काढण्यात आले. जंगीचाचाला कायदेशीररीत्या पूर्णपणे नेस्तनाबूत करण्याची कारवाई सुरू झाली होती.

५५

ऑपरेशन स्नेक व्हेनॉम.

मानखुर्दच्या ट्रॉम्बे भागातून तो कंटेनर आणि त्याचबरोबर तीन ट्रक मानखुर्दवरून व्ही.एन. पुरव मार्गावर आणण्यात आले. वेळ रात्री अकराची होती. मुंबईतून वाशीमार्गे बाहेर जाणारी वाहतूक होती. मुंबई हळूहळू शांत होण्याच्या मार्गावर होती. तो ताफा पुरव मार्गावरून सायनकडे जात होता. कंटेनर आणि ट्रक रिकामे होते. परंतु त्याला संरक्षण मात्र आर्मीच्या दोन कंपनींकडे होते. नेतृत्व मेजर शिंदे यांचेकडे होते.

मेजर शिंदेंचा सेवाकालावधी काही महिन्यांत संपणार होता. निवृत्तीपूर्वी ती जबाबदारी त्यांच्याकडे सोपवण्यात आली होती. ते सर्व सिव्हिलियन ड्रेसमध्ये होते.

कारवाई गुप्त होती.

त्यांचा ताफा रात्री एक वाजता सायन-बांद्रामार्गे सांताक्रूझला आला. आता त्यांना त्यांच्या ताफ्यात आणखीन दोन कंटेनर सामील झाले. तीन कंटेनर आणि ट्रक पश्चिम द्रुतगती महामार्गावरून निघाले होते. सांताक्रूझला त्यांना एक तासाचा अवधी देण्यात आला होता.

मेजर शिंदेंना ताफ्याचा प्रवास आणि बरोबरचा माल याची पूर्ण माहिती देण्यात आली होती. दोन कंटेनरमध्ये आर्मीचे सैनिक सिव्हिलीयन ड्रेसमध्ये होते. परंतु सर्व जण शस्त्रसज्ज होते. ठरावीक अंतरावरून सांताक्रूझ कमांडपोस्टला अहवाल द्यावा लागत होता. मेजर शिंदे यांचे सेवानिवृत्तीपूर्वीचे महत्त्वाचे ऑपरेशन होते.

फॉसजीनची नळकांडी एका कंटेनरमध्ये सुरक्षितपणे ठेवण्यात आली होती. सर्व नळकांडी गुजरातला नष्ट करण्यासाठी पाठवली जात होती आर्मीच्या खास संरक्षणात. फॉसजीनची ती नळकांडी सांताक्रूझला घेण्यात आली होनी. ज्या कंटेनरमध्ये ती ठेवण्यात आली, त्या कंटेनरमध्ये काही सैनिक सिव्हिल ड्रेसमध्ये

होते. सर्व ताफ्याच्या पुढे दोन ट्रक आणि ताफ्याला शेवटी एक ट्रक असा तो काफिला निघाला होता.

मेजर शिंदेना एकच गोष्ट खटकत होती. ट्रॉम्बेहून एक कंटेनर आणि दोन ट्रक रिकामे का आणण्यात आले, त्याचा खुलासा होत नव्हता. कारण फॉसजीन गॅसची वाहतूक महत्त्वाची आणि धोकादायक होती. ते दोन कंटेनर सांताक्रूझला घेण्यात आले. परंतु मेजर शिंदेंना फक्त आदेशाचे पालन करायचे होते, चौकशी नाही.

कोणताही वाहतुकीचा नियम न तोडता, एका ठरावीक वेगाने तो ताफा मुंबईबाहेर निघाला होता. त्या ताफ्याबरोबर आर्मीचे लोक होते. मुंबई पोलीसचे लोक होते. सर्व जण सिव्हिलियन ड्रेसमध्ये होते. डिशमधील काही अधिकारीही होते. तातडीच्या परिस्थितीला लागणारे मास्क, केमिकल, औषधे यांची सर्व तयारी केली होती. सोबत मेडिकल टीमही होती, आर्मीची. बापा केमिकलमधील एकंदर प्रकारामुळे त्यांना कोणताही धोका पत्करायचा नव्हता.

पहाटे-पहाटे त्यांनी मीरा-भायंदर मार्गे घोडबंदर मागे टाकले आणि राजेंनी निःश्वास सोडला. ''आता साला काळजी नाही बघ, मुंबईच्या बाहेर ती नळकांडी गेली. आता पूर्ण टेन्शन गेलं.''

''तुमचं टेन्शन गेलं. परंतु आम्हाला फक्त गुजरातपर्यंत नाही, तर पूर्ण नष्ट होईपर्यंत काळजी आहे.''

''अरे, परंतु मुंबईचा धोका गेला ना. बाहेर एवढा धोका नाही. तू काही काळजी करू नको.''

''राजे, ती नळकांडी मुंबईप्रमाणे गुजरातमध्येही लोकवस्तीमधून जाणार आहेत. हे सर्व आम्ही अंगावर घेतलं आहे. आम्हाला पाहावं लागणार आहे. अहमदाबाद महामार्गावरच नॅप्थाला रॉकेल समजून गोळा करायला गेलेले कित्येक सिव्हिलियन मेले. गॅसगळतीने किंवा केमिकलने कारखान्यापेक्षा, रस्त्यावर आणि महामार्गावरच जास्त लोक मेलेले आहेत.''

राजे काही बोलले नाहीत.

कर्नल पुढे म्हणाले, ''तुम्ही रिलॅक्स राहा. तुमची टीम बरोबर आहेच. आम्ही लक्ष ठेवू.''

राजेंनी न बोलता मान हलवली

पहाट झाली होती. राजेंना घरी जाण्याची ओढ लागली होती.

पहाटेचा गरमगरम चहा घेताना राजेंच्या डोळ्यांसमोर अमिता येत होती. सकाळी आठ वाजता कर्नलबरोबर ब्रेकफास्ट घेतला आणि राजे घरी निघाले.

राजे रिलॅक्स होते. घरी जाऊन पूर्ण दिवस झोपून काढायचा. 'नो ऑफिस नो वर्क.' त्यांनी मनाशी ठरवले होते. ते आपल्याच विचारात होते. सकाळी-सकाळी

बसेस, टॅक्सी, खासगी गाड्या मुंबईच्या दिशेने जात होत्या. मुंबईचे जीवन गतिमान होत होते. ठोंबरे गाडी चालवत होता. समोर पाहून.

राजे घरी आले, तेव्हा पश्चिम द्रुतगती महामार्गावर कंटेनरचा ताफा मेजर शिंदेंनी कासारखुर्द मागे टाकून तलासरीच्या पुढे आणला होता. गुजरातच्या सीमारेषेजवळ, परंतु ताफा गुजरातमध्ये नेण्यात आला नाही. गुजरात पोलिसांची वाट पाहत मेजर शिंदे तिथेच थांबले. ताफा महामार्गाच्या एका बाजूला शेतवाडीत घेण्यात आला. पेट्रोल पंपाच्या पुढे काही अंतरावर. वेळ सकाळची होती. प्रतीक्षा करण्याचे काम होते.

मेजर शिंदेंनी दुपारचे जेवण झोकात घेतले. डहाणूवरून पापलेट आणि दारूमध्ये घोळलेल्या निवटीचे जेवण होते. बरोबर तांदळाची मोठी भाकरी. मेजर शिंदेंनी मनाशी ठरवले होते, सेवानिवृत्त झाल्यावर डहाणूला खास मासे खाण्यासाठी यायचे. परंतु मेजर शिंदेंच्या डोक्यात किडा वळवळत होता. ट्रॉम्बेपासून सांताक्रूझपर्यंत रिकामे कंटेनर का आणले? डोक्यात पुन्हा प्रश्न तयार होत होता, उत्तर नव्हते.

५६

राजे आणि अमिता दोघांचे कुटुंबीय एकत्र आले होते. नुकताच झालेला क्लोरिन गॅसच्या अपघाताचा तणाव सर्वांवर होता. परंतु या सर्व प्रसंगात राजे सुखरूप होते, त्यामुळे सर्वांचे चेहरे आनंदित होते. सर्व जण अमिताच्या घरी होते.

जेवणाचा कार्यक्रम होता. पुरणपोळीचा.

"मी मांसाहार जेवण ठेवण्याबाबत ममीला बोलले होते. परंतु नुकताच झालेला अपघात. ती म्हणाली, पुरणपोळीचंच जेवण असू दे."

"आमच्याही घरी पुरणपोळीचं जेवण असतं. मलाही आवडते पुरणपोळी." राजे म्हणाले.

"बऱ्याच सणाला कधीकधी राजेंना पुरणपोळी खायची इच्छा होते. मग मी बनवते पुरणपोळी." आईसाहेब म्हणाल्या. "परंतु अलीकडे डाळ बरोबर मिळत नाही, त्यामुळे तेलातली पोळी बनवताना थोडा त्रास होतो."

"मला बऱ्याच गोष्टी शिकाव्या लागतील, असं दिसतंय."

"एवढी काही काळजी करू नका. आपोआप तयार व्हाल."

"हो. परंतु प्रयत्न तरी करावा लागेल ना?"

"जरुर करा. परंतु करेला खायला घालायचा आग्रह तेवढा करू नका." आईसाहेब हसत हसत म्हणाल्या.

अमिताने पप्पा आणि मम्मीकडे पाहत एकदम लाजून मान फिरवली.

"काय झालं? एकदम मान फिरवली."

"अहो, त्यांना काय विचारता? तुमच्या कारखान्याला राजेंनी भेट दिली होती. त्याच्यानंतर यांनी राजेंना जेवण दिलं, तर त्यात करेला चिकन. करेला राजेंना अजिबात आवडत नाही."

"आईसाहेब पुरे हं. मला त्यांनी सांगितलं नाही."

राजेही चूपचाप बसले.

"राजे, तुम्हीही काही बोलला नाहीत. कमाल आहे! म्हणजे अमितानी काहीही जेवू घातलं, तर मुकाटपणे तुम्ही खाणार!" रसिकभाई हसत हसत म्हणाले.

"पप्पा, आता बस झालं हं."

"हं, पण हे बरोबर नाही. जावईबापूंची आवडनिवड लक्षात घ्यायला हवी."

"पाहतील हो. सुरुवातीला माहीत नसतं. हळूहळू लक्षात येईल." आईसाहेब.

"आपल्या कंपनीचं काही खरं नाही बरं का." अमिता विषय बदलत म्हणाली.

"का?"

"शेअरचे भाव एकदम खाली गेलेत, कंपनी वर आणणं आता खूप कठीण जाणार आहे." अमिता.

"पपांना असल्या गोष्टींचा अनुभव असेल, त्यातून मार्ग काढतील." राजे.

"नाही, आता तुम्हीच काही तरी मार्ग सांगा." अमिता

"मी काही बिझनेसमन नाही. मी कसं काय सांगणार." राजे.

"आता बापा केमिकलऐवजी दुसरीकडे कुठे तरी लक्ष घालावं लागणार, असं दिसतंय." रसिकभाई

"मग बापा केमिकलचं काय?" राजे.

"आपला स्टेक काढून घ्यायचा." अमिता.

"पण तुमचं पूर्ण नियंत्रण आहे. अंग काढून घ्यायचं, म्हणजे कंपनी सेल आउट करायची का?" राजे.

"तसंच काहीतरी करा. तिथं अलीकडे सगळ्याच गोष्टी अयोग्य होत आहेत." अमिता.

"मी एक सूचना करू का?" राजे सहज म्हणाले.

रसिकभाईंनी मान हलवली.

"कंपनी बंद करून एखादं मोठं मंदिर बांधा."

"अहो, ही काय सूचना झाली?" अमिता.

"अहो, आजकाल मंदिरातून जेवढा पैसा मिळतो, तेवढा कोणत्याच धंद्यात मिळत नाही. मंदिर, आश्रमात जेवढी संपत्ती साठवली जाते, तेवढी कुठेच पहायला मिळत नाही."

"तुम्ही हे सांगताय, म्हणजे धंद्यातल्या लोकांनी संन्यास घेण्यासारखं आहे. पपांना ते जमणार नाही." अमिता.

"पाहू या काय करायचं. सध्याचं वातावरण शांत होऊ दे, मग पाहू," रसिकभाईंनी विराम दिला.

५७

तो वाद जुना होता. तो वाद भारतीय कोळी आणि पाकिस्तानी कोळी यांच्या मासेमारीबाबत होता. मीठापूर-ओखापासून सातपाटी-डहाणूपर्यंतच्या कोळ्यांच्या बोटी पाकिस्तानी नेव्हीकडून पकडल्या जात होत्या. तर पाकिस्तानी कोळ्यांच्या बोटी भारतीय हद्दीत पकडल्या जात होत्या. एकमेकांच्या हद्दीत जाऊन मासेमारी केल्याचा आरोप ठेवला जात होता. मग दोन्ही बाजूने बोटी सोडवण्यासाठी प्रयत्न केले जात होते. तोपर्यंत दोन-दोनशे मच्छिमार जेलमध्ये टाकले जात होते. ही डोकेदुखी दोन्ही बाजूंना सतावत होती. परंतु यावर मार्ग निघत नव्हता. कारण बऱ्याच वेळा अनवधानाने बोटी एकमेकांच्या हद्दीत जात होत्या आणि विनाकारण त्याचा कोळ्यांना त्रास होत होता. मात्र जेलमध्ये टाकल्याने कोळ्यांच्या कुटुंबाचे हाल होत होते. बऱ्याच वेळा काही कोळी बेपत्ता होत होते. त्यांचा ठावठिकाणाही लागत नव्हता.

ती बोट बोईसरच्या नवापूर मच्छीमार सोसायटीची होती. इतर बोटी मिळून ४० मच्छिमारांना पाकिस्तानी हद्दीत पकडले होते. उभय देशांत बोलणी सुरू होती. पाकिस्तान हद्दीतील काही बोटी भारतीय हद्दीत पकडण्यात आल्या होत्या. आता खेळ आकड्यांचा होता. चाळीस भारतीय मच्छिमारांना सोडण्यासाठी भारतीय हद्दीत पकडलेल्या साठ पाकिस्तानी मच्छिमारांना परत करण्यात येणार होते.

तारीख ठरली. वेळ ठरली.

दोन्ही बाजूंनी बोटी आल्या होत्या. दोन्ही बोटी नेव्हीच्या होत्या. चाळीस भारतीय मच्छिमारांची देवाण-घेवाण कार्यक्रम होता. तो कार्यक्रम दीवपासून पंचवीस नॉटीकल अंतरावर सुरू होता. सर्व भारतीय मच्छिमारांना एकत्रित करून दीवला आणण्यात आले.

प्रत्येक मच्छिमाराची चौकशी केली जात होती. बरेच मच्छिमार बोटीवर नोकरी

करणारे होते. काहींचे राहण्याचे पत्ते उत्तर प्रदेश, बिहार येथील होते. परंतु सर्वांची कसून चौकशी केली जात होती. ते खरोखरच भारतीय होते का, ते पाहिले जाणे आवश्यक होते. राष्ट्रीय सुरक्षिततेच्या कारणास्तव. काम किचकट आणि क्लिष्ट होत होते. कायदा व सुव्यवस्थेशी संबंधित पोलीस आणि इतर सर्व एजन्सीचे लोक या कामात होते. काम संवेदनशील होते.

कर्नल फॉसजीनच्या ताफ्यावर रात्रीपासून नजर ठेवून होता. सकाळी-सकाळी त्याला तो खास मेसेज मिळाला आणि कर्नलने दमण गाठले.

त्याला त्यांनी दीवहून आणला होता. मच्छिमारांच्या घोळक्यातून. त्यानेच विनंती केली होती. कर्नलला भेटण्याची. तो मियाजीचा खास संदेश घेऊन आला होता.

कर्नलने त्याच्याकडून माहिती घेतली. तोपर्यंत बारा वाजायला आले होते.

५८

मेजर शिंदे आणि त्यांचे सहकारी जेवण घेऊन सुस्त पडले होते. वेळ दुपारची होती. काहींना झोप येत होती. महाराष्ट्र पोलीस मात्र गुजरात पोलिसांची वाट पाहत होते. कारण त्यांची सुटका होणार होती. ते परत जाणार होते. प्रत्येक जण उत्सुक होता. सर्व जण आपल्याच विचारात होते.

अहमदाबाद दिशेकडून त्या दोन गाड्या आल्या आणि उजवीकडे वळल्या. त्यांच्यासमोर येईपर्यंत त्यांच्या लक्षात आले नाही. त्या पोलिसांच्या गाड्या होत्या. परंतु ते पोलीस गणवेशात नव्हते. त्यांनी गाड्या थांबवल्या.

पुढे आलेली व्यक्ती शांतपणे पुढे आली आणि तिने आपली ओळख करून दिली. ते गुजरातीमध्ये बोलत नव्हते. अस्खलित इंग्रजीत बोलत होते. तोपर्यंत त्यांचे सहकारीही पुढे आले. ती पोलिसांची चार्जची देवाण-घेवाण होती. ते एकमेकांना ओळखत नव्हते. कोणत्याही परवलीच्या सांकेतिकांची देवाण-घेवाण नव्हती.

अचानक त्यांनी महाराष्ट्र पोलिसांना घेरले आणि पिस्तुले रोखली. मेजर शिंदे बेसावधपणे पुढे झाले होते. परंतु त्यांना धोका लक्षात येण्यापूर्वीच त्यांच्यावरही पिस्तूल रोखले. फॉसजीनच्या ताफ्यावर नियंत्रण ठेवणारे महत्त्वाचे लोक त्यांच्या ताब्यात गेले होते. काही वेळातच सर्वांना त्यांनी ताब्यात घेतले.

ते कोण होते, कोणाच्याही लक्षात आले नाही. चेहरे अनोळखी होते. चेहरे लक्षात ठेवूनही काही फायदा होईल, याची शक्यता कमी होती. उघड चेहऱ्यांनी त्यांनी त्यांना ताब्यात घेण्याची कारवाई केली होती. मात्र एक गोष्ट स्पष्ट होती. त्या सर्वांनी मिशा अगर दाढी ठेवलेली नव्हती. चेहरे एकदम स्वच्छ होते. त्यांच्या हालचाली नियोजनबद्ध होत होत्या. कोणी कोणत्या व्यक्तीवर आणि गाडीवर लक्ष द्यावयाचे, हे सर्व अगोदर ठरविल्याप्रमाणे पाहिले जात होते.

त्यांनी सर्वांना नि:शस्त्र केले. ते सर्व जण शस्त्रसज्ज असूनही त्यांना हालचाल

करण्यास संधी मिळाली नाही. सर्व जण हताशपणे पाहत होते. मेजर शिंदे आणि त्यांचे सहकारी कमांडो प्रशिक्षित होते. परंतु ते सर्व जण त्यांच्यासमोर अपयशी ठरले होते.

सर्वांना एका बाजूला उभे करण्यात आले होते. सर्व जण धोकादायक परिस्थितीत होते.

''तुमचा नेता कुठे आहे?''

तो स्पष्टपणे इंग्रजीत विचारत होता. मेजर शिंदे पुढे झाले.

''मी!''

''आता मी सांगेल, तेच ऐकायचं, समजलं?''

त्याने उत्तराची अपेक्षा केली नाही. त्याचा साथीदार पिस्तूल घेऊन मेजर शिंदेंसमोर उभा राहिला. त्याचे इंग्रजी उच्चार व्यवस्थित होते, परंतु त्यावरून ते कोण होते, याचा अंदाज येत नव्हता. आता दोघांच्या हातात पिस्तुले होती. ती सर्वांवर रोखली जात होती. गाडीतून आणखीन बंदुकधारी बाहेर आले. ते सर्व मोठ्या तयारीने आले होते. तणाव वाढत होता. सर्व गाड्यांची त्यांनी तपासणी केली. गाड्या हलवण्याबाबत बहुधा ते विचार करत होते. परंतु त्यांच्यातील संभाषण त्या सर्वांच्या ऐकण्यापलीकडे होते.

तणाव वाढत होता.

ते त्यांना अपेक्षित नव्हते. तिथे असलेल्या कोणालाच ते अपेक्षित नव्हते. तो गाडी घेऊन आला अगदी नेहमीच्या पद्धतीने. परंतु त्यांनी त्याला तसेच बंदुकीच्या नळीसमोर उभे केले. कर्नल अचानक तिथे कसा काय? परंतु कोणालाच बोलता येईना. सर्व जण बंदुकीच्या धाकात उभे होते.

सर्व जण त्या रोखलेल्या बंदुकांकडे पाहत होते. कोणाचेही त्यांच्या गाडीकडे लक्ष नव्हते. ती व्यक्ती शांतपणे गाडीतून बाहेर आली.

डोक्यावर पांढरी कशिदाची स्कल कॅप. त्यांची दाढी झुपकेदार होती, संपूर्ण पांढरी. शेरवानी आणि झब्बा होता. ती एकच व्यक्ती त्या पेहरावात होती. तिची धारदार नजर सगळीकडे फिरत होती. ती व्यक्ती पुढे आली.

''सलाम वालेकुम, कर्नल!''

त्या व्यक्तीने कर्नलकडे पाहत म्हटले.

''आम्हाला पाहून आश्चर्य वाटलं असेल?''

''मौलाना?''

''ओळखलं!''

''शेवटी भेट झाली. मला वाटलं पळून गेलात.''

''आम्ही सहजासहजी पळून जाणार नाही''

"तो जंगीचाचा दिसत नाही?"

"तो आता विश्रांती घेतो आहे." मौलानाने कडवटपणे म्हटलं.

"विश्रांती?"

"हो, वरळीच्या ड्रेनेजमध्ये."

"विश्रांतीला पाठवायचा मार्ग चांगला आहे"

"ज्याचं काम संपलं, त्यांना विश्रांतीला पाठवलं."

"बापा केमिकलवर एवढा राग का? तो तर छोटा बिझनेसमन."

"कर्नल, आता शेवटची बोलणी आहेत. आता तुमचीही विश्रांती घ्यायची वेळ आलेली आहे. तत्पूर्वी सांगायला हरकत नाही. बापा केमिकलमधली गोडाउन आमच्या संघटनेचं मोक्याचं ठिकाण होतं. आमच्या सैनिकांना पुढे जाण्यापूर्वी. परंतु बापा केमिकलने गोडाउन विकत घेऊन घोटाळा केला. त्या जंगीचंही त्यांनी ऐकलं नाही. मग आम्हाला कडक मार्ग पत्करावा लागला."

"परंतु यश मिळालं नाही. जंगी गॅस लिकमध्ये अडकला. परंतु मग त्या डोईजडवरही तुमचा राग त्याकरताच होता का?"

"त्याने गोडाउनमध्ये जास्त खोलवर हात घालण्याचा प्रयत्न केला. त्याने ट्रान्सपोर्ट कंपनीच्या आमच्या लोकांना त्रास दिला. तो थोडक्यात वाचला. परंतु त्याच्यामुळे आमचं नुकसान झालं नाही. तुमच्या अण्वस्त्रांची बातमी आम्हाला मिळाली आणि आम्ही इस्लामाबादला खूश करण्याचं ठरवलं. आता आम्ही तुमची सर्व शस्त्रं ताब्यात घेतली आहेत."

"तुम्हाला कोणी सांगितलं, आम्ही ही अण्वस्त्रं घेऊन जात आहोत ते?"

"कर्नल, या गोष्टी कोण कोणाला सांगत नाही. आता तुमच्या माय-बापाची आठवण करा आणि मरणाला तयार व्हा!"

"मौलाना, धर्माच्या नावावर दहशतवाद चालणार नाही. पूर्वीही हा प्रयत्न तुम्ही केला. जिहाद केला. ब्रिटिशांच्या काळात तुम्हाला जमलं नाही. आताही तुम्हाला जमणार नाही. त्यामध्ये तुमचीच बदनामी आहे. तुम्ही धर्माच्या नावाखाली टोळ्यांचं युद्ध करत आहात. त्यात तुमचाच नाश आहे."

"कर्नल, आम्हाला समजावण्याचा प्रयत्न करू नका."

"आम्ही भारतीय सर्व धर्मांचा, सर्व जातींचा, सर्व वंशाचा आदर करतो. इथं सर्वांना समान हक्क आहे. दिने ईलाही त्याचाच परिपाक आहे. त्याला तुम्ही विरोध करू शकत नाही."

"ती आमच्या धर्माशी गद्दारी आहे कर्नल, आम्ही ते सहन करणार नाही. आम्ही अनल मलिक आहोत."

"मौलाना, सर्व धर्मातले विचार मानवाकरता आहेत. मानवाचं दुःख हलकं

करण्यासाठी. मानवाच्या सुखासाठी. तुम्ही मात्र सर्वांना धर्मांच्या दावणीला बांधायला निघालात, तुमचं भूत गाडलं जाईल. दिने ईलाहीला आम्ही सर्वोतोपरी मदत करू. आणखी शेवटचं, तुम्ही अण्वस्त्र घेऊन जात नाही. ती गॅसची नळकांडी आहेत.''

मौलानाने कर्नलकडे रोखून पाहिले.

''तुम्ही खोटं बोलता आहात?''

''तुम्ही पाहून तर घ्या. आम्ही फक्त अण्वस्त्र लाँच पॅडचा वापर केला. ती गॅसची नळकांडी आहेत.'' कर्नल.

त्यांच्यातील एक जण कंटेनरकडे गेला. त्याने आतमध्ये जाऊन पाहिले. त्या लोकांना अण्वस्त्रे, शस्त्रास्त्रे यांबाबत चांगली माहिती असावी. त्याने मौलानाजवळ हळूहळू आवाजात बोलायला सुरुवात केली.

''बेवकूफ! तुम्ही आम्हाला फसवलंत, परंतु आम्ही तुम्हाला जिवंत सोडणार नाही. तुम्हा सर्वांना कायमच्या विश्रांतीला पाठवतो.''

सर्वांच्या चेहऱ्यावर तणाव होता. जो तो आता त्या बंदूकधारीकडे पाहत होता.

''हरकत नाही, आम्ही सैनिक आहोत. युद्धावर आम्ही मरण्यासाठीच जातो. मौलाना, आतापर्यंत देशासाठी अनेकांनी बलिदान केलं. शहीद झाले. आम्हाला त्यांच्या पंक्तीत जायला अभिमान वाटेल.''

कर्नलने मेजर शिंदे आणि इतर सहकाऱ्यांकडे पाहत म्हटले. ''चला, माझे सर्वांना आदेश आहेत, गुडघ्यावर उभे राहा आणि मानेभोवती हात ठेवा.''

स्वत: कर्नल गुडघ्यावर उभा राहिला, त्याने सर्वांकडे पाहिले. सर्व जण गुडघ्यावर उभे राहिले होते.

''पाहिलंत मौलाना, आम्ही सर्व भारतीय आहोत. आम्ही सर्व शहीद होण्यास तयार आहोत. मग सुरुवात कधी करणार.''

ते सर्व एकाच वेळी गुडघ्यावर उभे पाहून मौलाना क्षणभर चलबिचल झाला. त्याला कर्नलची ती कृती अनपेक्षित असावी. कर्नलने खिशातून रुमाल बाहेर काढला आणि तोंड साफ केले. मौलानाकडे पाहत रुमाल भिरकावला. त्या गोळ्या कुठून आल्या, कोणालाच समजले नाही. ते बंदूकधारी प्रथम खाली पडले आणि त्यानंतर मौलानासकट बाकीचे सर्व जण. कर्नलने ओरडून सर्वांना जमिनीवर आडवे पडण्याबावत आदेश दिले. सर्व जण गुडघ्यावर होते, ते खाली झोपले. बराच वेळ कोणी उभे राहिले नाही.

कर्नल रांगत-रांगत पुढे गेला आणि त्याने बंदूक हातात घेतली. खिशातून स्मोक गन बाहेर काढली आणि हवेत फायर केली. आकाशात धुराची रेषा वर गेली. आता सर्व जण मौलाना आणि त्यांच्या साथीदारांना ताब्यात घेण्याच्या मागे लागले. सर्व जण आजूबाजूला पाहत होते. लांबवरून काही मानवी आकृत्या चालत-चालत

पुढे येताना दिसून येत होत्या. ते बाजूच्या टेकडीवरून खाली येत होते. ते स्नायपर गन सांभाळत पुढे येत होते. त्यांनी मौलाना आणि त्याच्या सर्व साथीदारांना ठार केले होते. कारवाई संपली.

सर्वांनी आवराआवर केली.

कर्नल आणि मेजर शिंदे बोलत होते.

''मेजर, आता काळजी करण्याचं कारण नाही. भिलाड आणि वापी पास झाल्यानंतर आपलं काम झालं.''

''पण सर, अण्वस्त्र-शस्त्रे, दिने ईलाही हा काय प्रकार? पुन्हा चेंबूरहून रिकामा कंटेनर का आणला? हे सर्व काय आहे, मला समजलं नाही.''

''मेजर, ग्रीकांच्या इतिहासामधील ट्रोजन हॉर्सची एक कथा आहे. वॉर स्टोरी, तशीच एक मी कथा सांगतो.''

कर्नल मग मेजर शिंदेंना सांगू लागले.

गुजरातचे पोलीस आले होते. पोलिसांचा चार्ज देण्याचा कार्यक्रम झाला आणि ताफा पुढे निघाला.

कर्नल कथा सांगत होता आणि मेजर कथा ऐकत होता. प्रवासातील कथा, गूढ कथा....

◆